तिहेरी तलाक

एका गुंतागुंतीची उकल

लेखक–संपादक

कलीम अजीम

डायमंड पब्लिकेशन्स

तिहेरी तलाक : एका गुंतागुंतीची उकल

लेखक–संपादक : कलीम अजीम

Tiheri Talak: Eka Guntaguntichi Ukal

Lekhak-Sampadak : Kalim Ajim

मुखपृष्ठ
शाम भालेकर

पहिली आवृत्ती : नोव्हेंबर २०१९

ISBN : 978-93-86401-82-3

प्रकाशक
डायमंड पब्लिकेशन्स
२६४/३ शनिवार पेठ,
३०२ अनुग्रह अपार्टमेंट,
ओंकारेश्वर मंदिराजवळ,
पुणे–४११ ०३०
☎ ०२०–२४४५२३८७, २४४६६६४२
info@diamondbookspune.com

अक्षरजुळणी
मानसी घाणेकर

विलासी, सरंजामी समाजव्यवस्थेला आव्हान देऊन इस्लामी समाजक्रांतीने स्त्रियांना आदर, सन्मान, न्याय आणि सामाजिक संरक्षण व प्रतिष्ठा दिली. त्याकरिता **पैगंबर मुहमंद** (स) यांनी प्राणांतिक संघर्ष केला. मातृगौरवाची नवी व्यवस्था निर्मिली. त्या प्रेषितांना सादर समर्पित

मनोगत

"पुरुषांच्या खोट्या श्रेष्ठतेला योग्य ठरविण्यासाठी महिलांबद्दल एक सामान्य युक्तिवाद केला जातो की, स्त्रिया कधीच पैगंबर (संदेशवाहक) झालेल्या नाहीत. याचा अर्थ असा होतो की, अल्लाह नैतिक व आध्यात्मिकदृष्ट्या स्त्रियांपेक्षा पुरुषांना श्रेष्ठ मानतो. तथापि, अल्लाहने एकूण १ लाख २४ हजार संदेशवाहक (पैगंबर) पाठवले; परंतु, आमच्याकडे फक्त २० पेक्षा अधिक संदेशवाहकांची माहिती उपलब्ध आहे; म्हणजे आम्हाला हे कसे ठाऊक की त्यात महिला (पैगंबर) नव्हत्या? अशा प्रकारचा तर्क म्हणजे महिला आणि पुरुषांना शरीया एकसमानच मानतो, हे सत्य लपविण्यासाठी केलेली केविलवाणी धडपड आहे."

मौलाना मुमताज अलीखान (१८६०-१९३४) यांचे हे अधोरेखन 'हुकूक ए नि:स्वान' या दुर्मीळ ग्रंथातील आहे. उपरोक्त परिच्छेद वाचून असं वाटू शकते की, यात नवं काय आहे? पण हे विधान १८९०च्या दशकात शेवटी लिहिलेलं आहे. हा काळ कर्मठ व धर्मवाद्यांच्या प्रतिगामित्वासाठी ओळखला जातो. हा काळ धार्मिक वर्चस्ववादाचा होता, तसेच हा काळ वरिष्ठ वर्गीय अस्मितेचा होता. धर्मांबद्दल सरंजामदार उलेमा हट्टी झालेले होते, दुसरीकडे धर्मवादी कालबाह्य कल्पनांना चिकटून होते; जर कोणी समाजसुधारणेचा विचार मांडला तर त्यांना 'काफीर' घोषित केलं जात होतं. एखाद्या मौलवीने सुधारणावाद सूचवला तर त्याचं जगणं अवघड होत असे, अशा परिस्थितीत कुरआनमधील मूळ वचनांचा आधार घेऊन मौलवी मुमताज अलींनी स्त्रियांच्या हक्काचा कैवार घेतला. त्यांनी प्रस्थापित पुरुषी वर्चस्ववादी मानसिकतेविरोधात बंड केलं. एकोणिसाव्या शतकाच्या उत्तरार्धात त्यांनी कथित मूलतत्त्ववादी समजल्या जाणाऱ्या मुस्लीम समुदायात सुधारणेचा विचार मांडला होता. त्यामुळे उपरोक्त विधानाला आपोआपच महत्त्व प्राप्त होते.

१८५७च्या उठावानंतर भारतीयांचे सामाजिक व सांस्कृतिक अस्तित्व ढवळून निघालेलं होतं. ब्रिटिशांच्या फुटपाड्या राजकारणामुळे हिंदु-मुस्लीम आंतरसंबंधात ठिणगी पडलेली होती. अशा आंतरकलहात एकीकडे स्वातंत्र्य लढा तर दुसरीकडे

सामाजिक सुधारणांच्या चळवळीने जोर धरला होता. विविध धर्मांअंतर्गत सुरू असलेल्या रूढी-परंपरांविरोधात अनेक समाजसुधारकांनी दंड थोपटले. मौ. मुमताज अली खान हे त्यांपैकीच एक होते.

अलीगडचे मौ. मुमताज अलीखान सर सय्यद यांनी सुरू केलेल्या समाजसुधारणेच्या चळवळीतील एक प्रमुख व्यक्ती होते. त्यांनी कुरआनमधील स्त्रियांच्या हक्कांचं समर्थन केलं. महिला हक्कांच्या संरक्षणासाठी ते 'तहजीब-अन-नि:स्वान' नावाचं नियतकालिक प्रकाशित करीत असे. या नियकालिकेच्या संपादिका त्यांच्या पत्नी मोहमदी बेगम होत्या. (नदीम प्राचा, द न्यूज डॉट पीके, ४ मार्च २०१८).

मौ. मुमताज अली आपल्या लेखणीतून कर्मठ धर्मवाद्यांवर प्रहार करीत असत. त्यांनी आपल्या नियकालिकेमधून बहुपत्नीत्व आणि कुरआनबाह्य तलाकला (तलाक ए बिद्दत) विरोध केला. तसेच महिलांचे हक्क, समान वागणूक, समस्या, रूढी-प्रथा आणि जाचक बंधनाविरोधात आणि पुरुषी श्रेष्ठतेविरोधात त्यांनी अनेक लेख लिहिले. इतकेच नव्हे तर तिहेरी तलाकविरोधात त्यांनी रस्त्यावर उतरून लढा दिला. या लढ्यात त्यांनी आपली पत्नी व मुलीला सामील करून घेतलं.

ज्याकाळात धर्माआड सुरू असलेल्या रूढी-परंपरांविरोधात बोलणे अधर्म समजलं जात होतं, त्याकाळात मौ. मुमताज अली जाहीर भूमिका घेत होते. त्यामुळे त्यांचे कार्य क्रांतिकारक ठरते. त्यांनी लिहिलेला 'हुकूक ए नि:स्वान' हा ग्रंथ महिला हक्कांचा 'मॅग्नाकार्टा' मानला जातो. या लेखसंग्रहातून त्यांनी धर्माअंतर्गत सुरू असलेल्या अनिष्ट प्रथांवर प्रहार करत कर्मठ उलेमांवर सडेतोड टीका केली आहे. तोंडी तलाक कुरआनबाह्य असल्याचं सांगत त्यांनी या अन्यायकारक प्रथेविरोधात उघड भूमिका घेतली. एकतर्फी तलाकबद्दल ते म्हणतात, 'तलाक घेण्याचा पुरुषांचा तथाकथित हक्क ही शरमेची बाब आहे. दुसरा कोणताही मार्ग राहिलेला नसताना ते वापरण्याचे कडू औषध आहे.' (फकरुद्दीन बेन्नूर, आधुनिक भारतातील मुस्लीम विचारवंत, पान-१८).

भारतात तलाकच्या अन्यायकारक प्रथेविरोधातले हे पहिले बंड होते. उपरोक्त विवेचनाच्या आधारे असे म्हणता येईल की, मौ. मुमताज अली तिहेरी तलाक प्रश्नांवर लढा उभा करणारे पहिले भारतीय होते. मौ. मुमताज अलींनी महिला अधिकारांच्या संरक्षणार्थ आपली लेखणी चालवली. परंतु, तत्कालीन कर्मठ धर्मवाद्यांनी त्यांच्या कामाकडे दुर्लक्ष केलं व त्यांना अनुल्लेखाने मारलं. त्यांनी सुरू केलेलं हे कार्य क्रांतिकारक होतं. मौ. मुमताज अली यांच्यापासून त्रिवार तलाकची प्रथा रद्द करून स्त्री-स्वातंत्र्याला आड येणारे आणि पुरुषवर्चस्ववादी कायदे दुरुस्त करण्याची चळवळ भारतीय मुसलमानांमध्ये सुरू झाली. (उपरोक्त).

मौ. उमर अहमद उस्मानी एकेरी तलाकविरोधात लढा देणारे दुसरे संघटक होते. सहारणपूरच्या एका धर्मपीठातून त्यांनी पारंपरिक शिक्षण घेतलेलं होतं. धार्मिक विचारवंत असलेले उस्मानी इस्लामिक कायदेशास्त्राच्या बाबतीत उदारमतवादी होते. ते महिला हक्कांचे पुरस्कर्ते होते. त्यांनी तिहेरी तलाकविरोधात जाहीरपणे भूमिका घेतलेली होती. मौ. मुमताज अलींचे ते समकालीन होते. त्यांनी 'फिकाह अल् कुरआन' नावाचा आठ खंडांचा महाग्रंथ लिहिला. यातला दुसरा खंड फक्त 'तलाक' प्रश्नांवर आधारलेला आहे; म्हणजे एका संपूर्ण खंडातून त्यांनी तलाक, बहुविवाह आणि यासंबंधीच्या इतर मुद्द्यांवर सविस्तर व सूक्ष्म पद्धतीने प्रकाश टाकलेला आहे.

त्रिवार तलाकच्या बाबतीत मौ. उमर उस्मानींनी घेतलेली भूमिका क्रांतिकारक स्वरूपाची आहे. एका बैठकीत दिल्या जाणाऱ्या घटस्फोटाला त्यांनी अवैध ठरविले. यासाठी त्यांनी इब्न तिमिय्या यांच्या लिखाणाचा आधार घेतला. त्यांनी हे दाखवून दिले की, पैगंबरांच्या सहकाऱ्यांनी तसेच इब्न अब्बास, हजरत अलींनीदेखील तिहेरी तलाकविरोधात भूमिका घेतलेली आहे. मौ. उस्मानी यांनी मोठमोठ्या धर्मशास्त्रज्ञांचा आधार घेऊन तोंडी तलाकला विरोध केला. त्यांनी स्त्रियांच्या मालमत्तेचा हक्क, वारसा हक्क, कुरआनमधील स्त्रियांच्या अधिकारांचादेखील पुरस्कार केला. इतकेच नव्हे तर बहुपत्नीत्वाविरोधातदेखील त्यांनी कर्मठ उलेमांना न पटणारी भूमिका घेतली. मौ. उस्मानी यांनी कुरआन आणि हदीस यांचा अन्वयार्थ स्त्री-हक्कांसाठी लावला. (ए.ए. इंजिनिअर, दि कुरआन, अँड मॉडर्न सोसायटी, पान-१४४).

मौ. मुमताज अलीखान आणि मौ. उमर अहमद उस्मानी नंतर अनेक मान्यवर धर्मपंडित व समाजसुधारक तलाकच्या या अन्यायी प्रथेविरोधात उभे ठाकले. त्यात सर सय्यद, मौ. अलताफ हुसेन हाली, मौ. काझी मुहंमद तय्यब, मौ. महंमद अली, मौ. मदनी इत्यादी अनेक उलेमा व धार्मिक विद्वानांचा समावेश होता. नंतरच्या काळात या कुरआनबाह्य तलाकविरोधात मौ. आझादांनी धडक भूमिका घेतली. यासंदर्भात त्यांनी आपल्या 'तर्जुमान अल् कुरआन' या भाष्य ग्रंथातून चिकित्सक दृष्टिकोनही मांडला; वर उल्लेखित सर्वांनी स्त्री स्वातंत्र्याचा व त्यांच्या समान हक्कांचा पुरस्कार केलेला होता.

मौ. मुमताज अली आणि मौ. उमर अहमद उस्मानी यांच्या लढ्याचे सुमारे अर्धे शतक उलटल्यानंतर महाराष्ट्रात तिहेरी तलाक व बहुपत्नीत्व प्रथा रद्द करण्याची मागणी सुरू झाली. १९७०-७५चा हा काळ नवहिंदुत्ववादाच्या उदयाचा होता. काँग्रेसविरोधी गटाने जनसंघाला पाठिंबा दिलेला होता. त्यातून 'गैरकाँग्रेसवाद' जन्माला आला होता. काँग्रेसविरोधाच्या बळावर प्रतिगामी व हिंदुत्ववादी शक्ती फोफावत

होत्या. 'मुस्लीम अनुनया'च्या शब्दप्रयोगातून घटनात्मक लोकशाहीला छेद देण्याचे प्रकार सुरू झालेले होते. सांप्रदायिक दंगली घडून सामाजिक वातावरण दूषित करण्यात आलेलं होतं. अशा पार्श्वभूमीवर महाराष्ट्रातील काही समाजवाद्यांनी एकत्र येऊन तलाक व बहुविवाहविरोधात चळवळ सुरू केली. या संघटनेकडून मुस्लीम महिलांच्या समस्या आर्थिक, सामाजिक आणि राजकीय पातळीवर समजून घेण्याऐवजी फक्त धार्मिक अंगाने त्या प्रश्नांची मांडणी झाली. याचे पर्यवसान मुस्लीमविरोधाची प्रचारसाधने बळकट होण्यात झाले. निवडक युक्तिवाद व आरोप उचलून भारतातील 'एथनिक' मुसलमानांविरोधात त्याचा ढाल म्हणून वापर झाला. पुरोगामित्वाचा दावा करणाऱ्या अन्य सुधारणावादी संघटनांनीदेखील मुसलमानांची भाषा, त्यांचा धर्म, पडदा पद्धत, त्यांच्या रूढी-परंपरा, चालीरिती, राहणे-बोलणे-वागणे इत्यादींवर सडेतोड हल्ले चढविले. यातून मुस्लीमविरोधाचा प्रचार बळकट होत धार्मिक ज्वर व धर्मांध राजकारण बळावत गेले. त्यातून मुस्लीम समुदायाविरोधात द्वेष, हीणकसपणा, तुच्छतावाद वाढून मुस्लिमांचे राक्षसीकरण झाले.

इतिहासाचे पौर्वात्यवादी (ओरिएंटलिस्ट) दृष्टिकोन आणि मुस्लीमविरोधी मांडणीवर आधारित मुसलमानांत समाजसुधारणेची पद्धत वापरली गेली. मुस्लिमांची सामाजिक संरचना व वर्गवारी समजून घेण्याऐवजी त्यांच्यावर अपराधबोधाचे हल्ले सुरू झाले. भारतीय मुसलमान फाळणीच्या दंशातून सावरतो तोच पुरोगामित्व मिरवणाऱ्या सुधारणावाद्यांच्या अशा प्रकारच्या हल्ल्याला बळी पडला. परिणामी मुस्लीम स्वतःला शत्रुभावी समजू लागला. अशा आरोपामुळे तो आतून भयग्रस्त होत 'गिल्ट' भावनेत आला. थोडक्यात, यांसारख्या चळवळीतून मुस्लीम समाजाचे प्रश्न सुटण्याऐवजी त्यांचे शत्रुकरण झाले. त्यातून प्रतिगामी शक्तींना प्रचाराचे मुद्दे मिळाले. मूळ सामाजिक प्रश्नांचा अर्थ बदलत जात, त्याचा जमातवादी शक्तींकडून मुस्लीमविरोधात वापर होत राहिला.

महाराष्ट्रात समांतर पातळीवर डॉ. मोईन शाकीर, असगरअली इंजिनिअर, फकरुद्दीन बेन्नूर आदी विचारवंत, अभ्यासक आणि संघटकांनी मुस्लीम प्रश्नांची सामाजिक मांडणी सुरू केली होती. ही मंडळी तलाक व बहुपत्नीत्व हे प्रश्न धार्मिक नसून सामाजिक आहेत, अशी मांडणी करीत होते. नागरी सुविधा, सुरक्षा, बेरोजगारी, शिक्षण आदी मुद्दे धर्मांधारित चर्चाविश्वात कशा पद्धतीने दुर्लक्षित झाले, याचा पाठपुरावा ते सतत करीत होते; पण त्यांच्या मांडणी व भूमिकेकडे नियोजितपणे दुर्लक्ष करण्यात आलं. उत्तर भारतातही एजाज अहमद, इम्तियाज अहमद, ताहिर महेमूद, मुशिरुल हसन आदी अभ्यासक तलाक व मुस्लिमांच्या अन्य प्रश्नांची सामाजिक

मांडणी करीत होते; पण चर्चेत मात्र समाजवादी गटांच्या कथित सुधारणावादी संघटना राहात होत्या. तेच मुस्लिमांचे एकमेव समाजसुधारक आहेत, अशी मांडणी प्रसिद्धी माध्यमातून सुरू होती. अशा प्रकारच्या प्रसिद्धीने समाजवादी गट सुखावत होते. मुळात अशाच प्रसिद्धीच्या हव्यासापोटी त्यांच्या सामाजिक कार्याचं नुकसान झालेलं आहे, हेदेखील विसरता कामा नये. प्रसारमाध्यमात प्रसिद्धी मिळावी म्हणून नकळतपणे त्यांच्या सामाजिक प्रश्न व त्यांच्या मांडणीचे स्वरूप बदलत गेले.

शाहबानो प्रकरणानंतर मुस्लिमांच्या नागरी व सामाजिक प्रश्नांचा रोखच बदलून गेला. प्रत्येक समस्येला धर्मांच्या अनुषंगाने पाहिलं जाऊ लागलं. सुधारणावादी गटांनी चुकीच्या पद्धतीने मुस्लिमांचा प्रश्न हाताळल्याने प्रतिगामी गटांच्या शस्त्राला आयतीच मूठ मिळाली. दुसरीकडे कर्मठ धर्मवाद्यांनी 'शरीयत खतरे में' म्हणत मोहिमा उघडल्या. दोन्हींचा आधार घेऊन हिंदुत्ववादी गटांनी भारतीय मुस्लिमांच्या शत्रुकरणाची प्रक्रिया आरंभली. बहुसांस्कृतिकता, विविधता, प्रादेशिकता आणि भाषिकतेच्या आधारावर असलेली मुसलमानांची ओळख पुसून काढत त्यांना धार्मिकतेची लेबले चिकटवली गेली. हज सबसिडी, लोकसंख्यावाढ, उपासना पद्धती, समान नागरी कायदा, धार्मिक मिरवणुका, भारत-पाक संबंध, क्रिकेटचे सामने इत्यादी मुद्दे प्रचारसभांच्या केंद्रस्थानी येऊन मुसलमान शत्रुस्थानी आला. लोकशाहीविरोधी संघटनांच्या समांतर राष्ट्रवादाने मुस्लीम समुदायावर देशद्रोहाचा संशय बळावला.

हजारो वर्षांपासून एकत्र राहात असलेल्या मुस्लीम समाजाला धर्माच्या एकजिनसीपणाचा ठपका ठेवून त्यांना शत्रुपक्षी आणलं गेलं. मध्ययुगीन (मुस्लीम शासकांच्या) इतिहासाचा विकृत अर्थ लावून मुस्लीम कसे हिंदूंचे पारंपरिक शत्रू आहेत, हे बहुसंख्याकांवर प्रचारी साधनातून बिंबवण्यात आलं. रामजन्मभूमी आंदोलनातून मुस्लीम समाजाविरोधात तुच्छतावादी राजकारण बळकट होऊन हिंदू मतांची जुळवाजुळव करण्यात आली. १९८० नंतर भाजप व संघ परिवाराने नेमके हेच युक्तिवाद उचलून मुस्लीमविरोधाचे राजकारण केलं. मंडल कमिशनच्या विरोधाची ठिणगी बघता-बघता मुस्लीमविरोधाची पर्यायाने इस्लामद्वेषाचा भडका होऊन हजारो संसारांना उद्ध्वस्त करून गेली. या ज्वाळा आज तीन दशकांनंतरही त्याच स्वरूपात धगधगत आहेत. फरक इतकाच की, त्याला राष्ट्रवादाचा मुलामा चढविला गेला आहे.

२०१४चा सत्ताबदल भारतीय मुसलमानांत एकप्रकारची धास्ती घेऊन आला. प्रखर हिंदुत्वाचा चेहरा म्हणून उजळून निघालेले नरेंद्र मोदी सत्तेवर आले. भाजपची सत्ता येताच देशभरातील मुसलमानांमध्ये अनामिक भीती आणि चिंतेचे सावट पसरले. तरीही भारतीय संविधानाच्या 'लोकशाही' व 'धर्मनिरपेक्ष' तत्त्वांवर त्यांची

निष्ठा अटळ होती. भारतीयत्वाची कास धरत तो ठामपणे उभा राहिला. ज्या राज्यघटनेवर तमाम भारतीयांची निष्ठा होती, त्यालाच पायदळी तुडवून त्याची विटंबना केली गेली. दलित आणि अल्पसंख्याकांवर हल्ले करून लोकशाहीला काळिमा फासला गेला. सत्तापिपासूंकडून द्वेषाचे हिटलरी तंत्र वापरून हिंदू जमातवादाला खतपाणी घातलं गेलं. घरवापसी, गोवंश हत्याबंदी, गोरक्षा, मॉब लिंचिंग, भारतमाता, वंदे मातरम्, बीफ बंदी, इतिहासाच्या विकृतीकरणातून मुस्लिमांचे राक्षसीकरण केलं गेलं. केवळ मुस्लीमद्वेषावर ते थांबले नाहीत तर त्यांनी दलित, आदिवासी आणि ख्रिश्चनांवर धार्मिक हल्ले चढविले. २०१४ ते २०१८ या चार वर्षांत गोरक्षेच्या नावाने झुंडीकडून हल्ले सुरू झाले. देशभरात वेगेवेगळ्या ठिकाणी झालेल्या या हल्ल्यात तब्बल ६८ लोकं मारली गेली तर ५०० पेक्षा जास्त जण जखमी झाले. १ हजार जण या घटनेत होरपळले. हल्ल्यातील मृतांमध्ये ५१ टक्के मुस्लीम होते. (इंडिया टूडे, २६ जुलै २०१८).

गोरक्षेच्या नावाखाली भारतीय समाजातील बहुलता आणि विविधतेला हादरे दिले. गोवंश हत्येच्या नावाखाली केवळ मुस्लीमच नव्हे तर दलित, आदिवासी आणि अन्य धार्मिक अल्पसंख्याक भरडले जात आहेत. राष्ट्रवाद, रामराज्य व हिंदुराष्ट्राच्या कल्पनांना ऊत आला. राष्ट्रभक्तीच्या नावाने बहुजनांचे हिंदुत्ववादीकरण करण्याची प्रक्रिया सुरू झाली. गोरक्षा व देशप्रेमाचे भांडवल करून बहुसंख्याकांचे जमातवादीकरण (कम्युनलायझेशन) केलं गेलं. त्यातून अनामिक झुंड तयार करून त्यांच्याकरवी लोकसमूहाविरोधात हल्ले घडविले जात आहेत.

प्रसिद्धी माध्यमांना हाताशी धरून भारताच्या अखंडता व बहुसांस्कृतिक वैविध्यतेला तडे पाडण्याचे प्रकार निरंतर सुरू आहेत. फेक न्यूजचा वापर करून सामाजिक वातावरण दूषित केलं जात आहे. पोसलेली 'भक्ट्रोल' सोशल मीडियातून महिलांवर अश्लील शेरेबाजी करत आहेत. मोदी सरकारच्या अपयशाला राष्ट्रभक्तीच्या नावाने झाकलं जात आहे. कुठल्याही विषयाची चर्चा मुस्लीमद्वेषाच्या पलीकडे जात नाही. कुठलाही मुद्दा मुस्लीम व राष्ट्रभक्तीवर आणून त्यावर चर्चाविश्व रंगवले जात आहे. केंद्र सरकारचे मंत्री व पदाधिकारी भडक विधाने करून देशातलं वातावरण बिघडवू पाहात आहेत. घटनात्मक पदावर असीन असलेली व्यक्ती वादग्रस्त विधाने करून बहुसंख्याकांना अल्पसंख्याकांविरोधात पेटवत आहेत. येन-केनप्रकारे मुस्लीमफोबिया वाढविला जात होता.

एकांगी झालेल्या 'गोदी मीडिया'ला हाताशी धरून मुस्लिमांच्या तुच्छतावादाला बळकटी देण्याचे प्रकार वाढले आहेत. अशा प्रकारे 'तिहेरी तलाक' मुस्लीमद्वेषाचे

हत्यार म्हणून पुढे आणलं गेलं. प्रसिद्धी माध्यमांच्या ॲण्टी मुस्लीम अजेंड्यातून तिहेरी तलाकचं बुजगावणं उभं करण्यात आलं. गेली ५ वर्षे सरकारच्या लोकांनी त्याला खतपाणी घालत पोसलं. मुस्लिमांच्या राक्षसीकरणाचं कोलित म्हणून तिहेरी तलाकचा वापर झाला. भाजपच्या सत्ताधाऱ्यांनी तिहेरी तलाकचा प्रश्न राजकीय स्वरूपाचा म्हणून पुढे आणला. २०१६-१७ला राज्यांच्या निवडणुका डोळ्यांसमोर ठेवून भाजपने तिहेरी तलाक रद्दीकरणाचे व त्याआड मुस्लीमद्वेषाचे ढोल बडविले. परिणामी तोंडी तलाकच्या राजकीयीकरणातून उत्तरप्रदेश, गोवा, पंजाब, मणिपूर, उत्तराखंड विधानसभा भाजपने बळकावल्या.

सायराबानोंची याचिका सुप्रीम कोर्टात येताच 'तलाक' हा प्रमुख चर्चेचा विषय झाला. प्रसारमाध्यमातून गेली तीन वर्षे सतत चर्चेत राहणारा 'तलाक' या शतकातला पहिला विषय असावा. दर आठवड्याला 'ट्रिपल तलाक' गरमागरम विषय म्हणून न्यूज चॅनेलच्या पॅनलवर येत होता. कधी-कधी तर आठवडाभर तलाक न्यूज चॅनेलचा प्रमुख 'अजेंडा' (डे ड्राइव्ह) म्हणून चालविला गेला. वृत्तवाहिन्यांचे पत्रकार व वृत्तसंस्थांना देशभर तलाकची प्रकरणे शोधण्याचं काम देण्यात आलं होतं. (ANI ही वृत्तसंस्था हिंदुत्ववादी झाली की काय असा संशय येत होता. माजी सैनिकांबद्दल चुकीची बातमी केल्याबद्दल या वृत्तसंस्थेला मोठा दंडदेखील झालेला आहे.) यातून तलाकची किमान एक स्टोरी आठवड्यातून एकदा तरी जागा व्यापताना दिसे. कुठल्यातरी राज्यात रस्त्यावरच पतीने पत्नीला तलाक दिला होता. तर कुठंतरी पर्सनल लॉ बोर्डाच्या गेटवर महिला डोकं आदळताना दिसू लागल्या. कुणी व्हॉट्सअपने तलाक दिला, कुठं काय.. तर कुठं काय.. नाना प्रकारची दृश्यं टी.व्ही.चा पडदा व्यापताना दिसत होती.

दररोज रात्री प्राइमटाइमची चर्चा तलाककेंद्री होत असे. दाढी-टोपी व झब्बावाले मौलाना, बुरखाधारी स्त्रिया टी.व्ही.च्या पॅनलवर दिसणं नेहमीचंच झालं होतं. टी.व्ही.त चर्चेसाठी बोलावताना दाढी, पांढरा कुर्ता व बुरखाधारी महिलेला प्राधान्य देण्यात येत असे. क्षुल्लक मानधन व येण्या-जाण्याच्या खर्चात अनेक कथित दाढीधारी मौलाना टी.व्ही.वर झळकले. थोड्याशा पैशांच्या मोबदल्यात त्यांनी अपमानही सहन केला. सुमारे ३ वर्षे 'तलाक' हा न्यूज चॅनेलचा यूएसपी (विक्रय वस्तू) होता. या संदर्भात कायदेतज्ज्ञ फ्लेविया अग्नेस यांनी इपीडब्लूमध्ये सविस्तर लेख लिहून प्रसिद्धी माध्यमांवर ताशेरे ओढले होते. त्यांच्या मते, 'तलाकची प्रकरणं हाताळताना मीडियाने देशभरात मुस्लीमविरोधी वातावरण तयार करून जनसामान्यांमध्ये फूट पाडण्याचं दुष्कृत्य केलं आहे.'

११ नोव्हेंबर २०१७ला अलीगडमध्ये एका प्राध्यापक पतीने पत्नीला व्हॉट्सअपने तलाक दिल्याची एक बातमी टी.व्ही.वर दाखवली गेली. तथाकथित एक्सपर्ट घेऊन एका भाजपभक्त चॅनेलने चर्चेचं फड रंगवलं. भाजपचा पदाधिकारी व मौलाना यांच्यात झालेली ही वादग्रस्त चर्चा 'जनसत्ता' या हिंदी दैनिकाने प्रकाशित केली होती. पॅनल चर्चेत मौलाना म्हणतात, 'पीएम डिजिटल इंडियाला प्रोत्साहन देत आहेत आणि व्हॉट्सअपवर दिलेल्या तलाकला तुम्ही चुकीचं का ठरवत आहात?' (असे बिनबुडाचा युक्तिवाद आणि नाटकीय भाषा वापरण्यासाठी चॅनेलकडून आग्रही सूचना असतात, हा भाग अलाहिदा).

सलग तीन दिवस त्या न्यूज चॅनेलने ही बातमी लावून धरली होती; पण मूळ बातमी मात्र शेवटपर्यंत त्या वृत्तवाहिनीने दाखवलीच नाही. १३ नोव्हेंबरला दै. जनसत्ताने मूळ वृत्त प्रकाशित केले. बातमीत तलाक देणारे प्रा. खालिद बीन यूसुफ म्हणतात, 'मी साक्षीदारासमोर माझ्या पत्नीला पहिला मौखिक तलाक दिला, पण तिने तो घेण्यास नकार दिला, मग मी तो रजिस्टर पोस्टाने तिला पाठवला. हेच पत्र मी तिला व्हॉट्सअपने पाठवलं. त्यानंतर दुसऱ्या महिन्यात मी पुन्हा साक्षीदारासमोर दुसरा मौखिक तलाक दिला. अशा प्रकारे मी तिला दोनदा तलाक दिलेला आहे. त्यामुळे तो अपूर्ण आहे, अजूनही ती माझी पत्नी आहे. परंतु, केवळ मला बदनाम करण्यासाठी तिने मीडियाला माझ्याविरोधात बातम्या पुरवल्या आहेत.'

या प्रातिनिधिक स्वरूपाच्या उदाहरणामधून मीडिया कशा पद्धतीने तलाक प्रश्न हाताळत होता हे दिसून येईल.

गेल्या चार वर्षांतले तलाक संदर्भातले प्राइमटाइम चर्चेचे यूट्यूब व्हीडिओ काळजीपूर्वक पाहिले तर हे दिसून येईल की, तलाकआड सुरू असलेल्या राक्षसीकरणामागे बोलिवता–करविता धनी कोण होता, इतर राजकीय पक्षापेक्षा भाजपने तलाक प्रश्नांची गंभीर दखल घेतली होती. भाजपला यात का रस वाटत होता हे उघड आहे. याचिकाकर्त्या इशरत जहाँ व सायराबानो या दोन महिलांनी भाजपमध्ये प्रवेश करताच या नाटकाचा पडदा पडला. तलाक प्रश्नांचे राजकारण करण्यामागे मास्टरमाईंड कोण होता हे उघड झाले. निष्कर्षाअंती असं दिसून येतं की, विविध राज्यातील विधानसभा निवडणुका आणि २०१९ची लोकसभा डोळ्यांसमोर ठेवून भाजपने तलाकचे प्रकरण लावून धरले. एकापाठोपाठ एक असे दोन विधेयक व दोन अध्यादेश आणून तलाकचा प्रश्न निवडणुकांपर्यंत पेटवत ठेवला; कारण स्पष्ट आहे की, भाजपला मुस्लीम महिलांच्या प्रश्नांचा बाजार मांडून बहुसंख्य हिंदूंची मते मिळवायची होती.

लोकसभेत विधेयक मांडताना कायदेमंत्री रविशंकर प्रसाद म्हणाले, 'हा मुद्दा

कुठल्याही धर्माचा नसून तो लैंगिक समानतेचा आहे.' यावर विरोधी पक्षाने त्यांना उत्तर देत म्हटले की, 'फक्त मुस्लीम महिलाच का?' अर्थातच सत्ताधीशांना मुस्लीम महिलांची काळजी नव्हती तर हिंदूंची व्होटबँक मजबूत करण्यासाठी मुसलमानांचे शत्रुकरण करण्याचा हा प्रयत्न होता. हेच मंत्री एकदा म्हणाले होते, 'मुस्लीम आम्हाला मत देत नाहीत; तरीही आम्ही त्यांच्यासाठी धोरणे राबवितोच ना!' हे स्पष्ट आहे की, भाजपचा लैंगिक समानतेचा 'जुमला' चुनावी आहे. भाजपला खरेच महिलांच्या लैंगिक समानतेची काळजी असती तर त्यांनी १० वर्षांपासून रखडलेले महिला आरक्षणाचे विधेयक आपल्या सत्तेत मंजूर केलं असतं.

विरोधी पक्षात असताना परराष्ट्र मंत्री मा. सुषमा स्वराज यांनी महिला आरक्षणावर काँग्रेस सरकारविरोधात आंदोलन छेडलं होतं. रस्त्यावर उतरून त्यांनी सरकारचा निषेधही नोंदवला होता; पण त्यांनी सत्ता येताच महिला आरक्षणाबद्दल एक चकार शब्दही काढला नाही. याउलट, महिला आरक्षणावर भाजप सरकारचे मंत्री नितीन गडकरी म्हणतात, 'इंदिरा गांधींना पंतप्रधान होण्यासाठी आरक्षणाची गरज पडली नव्हती.' या उलटतपासणीतून भाजपची महिलांविषयी असलेली लैंगिक समानतेबाबतची भूमिका किती पोकळ आहे, हे दिसून येते.

डिसेंबर २०१७ला पहिले तलाकविरोधी विधेयक सादर होताच 'निकाह ए हलाला' रद्द करण्याची मागणी करण्यात आली. अर्थातच ही मागणी भाजपकडून करण्यात आलेली होती. याचिकाकर्ते अश्विनी उपाध्याय हे भाजपचे पदाधिकारी आहेत. यापूर्वी तलाक प्रश्नांवर त्यांनी प्राइमटाइमच्या अनेक चर्चेत सहभाग घेतलेला आहे. मार्च २०१८ला सर्वोच्च न्यायालयात याचिका दाखल करताच ते इस्लामिक विद्वानासारखे टी.व्ही. चॅनेलला मुलाखती देत होते. (२०१५ला उपाध्याय यांनीच समान नागरी कायदा लागू करावा म्हणून सुप्रीम कोर्टात याचिका दाखल केली होती. जी कोर्टाने फेटाळून लावली. नंतर ३१ ऑगस्ट २०१८ला विधी आयोगानेदेखील देशात समान नागरी कायद्याची काहीच गरज नसल्याचं मत व्यक्त केलं होतं.) पाठोपाठ एका मुस्लीम महिलेने अशा प्रकारची अजून एक याचिका दाखल केली. या याचिकेमागे करविता धनी कोण आहे, हे खोलात जाऊन शोधल्यास उखळीत दडलेली मांजर नक्कीच सापडू शकते.

गेल्या कित्येक वर्षांपासून या कुप्रथेविरोधात आवाज उठवणाऱ्या तथाकथित सुधारणावादी संघटना केवळ चर्चासत्रे व भाषणापुरत्याच मर्यादित ठरल्या, याहीवेळी कायदेशीर बाजी मारण्यात पुन्हा भाजप अव्वल ठरणार आहे. तलाक रद्दीकरणानंतर अतिरिक्त राजकीय फायदा उचलण्यासाठी ही याचिका दाखल केली आहे, हे आता

स्वतंत्रपणे सांगण्याची गरज नाही; पण ही याचिका धर्मवादी उलेमांसाठी धोक्याची घंटा आहे. न्यायालय किंवा भाजप या याचिकेचे काय करेल माहीत नाही, पण त्याआधी ही प्रथा इस्लामचा भाग नसल्याचं या धर्मवाद्यांना जाहीर करावं लागेल.

एका अर्थाने भाजपचे अभिनंदन करायला हवं की, त्यांनी शत्रुकरणातून का होईना या संवेदनशील प्रश्नामध्ये हात टाकला व कुरआनबाह्य प्रथेवर न्यायालयाकडून बंदी आणली; पण दुसरीकडे त्यांनी मुस्लिमांच्या सामाजिक सुरक्षेच्या प्रश्नांवर डोळेझाक केली. त्यांनी केवळ 'तलाक'वर भाष्य करून मुसलमानांचं राक्षसीकरण केल्याने आता त्यांचं अभिनंदनही करवत नाही; पण त्यांना श्रेय द्यायला हवं. अन्य सत्ताधाऱ्यांनी हे पाऊल उचलण्याची कुठलीच शक्यता नव्हती; कारण पुन्हा तेच 'मतांचं राजकारण' आड आलं असतं. न्यायालयाने ही प्रथा रद्द करूनही मुस्लिमांचं व पर्यायाने इस्लामचं शत्रुकरण थांबलेलं नाही. दोन्ही विधेयक भाजप सरकारच्या काळात प्रयत्न करूनही मंजूर होऊ न शकल्याने मूळ प्रश्न तसाच आहे. त्यामुळे हे विधेयक नूतन सरकारला पुन्हा नव्याने मांडावं लागणार आहे. दुसरीकडे धर्मवाद्यांनी शरीयतमध्ये हस्तक्षेपाला विरोध केला आहे. त्यामुळे तलाकप्रश्नांची चर्चा संपलेली नाही. दुर्दैवाने पुन्हा तलाकप्रश्नांआड इस्लाम आणि मुसलमानांचे शत्रुकरण होऊ शकतं. हे शत्रुकरण रोखण्याचा एक उपाय म्हणून या ग्रंथाची निर्मिती करत आहोत.

हे पुस्तक पूर्णतः संपादित स्वरूपाचं असलं तरी लेखाची जमवाजमव आणि निवडीत बराच कालावधी गेला. २०१७ला सुप्रीम कोर्टाच्या निकालानंतर ग्रंथाचं काम सुरू झालं होतं; पण बदलत्या राजकीय घडामोडींमुळे विषयाचा आवाका वाढत होता. विषय बाद होण्याची अडचण लक्षात घेता त्याला वेळोवेळी अपडेट करण्यात आलं. निकाल, दोन विधेयक आणि दोन अध्यादेश या तीन टप्प्यांमधील हा दस्तऐवज आहे. एकूण ४ भागात या पुस्तकाची मांडणी करण्यात आलेली आहे. पहिल्या भागात शरीयत कायद्यासंबंधी चर्चा आहे; तर दुसऱ्या भागात विधेयकावर भाष्य; तिसऱ्या भागात निकालानंतरच्या प्रतिक्रिया संकलित करण्यात आलेल्या आहेत. चौथ्या भागात तलाकचा इस्लामिक दृष्टिकोन मांडण्याचा प्रयत्न केलेला आहे.

या पुस्तकात अनेक महामहीम लोकांनी लेखक म्हणून योगदान दिलेले आहे. त्यात माजी केंद्रीय कायदेमंत्री सलमान खुर्शीद, माजी केंद्रीय परराष्ट्र राज्यमंत्री एम.जे. अकबर, खासदार मोहंमद सलीम, खासदार बॅ. असदुद्दीन ओवैसी आदींची उपरोक्त विषयावरील मांडणी शब्दांकित करून घेतलेली आहे.

जनाब सलमान खुर्शीद यांचा लेख आवर्जून सामील करून घेतला आहे.

तिहेरी तलाकसंदर्भात सूक्ष्म मीमांसा करणारे त्यांचे 'ट्रिपल तलाक : इक्झामिनिंग फेथ' शीर्षकाचे एक पुस्तक जानेवारी-२०१८ला पेंग्विनप्रकाशनाकडून प्रकाशित करण्यात आलं. त्याची जगभरात चर्चा सुरू आहे. दुसरे कारण म्हणजे तलाकच्या सुनावणीदरम्यान ते न्यायालयाकडून न्यायमित्र (एमिकस क्यूरी) म्हणून नियुक्त होते.

ए. जी. नूरानी, ताहिर महेमूद आणि फैजान मुस्तफा हे मुस्लीम व्यक्तिगत कायद्याचे तज्ज्ञ आहेत. आरीफ मोहंमद खान हे राजीव गांधी सरकारमध्ये केंद्रीय मंत्री होते, शाहबानो प्रकरणावरून नाराजी दर्शवत त्यांनी आपल्या मंत्रिपदाचा राजीनामा दिला होता. तिहेरी तलाक व व्यक्तिगत कायद्यासंबंधी ते देश-विदेशात मांडणी करत फिरत असतात, त्यांचाही महत्त्वाचा लेख पुस्तकात समाविष्ट करण्यात आलेला आहे. याशिवाय तिहेरी तलाकचा प्रश्न कायदेशीररीत्या हाताळणाऱ्या महिला संघटनांच्या प्रतिनिधींचे लेखही घेतले आहेत. काही इस्लामिक स्कॉलरचे लेखही शेवटच्या भागात घेतलेले आहेत. परिशिष्ट म्हणून तिहेरी तलाकबंदीचा कायदा नेमका कसा असावा, यासंदर्भात ज्येष्ठ पत्रकार तुफैल अहमद यांनी संशोधनाअंती तयार केलेला मसुदा जोडलेला आहे.

सर्व लेख एकाच विषयावर असल्याने त्यात सैद्धातिक पुनरोक्ती असू शकते. प्रत्येक लेखातील मांडणी व आशय भिन्न स्वरूपाचा आहे. बहुतेक लेख मासिके व वृत्तपत्रांतील आहेत. त्यामुळे हे लेख परिपूर्ण आहेत, असा आमचा दावा नाही. मराठीतले लेख परिपूर्ण करण्याचा काहीसा प्रयत्न केलेला आहे. गुरूवर्य बेन्नूर सर हयात नसल्याने तो लेख त्यांनी दिला तसाच घेतला आहे. मराठीतले अन्य लेख पुस्तकरूपी निर्मितीरचना लक्षात घेऊन नव्याने लिहून घेतलेले आहेत. हे लेखक महाराष्ट्राला परिचित असल्याने त्यांच्या नावाचा उल्लेख इथे टाळतो. मीदेखील तिहेरी तलाक प्रश्नांवर बरेचसे लेख लिहिले आहेत, पण त्यातील निवडक दोन लेख यात सामील केले आहेत.

ग्रंथातील बरेचसे लेख हे इंग्रजीमधून घेतलेले आहेत. मराठी लेखकांचे खूप कमी लेख या ग्रंथात समाविष्ट करण्यात आलेले आहेत. हेदेखील ठरवूनच केलेले आहे. मान्यवरांच्या लेखांची जुळवाजुळव करताना खूप दमछाक झाली. विषयातील मांडणीच्या अजस्र पसाऱ्यातून निवडक लेख शोधणे जिकिरीचं काम होतं. तसेच अमराठी लेखकांची परवानगी मिळवणे हेदेखील एक आव्हान होतं. अशा विविध कारणांमुळे ग्रंथनिर्मितीस बराच वेळ लागला. बरेचसे लेख इंग्रजी भाषेत होते. ते ओघवत्या मराठीत आणण्याचे इंद्रधनुष्य पेलण्याचं काम सोपं नव्हतं. याकामी मित्रवर्य साजिद इनामदार, समीर दिलावर यांची मोलाची मदत झाली. शब्दांकन व

अनुवादासाठी बेगम निलोफरनेदेखील खूप सहकार्य केलं. तसेच परिवर्तनाचा वाटसरू टीममुळेदेखील काही लेख मराठीत उपलब्ध होऊ शकले, त्यासाठी संपादक अभय कांताचे मन:पूर्वक आभारी आहे. या ग्रंथाला प्रकाशित करण्याची जबाबदारी उचलून माझे प्रयत्न सार्थक केल्याने 'डायमंड पब्लिकेशन्स'चे श्री. निलेश पाष्टे यांचाही मनापासून आभारी आहे.

पुस्तकाच्या निर्मिती प्रक्रियेत फ. म. शहाजिंदे, अब्दुल कादर मुकादम, सरफराज अहमद, हयातमहंमद पठाण यांची खूप मदत झाली. सर्वांच्या महत्त्वाच्या सूचनांमुळे ग्रंथाची मांडणी सुकर झाली. त्याशिवाय माझे मित्रवर्य कुणाल गायकवाड, हलीमा कुरेशी, राजरत्न कोसम्बी, अविनाश किनकर, शाल्मली रेडकर, नम्रता भिंगार्डे या सर्वांचे प्रेम व अटळ विश्वासामुळे माझ्या आत्मविश्वासाला बळ मिळाले. तसेच बेगमच्या सहकार्याशिवाय ही कृती पूर्ण होऊ शकली नसती. तसेच माझी परी सबीन फातेमाचा नि:स्वार्थ त्याग या ग्रंथाच्या पूर्णतेमागे दडलेला आहे. तिच्यासोबत खेळण्याचा बराचसा वेळ मी संपादन कामासाठी वापरला.

अम्मी-अब्बूच्या दुआशिवाय हे कार्य होऊच शकलं नसतं. माझ्या भावंडांमुळे मी चिंतन करू लागलो तर सहकारी मित्रांमुळे लिहिण्याची उर्मी मिळत गेली. टी.व्ही. व प्रिंट मीडियातील तमाम ज्येष्ठ-कनिष्ठ मित्रांचा मी कृतज्ञ आहे, कारण त्यांनीच या शाश्वत कामासाठी माझ्यावर विश्वास टाकला. शेवटी चिंतन व लेखन कार्यासाठी मला प्रेरणा देणारे गुरूवर्य प्रा. फकरुद्दीन बेन्नूर यांचे स्मरण क्रमप्राप्त ठरते. याशिवाय प्रत्यक्ष व अप्रत्यक्ष ज्यांचे सहकार्य लाभले त्या सर्वांची कृतज्ञता व्यक्त करतो.

शुक्रिया..!

- कलीम अजीम

८ मार्च २०१९

kalimazim2@gmail.com

9422694029

अनुक्रम

भाग – १

शरीयत कायद्याचे गौडबंगाल

ताहिर महेमूद

भारतातील शरीयत कायद्याचा इतिहास हा गैरसमजाचा राहिला आहे. 'मुस्लीम व्यक्तिगत कायदा' एवढा विपर्यस्त केला गेलेला आणि गैरसमजांवर आधारलेला दुसरा कोणताही कायदा नाही. त्याची काही ऐतिहासिक कारणे आहेत. ब्रिटिश ईस्ट इंडिया कंपनीने भारताची सत्ता बळकावल्यानंतर वसाहतवादी रणनीतीचा भाग म्हणून भारतात अस्तित्वात असलेले सर्व कायदे रद्द करून, त्यांना सोयीचे कायदे करण्याची नीती अवलंबिली. परंतु, हिंदू कायदे आणि मुस्लीम व्यक्तिगत कायदे बदलणे सोपे नव्हते. त्यामध्ये हस्तक्षेप करण्याचे प्रयत्न केले, तर त्यांचे वसाहतवादी हितसंबंध धोक्यात आले असते; म्हणून त्यांनी हस्तक्षेप न करण्याचे धोरण घोषित केले. परंतु, भारतातील लोकांना त्यांच्या पारंपरिक कायद्याचा त्याग करायला लावण्यासाठी हिंदू आणि मुसलमानांचे कायदे किती अमानुष आणि असंस्कृत आहेत, असा कुटिल प्रचार सुरू केला.

वरील कट-कारस्थानाचा भाग म्हणून धार्मिक कायद्यांचे शिक्षण देणाऱ्या पारंपरिक शिक्षण संस्थांमधून (सेमिनरीज) त्यांचे अधिकार काढून घेऊन, ज्या इंग्रजी कॉलेज किंवा शिक्षणसंस्थांमधील इंग्रज शिक्षकांना अरबी भाषेचा गंधही नव्हता, अशा संस्थांच्या हाती दिले गेले. १८६४ साली 'काझी न्यायालये' बरखास्त करण्यात आली. त्यांचे अधिकार इंग्रज न्यायाधीशांना दिले गेले. त्यांच्या मदतीला नेमले गेलेले 'मुफ्ती' तज्ज्ञ नव्हते. ती साधी व सर्वसामान्य माणसे होती. सरकारच्या दडपणाखाली विपर्यस्त निर्णयांच्या विरुद्ध जाण्याची त्यांची क्षमता नव्हती. परिणामी सर्व काही जबाबदारी या तथाकथित तज्ज्ञ मुफ्तींवर ढकलून त्यांनी इस्लामी कायद्याचे वाटेल तसे अर्थ लावण्यास सुरुवात झाली.

तेवढ्यावरही न थांबता ब्रिटिश न्यायाधीशांनी इस्लामच्या व्यक्तिगत कायद्याचा स्वतः अन्वयार्थ लावण्यास सुरुवात केली. हॅमिल्टनने 'हनफी' कायदेसंहिता 'हिदायत'चा

स्वतः अनुवाद केला. त्या अनुवादात अगणित चुका होत्या. मौलवी मुहंमद रशीद बरद्वान यांनी त्या चुका सरन्यायाधीश टी. एच. हॅरिंग्टन यांच्या निदर्शनास आणणारा अर्ज केला. परंतु, हॅरिंग्टन यांनी मौन धारण केले. त्यावर काहीही कृती केली नाही. त्यामुळे एकच गोष्ट झाली, ती म्हणजे ब्रिटिशांनी अनुवादाची मोहीम बंद केली. 'फतवा-ए-आलमगिरी'चा अनुवाद थांबविण्यात आला आणि व्यक्तिगत कायद्याचे वाटेल तसे अर्थ लावले गेले. परिणामी इस्लामी कायद्याची वैधानिक तत्त्वे आणि त्यामागील आशय यांचे मोठ्या प्रमाणावर विपर्यस्तीकरण झाले.

क्रूसेडच्या काळापासून इस्लामबद्दल जो नकारात्मक दृष्टिकोन चालत आला होता, त्याच्या परिणामातून इस्लामी कायद्याची जास्तीतजास्त मोडतोड केली गेली. चुकीचे अनुवाद करून त्यातून हवे तसे अर्थ काढून दिल्या गेलेल्या निर्णयांचे संकलन करून इस्लामी कायद्याची पाठ्यपुस्तके तयार करण्यात आली. डब्ल्यू. एच. मॅकनॉटन यांचे 'प्रिन्सिपल्स अँड प्रिसिडन्ट्स ऑफ मोहमॅडन लॉ' (१८२५), एन. ई. बेली यांचा द्विखंडात्मक 'डायजेस्ट ऑफ मोहमॅडन लॉ' (१८६९), फिट्झेरॉल्ड यांचा 'मोहमॅडन लॉ', आर. के. विल्सन यांचा 'अँग्लो मोहमॅडन लॉ' वगैरे (ताहिर महेमूद, पर्सनल लॉ इन क्रायसिस, पान-५४) या सर्व ग्रंथांचे संदर्भ वापरून पारशी कायदेपंडित दिनशॉ फरिदुनजी मुल्ला यांनी 'प्रिन्सिपल्स ऑफ मोहमॅडन लॉ' हे इस्लामी कायद्याचे पुस्तक तयार केले आहे. आजपर्यंत तोच ग्रंथ इस्लामी कायद्याचा अधिकृत आणि सर्वमान्य ग्रंथ मानला जातो. आजपर्यंत त्याच्या डझनावारी आवृत्त्या निघाल्या आहेत. त्याच्या सोळाव्या आवृत्तीची प्रस्तावना न्या. मुहंमद हिदायतुल्लाह आणि सर सुलतान अहमद यांनी लिहिली आहे. त्यात बदल करण्याची काही गरज नाही, असे मतही त्यांनी नोंदविले आहे. न्या. हिदायतुल्लाह यांच्याच लक्षात जेव्हा या चुका आल्या नाहीत, तर इतरांचे काय? इस्लामी व्यक्तिगत कायद्याच्या विकृतीकरणात जादा भर, निरनिराळ्या ठिकाणचे अर्धवट ज्ञान असलेले मौलवी आणि काझी यांनी टाकली आहे. त्यांनी ब्रिटिशांनी दिलेले निर्णय हे अधिकृत म्हणून केवळ मान्यच केले नाहीत, तर स्वतःही वाटेल तसे निर्णय दिले, ते अद्याप चालू आहे.

१९३७ साली संमत केला गेलेला मुस्लीम पर्सनल लॉ (शरीयत) अंमलबजावणीचा कायदा आणि १९३९चा 'डिझोल्युशन ऑफ मुस्लीम मॅरेजेस ॲक्ट' हे दोन्ही कायदे वरील ऐतिहासिक प्रक्रियेचे परिणाम आहेत. तेच दोन्ही कायदे म्हणजे भारतातील 'शरीयत'चे कायदे मानले जातात. ते कुरआनप्रणीत कसे नाहीत, हे वरील प्रक्रियेवरून स्पष्ट होते. ते ब्रिटिश सरकारने केलेले कायदे आहेत. काही अपवाद सोडता भारतातील सुप्रीम कोर्टाचे आणि हायकोर्टाचे न्यायाधीश याच

कायद्यांना कुरआनप्रणीत शरीयतचे कायदे समजत आहेत.

भारतातील न्यायाधीश आणि विचारवंतांमध्ये याबाबत अक्षम्य उदासीनता दिसून येते. परंपरेने मने बंदिस्त झालेले मुस्लीम-धर्मशास्त्री (उलेमा) आणि मुस्लीम कायदेपंडित यांच्यामध्येही उदासीनता आहे. वास्तविक, दारुल उलूम देवबंद आणि नदवतुल उलेमा लखनऊमधील थोर अभ्यासकांनी जागृत होण्याची गरज आहे आणि त्यांनी गैरसमजांवर आधारित, चुकीचा अर्थ सांगणारा आणि चुकीच्या अंमलबजावणीचा पुरस्कार करणारा हा कायदा दुरुस्त करण्याची गरज आहे. शरीयतच्या संरक्षणासाठी प्रयत्न करणाऱ्यांनी प्रथम आपले घर सुधारले पाहिजे.

विशेष म्हणजे, गोहाटी हायकोर्टाचे भूतपूर्व न्यायाधीश न्या. बहरूल इस्लाम यांनी आपल्या दोन महत्त्वाच्या निकालात कुरआन आणि सुन्नामधील तलाकच्या कायद्याचे तर्कशुद्ध विश्लेषण करून निर्णय दिले होते. त्यांनी ब्रिटिश आणि भारतीय तज्ज्ञांनी तलाकच्या कायद्याची केलेली विपर्यस्त मांडणी उघड केली होती. आश्चर्य म्हणजे त्यांच्या दोन्ही निकालांचे रिपोर्ट कोणत्याही लॉ रिपोर्ट अहवालात नोंदले गेले नाहीत. (ताहिर महेमूद, पान ६०-६१). आपल्या न्यायाधीशांच्या दृष्टीने ब्रिटिश-भारतीय न्यायालयांनी मान्य केलेला 'मुस्लीम पर्सनल कायदा' हाच अधिकृत ठरविला गेला आहे.

इस्लामी कायद्यातील निवडक संकल्पना

प्रत्यक्षात इस्लामी शरीयतचे मूळ स्वरूप काय आहे, हे दर्शविण्यासाठी मी प्रथम इस्लाममधील 'विवाह' ही संकल्पना स्पष्ट करणार आहे. असा एक गैरसमज आहे की, इस्लामी विवाहाच्या कायद्याला धार्मिकतेचे बंधन नाही तर इस्लाममध्ये विवाह हा फक्त नागरी करार असून कोणत्याही पुरुषाला चार बायका करण्याची परवानगी आहे. तसेच मुस्लीम पुरुषाला त्याच्या मर्जीप्रमाणे घटस्फोट देण्याचा अधिकार आहे.

दिनशॉ फरीदुनजी मुल्ला यांनी तयार केलेल्या कायद्याच्या पुस्तकात विवाहाची व्याख्या खालीलप्रमाणे केली आहे- 'विवाह हा नागरी करार असून त्याचा हेतू संतती जन्माला घालणे आणि त्यांना कायदेशीरपणा प्राप्त करून देणे हा आहे.' (मुल्ला, पान २८५, विभाग २५०). या गैरसमजाचे कारण म्हणजे ब्रिटिश न्यायाधीश हॅरिंग्टन आणि न्या. बेत्ती यांनी आणि त्यांचे अनुकरण करणाऱ्या न्यायाधीशांनी कुरआनप्रणीत 'अक्द' म्हणजे वैधानिक (कुरआनप्रणीत) बंधन असलेली व्यवस्था (ॲग्रिमेंट) या संकल्पनेचा चुकीचा अनुवाद 'करार' असा केलेला आहे. 'अक्द' याचा अर्थ करार असा होत नाही, तर पती-पत्नीमधील 'धार्मिक' किंवा 'विधीयुक्त समझोता' (solemn-

Agreement) असा होतो. असा अर्थ लावण्यामागे ब्रिटिश न्यायाधीशांवर इंग्लंडमधील 'कॉमन लॉ'चा (त्यांचा पारंपरिक परंतु न्याय्य कायदा) प्रभाव होता. त्यांच्या कॉमन लॉनुसार कराराचा 'हेतू' असावा लागतो; म्हणून त्याची मुस्लीम विवाहाचा हेतू संतती पैदा करणे आणि त्यांना कायदेशीरता प्राप्त करून देणे असा लावला (यामध्ये लैंगिक वासनापूर्ती यावर जादा भर आहे).

इस्लाममधील विवाहाची मूळ संकल्पना विवाह ही पवित्र भागीदारी (स्त्री-पुरुषाची) आहे, ही आहे. ती संकल्पना ब्रिटिश न्यायाधीशांनी बाजूला टाकली. दिनशॉ मुल्ला यांनी मुस्लीम कायद्याचे पुस्तक तयार करताना हीच संकल्पना अधिकृत म्हणून घेतली आहे.

कुरआनमध्ये स्त्री-पुरुषामधील विवाह हा पवित्र विधी 'मिसाकन गलीजा' (Meesaaqan Ghleeza) असल्याचे म्हटलेले आहे. (कुरआन, खत-२१). कुरआनमधील तिसाव्या प्रकरणातील आयत एकवीस आणि सातव्या प्रकरणातील १८९व्या वचनात म्हटले आहे की, स्त्री-पुरुषांनी प्रेम आणि समाधानाने राहण्यासाठी दिलेला धार्मिक हुकूम आहे. पुढे म्हटले आहे की, विवाहामुळे त्यांना (स्त्री-पुरुषाला) संरक्षण प्राप्त होते. विवाहाचे वर्णन 'संरक्षित किल्ला' असे केलेले आहे. तेव्हा कुरआनमधील कोणत्याही आयतीमधून दूरान्वयानेसुद्धा विवाह हा नागरी करार आहे, असा अर्थ निघत नाही. तसेच कोणत्याही 'आयती'मधून केवळ 'मुले प्रसविणे' हा अर्थ निघत नाही. त्याचप्रमाणे हिंदू धर्माप्रमाणे इस्लाम 'लग्न' (विवाह) हा संस्कार मानत नाही.

इस्लाममध्ये विवाह करण्याचा 'प्रस्ताव' केला जातो. मान्य असेल तर (त्या प्रस्तावाचा) स्वीकार (कबूल) असतो. नंतर ठरलेल्या दिवशी काझी आणि साक्षीदार आणि मित्रपरिवाराच्या उपस्थितीत विवाहसमारंभ होतो. काझी कुरआनमधील आशीर्वादात्मक आयतींचे वाचन करून पतीकडून तीन वेळा कबुली (संमती) जाहीर करून विवाह संपन्न झाल्याचे जाहीर करतो. काझींच्या रजिस्टरमध्ये विवाहाची नोंदणी आणि वधू-वराच्या स्वाक्षऱ्या घेतल्या जातात.

अनेक मुस्लीम देशांत इस्लामी विवाहपद्धतीच्या शरीयतनुसार व्याख्या केलेल्या आहेत. उदाहरणार्थ, इराकच्या पर्सनल लॉ (१९५१)मध्ये म्हटले आहे की, विवाह हा कायद्याने संमत स्त्री-पुरुषांमधील समझोता असून त्याचा उद्देश सहकार्यपूर्ण जीवन घडविण्याचा आहे. मोरोक्कन पर्सनल लॉ कोड १९५८मध्ये म्हटले आहे की, 'विवाह हा पतीपत्नींना कायमस्वरूपी एकत्रित ठेवण्याचे कायदासंमत बंधन असून त्यामध्ये पतिपत्नींना त्यांच्या कौटुंबिक जबाबदाऱ्या, प्रेम, परस्पर आदर, सुरक्षित कौटुंबिक

जीवन यांची हमी असते.’ विवाहात पत्नीला अटी घालण्याचा अधिकार असतो. उदा. पत्नी विवाहाच्या वेळी अशी अट घालू शकते की, जोपर्यंत पती तिच्याशी विवाहबद्ध आहे, तोपर्यंत तो दुसरे लग्न करू शकत नाही. अशा इतर अनेक अटी ती घालू शकते. हे सर्व काझीच्या नोंदणी बुकात लिहून दोघांच्या सह्या घेतलेल्या असतात. भारतात मुलीच्या आई-बापाला ही गोष्ट माहीतच नसते किंवा मुलीचे लग्न ही महत्त्वाची गोष्ट असल्याने ते या तरतुदींचा पाठपुरावा करीत नाहीत, तसेच मुलीदेखील याबाबतीत अनभिज्ञ असतात. ‘मेहेर’ (लग्नात वधूला दिली जाणारी मदत) बाबतीतदेखील ॲड. दिनशॉ मुल्ला आणि सर्वांनी चुकीचा अर्थ लावला आहे. ब्रिटिश न्यायाधीशांनी त्याचा अर्थ ‘मोबदला’ असा लावला. ॲड. मुल्ला यांनी त्यांचे अनुकरण करून ‘लग्नाच्या मोबदल्यात वधूला मिळणारा पैसा किंवा मालमत्ता’ म्हणजे मेहेर असा अर्थ दिला. (मुल्ला, पान-३०८).

आजही कायदेपंडित त्याचा अर्थ ‘करारातील मोबदला’, ‘वधूमूल्य’ असा लावतात. कुरआनच्या अनुसार ‘मेहेर’ची रक्कम किंवा मालमत्ता ‘मोबदला’ही नाही किंवा स्त्रीला दिला जाणारा हुंडाही नाही. इस्लामिक संकल्पना ‘स्त्रीधन’ संकल्पनेच्या जवळ जाणारी आहे. मेहेर म्हणजे पत्नीला तिच्या स्वायत्त अस्तित्वासाठी पैशांच्या किंवा मालमत्तेच्या स्वरूपात पतीकडून केली जाणारी व्यवस्था. बहुपत्नीत्वाबद्दलचे गैरसमज भारतात इस्लाममधील बहुपत्नीत्वाच्या तरतुदीसंबंधाने अनेक प्रथा, गैरसमज आहेत. ॲड. मुल्ला यांनी त्याबद्दल लिहिले आहे की, मुस्लिमाला एकाचवेळी चारपेक्षा जास्त बायका करता येत नाहीत. चार बायका असतानाही त्याने पाचवी बायको केली, तर ते लग्न रद्द होत नाही, तर ते लग्न ‘अनियमित’ ठरते. (मुल्ला, पान-२८५, विभाग २५५).

एकापेक्षा जास्त बायका करण्याची कुरआनने अपवादात्मक परिस्थितीत दिलेली ‘सवलत’ आहे. कुरआनने बहुपत्नीत्वाची संकल्पना आणली नाही. उलट, वाटेल तेवढ्या स्त्रिया पत्नी म्हणून बाळगण्याच्या टोळीप्रधान परंपरेला मर्यादित करण्याचा प्रयत्न केला आहे. त्या सवलतीला अटी घालण्यात आलेल्या आहेत. या सवलतीचा प्रचंड गैरवापर सरंजामशाही व्यवस्थेत झालेला दिसून येतो. कुरआनमध्ये स्पष्टपणे म्हटले आहे की, जर तुम्ही चारही बायकांना ‘सर्व बाबतीत’ पुरेसा न्याय देऊ शकत असाल तरच त्यांच्याशी लग्न करा, नाहीतर एकच पत्नी योग्य आहे. पुढे दुसरे तत्त्व प्रस्थापित झाले. युद्धात विधवा झालेल्या स्त्रियांशी त्यांच्या संरक्षणासाठी लग्न करणे उचित आहे. दुसरा विवाह का करायचा निर्णय घेतला, याची कारणे स्पष्टपणे नमूद केली आहेत. ॲड. मुल्ला यांनी तिरकसपणे लिहिले आहे की, ‘पारशी किंवा ख्रिस्ती

विवाहपद्धतीप्रमाणे मुस्लीम विवाह हा कायम स्वरूपाचा असत नाही, मुस्लीम पुरुष पाहिजे त्या वेळी तलाक देऊ शकतो.' (मुल्ला, सेक्शन २६९ (१)). हे पूर्णपणे इस्लामी कायदेशास्त्राचे विकृतीकरण होते आणि आहे. हे विकृत कलम घेऊनच भारतात तलाक दिला जातो.

तलाकची पद्धत आणि अटी

पत्नीतर्फे घेतला जाणारा तलाक इस्लामी कायद्याप्रमाणे पत्नी 'तलाक-ए-तौफीद' किंवा 'खुला' पद्धतीने घटस्फोट घेऊ शकते. विवाहाच्या वेळी, प्रत्येक मुस्लीम स्त्री निकाहनाम्यात विशिष्ट परिस्थितीत विवाह रद्द करण्याची अट घालू शकते. यानुसार घेतलेला तलाक हा 'तौफीद-ए-तलाक' म्हटला जातो. एखाद्या स्त्रीला वाटले की, ती आता पतीबरोबर राहू शकत नाही; तर तिला पतीकडे तलाकची मागणी करण्याचा हक्क आहे. पतीला मेहेरप्रणीत रक्कम किंवा मालमत्ता परत मागण्याचा किंवा त्याचा त्याग करण्याची मागणी करण्याचा हक्क आहे; जर पत्नी मेहेरची रक्कम परत करायला तयार असेल, तर पतीला घटस्फोट द्यावा लागतो. पती जर घटस्फोट द्यायला तयार नसेल तर तिला न्यायालयात 'खुला'ची मागणी करता येते.

या संदर्भात मौ. मौदुदींनी म्हटले आहे की, 'खुला'चा खटला न्यायालयात नेला तर कोर्टाला हा अधिकार नाही की, ती स्त्री एखाद्या योग्य कारणासाठी घटस्फोट घेऊ इच्छिते की, दुसऱ्या पुरुषाशी लग्न करण्यासाठी तिला घटस्फोट हवा आहे, याची खातरजमा करणे. पत्नीचा 'खुला' मागण्याचा अधिकार पुरुषाच्या तलाक देण्याच्या अधिकाराशी समांतर आहे. (मौ. मौदुदी-हबूक-अलज्वाजाँ, १०, चौथी आवृत्ती, १९६४). भारतातील न्यायालयांनी या तरतुदींकडे पूर्ण दुर्लक्ष केले आहे. प्रिव्ही कौन्सिलने म्हटले होते की, 'खुला म्हणजे पतीच्या फायद्यासाठी केलेला सौदा आहे.'

ॲड. मुल्ला यांनी हा विपर्यस्त निर्णय कायदेशीर म्हणून प्रस्थापित केला. तसेच परस्परसंमतीने घटस्फोट देण्याची तरतूदही इस्लाममध्ये आहे. ती म्हणजे पती-पत्नी दोघेही एकमेकांच्या संमतीने विभक्त होऊ शकतात. त्याला 'मुबारात' म्हणतात. हीच तरतूद १९५४च्या स्पेशल मॅरेज ॲक्टमध्ये आणि १९७६च्या हिंदू मॅरेज ॲक्टमध्ये समाविष्ट केली आहे.

भारतातील मुस्लीम कायदा योग्यरीत्या अमलात आणण्यासाठी जे. बालसुब्रमण्यमसारख्या माजी न्यायाधीशांची (मद्रास हायकोर्ट) गरज आहे. त्यांनी १९८०मध्ये 'इब्राहिम फातिमा' या प्रकरणात प्रचलित 'अँग्लो मोहमॅडन लॉ'ला

बाजूला ठेवून इस्लाममधील अधिकृत ग्रंथ 'फतहा-अल्-कादिर' आणि 'सही बुखारी' यांच्या आधाराने निर्णय दिला होता.

भारतात घटस्फोटानंतर त्या स्त्रीच्या उपजीविकेचा प्रश्न जटिल बनविला गेला आहे. त्याला 'शरीयत वि. क्रिमिनल प्रोसिजर कोड' यामधील वादाचा मुद्दा बनविला गेला आहे. १८९८च्या गुन्हेगारी दंड संहितामधील कलम ४८८प्रमाणे पतीकडून दुर्लक्षित स्त्रीला त्वरित न्याय देण्याची तरतूद केलेली आहे. त्यामध्ये देशातील 'सर्व भारतीय स्त्रियांना' असे म्हटले आहे. काही विशेष परिस्थितीत पत्नीला (पतीने दुसरा विवाह केल्यास) पतीबरोबर शय्यासोबत करण्यास नकार देण्याचाही अधिकार दिला आहे. घटस्फोटित मुस्लीम महिलांच्या 'इद्दत'नंतरच्या चरितार्थाला विरोध करणाऱ्या लोकांच्या भूमिकेला विरोध करणारे निर्णय अलाहाबाद (१९५७), केरळ (१९७०), म्हैसूर (१९५८) हायकोर्टांनी नकार देऊन पोटगी देण्याचे हुकूम दिलेले आहेत. (हे निर्णय बंधनकारक आहेत. परंतु, जागरूकतेच्या अभावामुळे त्यांचा वापर केला जात नाही.) न्या. कृष्णा अय्यर यांनी १९७९मध्ये भारतीय दंडसंहिता कलम १२५च्या प्रकरणात पोटगीचा निर्णय दिलेला होता. तेव्हापासून पारंपरिक शरीयत कायद्याचा पुरस्कार करणाऱ्या परंपरावाद्यांमध्ये आणि घटस्फोटित महिलांची बाजू घेणाऱ्यांत मोठ्या प्रमाणात वाद निर्माण झाला.

मुस्लीम व्यक्तिगत कायदा हितसंबंधी घटकांच्या हातातील खेळणे बनलेला आहे. याचे महत्त्वाचे कारण म्हणजे भारतातील हिंदू आणि मुसलमानांच्या विविध जाती-जमातींच्या कायद्यांना मागासलेले, स्त्रीविरोधी कालबाह्य वगैरे विशेषणे लावून, ब्रिटिश साम्राज्यवाद्यांनी त्यांच्यातील मूळ तरतुदी आणि हेतूंचा विपर्यास करून त्यांच्यावर ब्रिटिश कायदाप्रणालीचे आरोपण केलेले आहे; तरी १८५० ते १९५०च्या कालावधीत भारतातील अनेक समाजसुधारकांनी व्यक्तिगत कायद्यात ब्रिटिशांनी केलेले गोंधळ दुरुस्त करण्याचे प्रयत्न केल्याचे दिसून येतात.

अस्तित्वात नसलेला दाखला

शाहबानो खटल्याच्या आंदोलनापासून सतत असा प्रचार केला जातो आहे की, हा निर्णय नाकारून मुसलमानांनी सर्वोच्च न्यायालयाला आव्हान दिले आणि राज्यघटनेचा अवमान केला. हिंदुत्ववाद्यांचा प्रचार असा आहे की, काँग्रेस सरकारने मुस्लिमांचा अनुनय करण्यासाठी १९८६चा 'मुस्लीम महिला संरक्षण कायदा' करून देशाच्या राज्यघटनेची दुरुस्तीदेखील केली. त्यांपैकी काही जणांचा प्रचार आहे की, मुस्लिमांच्या अनुनयासाठी काँग्रेसने देशाचा कायदा बदलला, फौजदारी कायद्यात बदल केला, वगैरे, वगैरे.

१९९२च्या बाबरी उद्‌ध्वस्तीकरणापासून मुस्लिमांविरुद्ध दंगली घडवण्यासाठी असा अपप्रचार सुरू आहे. मुस्लिमांविरोधात अत्याचार करण्यासाठी, त्यांच्याविरुद्ध बहुसंख्याकांच्या भावना भडकावण्यासाठी हा गैरप्रचार सतत चालू आहे. अगदी २००२च्या गुजरातच्या दंगलरूपी हत्याकांडापर्यंत हा प्रचार आलेला आहे. हिंदुत्ववाद्यांच्या खोट्या प्रचाराने सर्व प्रकारच्या मर्यादा ओलांडल्या आहेत.

वस्तुस्थिती अशी की, शाहबानो निर्णयाला मुसलमानांनी विरोध केल्यामुळे तत्कालीन शासनाने मुस्लिमांचे तुष्टीकरण करण्यासाठी राज्यघटना किंवा देशातला कोणताही मोठा किंवा लहान कायदा दुरुस्त केलेला नाही. तसेच सर्वोच्च न्यायालयाच्या निर्णयालाही डावललेले नाही. शाहबानो निकालाचा आणि १९८६च्या मुस्लीम महिला संरक्षण कायद्याचा वस्तुनिष्ठ अभ्यास केल्यास ही गोष्ट स्पष्ट होते.

हे लक्षात घेतले पाहिजे की, घटस्फोटित महिलांच्या पोटगीचा प्रश्न हा भारतातल्या विविध धर्मीय जमातींच्या, धर्मनिहाय विवाह कायद्यानुसार नियंत्रित केला जाणारा, भारतातील नागरी कायद्याचा (सिव्हिल मॅटर) एक भाग आहे. १९५४च्या सिव्हिल मॅरेजेस कायद्याचे भाग असतात, याच्या आधाराने दिवाणी न्यायालयात नियमित दिवाणी कायद्यानुसार पोटगीसंबंधी हा निर्णय होता. दाव्याचा निकाल लागेपर्यंत घटस्फोटित स्त्रीला तिच्या पतीने त्या तात्पुरत्या काळाकरता पोटगी म्हणून रक्कम द्यावी; असा फौजदारी कायदा १९७३ सालीच आलेला आहे. अशा प्रकारची पोटगी देण्याचा अधिकार मॅजिस्ट्रेटला देण्याचा हा हुकूम होता. (कलम १२५ हे फौजदारी कलम त्या संदर्भातले आहे.)

१९५५चा हिंदू विवाह कायदा, १९५६चा हिंदू वारसा आणि पोटगीचा कायदा आणि १९५५च्या हिंदू विवाह कायद्यामधील २४ व २५व्या भागातील तरतुदी हिंदू, बौद्ध, जैन, शीख या जमातींना लागू करण्यात आलेल्या होत्या. १९७३च्या फौजदारी कायद्यानुसार घटस्फोटित स्त्रीच्या पोटगीसंबंधी दिलेला हुकूम त्या खटल्याच्या दिवाणी कायद्याप्रमाणे निकाल लागेपर्यंतच लागू करता येत होता. (काही ठिकाणी न्यायालयांनी याचा विस्तार करून कायमस्वरूपाची पोटगी देण्याचे आदेशही दिलेले होते.)

अशा प्रकारचा पोटगीसंबंधीचा समांतर कायदा मुस्लीम स्त्रियांबद्दलचा अस्तित्वात नव्हता; कारण मुस्लिमांच्या व्यक्तिगत कायद्याची संहिता तयार करण्यात आलेली नव्हती. त्यांना १९३७च्या ब्रिटिशांनी केलेला कायदाच फक्त उपलब्ध होता. अर्थात, त्यात मुसलमानांचे अहितच होते. संबंधित कायद्यात घटस्फोटित मुस्लीम स्त्रियांना आर्थिक संरक्षणाची कसलीही तरतूदच नाही. अशा समजुतीने

१९७३च्या फौजदारी कायद्यानुसार पोटगीसंबंधी दिले जाणारे निकाल कायम स्वरूपाचे समजले जाऊ लागले. म्हणजे १९३७च्या शरीयत कायद्यानुसार मुस्लीम स्त्रियांना संरक्षण उपलब्ध होऊ शकते, असे न्यायालयाला वाटत नव्हते; म्हणून ते १९७३च्या फौजदारी कायद्याचा वापर करू लागले.

कायद्याच्या दृष्टीने ही गोष्ट बरोबर नव्हती. तसेच मुस्लीम स्त्रियांच्या हिताचीही नव्हती; कारण फौजदारी कायद्यानुसार जे फायदे मुस्लीम स्त्रीला मिळत होते, त्याहीपेक्षा जास्त मुस्लीम व्यक्तिगत कायद्यातून मिळण्यासारखे होते. परंतु, शाहबानो आंदोलनानंतर लोकांनी केलेल्या मागणीमुळे आपल्या संसदेने घटस्फोटित मुस्लीम स्त्रियांच्या हक्क संरक्षणाचा कायदा केला. १९५५-५६ हिंदू पोटगी (मेंटेनन्स) कायद्यानुसार दिवाणी न्यायालयाकडून दिल्या जाणाऱ्या पोटगीबद्दलच्या निर्णयांना विलक्षण विलंब लागत असे. तसा विलंब टाळण्यासाठी नव्याने केलेल्या मुस्लीम निर्वाह साधनाबद्दलच्या कायद्यांची अंमलबजावणीची जबाबदारी दंडाधिकारी याच्यावर टाकून त्यांनी फौजदारी कायद्याने प्रस्थापित केलेल्या पद्धतीने त्याची अंमलबजावणी करावी, असे ठरवण्यात आले. ही महत्त्वाची सुधारणा होती. तेव्हा (१९८६चा) हा नवा कायदा, शाहबानो निकालाच्या विरोधी नव्हता किंवा त्या कायद्याने घटनादुरुस्ती किंवा इतर कायद्यांची दुरुस्ती (फौजदारी कायद्याचीदेखील) केलेली नव्हती. या सर्व प्रक्रियेत घटनाबाह्य काहीही नव्हते; पण प्रचार मात्र तसा केला गेला.

तसे पाहिल्यास शाहबानो निर्णयाचे स्वरूप एवढा मोठा टीकात्मक हल्ला चढवण्यासारखे नव्हते. शाहबानो निकालाचा 'भारतातल्या इस्लामी कायद्याच्या शवपेटीवर मारलेला शेवटचा खिळा' असा भडक प्रचार मुस्लीमविरोधी घटकांनी केला. परिणामी मुस्लीम मानसिकता दुखावली गेली. सर्वसामान्य मुसलमानांचा असा ग्रह झाला की, या शाहबानो निकालामुळे मुस्लिमांचा व्यक्तिगत कायदाच नष्ट होणार आहे; त्यामुळे त्याची प्रतिक्रिया अवास्तव आणि अतिरेकी झाली.

भारतातल्या वैधानिक इतिहासातील हे दुर्दैवी प्रकरण होते. चुकीच्या माहितीच्या आधारे अतिरेकी प्रतिक्रिया देणाऱ्या मुस्लीम जमातवादी घटकांनी गोंधळ माजवला नसता आणि मुस्लीमविरोधी शक्तींनी वातावरण चिघळवले नसते, तर हा भ्रामक प्रचार टाळता आला असता. १९८५-८६च्या घटनांचा वस्तुनिष्ठ विचार करणे शक्य झाले असते.

वास्तविक, संसदेने केलेला 'मुस्लीम स्त्री संरक्षण कायदा' हा मुस्लीम महिलांना काही प्रमाणात संरक्षण देण्याचा एक प्रयत्न होता. त्या कायद्याच्या सुरुवातीपासून न्यायालयांनी त्याची सर्रास अंमलबजावणी करण्याचे प्रयत्न केले आहेत. न्यायालयांनी

या कायद्याचा वापर करून एकरकमी मोठी भरपाई घटस्फोटित मुस्लीम स्त्रियांना मंजूर करणारे निर्णयही दिले आहेत. १९७३च्या फौजदारी कायद्यानुसार जास्तीतजास्त महिना रु. ५०० एवढी पोटगी देता येत होती. त्यात पत्नी, मुले वगैरे सर्वांचा समावेश होत होता. ही पोटगीची मर्यादा पंधरा वर्षे राहिली आणि सन २००१मध्ये काढून टाकण्यात आली. महाराष्ट्र शासनाने आता ती रु. १५०० केली आहे.

डॅनिअल लतिफी विरुद्ध सर्वोच्च न्यायालय या खटल्याच्या २८ सप्टेंबर २००१मध्ये दिलेल्या निकालात सर्वोच्च न्यायालयाने स्पष्टपणे म्हटले आहे की, १९८६चा मुस्लीम महिला संरक्षण कायदा हा शाहबानो निकालाला बाजूला सारणारा नव्हता आणि घटनाविरोधी तर मुळीच नव्हता. उलट, २००१मध्ये सर्वोच्च न्यायालयाने म्हटले होते की, त्या कायद्याने शाहबानो निकालाला काटशह देण्याऐवजी निकालाच्या कक्षा वाढवण्याचा प्रयत्न केलेला होता.

उपरोक्त कायद्यात स्त्रीविरोधी, राष्ट्रविरोधी आणि घटनाविरोधी काहीही नाही, असे न्यायालयानेच म्हटले आहे; पण हे सर्व कोण पाहणार? या देशात कोणाचे आदेश पाळले जातात? आम्हा भारतीयांचा अद्यापही कायद्याच्या अधिसत्तेवर विश्वास आहे काय? १९८६चा मुस्लीम महिला संरक्षण कायदा रद्द करण्याच्या मोबदल्यात या देशातील जमातवादी देशात कायमची शांतता सुरक्षित ठेवण्यास तयार आहेत काय? खोटा प्रचार करून निरपराध स्त्री-पुरुषांची कत्तल केली जाणार नाही, त्यांना जिवंत जाळले जाणार नाही, असे ते आश्वासन देणार आहेत काय? तर मग अशा कायद्याची गरजच राहणार नाही.

अनुवाद- प्रा. फकरुद्दीन बेन्नूर

(लेखक विधी आयोगाचे माजी सदस्य असून मुस्लीम व्यक्तिगत कायदा व इस्लामी कायदेसंहितेचे तज्ज्ञ आहेत. सर्वोच्च न्यायालय आणि उच्च न्यायालयांच्या निर्णयामध्ये त्यांच्या अनेक पुस्तकांचा संदर्भ वापरला जातो. अलीगड आणि लंडनमधून त्यांनी कायद्याचे शिक्षण घेतले आहे. त्यांना ५० वर्षांचा दीर्घ अध्यापनाचा अनुभव आहे. अलीगड आणि अमेटी युनिव्हर्सिटीत ते फॅकल्टी लेक्चरर आहेत.)

व्यक्तिगत कायद्याचे संहितीकरण

असगरअली इंजिनिअर

भारतीय राजकारणात गेल्या काही वर्षांपासून 'समान नागरी कायदा' ज्वलंत आणि वादग्रस्त मुद्दा बनलेला आहे. १९८० सालापासून भाजपने आपल्या हिंदुत्ववादी अजेंड्याचा भाग म्हणून मध्यमवर्गीय हिंदूंची मते मिळवण्यासाठी त्याचा वापर केला. काही काळापर्यंत त्याचा फायदा भाजपला झाला; पण हिंदूंनादेखील लवकरच समजले की, जर खरंच 'समान नागरी कायदा' लागू झाला तर त्यांचे स्त्रियांवरील बरेचसे विशेषाधिकार संपुष्टात येऊ शकतात.

समान नागरी कायदा मुसलमानांसाठी तर नेहमीच अतिशय संवेदनशील मुद्दा राहिला आहे. मुसलमानांसाठी हा फक्त अस्तित्वाचाच मुद्दा नाही, तर तो धार्मिक अस्मितेचा भाग झालेला आहे. किंबहुना, हा कायदा तर त्यांच्या दृष्टीने 'शरीयत' कायद्यात हस्तक्षेपाचा प्रस्ताव आहे. मुस्लीम राजकीय नेतृत्वाने मुसलमानांना हे पटवून दिले आहे की, शरीयत कायदा हा 'दैवीय' आहे. त्यामुळे या कायद्यात कुठलेही परिवर्तन आम्ही होऊ देणार नाही, अशी भूमिका ते घेत असतात. अगदी हीच भूमिका धर्मपंडितांनी घेतलेली आहे. इतकेच नव्हे तर मुस्लीम पुढारी आणि उलेमांनी त्यांच्या या मताला शाहबानो प्रकरणावरही लादले. परिणामी सरकारला शाहबानोला पोटगी देणारा सर्वोच्च न्यायालयाचा निर्णय बदलणे भाग पडले. केवळ या एका घटनेमुळे देशात सांप्रदायिक ध्रुवीकरण होऊन दोन समाजात तेढ निर्माण करण्यात आला. हिंदुत्ववादी गटांनी या प्रकरणाला मुस्लिमांच्या शत्रुकरणाचे शस्त्र म्हणून वापरले.

संपूर्ण इस्लामिक जगतात मुस्लीम महिला विविध प्रश्न आणि समस्यांना सामोरे जात आहेत. भारतात तर मुस्लीम महिलांची स्थिती अतिशय चिंतनीय आहे. धर्मपंडितांच्या हट्टामुळे मुस्लीम महिला आपला तो अधिकारही मिळवू शकल्या नाहीत, ज्यांची कुरआनने त्यांना हमी दिलेली आहे. भारतीय उलेमांचे असे मत आहे

की, महिला बौद्धिक दृष्टीने कमकुवत आणि अस्थिर मानसिकतेच्या असतात, त्यामुळे त्यांना पुरुषी नियंत्रणापासून मुक्त केले जाऊ शकत नाही. मुळात या बावळट तर्काला कुठलाही आधार नाही. उलेमांच्या या विचारांचा मथितार्थ असा की, महिलांना स्वातंत्र्य कदापि मिळू नये; त्या नेहमी पुरुषांच्या हातच्या कळसूत्री बाहुल्या व्हाव्यात. स्त्री विरोधातल्या या मध्ययुगीन विचारांना उलेमांनी स्वतःच दैवीय दर्जा दिलेला आहे. ज्या शरीयत कायद्याला उलेमा दैवीय घोषित करतात, तो कायदा त्या काळी अस्तित्वात आला; ज्या वेळी महिला शिकलेल्या नव्हत्या. या कायद्याची निर्मिती अशा काळात झाली, ज्या वेळी स्त्रिया सार्वजनिक आयुष्य जगत नव्हत्या. शेकडो वर्षांपूर्वीचे जगणे प्रतिबिंबित करणारा हा शरीयत कायदा आहे. तत्कालीन काळात समाजात पुरुषसत्ताकता होती. महिलांचे आयुष्य 'चूल आणि मूल' इतकेच मर्यादित होते. परंतु, आज महिला उच्चशिक्षित झालेल्या आहेत. प्रत्येक क्षेत्रात त्यांचा वावर आहे. सर्वच क्षेत्रात त्या उल्लेखनीय कामगिरी बजावत आहेत. आज सार्वजनिक जीवनातही त्यांचा सहभाग मोठ्या प्रमाणात वाढलेला आहे. अशा वेळी महिलांसाठीच्या परिवर्तनाच्या गरजांना दुर्लक्षित करणे योग्य होणार नाही.

भारतातील मुस्लीम महिला असुरक्षितता, गरिबी आणि निरक्षरता इत्यादी समस्यांशी लढा देत आहेत. असे असतानाही त्या मोठ्या संख्येने सार्वजनिक कामात सक्रिय होत आहेत. ऐंशीच्या दशकापासून मुस्लिमांमध्ये मध्यमवर्ग उदयास येण्यास सुरुवात झाली. त्या वेळी कमी उत्पन्न गटातील महिलांमध्ये शिक्षण घेण्यासंबंधी मोठ्या प्रमाणात उत्सुकता दिसून आली. समाजात वाढणारा द्वेष, सांप्रदायिकीकरण, धार्मिक दंगलीच्या संख्येत होणारी वाढ, तसेच सांप्रदायिक हिंसेचे स्वरूप गंभीर होत असताना, या महिलांमध्ये आधुनिक शिक्षणाबाबत सकारात्मकता दिसून आली. बाबरी विध्वंस व त्यानंतर झालेल्या भीषण दंगलीनंतर मुस्लीम महिलांनी आपल्या आर्थिक स्थितीत सुधारणा घडवून आणण्याच्या प्रयत्नांना बळ दिले. आज कितीतरी मुस्लीम महिला विज्ञान, अंतराळ व माहिती आणि तंत्रज्ञानाच्या क्षेत्रात काम करत आहेत. काही वर्षांपूर्वी याची कल्पनादेखील केली जाऊ शकत नव्हती. परंतु, आज मात्र परिस्थिती लक्षणीयरीत्या बदलली आहे.

आधुनिक शिक्षण आणि सामाजिक प्रबोधनामुळे महिलांमध्ये आत्मविश्वास वाढला आहे. अशा स्थितीत मुस्लीम महिला त्यांच्या घटनात्मक अधिकारांना घेऊन अधिक सजग झालेल्या दिसून येतात. भारतातील प्रचलित मुस्लीम व्यक्तिगत कायद्यात (शरीयत) सुधारणांची गरज असल्याचे त्यांना कळायला लागले आहे. यासाठी त्या उघडपणे भूमिका घेत आहेत.

बाबरी विध्वंसानंतर 'आदर्श निकाहनामा' तयार करण्याचे प्रयत्न झाले. नंतरच्या काळात काही मुस्लीम जोडप्यांनी या निकाहनाम्यावर सह्या करून वैवाहिक जीवनाची सुरुवातदेखील केली. परंतु, आज कौटुंबिक आणि वैवाहिक समस्या वेगळ्या पद्धतीने पुढे आलेल्या दिसून येतात. त्यामुळे पारंपरिक विवाह कायद्यात संशोधनाची गरज निर्माण झाली आहे. इस्लामने आखलेल्या सीमारेषांच्या चौकटीत मुस्लीम व्यक्तिगत कायद्याचे वर्गीकरण (कोडिफिकेशन) करण्याची आवश्यकता आहे. अशा प्रकारचे संहितीकरण बऱ्याच मुस्लीम राष्ट्रांमध्ये झालेले आहे. अनेक इस्लामिक राष्ट्रांनी काही दशकांपूर्वी ही प्रक्रिया आरंभली होती.

भारत हा जगातला असा एकमेव देश आहे जिथे, धर्मपंडित व्यक्तिगत कायद्याच्या संहितीकरणाला (वर्गीकरण) विरोध करत आहेत. वास्तविक, अशा प्रकारचे वर्गीकरण केल्याने मूळ कायद्यात कुठलाही बदल होणार नाही; पण धर्मपंडित आणि राजकीय नेते शरीयत कायद्यात हस्तक्षेप म्हणून सामान्य मुस्लिमांची दिशाभूल करत आहेत. मुळात व्यक्तिगत कायद्याच्या संहितीकरणातून योग्य व समान पातळीवर अंमलबजावणी शक्य होईल. कौटुंबिक आणि वैवाहिक प्रश्न, समस्यांची सोडवणूक करून व्यक्तिगत कायद्याची अंमलबजावणी करणे सोपे जाईल.

२०११ साली आमच्या 'सेंटर फॉर स्टडी ऑफ सोसायटी अँड सेक्युलॅरिझम' या संस्थेने व्यक्तिगत कायद्याचे संहितीकरण करण्याचा प्रयत्न केला होता. संस्थेने मुस्लीम समाजातील विभिन्न वर्गांतील उलेमा, बुद्धिजीवी, वकील आणि महिला अधिकार कार्यकर्त्यांसोबत सखोल आणि व्यापक चर्चा केली. अशा पद्धतीने आम्ही 'मुस्लीम पर्सनल लॉ'चे संहितीकरण करण्यासाठी पुढाकार घेतला. या कामासाठी आम्ही सामान्यमुसलमानांमध्ये जाऊन एक सर्वेक्षणही केले होते.

अनेक शहरात उलेमांशी याविषयी सखोल चर्चा झाल्या. सोबतच ज्या रूढी-परंपरांमुळे महिलांना दु:ख आणि त्रासाला सामारे जावे लागले होते, ती बाजूही आम्ही समजून घेतली. यानंतर आम्ही या विषयांवर भारतात दोन चर्चासत्रे आयोजित केली. पहिली परिषद दिल्लीत तर दुसरी मुंबईत झाली. दिल्लीच्या परिषदेत उत्तर भारतातील वेगवेगळ्या राज्यांतून आलेले उलेमा, वकील आणि अन्य लोकांनी सहभाग घेतला होता. दुसऱ्या मुंबईच्या परिषदेत स्थानिक उलेमांनी मोठ्या संख्येने सहभाग नोंदवला होता. चर्चेत सामील झालेल्या व्यक्तींना एक प्रश्नावली देण्यात आली होती. आम्ही ते प्रश्न आणि त्यांनी दिलेल्या उत्तरांचे शास्त्रीय विश्लेषण केले.

या संपूर्ण प्रक्रियेतून ढोबळमानाने आम्हाला एका निश्चित मतापर्यंत पोहचण्यास मदत झाली. अंतिम निष्कर्षांना आम्ही काही काळानंतर सार्वजनिक केले. ते निष्कर्ष

इथे देण्याआधी मी त्या विषयावर थोडक्यात प्रकाश टाकणार आहे, जे मुद्दे घेऊन आम्ही संबंधित कायद्याचे संहितीकरण करण्याचा प्रयत्न केला होता.

संहितीकरणाचे मुद्दे

प्रथम तर आम्ही विवाह हा विषय घेऊन चर्चेला सुरुवात केली. इस्लाममध्ये लग्न एक 'नागरी करार' आहे. त्यासाठी नवऱ्या मुलीची संमती आवश्यक मानली जाते. ही संमती दोन साक्षीदारांच्या समोर घेतली पाहिजे. लग्न लावणाऱ्या काझीला या संदर्भात योग्य माहिती करून दिली पाहिजे. मेहेरची रक्कम निश्चित करण्याचा अधिकार नवऱ्या मुलीचा असेल. ही रक्कम मुलाच्या वार्षिक उत्पन्नापेक्षा कमी असता कामा नये. मेहेरची रक्कम अधिकची असावी. शक्यतो ती दागिने किंवा संपत्तीच्या रूपात असावी. जेणेकरून जागतिक पातळीवर होत असलेल्या रुपयाच्या अवमूल्यनाचा त्यावर कुठलाही परिणाम होणार नाही. मेहेरची रक्कम सोने, चांदी किंवा बँक बॅलन्स अशा रूपात असली पाहिजे.

मेहेरची रक्कम ठरविताना त्यात कुठल्याही अटी-शर्थी असू नयेत. मेहेरची रक्कम मोठी असेल तर ती जमीन किंवा घर अशा स्वरूपात असली पाहिजे. संबंधित मालमत्ता नवरी मुलीच्या नावावर नोंदवलेली असावी. अशा प्रकारे मेहेरची रक्कम ठेवल्यास त्यावर रुपयाच्या घसरणीचा परिणाम होणार नाही. संपत्तीची चढती किंमत मुलीसाठी दीर्घकाळापर्यंत लाभदायक ठरू शकते. कुठल्याही परिस्थितीत पत्नीला मेहेरची रक्कम देण्याचे टाळता येणार नाही; जर मेहेरची रक्कम सोने किंवा स्थावर मालमत्तेच्या रूपात असेल तर ती टाळणे कदापि शक्य होणार नाही. मेहेर जर नगदी स्वरूपात असेल तरीही तो देणे बंधनकारक आहे.

लग्नाची कायदेशीर नोंदणी आवश्यक असावी. तसेच विवाहासंबंधी सर्व रेकॉर्ड काझीला जपून ठेवले पाहिजे. लग्नाची नोंदणी करण्यासाठी काझी वरपक्षाकडून ठरावीक रक्कम घेऊ शकतो. काझी आपल्या सवडीनुसार एक किंवा दोन महिन्यात झालेल्या सर्व लग्नाची नोंदणी एकदाच करू शकतो. अशा प्रकारच्या कायदेशीर प्रक्रियेमुळे लग्नाच्या रितसर नोंदी ठेवण्यास मदत होईल. ज्यातून नंतरच्या कुठल्याही कौटुंबिक व संपत्तीच्या वादापासून विवाहित स्त्री आपला बचाव करू शकेल. अशा प्रकारच्या नोंदणीच्या विरोधाचे कुठलेही कारण असू शकत नाही; कारण धर्मग्रंथातही नोंदणीला आवश्यक मानले गेले आहे. त्यामुळे नोंदणीला विरोध म्हणजे तो शरीयतचा अवमान असेल.

बहुपत्नीत्वाची प्रथा खूप वादग्रस्त आहे. या प्रकरणावर सर्वांचे असे एकमत झालेले आहे की, ती प्रथा हद्दपारही करू नये तसेच त्या प्रथेला इतकेही सोपे करू

नये की, कुठलाही पुरुष आपल्या मर्जीप्रमाणे दुसरे किंवा तिसरे लग्न करू शकेल. ही प्रक्रिया मुस्लीम व्यक्तिगत कायद्याचे संहितीकरण करण्याची सर्वांत योग्य पद्धत आहे.

प्रत्येक शहरात नावाजलेल्या तथा सन्माननीय लोकांची एक विवाह समिती स्थापन केली पाहिजे; जर कुठल्या पुरुषाला दुसरे लग्न करायचे असेल तर त्यास पहिल्या पत्नीला आणि विवाह समितीला कळविणे आवश्यक आहे. आवश्यक त्या कागदपत्रांच्या आधारे त्याला दोन्ही पक्षांना नोटीस द्यावी लागेल. या नोटिसीतून हे स्पष्ट होईल की, सदरील व्यक्तीला दुसरे लग्न का करायचे आहे.

दुसरे लग्न करणाऱ्या पुरुषाकडे आपल्या दोन्ही पत्नींची देखरेख व सांभाळ करण्यासाठी पुरेसे आर्थिक पाठबळ असावे. तसेच त्याने कुरआनने घालून दिलेल्या पद्धतीप्रमाणे दोन्ही पत्नींसोबत न्यायाची वागणूक करावी. या संबंधीची शाश्वती त्याला विवाह समितीला द्यावी लागेल.

या संदर्भात काही आवश्यक अटीदेखील लावल्या गेल्या पाहिजेत. प्रथम अट अशी की, पहिली पत्नी मूल जन्मास घालण्यास अक्षम आहे, हे आरोग्य तपासणीत सिद्ध झाले पाहिजे. दुसरे म्हणजे, दुसऱ्या लग्नासाठी पहिल्या पत्नीची संमती घेणे आवश्यक आहे. विवाह समितीशी सल्ला-मसलत करून दुसरे लग्न लावणाऱ्या काझीने पहिल्या पत्नीला आपले मत मांडण्याची संधी द्यावी. त्यातून हे स्पष्ट व्हावे की, ती कुठल्याही भीती किंवा दडपणाखाली दुसऱ्या लग्नासाठी संमती तर देत नाही ना?

याशिवाय अन्य अट अशी असू शकते की, गंभीर आजार असल्याने पत्नी तिच्या पतीच्या शारीरिक गरजा पूर्ण करण्यास असमर्थ आहे, अशा परिस्थितीत दुसऱ्या लग्नाला परवानगी मिळेल. परंतु, हेदेखील आरोग्य तपासणीत सिद्ध झालेले असावे. तसेच त्या संदर्भात आवश्यक त्या कागदपत्रांची पूर्तता केली पाहिजे. अशा प्रकरणात विवाह समिती आणि काझी पहिल्या पत्नीशी विस्तृत चर्चा केल्यानंतर अंतिम निर्णय घेतील. कुरआन स्पष्ट म्हणतो की, दुसरा विवाह हा न्याय्यपूर्वक असला पाहिजे. कुरआन हेदेखील म्हणतो की, दुसरी पत्नी आणणे हा पुरुषाचा विशेष अधिकार नाही.

तलाक

भारतात तलाकसंबंधी कायद्याचा मोठ्या प्रमाणात दुरुपयोग होत असतो. पुरुष क्षणिक रागातून किंवा नशेच्या परिस्थितीत तिनदा 'तलाक' शब्दांचे उच्चारण करून विवाहित पत्नीला घटस्फोट देतो. यामुळे अनेक वर्षांपासूनचे वैवाहिक नाते एका क्षणात संपते. एका चुकीमुळे त्याचे कुटुंब निराश्रित होऊन रस्त्यावर येते.

एकतर्फी तिहेरी तलाक 'बिद्दत' (गैरइस्लामी कृत्य) आहे, यावर सर्वांचे एकमत आहे. ही प्रथा इस्लामपूर्व काळात अस्तित्वात होती. पैगंबर साहेबांनीदेखील अशा प्रकारच्या घटस्फोटाला चुकीचे ठरविले होते.

तसे पाहिले तर कुठलाही मुस्लीम पुरुष तलाकच्या या प्रथेला मान्यता देत नाही. 'अहले हदीस' आणि 'शिया' पंथीयात अशा तलाकला अवैध मानले गेले आहे. कुरआनदेखील एकतर्फी तलाकच्या विरोधात आहे. कुरआन मध्यस्थीच्या प्रक्रियेला महत्त्व देतो. मध्यस्थांमध्ये पतीकडून एक तर दुसरा पत्नीकडून असेल; जर एखादा पती आपल्या पत्नीला घटस्फोट देऊ इच्छित असेल तर त्याला यासंबंधी नोटीस द्यावी लागेल. तसेच त्याने विवाह समितीलादेखील यासंदर्भात लेखी कळविणे आवश्यक आहे. तलाकची नोटीस प्राप्त झाल्यानंतर विवाह समिती उभयतांमध्ये समेट घडवून आणण्यासाठी प्रयत्न करेल.

सल्ला-मसलत, चर्चा आणि संवादातून तोडगा काढण्याचा प्रयत्न समिती करेल. तरीही मध्यस्थ समिती समेट घडवून आणण्यास अपयशी ठरली तर समिती पुढचा निर्णय घेईल. समिती त्या पतीला तलाक शब्दाचे 'एकदा' उच्चारण करून त्याला ३ महिने इद्दतच्या कालावधीपर्यंत वाट पाहण्याची सूचना करेल. दरम्यान पतीला आपल्या निर्णयावर पश्चात्ताप झाला किंवा त्याला आपली चूक लक्षात आली तर तो आपल्या पत्नीला घरी घेऊन जाऊ शकतो; पण या काळातही समेट घडला नाही तर इद्दतचा एक-एक महिना असा तीन महिन्यांचा कालावधी संपल्यानंतर तलाक पूर्ण होईल. या तलाकचे दोन साक्षीदार असतील. काझीला तलाकची नोंदणी ठेवणे बंधनकारक आहे. अशा वेळी काझीने दोन साक्षीदारांच्या सह्या घेणे गरजेचे आहे. पुरुषाकडून घटस्फोट देण्याची ही सर्वांत न्यायपूर्वक पद्धत आहे. अशा प्रक्रियेमुळे पुरुषांच्या मनमानीवर अंकुश ठेवता येणे शक्य होईल.

इस्लाममध्ये महिलांनादेखील आपल्या पतीपासून 'खुला' घेण्याचा अधिकार देण्यात आलेला आहे. एका हदीसमध्ये सांगण्यात आले आहे की, पैगंबर साहेबांनी आपली पत्नी जमीला यांचा 'खुला' स्वीकारला होता; कारण त्या प्रेषितांसोबत राहू इच्छित नव्हत्या. किंबहुना, प्रेषित साहेब जमीला यांच्याशी स्नेह बाळगत होते. त्यांना सन्मान देत होते. त्यांनी जमीला यांना फक्त एवढेच सांगितले की, 'ती बाग त्यांना परत करावी, जी प्रेषितांनी मेहेर म्हणून त्यांना दिली होती.'

उपरोक्त हदीसमधून हे स्पष्ट होते की, पत्नीला 'खुला' घेण्याचा संपूर्ण अधिकार आहे; पण त्यात कुठलीही अट लादली जाऊ शकत नाही. खुलासाठी पतीच्या

परवानगीची गरज नाही. खुलासाठी पतीची परवानगी आवश्यक आहे असे सांगणे म्हणजे प्रेषितांच्या आज्ञेचे उल्लंघन करणे होय.

विवाह, तलाक आणि बहुपत्नीत्व या प्रथांवर आमच्या संस्थेने परिणामकारकता, जबाबदारी, उत्तरदायित्व आणि अशा अन्य मुद्द्यांवर सखोलपणे चर्चा केलेल्या आहेत. परंतु, जागेअभावी इथे ते देणे शक्य होणार नाही. भविष्यात यासंबंधीच्या अन्य कुठल्यातरी लेखात मी ते मुद्दे सविस्तरपणे देईन. इथे एक बाब सांगणे महत्त्वाचे ठरेल की, जर विवाह, तलाक आणि बहुपत्नीत्व यावर उपरोक्त तरतुदींना लागू केले तर मुस्लीम व्यक्तिगत कायद्याचे दुरुपयोग पूर्णपणे थांबतील आणि महिलांसोबत होत असलेला अन्याय बंद होईल.

शरीयत आणि तलाकच्या तरतुदी

'इन्कलाब' या उर्दू दैनिकात इस्लामचे प्रसिद्ध विद्वान आणि मुस्लीम व्यक्तिगत कायदे मंडळाचे सदस्य खालिद सैफुल्लाह रेहमानी यांचा घटस्फोटविषयक लेख वाचण्यात आला. त्याचे शीर्षक होते, 'गुस्से की हालत का फआल मुअतबर होता है; तो तलाक क्यूँ नही?' म्हणजेच सर्वसाधारणपणे रागाच्या भरात केलेले कुठलेही कृत्य वैध मानले जाते, तर रागाच्या भरात दिलेला घटस्फोट का नाही? एखाद्या सामान्य माणसाने हा लेख लिहिला असता तरी खूप धक्का बसला नसता पण इथे तर एक प्रथितयश विद्वान असल्याने त्याचे गांभीर्य अधिकच होते.

रेहमानींचा युक्तिवाद असा होता की, घटस्फोट हा सर्वसाधारणपणे रागाच्या भरातच दिला जातो आणि पती आपल्या पत्नीसोबत खूश असेल तर तो तिला घटस्फोटाचा आहेर कशाला देईल? पती पत्नीला तेव्हाच तलाक देतो जेव्हा तो तिच्या एखाद्या कृतीमुळे, वागण्यामुळे क्रोधित झालेला असतो. मौलाना रेहमानी पुढे असेही म्हणतात की, 'रागाच्या भरात अनेक गोष्टी घडतात.' मौलानांच्या या विधानावर भाष्य करण्यात मला स्वारस्य वाटले नसते, पण त्यांच्या या तर्काचे दुष्परिणाम हजारो मुस्लीम स्त्रियांना भोगावे लागणार आहेत. घटस्फोटाला जे इतके सहजपणे घेतात, संसार उद्ध्वस्त होणे हा फक्त नवऱ्याला पत्नीविषयी आलेल्या रागाचाच मामला असतो, असे मानणाऱ्या उलेमांपुढे काय डोके आपटायचे?

मौलाना रेहमानी आपल्या लेखात असेही म्हणतात की, सर्व 'फिकाह' (इस्लामी कायदेपंडितांमध्ये) याविषयी सहमती आहे की, तलाक हा रागाच्या अवस्थेत दिला (जातो) कारण या अवस्थेतही पती शुद्धीवर असतो. त्यानंतर मौलाना नामवंत कायदेपंडित अल्लामा आबिदीन यांना उद्धृत करून असा युक्तिवाद करतात की, रागाच्या तीन अवस्था आहेत. एक म्हणजे, रागामुळे त्याच्या तर्कशक्तीत

काहीच बदल होत नाही, त्याला सगळे समजत असते आणि होणाऱ्या परिणामांचीही जाणीव असते. रागाच्या अवस्थेत दिलेला तलाक हा वैध मानला जाईल. दुसरी अवस्था, अतिक्रोधाची. या वेळी तो काय करतो याचे भानच त्याला नसते आणि आपल्या कृतीचे काय परिणाम होतील हे समजण्यास तो असमर्थ असतो, अशा वेळी तो आत्मशक्ती गमावू शकतो. अशा अवस्थेतील घटस्फोट वेडाच्या भरात दिला गेलेला असतो आणि हा घटस्फोट वैध असत नाही. तिसऱ्या अवस्थेतील राग हा वरील दोन अवस्थांमधील असतो; म्हणजेच अशा अवस्थेत पुरुषाला अंशत: तो जे काही बोलतो आणि करतो त्याचे भान असते, अशा अवस्थेत दिला जाणारा तलाक हासुद्धा वैध असू शकणारा नाही.

मौलाना रेहमानींना हा सर्व युक्तिवाद स्वीकारार्ह वाटतो. मौलाना आणि त्यांनी उद्‌धृत केलेल्या कायदेपंडितांना विचारावेसे वाटते की, घटस्फोट देतेवेळी रागाची कुठली अवस्था असते, हे कोण ठरवणार? ते कोण निश्चित करणार? तलाक देतेवेळी पतीचा राग मोजण्याचे काही वस्तुनिष्ठ मोजमाप उपलब्ध असतात का? राग/क्रोधाचे प्रमाण मोजण्यासाठी थर्मामीटरसारखे काही साधन उपलब्ध असते का? आणि हे कायदेपंडित 'वैध' रागाच्या अंमलात दिलेल्या घटस्फोटाबाबत अगदी कुरआनमध्ये दिलेली दोन साक्षीदारांची अटदेखील शिथिल करतात.

पतीने एका दमात तीन वेळा 'तलाक, तलाक, तलाक' म्हटल्यास घटस्फोट होतो आणि त्यासाठी साक्षीदारांची आवश्यकता नाही, असे म्हटल्यास घटस्फोट देतेवेळी रागाची कुठली अवस्था होती हे कोण सिद्ध करणार? पतीच्या स्वत:च्या विधानावर विसंबून कसे राहता येईल? आणि पतीने जर त्याच्या पत्नीला तलाक द्यायचा निश्चित केलाच असेल तर प्रत्यक्ष 'तलाक तलाक' म्हणण्याच्या वेळी त्याच्या रागाची कुठलीही अवस्था असली, तरी ती स्वीकारार्हच ठरणार नाही का?

मौलाना रेहमानी उद्‌धृत करत असलेले व समर्थन देत असलेले सर्व युक्तिवाद कुरआनमधील घटस्फोटासंदर्भातील मांडणीशी पूर्णत: विसंगत आहेत. कुरआनने घटस्फोटासाठी दोन साक्षीदार आवश्यक मानले आहेत. शिवाय, रागाच्या अवस्थेत घटस्फोट देण्याबाबत कुरआनमध्ये अगदी अप्रत्यक्ष पुरावाही सापडत नाही. कुरआनच्या अल् तलाकमधील ही दोन वचने पाहा, "हे नबी (स), जेव्हा तुम्ही लोक स्त्रियांना घटस्फोट द्याल, तो त्यांच्या इद्दतच्या काळात द्या आणि त्या इद्दतच्या कालावधीची योग्य प्रकारे गणना करा आणि अल्लाहप्रती असलेल्या कर्तव्याचे पालन करा, जो तुमचा पालनकर्ता आहे. इद्दतच्या कालावधीत तुम्ही त्यांना घराबाहेर काढू नका, त्या स्वत: बाहेर पडलेल्या चालणार नाही. याला अपवाद फक्त तेव्हा होईल जेव्हा

त्यांच्याकडून एखादे उघड अशोभनीय कृत्य घडले असेल. या अल्लाहने घालून दिलेल्या मर्यादा आहेत आणि जो कोणी अल्लाहच्या मर्यादांचं उल्लंघन करील तो आपल्या स्वत:वरच अत्याचार करील...''

सूरह अल् तलाकच्या दुसऱ्या वचनात आपल्याला आढळते की, मग जेव्हा त्या आपल्या (इद्दतच्या) मुदतीच्या समाप्तीला पोहचतील तेव्हा एकतर त्यांना दयेने रोखा किंवा चांगल्या रीतीने त्यांच्यापासून विभक्त व्हा आणि दोन अशा साक्षीदारांना निवडा जे निष्पक्ष साक्ष देतील. जे अल्लाहवर आणि अंतिम दिवसावर श्रद्धा बाळगतात त्यांच्यासाठी हा कडक आदेश आहे.

मौलाना रेहमानी यांनी असे मांडले आहे की, कुरआन घटस्फोट देताना रागाच्या अवस्थेबद्दल बोलत नाही, तिला घटस्फोट चांगल्या रीतीने, दयाबुद्धीने देण्याची आवश्यकता दर्शवतो. शिवाय तिला नवऱ्याकडून, तिच्या सासरच्या घरातून बाहेर काढले जाऊ नये आणि तिने स्वत:ही पतीचे घर सोडू नये. सूरह अल् बकराहमधील २२९व्या वचनातसुद्धा तिला सोडताना किंवा तिच्यापासून वेगळे होताना चांगल्या रीतीने व्हावे असे मांडले आहे.

हे वचन काय म्हणते पाहू या, ''तलाक फक्त दोन वेळा आहे नंतर त्यांना एक तर सर्वसंमत पद्धतीने आपल्याजवळ ठेवून घ्या किंवा सन्मानपूर्वक निरोप द्या...'' शिवाय पूर्ण न्यायाची हमी देताना कुरआनात घटस्फोटापूर्वी समेटाची आवश्यकता दर्शविली आहे.

मुस्लीम कायदेपंडित कुरआनमधील सर्व आदेशांना दुर्लक्षित करतात आणि तोंडाने इस्लामचे नाव घेत प्रचलित सामाजिक चालीरितींना अधिक महत्त्व देतात, ही दुर्दैवी बाब आहे. त्यांच्यावर असलेला पुरुषी मूल्यांचा पगडाच ते यातून सिद्ध करत असतात.

इस्लाममध्ये अधिक मध्यवर्ती काय आहे? न्याय की रागाच्या अवस्थेत पूर्णत: शुद्धीत असणे? रागाचे सोडाच पण कुरआनने सुचविलेल्या योग्य पद्धतीनुसार घटस्फोट दिला गेला नसेल तर कुरआनने त्या घटस्फोटालाही मान्यता दिलेली नाही. कुठलेही अन्यायपूर्ण कृत्य हे 'जुलूम' असते. कुरआननुसार स्त्रीला चांगली वागणूक दिली गेलीच पाहिजे आणि रागाच्या अवस्थेतही केले जाणारे कृत्य न्याय्य असलेच पाहिजे. (मग ती रागाची कुठलीही अवस्था असो).

मौलाना रेहमानींचा युक्तिवाद विचित्रच म्हणावा लागेल की, घटस्फोट तर रागाच्या भरातच दिला जातो; जर तो पत्नीसोबत सुखी असेल तर तो घटस्फोट कशाला देईल? कुरआनने तलाक देतानाही पुरुषाला स्त्रीशी करुणेने/दयेने वागावे

असे सुचविले आहे. कोण रागाच्या भरात घटस्फोट देताना दया बाळगू शकत असेल? दया आणि राग या दोन विरोधी मनोवस्था आहेत. अनेकदा पती-पत्नींमधील क्षुल्लक भांडणांवरून तलाक झाल्याची उदाहरणे आहेत. हा तलाक समर्थनीय असेल का? बहुतांश वेळी रागाच्या भरात तिहेरी तलाक दिल्यानंतर पतीला पश्चात्ताप होतो परंतु कायदेपंडित मात्र पतीच्या या तलाकच्या निर्णयाला अंतिम, कधीही न बदलता येणारा निर्णय मानतात. एकदा तलाक झाल्यानंतर जोपर्यंत ती पत्नी पुनर्विवाह करून पुन्हा घटस्फोटित होत नाही तोवर तो तिच्याबरोबर पुन्हा विवाह करू शकत नाही.

पती-पत्नीमध्ये वारंवार भांडणे होतच असतात. तो राग तात्पुरता असतो. कधीकधी त्याच्या परिणामी पती तलाकच्या उपलब्ध शस्त्राचा वापरही करतो. असा तलाक अंतिम तलाक मानणे हे केवळ कायदेशीररीत्याच चुकीचे नाही तर नैतिकदृष्ट्याही पूर्णत: चुकीचे आहे. परंतु, यालाच योग्य म्हणणारे असे हे आपले कायदेपंडित आहे आणि व्यक्तिगत कायदा मंडळाचे 'जबाबदार' सदस्य, अशा लोकांकडून मुस्लीम महिला न्यायाची कशी अपेक्षा करू शकतील?

एका बाजूला हे कायदेपंडित इस्लामपूर्व समाजात स्त्रीला गुलामासारखी वागणूक देत असत आणि त्याच इस्लामने अत्यंत प्रभावीपणे स्त्रीच्या प्रतिष्ठेचा मुद्दा उचलून धरला असेही सांगत असतात. दुसरीकडे आपल्यातील पुरुषी अहंकाराला जिवंत ठेवीत दैवी मुखवट्याचा आधार घेत त्याच इस्लाम-पूर्व प्रथांची 'री' ओढत राहतात.

कुरआनमध्ये कुठेही पत्नीने पतीबरोबर दयाबुद्धीने वागण्याचा उपदेश केलेला नाही. उलटपक्षी, अनेक ठिकाणी पुरुषांनी पत्नीशी दयाबुद्धीने वागावे असे म्हटले आहे. याचे कारण तत्कालीन समाजात स्त्रीची अवस्था हलाखीची व दयनीय होती आणि इस्लामचा समाजातील दुर्बल घटकातील लोकांना न्याय मिळावा यावर भर होता. त्यात गुलाम, नोकर, अनाथ विधवा आणि गरीब या सर्वांचाच समावेश आहे.

याच्या बरोबर उलट आपल्या उलेमांना मात्र सत्तावान पुरुषांबद्दलच सहानुभूती वाटते. पुरुषांना कायद्यामध्ये झुकते माप आहे आणि प्रत्यक्ष वास्तवात, अगदी आधुनिक काळातही सर्व सत्ता दिली गेली आहे. कितीही मोठा मान्यवर कायदेपंडित असला तरी त्याच्या मतापेक्षा 'न्याया'चा मुद्दा अधिक मध्यवर्ती आहे. 'न्याय' हे कुरआनचे मध्यवर्ती तत्त्व आहे. त्याचे उल्लंघन कुणीही करू शकत नाही.

जर आपल्याला इस्लामला न्यायाचा, दुर्बल घटकांविषयी कणव असणारा आणि सहिष्णुतावादी धर्म म्हणून पुढे आणायचा असेल तर आपल्या शरीयत कायद्याचे संपूर्णत: पुनरावलोकन करणे आवश्यक आहे. घटस्फोट हे एक अत्यंत

गंभीर कृत्य आहे त्यामुळेच त्याकडे अधिक सावधपणे आणि जबाबदारीने पाहायला हवे. घटस्फोटामुळे कुटुंबे उद्ध्वस्त होतात. विशेषत: पत्नी आणि मुलांसाठी तो एक मोठा आघात असतो. एका प्रसिद्ध हदीसनुसार, अल्लाहने घटस्फोटाच्या कृतीला अत्यंत नाराजीने परवानगी दिली आहे; म्हणूनच मुस्लीम स्त्रियांच्या मुक्तीच्या मार्गातले अडसर हे कुरआन वा हदीस नसून, (उलेमांची) पुरुषी सत्ता व मानसिकता आहे, हे लक्षात ठेवायला हवे.

अनुवाद- कलीम अजीम, नंदिनी चव्हाण

(लेखक इस्लामचे गाढे अभ्यासक असून, त्यांनी इस्लामच्या उदारमतवादी विचारांच्या प्रसार-प्रचारासाठी जगभर भ्रमण केलेले आहे. महिला हक्कांसाठी त्यांनी शरीयत कायद्यात बदल करण्याची भूमिका स्वीकारली होती. विविध विषयांवर ५० पेक्षा अधिक पुस्तके प्रकाशित.)

व्यक्तिगत कायदा विरुद्ध तिहेरी तलाक

ए. जी. नूरानी

'मुस्लीम माता-भगिनींवर कुठलाही अन्याय होता कामा नये, त्यांच्यावर सांप्रदायिक आधारावर भेदभाव केला जाणार नाही. मुस्लीम महिलांना राज्यघटनेने दिलेले अधिकार मिळवून देणे ही सरकार आणि समाजाची जबाबदारी आहे.'

पंतप्रधान नरेंद्र मोदींनी २४ ऑक्टोबर २०१६ला उत्तरप्रदेशच्या महोबा येथे एका प्रचार सभेत हे भाषण केलं होतं. उत्तरप्रदेश विधानसभा निवडणुकीच्या प्रचाराला सुरुवात करताना त्यांनी हे सुतोवाच केलेलं होतं. या भाषणात त्यांनी आपल्याला मुस्लीम स्त्रियांबाबत कणव आणि चिंता असल्याचा उल्लेख केला; पण हे भाषण कुणालाही फारसं प्रभावित करू शकलं नाही.

गेल्या अर्ध्या शतकापासून भाजप आणि आधीच्या जनसंघाने समान नागरी कायद्याला आपल्या निवडणूक जाहीरनाम्यात महत्त्वाचं स्थान देऊ केलं आहे. १९८९ साली राष्ट्रीय आघाडी सरकारला पाठिंबा देऊ करताना भाजपने घातलेल्या ३ अटींपैकी ही एक होती. नागालँडशी संबंधित असलेलं कलम ३७१(अ) नुसार संसदेला 'नागा पारंपरिक कायदे आणि प्रक्रिया' आणि 'नागरी आणि फौजदारी न्याय प्रशासन' आदींवर कायदा करता येत नाही; म्हणजेच मिझोरममधील कायदेही अशा पद्धतीचा 'विशेष दर्जा' अनुभवत असूनही याबद्दल भाजपला आक्षेप नाही. तोच आक्षेप काश्मीरच्या बाबतीत आहे.

फाळणीपूर्वी महात्मा गांधींनी २८ ऑक्टोबर १९३१, काँग्रेसने ऑक्टोबर १९३७, तर नेहरूंनी ६ एप्रिल १९३७ रोजी मुस्लिमांना त्यांच्या विशेष अधिकाराचा (व्यक्तिगत कायदा) आदर करण्याच्या व त्यावर अंमल करण्याच्या शपथी दिल्या होत्या. महात्मा गांधींनी 'राज्यघटनेत विशेष तरतुदी करून या कायद्यांना संरक्षण देऊ' असं आश्वासन दिलं होतं. मात्र, त्याऐवजी घटनेत ४४वं कलम समाविष्ट करण्यात आलं. ज्यानुसार 'नागरिकांसाठी राज्य भारतीय भूभागावर समान नागरी कायदा लागू

करण्यासाठी प्रयत्न करेल' असं सुचविण्यात आलं. परंतु, डॉ. बाबासाहेब आंबेडकरांनी अशा प्रकारे कलम समाविष्ट करून कायदा लागू करण्याची हमी देता येऊ शकणार नसल्याची पूर्वकल्पना संविधान सभेला दिली होती.

केंद्र व राज्यात सत्तेत भाजपचा सहकारी असलेल्या शिवसेनेनं मात्र समान नागरी कायद्यासंदर्भात प्रांजळ विधाने केलेली आहेत. २२ ऑक्टोबर २०१६ला सेनेचे सर्वेसर्वा उद्धव ठाकरे याबद्दल बोलताना म्हणाले की, 'त्यांनी (भाजप) सर्वप्रथम या देशाला हिंदुराष्ट्र घोषित करावं आणि देशात समान नागरी कायदा लागू करावा.' अशा प्रकारची मागणी शिवसेनेने अनेकदा उघडपणे केलेली आहे.

भाजपच्या सत्ताकाळात समान नागरी कायद्याविषयी सुरू असलेल्या या उलटसुलट चर्चा म्हणजे 'मुस्लीम समाजाची ओळख नष्ट करण्याचा' एककलमी कार्यक्रमच आहे. त्यामुळेच बहुसंख्य मुस्लीम समाज भाजप आणि संघाच्या या नीतिला मोठ्या प्रमाणात विरोध करत आहेत. समानीकरणाच्या हट्टापायी समाजातील लोक एकमेकांपासून दुरावले जाऊ लागले आहेत. ब्रिटनसारख्या छोट्या देशातही गुन्हेगारी कायद्यांसाठी दोन प्रकारच्या प्रणाली अस्तित्वात आहेत. 'सिद्ध झाले नाही' स्वरूपाच्या याचिकेस स्कॉटिश कायद्यामध्ये मान्यता असली तरी इंग्लिश कायद्यामध्ये ती नाही. ब्रिटनचं राष्ट्रीय स्वरूपाचं संघटन (नॅशनल बार) नाही. इंग्लंडमध्ये बॅरिस्टर्स तर स्कॉटलंडमध्ये ॲडव्होकेट्स असतात.

माझ्या मते, 'राष्ट्रीय एकात्मता' ही फसवी संकल्पना आहे. श्रीलंकेत मुस्लिमांसाठी स्वतंत्र व्यक्तिगत कायदा अस्तिवात आहे. परंतु, तेथील मुस्लीम समाज तिथल्या समाजजीवनाशी समरूप झालेला आहे. त्यांच्या व्यक्तिगत कायद्याची श्रीलंकन सुप्रीम कोर्टाच्या न्यायाधीशांनीही स्तुती केलेली आहे. क्युबामध्येदेखील अशा प्रकारची कायदाप्रणाली अस्तित्वात आहे. सिंगापूर आणि इस्रायलसारख्या देशांनीदेखील आपल्या देशात मुस्लीम व्यक्तिगत कायद्यांना मान्यता दिलेली आहे.

हिब्रू विद्यापीठाचे प्राध्यापक आणि कौटुंबिक प्रश्नांचे तज्ज्ञ अहरोन लायीश यांनी जुलै १९७३ साली 'दि शरीया इन इस्रायल' नावाचा एक शोधनिबंध लिहिला होता. त्यांच्या मते, आधुनिक काळात विविधतेला मान्यता देण्याकडे अनेक राष्ट्रांचा कल दिसून येत आहे. नागरी व राजकीय हक्कांच्या आंतरराष्ट्रीय कराराचा भारतसुद्धा एक सहभागी सदस्य आहे. या कराराचे २७वं कलम अल्पसंख्यांकांच्या हक्कांबद्दल आपल्या बांधिलकीवर भाष्य करतं. १९७७ साली या कराराच्या अंमलबजावणीचं विश्लेषण कायदेतज्ज्ञ फ्रान्सिस्को कॅपोर्तोरी यांनी केलं. त्या अहवालात कॅपोर्तोरी म्हणतात, 'आफ्रिका आणि आशिया खंडातील अनेक देशांमध्ये, विशेषतः जेथे

परंपरागत कायदे हे न्यायव्यवस्थेचा अविभाज्य भाग बनले आहेत, तेथील अनेक धार्मिक आणि वांशिक गटांसंबंधींचे व्यक्तिगत आणि इतर क्षेत्रातील निवाडे ते त्यांच्या व्यक्तिगत कायद्यानुसारच केले जातात. अल्पसंख्याक समुदायाच्या संस्कृतीच्या रक्षणासाठी त्यांच्या जीवनाच्या अविभाज्य भाग बनलेल्या रूढी आणि परंपरांचं जतन करणे आवश्यक आहे, याबद्दल कुणाचेही दुमत असता कामा नये.'

हिंदू व मुस्लीम कायद्यावर अधिकारवाणीने बोलू शकणारे अभ्यासक सर नॉर्मन अँडरसन यांनी लिहिलं आहे की, 'मुस्लीम समाज कौटुंबिक कायद्याला शरीयतचा आत्मा मानतो. या कायद्याच्या उभ्या-आडव्या धाग्यांनीच आपल्या धर्माची वीण घट्ट झाल्याचे हा समाज मानतो.'

गेल्या अनेक शतकांपासून व्यक्तिगत कायदे मुस्लीम समाजाचा मूलभूत भाग बनून गेले आहेत. भारताचे माजी उपराष्ट्रपती आणि कायदेमंत्री असलेले गोपाल स्वरूप पाठक यांनी १७ मे १९६६ रोजी लोकसभेत व्यक्तिगत कायद्यासंबंधी मांडणी केली होती. त्यात ते म्हणतात, 'धर्माचा अंतर्भाव असलेल्या व्यक्तिगत कायद्यांची 'प्रशंसा' करत असतानाच व्यक्तिगत धर्म आणि रूढींबाबतीतली आपली मते नागरिकांनी स्वीकारावीत अशी सक्ती त्यांना करता येत नाही.'

भारतात अमलात आणला जाणारा मुस्लीम व्यक्तिगत कायदा हा अँग्लो-मोहमॅडन स्वरूपाचा कायदा आहे. मुळात तो इंग्रजी भाष्य आणि भाषांतरावर आधारलेला आहे; म्हणजे तो कुरआन किंवा शरीयतवर आधारलेला नाही. कुरआनबद्दल अनभिज्ञ असणाऱ्या प्रिव्ही कौन्सिलच्या इंग्रज न्यायाधीशांनी १८९७ साली व्यक्तिगत कायद्यावर आपलं मत नोंदवलं होतं. ते म्हणतात, 'भारतीय न्यायालयांनी त्यांचे कुरआनवर आधारित निर्णय हे कुरआनच्या भाष्यकारांच्या भाष्याला छेद देणारे नसावेत.'

१९७१ साली केरळ उच्च न्यायालयाचे न्या. व्ही. आर. कृष्णा अय्यर यांनी एका खटल्यावर निकाल देताना महत्त्वाचं निरीक्षण नोंदवलं होतं. ते म्हणतात, 'मनमानी पद्धतीने तत्काळ घटस्फोट देण्याची मोकळीक मुस्लीम पुरुषाला मिळाली आहे, असं मान्य करणे इस्लामी नीती-नियमांशी सुसंगत नाही.' उलट, इस्लामी धर्मशास्त्राचा सखोल अभ्यास केला तर त्यात नमूद केलेली तलाकची प्रक्रिया अतिशय तर्कसंगत, वास्तववादी आणि आधुनिक स्वरूपाची असल्याचे आढळते. मात्र, मुस्लीम पुरुष कुरआनी कायद्यानुसारच मनमानी पद्धतीने लग्न मोडीत काढू शकतो, अशी एक चुकीची कल्पना जनमानसात रुजलेली आहे.

कुरआनच्या अनेक भाष्यकारांनी घटस्फोटासंबंधी अचूक निरीक्षण नोंदवत

म्हटलेलं आहे की, पतीला घटस्फोटाचं योग्य कारण न्यायालयाला पटवून देता यायला हवं. इराकसारख्या अनेक मुस्लीम राष्ट्रांच्या कायद्यामध्ये या तरतुदींचा ठळकपणे अंतर्भाव करण्यात आलेला आहे.

भारतात लागू करण्यात आलेला मुस्लीम व्यक्तिगत कायदा मात्र, कुरआन आणि प्रेषित मुहंमद (स) यांच्या मार्गदर्शनापासून फारकत घेत वेगळ्याच मार्गाने गेलेला आहे. परिणामी स्त्रियांमध्ये घटस्फोटासंबंधी अनेक गैरसमज पसरले आहेत. त्याचा आधार घेऊन स्त्रियांना घटस्फोट घेण्यासाठी अनेक समस्यांना तोंड द्यावं लागत असल्याचा गैरसमज पसरवला जात आहे.

इस्लामचे भाष्यकार डॉ. अहमद गलवाश यांच्या मते, 'इस्लाममध्ये घटस्फोट अतिशय आपत्कालीन परिस्थितीमध्येच घेण्याची मुभा आहे. समेट घडवून आणण्याचे सर्व प्रयत्न फसल्यानंतरच दोन्ही पक्ष 'तलाक' किवा 'खुला'द्वारे काडीमोड घेऊ शकतात.' त्यांनी या संदर्भात कुरआन आणि प्रेषितांच्या वचनांचे दाखले दिलेले आहेत.

गुवाहाटी उच्च न्यायालयाचे न्या. बहराल इस्लाम यांनीदेखील १९७८मध्ये असंच काहीसं मत नोंदवलं होतं. ते म्हणतात, 'माझ्या मते तलाकचा सर्वांत योग्य कायदा म्हणजे कुरआनमध्ये म्हटल्याप्रमाणे घटस्फोट रास्त कारण असेल तरच घ्यावं. तत्पूर्वी पत्नीकडून एक व पतीकडून एक अशा दोन मध्यस्थांनी उभयतांमध्ये समेट घडविण्याचे प्रयत्न केलेले असावेत आणि ते अपयशी ठरले तरच तलाक घ्यावा.' हे न्या. बढती मिळून नंतर सर्वोच्च न्यायालयात गेले होते.

२००२ सालच्या शमीम आरा खटल्यामध्ये न्या. कृष्णा अय्यर आणि बहराल इस्लाम यांच्या निरीक्षणाला सर्वोच्च न्यायालयाने अनुमोदन दिलं होतं. पाकिस्तानमध्ये प्रिव्ही कौन्सिलचा १८९७मधील निर्णय रद्द करत तिहेरी तलाकच्या संदर्भात हदीस आणि कुरआनच्या दृष्टिकोनातून अभिनव पद्धतीने अर्थ लावला आहे. भारतीय न्यायशास्त्रज्ञांनी आणि महिला संघटनांनी एकतर्फी तलाकला पर्याय म्हणून तीन दस्तऐवज तयार करावेत आणि ते सर्वोच्च न्यायालयाला सादर करावेत. यासाठी ते पाकिस्तानी कौटुंबिक कायदा अध्यादेश १९६१चा संदर्भ घेऊ शकतात. यातून भारतातही संबंधित प्रकरणात निवाडा करण्यासाठी एखाद्या लवादाची स्थापना होऊ शकते. अशा प्रकारच्या लवादामुळे ९० दिवसांच्या समेटीच्या कालावधीत दाखल झालेले खटले मागेही घेता येऊ शकतील.

तलाकची प्रक्रिया लेखी नोटीस दिल्यानंतर सुरू करता येऊ शकेल; तसंच त्याची कल्पना लवादाच्या अध्यक्षांना देणे बंधनकारक करण्यात यावे. निकाहनाम्यात

पत्नी आपला घटस्फोट (तलाक तफुरीझ) घेण्याच्या हक्क नमूद करू शकेल. यासोबतच तिला गरज पडल्यास घटस्फोट देण्याचा अतिरिक्त अधिकारही मिळू शकेल. निकाहनाम्यात स्त्रीला नियमितपणे माहेरी पाठविणे, वैयक्तिक खर्चासाठी पैसे आणि बहुपत्नीत्वाला लगाम लावणाऱ्या अटीही टाकता येतील.

भाजपचे विधेयक

२०१७च्या मुस्लीम महिला (विवाह अधिकार संरक्षण) विधेयकाच्या बाबतीत महत्त्वाच्या बाबी दुर्लक्षित करण्यात आलेल्या आहेत. विधेयक तयार करताना लोकसभेच्या कार्यपद्धतीचे नियम मान्य करण्याचे अधिकार जाणूनबुजून नाकारण्यात आलेले आहेत. राज्यघटनेने लोकसभेची कार्यपद्धती, व्यवहार व नियम ठरवलेले आहेत. परंतु, ते सर्व नियम या प्रकरणात धाब्यावर बसवण्यात आले. २८ डिसेंबर २०१७ला लोकसभेत संबंधित विधेयक मंजूर करण्यात आलं. परंतु, ते राज्यसभेत रखडलं, कारण भाजपकडे तिथं पुरेसं बहुमत नव्हतं.

एकतर्फी तलाकमुळे मुस्लीम समाजावर वाईट परिणाम होतो, पण विधेयक तयार करताना समाजाशी कोणत्याही प्रकारची चर्चा केलेली नव्हती. भाजप सरकारचं हे धोरण संतापजनक होतं. ब्रिटनचे राजकीय विश्लेषक यूस्टास पर्सी (Eustace Percy) यांनी म्हटल्याप्रमाणे, 'हाऊस ऑफ कॉमन्समध्ये शिक्षण मंडळाचा कोणताही अध्यक्ष इतर संघटनांसोबत शैक्षणिक, सामाजिक, युनियन ऑफ ट्रेडर्स आदी विषयांवर वीट येईपर्यंत चर्चा होते. त्याशिवाय तिथे कोणीही कुठलीही बाब समोर ठेवण्याचे स्वप्नातसुद्धा पाहू शकत नाही.' ब्रिटनच्या संसदेत एखादे विधेयक विचारार्थ मांडण्यापूर्वी त्यावर पुरेपूर चर्चा झाल्याची अनेक उदाहरणे राजकीय भाष्यकार आयव्हर जेनिंग्ज यांनी उद्धृत केलेली आहेत.

ब्रिटिश सरकारच्या काळात भारतात 'मुस्लीम वैयक्तिक कायदा-१९३७' (शरीयत) आणि 'मुस्लीम मॅरेज ॲप्लिकेशन ॲक्ट-१९३९' लागू करण्यापूर्वी त्यावर खूप मोठ्या प्रमाणात चर्चा करण्यात आली होती. त्यानंतर १९८६चा मुस्लीम महिला घटस्फोटाविषयीच्या अधिकाराचे संरक्षण विधेयक लागू करण्यापूर्वी डिसेंबर १९८५मध्ये राजीव गांधी मुस्लीम नेत्यांना, वकिलांना व सामाजिक कार्यकर्त्यांना भेटले होते.

पण भाजपने २०१७ला विधेयक तयार करताना मुस्लिमांना ठरवून खिसगणतीत काढलं. एखाद्या विधेयकाविषयी माहिती दिल्यानंतर तो ठराव विचारार्थ मांडला जाऊ शकतो. अशा तऱ्हेचा लोकसभेच्या कार्यपद्धतीचा नियम क्र. ७४ आहे. त्यानुसार एखाद्या विधेयकावरील मते व बारकावे बाहेर यावीत या हेतूने वाचण्यासाठी संसद

सदस्यांना विधेयकाच्या प्रती घरी दिल्या जातात. त्यावरील इतर सदस्यांची मते समजून घेऊन प्रत्येक सदस्य सभापती महोदयांकडे मार्गदर्शक बाबी मांडू शकतो. त्यानंतर ते विधेयक राज्य सरकारकडे पाठवण्यात येते. कायदेमंडळाचे सदस्य, निवडक अधिकारी आणि राज्य सरकारला या विधेयकावर तज्ज्ञ लोकांशी विचारविनिमय केला जावा असं वाटत असेल, तर त्या-त्या व्यक्तींकडे विधेयक विचारार्थ पाठवलं जातं. विधेयकावरील मते सरकारच्या अधिकृत पत्रिकेत प्रकाशित करण्यात येतात. त्यांची मते 'पेपर्स टू द बिल' म्हणून छापली जातात. त्यानंतर ते विधेयक सभागृहात टेबलावर ठेवले जाते.

ज्या विधेयकात एका मोठ्या समाज घटकाच्या भावना, आकांक्षा गुंतलेल्या असतात, अशा प्रकरणात सरकारने नेमकी व ठरवून दिलेली कार्यपद्धती का अमलात आणली नाही? मागे म्हटल्याप्रमाणे अँडरसन यांनी निदर्शनास आणून दिलेले आहे की, 'हा कौटुंबिक कायदा आहे; कारण तो धर्माच्या अंतरंगात प्रवेश करतो. त्याने नेहमीच शरीयतच्या गाभ्याचं प्रतिनिधित्व केलेलं आहे, शरीयत मुस्लीम समाजाच्या दृष्टिकोनातून कित्येक शतकांपासून मूलभूत असल्याचं मानलं जातं.'

तिहेरी तलाक बंदीच्या कायद्याआड पंतप्रधान नरेंद्र मोदींचं दुसरं एक उद्दिष्ट आहे, ते म्हणजे, त्यांना मुस्लीम मतांची विभागणी करायची आहे. तसंच हिंदूंची व्होट बँक मजबूत करायची आहे. मुस्लीम महिलांच्या मनात आधीच भाजपबद्दल दुरुपयोगाची तक्रार आहे. मोदींनी 'मुस्लीम महिलांना त्यांचे हक्क मिळवून देणे' हे आपले उद्दिष्ट असल्याचं बोलून दाखवलं होतं. याबाबत एक विद्वान व्यक्ती म्हणते, 'गुजरातमधील २००२च्या दंगलीतील सर्वांत हिंसक बाजू मुस्लीम महिलांवर मोठ्या प्रमाणात झालेले लैंगिक अत्याचार होते.' मुस्लीम महिलांच्या अधिकाराबद्दल कणव आणणाऱ्या नरेंद्र मोदींनी त्या वेळी मुस्लीम महिला-भगिनींवर झालेल्या अत्याचाराबद्दल अश्रू का ढाळले नाही.

२२ ऑगस्ट २०१७ रोजी निकाल देताना भारताच्या सर्वोच्च न्यायालयाच्या ५ न्यायाधीशांच्या खंडपीठाने वेगवेगळी मते नोंदवली. पवित्र कुरआनच्या अगदी विरुद्ध 'समेट घडवून आणण्याचा प्रयत्न शक्यच नसल्याचं' व 'तलाकमुळे समानतेची शाश्वती मिळत नाही' असं मत दोन न्यायाधीशांनी मांडलं. अन्य दोन न्यायाधीशांनी हा धर्माचा अविभाज्य घटक असल्याचे मान्य केलं व त्यात सुधारणा घडवून आणण्यासाठी चर्चेची शिफारस केली. पाचव्या न्यायाधीशांचे मत 'ही बाब देशाच्या कायदे बनवणाऱ्या सर्वोच्च संसदेने ठरवायची आहे, न्यायालयाने नव्हे' असं होतं.

सर्वोच्च न्यायालयाचा आदेश व भिन्न मतांचा विचार करता ३-२चे बहुमत

नोंद झाल्याप्रमाणे दिसते. तसंच निकालातून तलाक ए बिद्दतची प्रत्यक्ष कृती झुगारून देण्यात आलेली आहे. वस्तुस्थितीचा विचार करता हे चुकीचं आहे; कारण पाचव्या न्यायाधीशांनी स्पष्टपणे म्हटलं आहे की, न्यायालयाला हे ठरवायचे नाही. त्यामुळे कायदा करण्याचा अधिकार संसदेला देण्यात आलेला होता.

सरकारने आणलेल्या या कठोर विधेयकाला न्यायाधीशांची भिन्न मते आधार देत नाहीत. शरीयतमध्ये विवाह हा एक करार आहे. हे विधेयक तो करार मोडून त्याचे गुन्हेगारीकरण करतो. हे विधेयक तीन तलाक हा कायद्याने चौकशीस पात्र असलेला, अजामीनपात्र, दंडाशिवाय तीन वर्षांपर्यंत कैदेच्या शिक्षेस पात्र असलेला गुन्हा असल्याचे म्हणतो. पुरुषाचा व्यभिचार आणि त्याचे बहुपत्नीत्व यासारखे गुन्हे हे जामीनपात्र आणि कायद्याने चौकशी करण्यास पात्र नसतात. आपल्यावर अन्याय झालेला आहे असे ज्या व्यक्तीस वाटते, तो तक्रार करू शकतो. आता एखादी अनोळखी व्यक्तिसुद्धा पोलीस ठाण्यात जाऊन असा आरोप करेल की, या व्यक्तीने 'तोंडी तलाक' हे शब्द उच्चारल्याचे मी ऐकले आहे. त्यामुळे पत्नीची इच्छा नसताना व तिने तक्रार दिलेली नसताना पतीला अटक केलं जाईल.

अगदी स्पष्टपणे सांगायचं झाल्यास भाजप सरकारचं विधेयक घटनाबाह्य आहे. कलम २१नुसार कायद्याने जी कार्यपद्धती ठरवून दिलेली आहे त्याव्यतिरिक्त कोणालाही एखाद्याचे वैयक्तिक स्वातंत्र्य व त्याचे जीवन हिरावून घेता येत नाही. त्यामुळे ती कार्यपद्धत जुलमी नसलेल्या आणि विवेकपूर्ण अशा कायद्यावर आधारित असल्याचं गृहीत धरलेलं आहे.

प्रस्तावित विधेयक मंजूर करण्यासंबंधी आलेल्या यशामुळे एक वेगळी बाब उघडकीस आलेली आहे, ती म्हणजे, हिंदू मतदारांना खूश करणे हे यामागील खरे उद्दिष्ट आहे. आर्थिक व विकासाची आश्वासने अपयशी ठरत असल्यामुळे पंतप्रधान मोदी हे हिंदुत्वाच्या फळीवर स्वार होतील. मुस्लिमांवर कायदेशीर हल्ले चढवणे हा त्यांच्या विचारसरणीचा भाग आहे. त्यामुळे मुस्लिमांना गौण-किरकोळ ठरवले गेलेच पाहिजे.

अनुवाद- समीर दिलावर, आदम यूसुफ पठाण

(लेखक ज्येष्ठ विधिज्ञ असून राज्यघटना आणि लोकशाहीचे ते अभ्यासक आहेत. 'फ्रंटलाईन' या इंग्रजी मासिकाचे ते लोकप्रिय स्तंभकार आहेत. त्यांची विविध विषयांवर १५ पेक्षा अधिक पुस्तके प्रकाशित झालेली आहेत.)

शरीयत आणि पुरुषी मानसिकता

प्रा. फकरुद्दीन बेन्नूर

एकतर्फी तोंडी तलाकचा विषय असो की, मूलतत्त्ववाद किंवा दहशतवाद अशा कुठल्याही मुस्लीम प्रश्नांवर लिहिणाऱ्यांच्या आपापल्या विश्लेषणपद्धती ठरलेल्या आहेत. कोणी इस्लामवर हल्ला चढवतात, तर कोणी उलेमांना जबाबदार धरतात, तर कोणाचा पोथीनिष्ठतेला आक्षेप असतो. पुरोगाम्यांच्यादेखील छावण्या आहेत. मार्क्सवादी, सत्यशोधकी, उदारमतवादी आणि समाजवादी तसेच हिंदुत्ववादी, समर्थनवादी इत्यादी. समाजवादी आणि हिंदुत्ववाद्यांची मांडणी, यात बरेच साम्य दिसून येते. नरहर कुरूंदकर आणि यदुनाथ थत्ते ही त्यांची प्रातिनिधिक उदाहरणे आहेत. 'रोग म्हशीला तर उपचार पखालीला' असा प्रकार त्यांचा असतो. मार्क्सवादी आणि उदारमतवाद्यांना धर्माचे वावडे असते.

२०१५ साली त्रिवार तलाकला विरोध करणाऱ्या याचिका सुप्रीम कोर्टात दाखल होताच या वादाला सुरुवात झाली. या काळात तलाकच्या विषयावर जवळजवळ सर्व प्रादेशिक, इंग्रजी आणि हिंदी प्रसारमाध्यमांतून मुबलकपणे लिहिले व बोलले गेले. मुस्लीम अभ्यासकांचेही या विषयावर लिहिण्याचे प्रमाण जास्त आहे. तोंडी तलाकची पद्धत कुरआनात नाही, असे बहुतेकांचे म्हणणे होते, ही बाब सुप्रीम कोर्टाला 'तलाक रद्द' करण्याचा निकाल देण्यासाठी सूचक ठरली.

तिहेरी तलाकविरोधात याचिका दाखल होताच हा कायदा बदलता येणार नाही अशी भूमिका 'मुस्लीम पर्सनल लॉ बोर्डा'ने मांडली. बोर्डाचा हा निर्णय शास्त्रशुद्ध नव्हता. या निर्णयाला एक पार्श्वभूमी होती. काही मुस्लीम संघटनांनीच ही तरतूद बदलण्याची विनंती पर्सनल लॉ बोर्डाला केली होती. त्यांचे म्हणणे होते की, स्त्रियांवर या तरतुदीमुळे अन्याय होतो. मुस्लीम समाजात कौटुंबिक समस्या निर्माण होतात आणि इस्लाममधील स्त्री-पुरुष समतेच्या विचारांचाही अवमान होतो, वगैरे, त्यांची ती विनंती नाकारताना पर्सनल लॉ बोर्डाने हा निर्णय दिला आहे.

पुरुषी वर्चस्ववादातून मुस्लीम पर्सनल लॉ बोर्डाने प्रकरण कोर्टात असताना कायदा बदलण्यास विरोध दर्शवला. इतकेच नव्हे तर वारंवार परिषदा घेऊन बाजू मांडली. २०१७ साली विभागवार संमेलने भरवून तिहेरी तलाकबद्दल जनजागृती अभियान राबवण्याचे जाहीर केले. प्रकरण न्यायप्रविष्ट असताना महिन्यागणीक निर्णय बदलले. अखेर सुनावणी सुरू असताना एकदम जाहीर करून टाकले की, त्रिवार तलाक देणाऱ्यांचा सामाजिक बहिष्कार केला जाईल. नंतर अचानकपणे 'त्रिवार तलाक' इस्लामला मान्य नाही अशी भूमिका बोर्डाने मांडली.

मे २०१७मध्ये महिन्यात सुप्रीम कोर्टात तिहेरी तलाक प्रकरणावर अखेरचा युक्तिवाद सुरू झाला. ११ ते १८ मे या काळात तब्बल सात दिवस तिहेरी तलाकवर सुनावणी झाली. तीन महिन्यांनंतर सुप्रीम कोर्टाने २२ ऑगस्ट २०१७ला पीडित मुस्लीम महिलांच्या बाजूने निकाल देत 'तोंडी त्रिवार तलाक'ची प्रथा घटनाबाह्य ठरवली. तोंडी तिहेरी तलाक रद्द करून ऐतिहासिक निकाल कोर्टाने दिला. यासंबंधी संसदेने कायदा करावा असेही आदेश कोर्टाने दिले.

सुप्रीम कोर्टाने दिलेला निर्णय महत्त्वाचा आणि वैशिष्ट्यपूर्ण आहे. हा आदेश देणारे पाचही न्यायाधीश अहिंदू आहेत. या निर्णयाने सरन्यायाधीश जे. एस. खेहर यांनी फक्त धर्मस्वातंत्र्याचा मुद्दा उपस्थित करून त्रिवार तलाकला मान्यता दिलेली होती. न्यायमूर्ती आर. एफ. नरिमन यांनी एका बैठकीत दिलेला तोंडी तलाक विचारविनिमय करून दिलेला असल्याने घटनाबाह्य ठरवला. त्यांनी पतीच्या स्वैरवर्तनाविरुद्ध पत्नीच्या हक्काला प्राधान्य दिले. न्यायमूर्ती कुरियन जोसेफ यांनी सरन्यायाधीशांचा धर्मस्वातंत्र्याचा मुद्दा ग्राह्य धरला. परंतु, असा तलाक कुरआनचा भाग नसल्याने त्रिवार तलाकला शरीयतचा भाग म्हणता येणार नाही, म्हणून तो बेकायदेशीर आहे, असे म्हटले. १९३७ साली ब्रिटिशांनी केलेला 'मुस्लीम व्यक्तिगत कायदा' म्हणून ओळखला जातो. तो कायदा कुरआननुसार नसून ब्रिटिशांनी तयार केलेला कायदा आहे, हे मुस्लीम संघटना मानायलाच तयार नाहीत. याचे कारण मुस्लीम समाज पूर्णपणे पुरुषसत्ताक आहे, त्यांना स्त्रियांना स्वातंत्र्य देण्याची इच्छा नाही.

मुळात, कुरआनात इन्स्टंट तलाकची तरतूद नसताना, हा कायदा कसा झाला? इस्लामी धर्मशास्त्रात त्याला मान्यता का व कशी मिळाली? गेल्या १४०० वर्षांत इस्लामी धर्मशास्त्रात अनेक बदल झाले आहेत. त्यात कुरआनात नसलेल्या अनेक गोष्टी 'कायदा' म्हणून घुसडल्या गेलेल्या असताना तोंडी तलाकचा कायदा 'शरीयत' कसा झाला? याचा विचार अगदी अल्प प्रमाणातच होताना दिसतो.

१९३७ आणि १९३९मध्ये बिगर इस्लामी राजवटीच्या कायदेमंडळाने हा केलेला कायदा उलेमांनी का स्वीकारला आणि आत्ताच्या भारताच्या बिगरइस्लामी सत्तेने त्यात सुधारणा करण्याला त्यांचा विरोध का आहे? याबद्दल त्यांना सामुदायिकपणे विचारणा झाली पाहिजे. ही गोष्ट सर्वांनी लक्षात घेण्यासारखी आहे की, इस्लामी कायदेशास्त्र (फिकाह) आणि शरीयत यांचे स्वरूप गुंतागुंतीचे आणि अनेक उलटसुलट प्रथा आणि नियमांनी युक्त असल्याने जटिल आहे.

पुरुषाने पत्नीला न विचारता दिला गेलेला एकतर्फी तोंडी तलाक हा कुरआनविरोधी आहे. तसाच तो धर्मबाह्य आहे. तो स्त्रियांवर अन्याय करणारा आहे. तलाकसंबंधात कुरआनमध्ये इतका पारदर्शीपणा असतानाही मग प्रश्न का निर्माण झाले? प्रेषित मुहंमद (स) साहेबांच्या निर्वाणानंतर खलिफा हजरत उमरच्या काळात अपवादात्मक परिस्थितीत अशा प्रकारचा तोंडी त्रिवार तलाक मंजूर करण्यात आलेला होता. पुरुषसत्ताक, सरंजामी, अरबी पुरुष समाजाने या अपवादात्मक उदाहरणाचे धार्मिक प्रथेत रूपांतर केले. तेव्हापासून ७०० वर्षांत एकापेक्षा एक मोठ्या धर्मगुरुंनी ज्या पद्धतीचा आग्रह धरला आहे, याला 'तलाक ए बिद्दत' (कायदाबाह्य तलाक) असे म्हणतात. कायदाबाह्य असतानाही तो मान्य करावा असा आग्रह धरला गेला.

इस्लामी कायदा समजून घेण्यासाठी कायदेपंडितांसमोरदेखील अडचणी असतात. त्यात भर म्हणून या कायद्याच्या किमान पाच प्रमुख पद्धती आहेत. तसेच पंथनिहाय मतभेदही आहेत. हे कायदेशास्त्र जुन्या पर्शियन भाषेत, अरबी भाषेतल्या ग्रंथात आणि उर्दू भाषेतही आहेत. इंग्रजी भाषेत ते आणले जात असताना त्यात अनेक घोटाळे केले गेले. त्यासंबंधी वेगवेगळ्या उलेमांची परस्परविरोधी प्रतिपादनेही आहेत. इतकेच नव्हे तर, कुरआनचे विश्लेषण (तफसीर) लिहित असताना, उलेमांनी त्यातही गडबड केली आहे. इस्लामी कायद्याचे सामाईक 'संहितीकरण' (कोडिफिकेशन) झालेले नाही. हा सर्व प्रकार, सर्वसामान्य मुसलमान व्यक्तीला कळण्याच्या पलीकडचा आहे. परिणामी, तो साधा मार्ग स्वीकारतो. धर्मगुरू सांगतील ते सप्रमाण मानतो किंवा न्यायालयासमोर वापरली जाणारी दिनशॉ फरीदुनजी मुल्ला यांचे 'प्रिन्सिपल्स ऑफ मोहमॅडन लॉ' किंवा इतर कायदेपंडितांची जी पुस्तके आहेत, त्यांचा आधार घेतो. त्यामध्ये तोंडी तलाकचा कायदा दिलेला असतो. तोच कायदा कुरआनचा कायदा आहे, असे समजून तो बदलाच्या पुढे येतो.

कुरआनमध्ये त्रिवार तलाकची नेमकी पद्धत स्पष्ट स्वरूपात आलेली आहे. परंतु, एका बैठकीत तलाकची कुठलीच तरतूद नाही. पवित्र कुरआनात म्हटले आहे की, 'अल्लाहच्या दृष्टीने पत्नीला तलाक देणे ही अल्लाहकडे सर्वांत नावडती गोष्ट

आहे.' कुरआनमध्ये उल्लेखित तरतुदींनुसार पती-पत्नीला काही कारणामुळे एकत्र राहण्यास अशक्य झाल्यास तलाक घेण्याची योग्य पद्धत सांगितलेली आहे. तसेच कुरआनात तलाकची काही कारणे दिलेली आहेत, त्यानुसार १) पती-पत्नीत न मिटण्याइतके वाद निर्माण होणे. २) पती हा नपुंसक असणे. ३) पत्नी मूल होण्याच्या दृष्टीने उपयोगाची नसणे. ४) पती-पत्नी दोघांपैकी एक असाध्य रोगाने ग्रस्त असणे.

ही कारणे असतील तरच तलाक देता आणि घेता येतो. त्यानुसार पती-पत्नीने आपल्यातर्फे लवाद नेमायचा असतो. त्या लवादासमोर दोघांनी आपली कारणे व समस्या मांडायची, प्रश्न न मिटल्यास पुन्हा दुसऱ्या महिन्यात त्याच पद्धतीचा अवलंब करायचा. तरीही वाद न मिटल्यास तिसऱ्या महिन्यात लवादासमोर तलाक द्यायचा. या प्रक्रियेनुसार लवादासमोर दिलेला तलाक हा मंजूर केला जातो. यात कुठेही स्त्रियांवर अन्याय होत नाही. महिलांनादेखील तलाक मागता येतो. प्रेषित मुहंमद (स) साहेबांकडे तलाकचे एक प्रकरण आले होते, त्यात त्या महिलेने म्हटले होते की, 'मला माझ्या पतीसोबत राहायचे नाही' प्रेषितांनी ही तक्रार घेऊन आलेल्या महिलेस तलाकची परवानगी दिली. स्त्रीने घेतलेल्या अशा प्रकारच्या तलाकला 'खुला' असे म्हटले जाते. (मौ. मुहंमद अली, दि रिलीजन ऑफ इस्लाम, पान-६७३-६७४).

एका बैठकीत त्रिवार तोंडी तलाकचा कुरआनात कुठेही उल्लेख नाही, ही गोष्ट आपण विसरत आहोत. अशी तरतूद ब्रिटिशांनी केलेल्या १९३९च्या 'शरीयत ॲक्ट'मध्ये आहे. हा शरीयत कायदा मूळ कुरआनबरहुकूम नाही, तर तशी तरतूद नंतरच्या काळात धर्मगुरुंनी निर्माण केलेली आहे. तकलीद म्हणजेच धर्मगुरुंचा प्रस्थापित निर्णय हाच कायदा मानला जाईल, हे तत्त्व नंतरच्या काळात निर्माण झालेले आहे.

वास्तविक, तीन वेळा विशिष्ट मुदतीत तलाकचा प्रयत्न करावा ही कल्पना चांगली आहे; कारण बऱ्याच वेळेला रागाच्या भरात किंवा गैरसमजामुळे असे प्रश्न निर्माण होतात. एकाच बैठकीत तलाक दिल्याने अन्याय होण्याची शक्यता असते; म्हणून महिना-महिना अशा अंतराने तीन महिन्यात प्रश्न न मिटल्यासच तलाक द्यावयाचा आहे. याचा अर्थ एका बैठकीत (इन्स्टंट) तोंडी त्रिवार तलाक देता येत नाही. भारतात १९३९ पासून मुस्लीम पुरुष तीन वेळा 'तलाक' शब्द उच्चारून घटस्फोट देतात. त्यामुळे अनेक समस्या निर्माण झालेल्या आहेत; म्हणून या तरतुदीचा पुनर्विचार करावा, असे काही मुस्लीम संघटनांनी म्हटलेले होते.

एक प्रकारे न्यायालयामार्फत तलाक देणे धर्मबाह्य ठरत नाही; कारण आधुनिक काळात न्यायालय म्हणजेच लवाद असतो आणि न्यायालयाने तीन वेळा बोलावून

पती-पत्नीशी चर्चा करून तलाक मंजूर केल्यास तो इस्लामविरोधी होत नाही आणि न्यायालय निर्णय देताना सर्व प्रकारच्या प्रश्नांचा विचार करील. स्त्रीवर अन्याय होत असेल किंवा पतीचे म्हणणे चुकीचे किंवा खोटे असेल तर तलाक देणार नाही. तरीही पतीने आग्रह धरल्यास स्त्रीला भरपूर पोटगी मिळेल आणि तिच्या संरक्षणाची व्यवस्था होईल, अशा प्रकारे न्यायालय निर्णय देईल. या विवेचनानंतर लक्षात येईल की, तोंडी तलाकचा प्रश्न धर्माने निर्माण केलेला नसून पुरुषी वर्चस्ववादाने निर्माण केलेला आहे.

इन्स्टंट तलाक संदर्भात किंवा काझीपुढे जाऊन तलाक देण्याच्या संदर्भात यापूर्वी अनेकांनी आक्षेप नोंदवला आहे. अगदी सर सय्यद अहमद यांच्या समकालीन काही उलेमांनी हा प्रश्न उपस्थित केला होता आणि इस्लामच्या चौकटीत हा प्रश्न सोडवण्याचे उपायही दिलेले होते. परंतु, स्वातंत्र्य आंदोलनाच्या काळात जो जमातवाद वाढला, त्यामुळे प्रस्थापित उलेमांनी कोणतीही वेगळी भूमिका घेण्यास नकार दिलेला होता.

असा प्रश्न केवळ भारतातच उपस्थित झालेला नाही. इजिप्तमध्ये १८७०मध्ये कासीम अमीन या कायदेपंडिताने पर्सनल लॉ बदलण्याची चळवळ सुरू केली. त्यासाठी मासिकही काढलेले होते. त्याच्या बरोबरीला अनेक मुस्लीम महिला कायदा बदलण्याच्या चळवळीत सहभागी झालेल्या होत्या. त्यांच्या चळवळींमुळे महिलांच्या संदर्भात त्या काळी कायद्यात अनेक सुधारणा करण्यात आल्या होत्या. मुहंमद अब्दुह या इजिप्तमधील ग्रँड मुफ्ती यांनी त्रिवार तलाकची तरतूद बदलून टाकली पाहिजे, असा निर्णय दिला होता. त्याही वेळेला त्यांना कर्मठ उलेमांचा विरोध झाला. प्रसिद्ध भारतीय विचारवंत अजीज अहमद यांनी 'मॉडर्न ट्रेंड्स' या जगप्रसिद्ध ग्रंथात त्याची चर्चा केली आहे.

प्रबोधन किंवा परिवर्तन करावयाचे असेल तर वर उल्लेखित इस्लामी कायदा आणि पंथनिहाय मतभेद समजून घेण्याच्या पाच प्रमुख पद्धतींची सर्व प्रक्रिया लक्षात घेणे आवश्यक आहे. अरबी, पर्शियन किंवा इंग्रजी न कळणाऱ्या सर्वसामान्य मुसलमानांना ही प्रक्रियाच कळणे शक्य नसते. मोहमॅडन लॉ मधला, तोंडी तलाकचा कायदाच त्याच्या दृष्टीने कुरआनचा कायदा असल्याने त्याला समजावून सांगण्याची प्रक्रियाही कठीण असते. केवळ त्याला पोथीनिष्ठ किंवा प्रतिगामी आणि सुधारणांना विरोध करणारा ठरविल्याने प्रश्न न सुटता अधिक गुंतागुंतीचा होतो हे आता तरी लक्षात घ्यावयास हवे. प्रत्येक पंथाची शरीयतविषयक नियमावली वेगळी का? याचा जाब विचारला गेला पाहिजे.

प्रा. ए.ए.ए. (अमीर अशफाख अहेमद) फैजी यांच्या मते, इस्लाममधील चार

कायदेपद्धतींपैकी कोणतीही कायदेपद्धती स्वीकारणे हे शरीयतला धरूनच असते. 'हनफी' मुसलमानच तोंडी तलाकची पद्धती मानतात. तर शाफई, मलिकी, हंबाली, शिया मुसलमान मानत नाहीत; तर मग शाफई किंवा मलिकी पंथाची कायदेपद्धती स्वीकारली तर तोंडी तलाकला बंदी घालता येते. प्रा. फैजी यांनी म्हटल्यानुसार ही गोष्ट शरीयतविरोधी नाही. यात आणखीन एक प्रश्न विचारण्यासारखा आहे. तो म्हणजे, कुरआनात नसलेली तरतूद अल्लाहचा शब्द मानणारे हनफी मुसलमान आणि कुरआनानुसार चालणारे शाफई किंवा मलिकी मुसलमान, यांपैकी खरे मुसलमान कोण?

दुसरी गोष्ट म्हणजे, भारतातील मुसलमानांना पंथ कसे लागू होतात? सर्वसामान्य मुसलमान अशा प्रकारच्या पंथाची दीक्षा घेतात का? अशी दीक्षापद्धती अस्तित्वात आहे का? गावातला काझी किंवा उलेमा सांगतील तो त्याचा पंथ असतो. भारतातील बहुतेक उलेमा हनफी पंथाचा प्रचार करतात, कारण हनफी पंथातील कडवेपणा त्यांच्या हितसंबंधाचे रक्षण करतो. मला स्वत:ला माझा पंथ कोणता याची आजही माहिती नाही. तसे कोठेही रेकॉर्ड नाही. रेकॉर्ड नसतेच.

काझी किंवा उलेमांनी म्हटले की, 'या भागातील सर्व मुसलमान हनफी आहेत की आम्ही हनफी होतो!' ही अशी परिस्थिती आहे. शिया आणि सुन्नी सोडून निर्माण झालेले बाकीचे पंथच वादग्रस्त आहेत. प्रत्येक पंथाचे जे उलेमा असतात, स्वत:ला जास्त धर्मनिष्ठ खरे इस्लामी म्हणून मान्यता मिळवून घेण्यासाठी दुसऱ्या पंथातील उलेमांना विरोध करीत राहतात; म्हणूनच बरेलवी पंथाने 'मुस्लीम पर्सनल लॉ बोर्डा'ला विरोध सुरू केला आहे. हे त्यांच्या हितसंबंधाचे राजकारण असते. त्यासाठी ते सर्वसामान्य मुसलमानांना चिथावण्याचे काम करीत राहतात.

काझी, उलेमा यांना पाठिंबा देणारे वरिष्ठवर्णीय अभिजन मुसलमान असतात. मध्ययुगीन सरंजामी व्यवस्थेचे आणि पुरुषसत्ताक पद्धतीचे ते पुरस्कर्ते असतात. सर्वच धर्मातील धर्मगुरू हे पुरुषसत्तावादी असतात. या दोन्हींचे वर्गीय आणि वर्णीय हितसंबंध समान असल्याने ते स्त्री स्वातंत्र्याच्या विरोधी असतात. कुरआनचा अर्थही ते पुरुषवर्चस्ववादी परिप्रेक्ष्यातूनच लावतात, त्यामुळे ते सुधारणांना विरोध करतात. यात आता अस्मितेच्या राजकारणाची भर पडली आहे. या राजकारणामुळे पोथीनिष्ठता जास्त कडक होत चाललेली आहे. प्रथा, रूढी, मिथके हे धार्मिक समूहाच्या अस्मितेचे आधार बनलेले आहेत. ज्या प्रमाणात हिंदुत्ववाद्यांच्या मुस्लीमविरोधी राजकारणामुळे दंगली घडविल्या जाऊन अस्थिरतेचे राजकारण निर्माण होत आहे, त्याच प्रमाणात मुस्लिमांतील बंदिस्तपणा वाढत आहे. 'अल्लाह आणि कुरआन' हेच

त्यांना शेवटचे संरक्षक आधार वाटू लागले आहेत. अल्लाहचा शब्द तंतोतंत पाळला तरच आपले जगणे शक्य आहे, असे त्यांना वाटू लागले आहे. याचा परिणाम सुधारणेला विरोध वाढण्यात होतो आहे.

इस्लाम धर्मात मूलभूत व महत्त्वाचे असे दोन धार्मिक ग्रंथ आहेत. कुरआन आणि पैगंबर वचनाचे संग्रह म्हणजे हदीस. कुरआन हे अल्लाहकडून प्रेषित मुहंमद (स) साहेबांकडे आलेले प्रत्यक्ष संदेश आहेत. कुरआनातील प्रत्येक शब्द अल्लाहचा शब्द मानला जातो. या कुरआनमध्ये एका बैठकीत तीनवेळा उच्चारून दिला जाणारा 'एकतर्फी तलाक' कोठेही आढळत नाही. मुळात एकतर्फी तोंडी तलाकची तरतूदच कुरआनमध्ये नाही. तीच परिस्थिती हदीसमध्ये आहे. जे कुरआन आणि हदीसमध्ये नाही ते रद्द केले तर धर्मस्वातंत्र्य भंग होण्याचा प्रश्न येतो कुठे?

भारतीय राज्यघटना तयार करताना समान नागरी कायद्याच्या संदर्भात हा प्रश्न उपस्थित झालेला होता. परंतु, घटना समितीतील वरिष्ठ वर्गाच्या मुस्लीम प्रतिनिधींनी त्याला नकार दिला. ताहिर महेमूद या प्रसिद्ध भारतीय कायदेपंडिताने या विषयावर महत्त्वाची पुस्तके लिहिली आहेत. त्यामध्ये 'फॅमिली लॉज इन इस्लाम' या पुस्तकात या प्रथेबद्दल सविस्तर चर्चा केली आहे. तसेच 'पर्सनल लॉज इन मुस्लीम कंट्रीज' या पुस्तकातून १८९० नंतर कोणकोणत्या मुस्लीम देशांनी स्त्री सुधारणांबाबत कुठले कायदे केले आहेत याच्या प्रत्यक्ष तरतुदी दिलेल्या आहेत. त्यावरून असे म्हणता येते की, इजिप्त, तुर्कस्तान, लेबनॉन, इराक आणि अतिपूर्वेकडील देश इंडोनेशिया वगैरे ठिकाणी तोंडी तिहेरी तलाकच्या तरतुदींवर अनेक बंधने घालण्यात आली आहेत.

सौदी अरेबिया, त्याच्या बाजूचे आखाती देश, भारत आणि पाकिस्तान या देशांतील उलेमांनी तीच अन्यायकारक तरतूद शिल्लक ठेवलेली आहे. ब्रिटिशांनी तयार केलेल्या शरीयत कायद्याला कुरआनचा कायदा म्हणणे चुकीचे आहे. शाहबानो खटल्याच्या वेळीदेखील असे प्रश्न निर्माण झाले होते. पतीला तलाक देता येतो की नाही आणि ७५ वर्षांच्या महिलेला तलाक देणे कितपत योग्य होते इत्यादी प्रश्नांची चर्चा झाली होती. त्याही वेळेला डॅनियल लतिफी या वकिलाने या तरतुदींविरुद्ध कुरआनातीलच दाखले देऊन बाजू मांडली होती.

महाराष्ट्रात १९६९ पासून राज्यातील बहुतेक सर्व बुद्धिवादी चळवळीतील कार्यकर्त्यांनी, उदारमतवादी आणि समाजवादी विचारवंत आणि लेखकांनी मुस्लीम महिलांचा प्रश्न उचलून धरला. महाराष्ट्रात दलवाईसारख्यांनी तलाकचा कायदा बदलावा, अशी मागणी केली होती. त्यांनी प्रारंभी १९३९च्या कायद्याचा विचारच केला नव्हता आणि इस्लाम धर्मावरच टीका करत गेले. जागतिक कीर्तीचे महाराष्ट्रातील

विचारवंत असगरअली इंजिनिअर यांनी या विषयावर भरपूर लेखन केले आहे. त्यांनी कुरआन आणि पैगंबर वचने यांचे दाखले देऊन ही तरतूद कशी अन्यायकारक आहे, याचे सविस्तर विवेचन केले आहे. तसेच या प्रश्नासंबंधी महाराष्ट्रात त्यांनी सातत्याने भाषणे दिली होती. त्याशिवाय फातिमा मेअर्निसी, अमीना वदूद या मुस्लीम विदुषींनी त्यावर पुस्तके लिहिली आहेत.

विसाव्या शतकात मुस्लीम समाजातील एकमेव प्रश्न म्हणून तलाकला दलवाई आणि त्यांच्या समाजवादी समर्थकांनी प्रचारित केला. याच काळापासून त्रिवार तलाकसंदर्भात परस्परविरोधी मते व्यक्त केली जात आहे. दलवाई गटाने तलाकचा प्रश्न निर्माण केल्यानंतर उत्तर भारतातील उलेमांची (मुस्लीम धर्मगुरू) निरनिराळ्या संघटना कार्य करत आल्या आणि त्यांनी एकतर्फी तलाकचे समर्थन सुरू केले. टीकाकारांनी त्याला एकसारख्या नागरी कायद्याचा (युनिफॉम सिव्हिल कोड) संबंध कारण नसताना जोडला.

घटनात्मक पेच

भारतीय राज्यघटनेत डॉ. बाबासाहेब आंबेडकरांनी जेंडर जस्टिसचा मुद्दा उपस्थित करत स्त्री–पुरुषांची समता आणि समान न्याय साध्य करण्याचा मुद्दा मांडलेला होता. या मुद्द्याकडे दुर्लक्ष करून एकतर्फी तलाकचा प्रश्न भारतीय नागरिकत्वाशी जोडला. यामुळे तलाकच्या सुधारणेला विरोध करणारे धर्मगुरू आणि मुस्लीम धार्मिक संघटना भारताच्या राष्ट्रीय प्रवाहात सामील नाहीत असा भडक प्रचार सुरू झाला. अशा प्रकारचा प्रचार करण्यामागे समाजवादी अग्रेसर होते. मुस्लीम संघटनांनी हा प्रश्न अस्मितेचा मुद्दा म्हणून पुढे आणला. १९८० पासून भाजप आणि संघ परिवाराने नेमका हाच प्रश्न उचलून मुस्लीम विरोधाचे राजकारण केले.

दलवाईंनी प्रतिगामी मुस्लीम घटकांवर हल्ले चढवले. ते एक प्रकारे अपरिहार्यही होते. परंतु, १९९२ पासून शिवसेनेच्या रूपाने मराठी मुस्लिमांवर हल्ले झाले. दंगली घडविल्या गेल्या. प्रचंड आर्थिक हानी झाली. यात असंख्य माणसे मारली गेली. भगवा झेंडा धारण करून मुस्लिमांना अर्वाच्य शिवीगाळ होऊ लागली. 'पाकिस्तान या कबरस्तान'ची भाषा सुरू झाली. नंतर २००२ साली नरेंद्र मोदींच्या सत्ताकाळात गुजरातमध्ये मुस्लिमांचा सामुदायिक नरसंहार झाला. त्यासाठी गोध्राचे निमित्त शोधले गेले. आता गोध्रा प्रकरणातील खोटेपणाही उघडा पडला आहे. महाराष्ट्रातील किती पुरोगामी लेखक, विचारवंत, चळवळीतले कार्यकर्ते यांनी त्याविरुद्ध जाहीर आघाडी उघडली? नरेंद्र मोदी आणि शिवसेनेच्या विरोधात किती महाराष्ट्रव्यापी चळवळी झाल्या? या परिस्थितीत सर्वसामान्य मुस्लिमांना तुम्ही इस्लाम आणि मुस्लीमविरोधी

वाटणे सहज शक्य आहे. मग ते प्रबोधनाच्या चळवळीला कसा प्रतिसाद देणार?

हिंदुत्ववाद्यांच्या दंगलीच्या राजकारणामुळे मुसलमान मूलतत्त्ववादाकडे जास्त झुकू लागला आहे. उलेमांचे त्यामुळे फावते आहे. हिंदुत्ववाद्यांनी मुस्लीम स्त्रियांचा प्रश्न हा मुस्लीमविरोधी वातावरण तापविण्यासाठी वापरला, त्यामुळे सर्वसामान्य मुसलमान गुलामगिरीतच आपली अस्मिता पाहतो हे दुष्टचक्र आहे.

याला शह देण्याची खरोखरच पुरोगामी व उदारमतवादी घटकांची इच्छा असेल तर त्यांना काही गोष्टी खंबीरपणाने कराव्या लागतील. सर्वप्रथम, मतांच्या राजकारणासाठी काझी, उलेमा, साधू, संत यांना हाताशी धरणाऱ्या राजकीय पक्षांच्या राष्ट्र, राज्य आणि गावपातळीवरील पक्षनेत्यांविरोधात चळवळ उभी करावी लागेल. मुस्लीम प्रबोधनाच्या गोष्टी करणाऱ्या घटकांची अशी मोहीम सुरू करायची तयारी आहे काय? उलेमांचा राजकीय प्रभाव कमी झाल्याशिवाय त्यांचे महत्त्व कमी होणार नाही. जयप्रकाश नारायणांसारख्या स्वतःला पुरोगामी म्हणविणाऱ्या नेत्यानेदेखील इमाम बुखारींना आणि संघपरिवाराला हाताशी धरले होते. हा प्रकार थांबवला पाहिजे.

गुजरातमध्ये मुस्लीम स्त्रियांवर जे सामुदायिक बलात्कार झाले, त्याविरुद्ध महाराष्ट्रव्यापी चळवळ उभी राहिली पाहिजे. तरच मुस्लीम स्त्रियांबद्दल वाटणारी पुरोगाम्यांची आत्मीयता प्रामाणिक आहे, असे म्हणता येईल. अन्यथा, त्यांचा पुळका मानभावी ठरेल. मुस्लीम स्त्रियांवर झालेल्या सामुदायिक बलात्कारविरोधी चळवळ उभी न करता, त्यांच्यावर होणाऱ्या मुस्लीम पुरुषांच्या अन्यायाबद्दल बोलणे हे सार्वजनिक नैतिकतेच्या चौकटीत बसत नाही. मुस्लिमांच्या सामाजिक सुरक्षेच्या प्रश्नांवर डोळेझाक करून केवळ 'तलाक' आणि 'समान नागरी कायद्या'वर भाष्य करणे सोपे आहे. सभा-संमेलने भरवून मीडियाला फक्त प्रतिक्रिया देणे, समाजाच्या हिताचे नाही. भाजप व संघ-परिवाराने निर्माण केलेल्या सांप्रदायिक वातावरणात इतर प्रश्नांकडे दुर्लक्ष करून केवळ समान नागरी कायद्याच्या बाजूने बोलणेही बरोबर नाही.

(लेखक मुस्लीम प्रश्नांचे अभ्यासक असून महाराष्ट्रातील एक थोर तत्त्वचिंतक म्हणून ओळखले जातात. ते महिला हक्कांचे पुरस्कर्ते असून महिलांना त्यांचे घटनात्मक व कुराणिक अधिकार देण्यासाठी त्यांनी तहयात लढा दिलेला आहे, त्यांची विविध विषयांवर १० पेक्षा अधिक पुस्तके प्रकाशित झालेली आहेत).

शरीयतचा चक्रव्यूह

अब्दुल कादर मुकादम

सर्वोच्च न्यायालयाच्या आदेशाप्रमाणे केंद्र सरकारने संसदेमध्ये त्रिवार तलाकविरोधी विधेयक मांडून तो दोनदा मंजूर करून घेण्याचा प्रयत्न केला. तथापि, या विधेयकात एका बैठकीत घटस्फोट देणाऱ्या पुरुषाला गुन्हेगारी प्रकारची शिक्षा करण्याची तरतूद केली. त्याचवेळी अनेकांच्या मनात शंकेची पाल चुकचुकली. कारण पती-पत्नीमधील नातेसंबंधातील बेबनावाला कुठेही गुन्हेगारी स्वरूप दिले जात नसतानादेखील केंद्र शासनाने तशी तरतूद केली. त्यामुळे हे विधेयक सहजरीतीने मंजूर होईल, याबाबत अनेकांच्या मनात शंका होती. प्रत्यक्षातही तसेच झाले. लोकसभेत मंजूर झालेले विधेयक राज्यसभेत किमान पातळीवर चर्चेलादेखील येऊ शकले नाही. सोळाव्या लोकसभेचे अखेरचे अधिवेशन संपल्याने सदरहू विधेयक आपोआप रद्द झाले. निवडणुका होऊन नवीन संसद अस्तित्वात आल्यानंतर जे सरकार सत्तेत येईल त्याला पुन्हा नव्याने विधेयक मांडावे लागणार आहे.

वास्तविक एका बैठकीत त्रिवार तलाकचा हा प्रकार गुन्हेगारी स्वरूपाचा होऊ शकत नाही. असे असतानाही एखाद्या पतीने आपल्या पत्नीला अशा तऱ्हेने तलाक दिला तर त्याच्यावर सरकार गुन्हेगारी स्वरूपाची कारवाई करू पाहात आहे. एकतर्फी घटस्फोट देणाऱ्या पुरुषाला तीन वर्षांची शिक्षेची तरतूद या कायद्याअन्वये करण्यात आली. त्यामुळे या विधेयकाला मुस्लीम समाजातून विरोध होणार हे अपेक्षितच होते. या पार्श्वभूमीवर असा प्रश्न पडतो की, मुस्लीम महिलांवरील होणारे अत्याचार किंवा अन्याय दूर व्हावेत, अशी सरकारची खरोखरच इच्छा होती का?

व्यक्तिगत कायद्यातील त्रिवार तलाकच्या पद्धतीमुळेच मुस्लीम स्त्रियांवर अन्याय होतो असे नाही; तर शरीयत कायद्यातील इतर अनेक तरतुदींमुळेदेखील मुस्लीम महिलांवरती अन्याय होत आलेला आहे. उदाहरणार्थ, कुठलेही कारण न देता मुस्लीम पुरुष आपल्या पत्नीला घटस्फोट देऊ शकतो. तलाक दिल्यानंतर

इद्दतच्या काळापुरती पीडित महिलेला पोटगी देण्याव्यतिरिक्त इतर कसलाही निर्वाह भत्ता देण्याची जबाबदारी किंवा बंधन व्यक्तिगत कायद्यात नाही. त्यामुळे संपूर्ण शरीयतच्या कायद्यात परिवर्तन करून मुस्लीम स्त्रियांवर होणारे अन्याय दूर करण्याचा प्रयत्न सरकारने करायला हवा होता.

न्यायालयाकडे आलेल्या याचिकेत फक्त तिहेरी तलाक संदर्भातच मुस्लीम महिलांना न्याय मिळावा, अशी मागणी करण्यात आलेली होती. त्यामुळे न्यायालयाने निकाल देताना फक्त तेवढाच मुद्दा विचारात घेतला. परंतु, न्यायालयाची ही सूचना अमलात आणताना केंद्र सरकारला अशा प्रकारचे बंधन पाळण्याची आवश्यकता नव्हती. कोर्टाने सर्वंकष मुस्लीम व्यक्तिगत कायदा मंजूर करण्याचे प्रयत्न केले असते तर खऱ्या अर्थाने मुस्लीम स्त्रियांवर होणारे अन्याय दूर होऊ शकले असते.

मुस्लीम समाजातील पारंपरिक आणि सनातनी धर्मपंडितांनी तसेच मुस्लीम पर्सनल लॉ बोर्डासारख्या आधुनिक शिक्षण घेतलेल्या नेत्यांनी अशा प्रकारच्या कुठल्याही परिवर्तनाला विरोध केला. नुसता विरोधच नव्हे तर 'मुस्लीम व्यक्तिगत कायदा' किंवा 'शरीयत' हे ईश्वरीय असून त्यात बदल करण्याचा अधिकार कुणालाही नाही, अशी भूमिका सातत्याने मांडली. इतकेच नाही तर या धर्मवाद्यांनी मुस्लीम व्यक्तिगत कायद्याच्या अन्यायकारक तरतुदी रद्द करण्याचे सर्व प्रयत्न उधळून लावले. तेव्हा प्रश्न असा पडतो की, सनातनी मंडळींची ही भूमिका वास्तवाला धरून आहे किंवा नाही, हे का तपासू नये?

शरीयतची वास्तविकता

शरीयतच्या इतिहासाचा मागोवा घेतला तर या कायद्याच्या विकासात अनेक शतकांची प्रक्रिया सामावलेली असल्याचे आढळते. खलिफाकालीन इस्लामी विचारवंत व संशोधकांनी शरीयतकडे एक समाजशास्त्र म्हणून पाहिले; म्हणूनच शरीयतचा इतका विकास होऊ शकला. ही प्रक्रिया इस्लामच्या जन्मापासून पहिली पाच-सहा शतके तरी चालू होती. चौदाव्या शतकापासून ती बंद पडली व त्याऐवजी 'तकलीद' म्हणजेच पूर्वसुरींचे अंधानुकरण करण्याची नवी परंपरा सुरू झाली. ती अजूनही सुरूच आहे. कुरआन, हदीस, इज्मा, कयास यांसारखी मुस्लीम कायद्याची साधने किंवा काळाच्या ओघात निर्माण झालेले हनफी, शाफई, मलिकी आणि हंबाली अशा तऱ्हेचे संप्रदाय पाहिले तर शरीयतचा कायदा कुठल्या परिवर्तनाच्या प्रक्रियेतून गेलेला आहे, याची कल्पना येऊ शकते.

ब्रिटिशप्रणीत शरीयत कायद्याच्या इतिहासाकडे पाहिले तर इंग्रजांनी शरीयतचा जवळजवळ ८० टक्के भाग एकोणिसाव्या शतकातच रद्द करून टाकलेला होता.

त्याऐवजी त्यांनी आपले आधुनिक कायदे हिंदू आणि मुसलमानसह सर्व भारतीय समाजाला लागू केले. आज भारतीय मुस्लिमांना लागू असलेला 'मोहमॅडन लॉ' किंवा 'मुस्लीम व्यक्तिगत कायदा' (याला शरीयत कायदाही म्हणतात) हा ब्रिटिश सरकारने १९३७ साली मंजूर करून अमलात आणला. पुढे १९३९मध्ये याला पूरक असलेला 'डिझोल्यूशन ऑफ मुस्लीम मॅरेज ॲक्ट' हाही कायदा त्यांनी मंजूर करून अमलात आणला. या दोन्ही कायद्यात विवाह, घटस्फोट, पोटगी आणि वारसाहक्क या चारच बाबींसंबंधीच्या तरतुदी आहेत. शरीयतचा गुन्हेगारी कायदा, पुराव्या संबंधीचा कायदा, (ॲक्ट ऑफ एव्हिडन्स) करारासंबंधीचा कायदा (कॉन्ट्रॅक्ट ॲक्ट) असे सर्वच कायदे ब्रिटिशांनी रद्द केले.

१५ ऑगस्ट १९४७ नंतर भारताच्या नव्या शासनाने हेच कायदे पुढे सुरू ठेवले. व्यक्तिगत कायद्यातील कुठल्याही परिवर्तनाला विरोध करणारे पारंपरिक उलेमा व मुस्लीम पर्सनल लॉ बोर्डाचे नेते हे वास्तव विचारात न घेता समाजाची दिशाभूल करत आहेत. ही मंडळी केवळ २० टक्के अस्तित्वात असलेल्या शरीयतच्या तरतुदीत कसलाही बदल करू दिला जाणार नाही, अशी आग्रही भूमिका घेतात; पण ब्रिटिशांनी रद्द केलेल्या शरीयतच्या ८० टक्के भागाची पुन्हा अंमलबजावणी करावी व त्या तरतुदी पुन्हा लागू कराव्यात, अशी मागणी ते करत नाहीत. उलट, शरीयत कायद्यात बदल करण्याचे अधिकार सर्वोच्च न्यायालयालादेखील नाही अशी आव्हानात्मक भूमिका व्यक्तिगत कायदे मंडळाने घेतली. ही भूमिका वास्तवाकडे हेतूपुरस्सर दुर्लक्ष करणारी व पर्यायाने न्यायालयाची आणि सामान्य जनतेचीही दिशाभूल करणारी होती. ही भूमिका व्यावहारिक तर नाही पण अप्रामाणिक नक्कीच आहे.

मुळात शरीयत अपरिवर्तनीय आहे, ही धर्मवाद्यांची मागणी वास्तवाला धरून नाही; कारण कुरआनमध्ये व्यक्तिगत आणि सामाजिक पातळींवर 'दीन' आणि 'मामलात' अशी विभागणी करण्यात आलेली आहे. 'दीन' (अल्लाह) म्हणजे अंतिम चिरंतन सत्य व म्हणून ते अपरिवर्तनीय आणि 'मामलात' म्हणजे भौतिक जीवनाशी संबंधित परिस्थितीजन्य बाबी व म्हणून त्या परिवर्तनीय आहेत. त्यात काळानुरूप बदल करता येतात, ही कुरआनची भूमिका आहे. अशी मांडणी मौलाना आझाद यांनी आपल्या 'तर्जुमान अल् कुरआन' या भाष्य ग्रंथात विशद करून सांगितलेली आहे. (खंड पहिला, पान १६२). कुरआनची ही भूमिका अतिशय व्यवहारी आहे, असे मौलाना आझादांच्या कुरआन भाष्यावरून स्पष्ट होते.

कुरआनमध्ये अल्लाहने आपल्या अनुयायांना असे सांगितले आहे की, जगातील

सर्व समाजासाठी एक समान कायदा करावयाचा असता तर आम्हाला ते अशक्य नव्हते; पण आम्ही तसे केले नाही, कारण जगातले समाज भौगोलिक, सामाजिक, राजकीय अशा विविध परिस्थितीमध्ये जगत असतात. त्यामुळे त्यांच्या जीवनपद्धतीशी आणि गरजांशी सुसंगत असे वेगवेगळे कायदे आम्ही केले आहेत. (उपरोक्त, पान १६८) कुरआनची अशी लवचीक भूमिका आहे. ही भूमिका मौलाना आझाद यांनी आपल्या कुरआन भाष्यात तपशिलाने दाखवून दिली आहे. परंतु, त्यांच्याकडे सर्वांनीच दुर्लक्ष केले.

परिस्थितीनुरूप कायदे करण्याच्या अशा भूमिकेबरोबरच काळाच्या ओघात समाजासमोर येणाऱ्या समस्यांची उत्तरे शोधता यावीत; म्हणून अशा प्रकारची तरतूद कुरआनमध्ये करण्यात आलेली आहे. शरीयतच्या चार साधनांपैकी 'इज्मा' आणि 'कयास' या दोन साधनांचा इथे मुद्दाम उल्लेख केला पाहिजे. 'इज्मा' (तर्कसंगत अनुमान) म्हणजे विद्वानांचे एकमत, असे थोडक्यात सांगता येईल; तर 'कयास' म्हणजे समाजापुढील कायद्याच्या समस्येवर उत्तरे शोधताना मानवी बुद्धीचा वापर केला जावा, असे कुरआनमध्ये सांगितलेले आहे. याहीपेक्षा महत्त्वाचे म्हणजे इज्तेहादच्या सिद्धान्ताचा उल्लेख करता येईल.

प्रेषित मुहंमद (स) हे द्रष्टे साक्षात्कारी होते. भविष्यात आपल्या समाजापुढे अनेक समस्या निर्माण होतील, त्यातून मार्ग काढण्यासाठी शरीयतमध्ये आधार न सापडल्यास शरीयत लवचीक व्हावी या उद्देशाने त्यांनी इज्तेहादचा सिद्धान्त सांगून ठेवला आहे. इज्तेहाद म्हणजे विविध क्षेत्रांतील विद्वानांनी व विचारवंतांनी इस्लामी धर्मशास्त्र व विद्यमान परिस्थितीतील समस्या यांचा सारासार विवेकबुद्धीने विचार करून मार्ग काढणे, असा त्याचा थोडक्यात अर्थ होतो. परंतु, हा सिद्धान्त सनातनी विद्वानांनी बासनात गुंडाळून ठेवला आणि त्याला 'इज्तेहादचे दरवाजे बंद करण्यात आले', असे गोंडस नाव दिले.

वास्तविक, संपूर्ण कुरआनमध्ये कायदे हे परिस्थितीजन्य असले पाहिजेत, अशी भूमिका स्पष्ट दिसते. असे असतानाही शरीयत किंवा इस्लामी न्यायशास्त्र दैवीय व अपरिवर्तनीय असल्याची भूमिका घेऊन सर्व सनातनी मंडळींनी समाजाची प्रगती कुंठित केली; म्हणूनच इतिहास व वर्तमानकालीन वास्तव या निकषांवर शरीयतच्या अपरिवर्तनीयतेचा दावा तपासून पाहणे आवश्यक आहे.

इ.स. ६३२मध्ये पैगंबरांचे महानिर्वाण झाले (अल्लाह त्यांना चिरशांती देवो). तेव्हापासूनच यासंबंधीच्या मतभेदांना सुरुवात झाली. पैगंबर हे शेवटचे प्रेषित आहेत; या इस्लामच्या सिद्धान्ताप्रमाणे त्यांच्यानंतर कोणीही प्रेषित होणे शक्य नव्हते; पण

तोपर्यंत निर्माण झालेल्या मुस्लीम समाजाचे धार्मिक, सामाजिक, राजकीय नेतृत्व करण्यासाठी काहीतरी यंत्रणा असणे आवश्यक होते. या गरजेतूनच 'खलिफा' या संस्थेचा जन्म झाला. त्या वेळेस खलिफा कोण व्हायचे याबाबत दोन विचारप्रवाह होते.

पैगंबरांच्या कुरैश टोळीतील कुणीही ज्ञानी, अनुभवी व नेतृत्वाचे गुण असलेली व्यक्ती खलिफा होऊ शकते, असा एक मतप्रवाह होता; तर पैगंबरांचे पुतणे आणि जावई हजरत अली यांच्या चाहत्यांचा खलिफा होणारी व्यक्ती प्रेषितांच्या कुटुंबातील असली पाहिजे, असा आग्रह धरला; पण सुरुवातीला त्यांना यश आले नाही आणि इ.स. ६३२ ते ६५६ या काळात हजरत अबुबकर, हजरत उमर आणि हजरत उस्मान असे तीन खलिफा झाले; पण हजरत उस्मान यांच्या निधनानंतर मात्र हजरत अली खलिफा झाले. इस्लाममधील शिया आणि सुन्नी पंथाचे बीज या घटनेत आहे.

चारही खलिफांवर श्रद्धा ठेवणारे ते सुन्नी आणि फक्त हजरत अलींना खलिफा मानणारे ते शिया झाले. या पंथभेदामुळे शरीयतचीही विभागणी झाली. त्याचे मूळ एकच असले तरी तपशिलामध्ये खूप फरक पडला. त्याचप्रमाणे शरीयतच्या अंमलबजावणीची यंत्रणाही वेगवेगळी झाली. शिया पंथाचे सर्वोच्च धर्मगुरू व त्यांनी नेमणूक केलेले इमाम यांनाच शरीयतचा अन्वयार्थ लावण्याचा व अंमलबजावणी करण्याचा अधिकार आहे. तर सुन्नी पंथीयात उलेमा आणि त्यांनी निर्माण केलेली विविध धर्मपीठे यांनी हा अधिकार स्वत:कडे ठेवून घेतला. उलेमा व धर्मपीठे एकाच समान पातळीवर व स्वतंत्र असल्यामुळे त्यांच्यात आपसात अनेक मत-मतांतरे आढळतात.

प्रश्न इथेच संपत नाही. काळाच्या ओघात शरीयतच्या स्वरूपात अनेक स्थित्यंतरे घडून आली. कुरआन हा शरीयतचा सर्वांत महत्त्वाचा स्रोत मानला जातो; पण त्यातही काही न्यूनता आढळल्यामुळे मग पैगंबरांच्या जीवनातील घटना, त्यांनी वेळोवेळी केलेला उपदेश वा मार्गदर्शन हेही शरीयतचे साधन (स्रोत) मानले गेले. यालाच 'हदीस वाङ्मय' म्हणतात. इमाम अल् बुखारी यांनी प्रथम या हदीसचे चिकित्सक संकलन केले. आजही हे संकलन महत्त्वाचे व अधिकृत मानले जाते; पण हेही अपुरे पडू लागल्यामुळे मग 'इज्मा' आणि 'कयास' म्हणजे विवेकबुद्धी या आणखी दोन साधनांची निर्मिती झाली. त्यात आणखी एक प्रकार म्हणजे हनफी, शाफई, मलिकी, हंबाली असे शरीयतचे चार संप्रदायही (स्कूल्स ऑफ थॉट) निर्माण झाले.

या सर्व घटना पैगंबरोत्तर काळातील आहेत. पैगंबर हे शेवटचे प्रेषित होते या

सिद्धान्ताप्रमाणे वरील सर्व घटनांशी संबंधित असलेल्या सर्व व्यक्ती सामान्यजन होते. ते विद्वान होते पण त्यांच्यात साक्षात्कारी व दैवी अंश होता, असे म्हणता येणार नाही. त्यामुळे सामान्यांच्या मर्यादा त्यांना लागू होतात, असाच निष्कर्ष काढावा लागतो.

वरील सर्व गोष्टींचा साकल्याने विचार केला तर ही इस्लामी न्यायशास्त्राच्या विकासाची प्रक्रिया होती असा निष्कर्ष काढता येतो. हा विकास जवळ जवळ तीन शतके होत होता. त्यानंतर मात्र 'उलेमा' ही संस्था प्रबल होत गेली. उलेमांनी धर्माच्या बाबतीत निर्णय घेण्याचे अधिकार स्वत:कडे ठेवले व ही विकास प्रक्रिया थांबवली. इज्तेहादचा सिद्धान्त नजरेआड केल्याने परिणामत: शरीयत कुंठित झाली.

इज्तेहादच्या या सिद्धान्ताला पुनरुज्जीवित करण्याचा प्रयत्न मौलाना आझाद व डॉ. मुहंमद इकबाल या दोन महापुरुषांनी केले. आझादांनी कुरआन भाष्यातून हा प्रयत्न केल्याचा उल्लेख मागे आलेलाच आहे. डॉ. मुहंमद इकबाल यांनी इस्लामचा चिकित्सक दृष्टिकोन मांडला. त्यांनी १९२५ ते १९३० या कालखंडात या विषयावर सखोल संशोधन व चिंतन करून अनेक व्याख्याने दिली. ही व्याख्याने नंतर 'रिकंस्ट्रक्शन ऑफ रिलिजस थॉट्स इन इस्लाम' या नावाने पुस्तकरूपाने प्रसिद्ध झाले. या ग्रंथात त्यांनी मांडलेला सर्वांत महत्त्वाचा विचार म्हणजे आधुनिक काळातील गुंतागुंतीचे जीवन पाहता इज्तेहादच्या अंमलबजावणीची जबाबदारी केवळ पारंपरिक उलेमांवर सोपवून चालणार नाही. त्यांच्याबरोबर समाजशास्त्र, मानसशास्त्र, अर्थशास्त्र, वैद्यकशास्त्र, राज्यशास्त्र अशा विविध क्षेत्रांतील तज्ज्ञही असले पाहिजेत, असा आग्रह त्यांनी धरला.

डॉ. इकबाल यांचे विचार मुस्लीम समाजाच्या प्रगतीच्या दृष्टीने अतिशय महत्त्वाचे होते. परंतु, पारंपरिक उलेमांनी डॉ. इकबाल व त्यांच्या या मांडणीला अनुल्लेखाने मारले. या प्रक्रियेमध्ये सनातन्यांची भूमिका धर्मशास्त्राशी सुसंगत नव्हती तर ती सरळ-सरळ व पुरुषप्रधान संस्कृतीचे समर्थन करणारी होती.

सनातनी विरोधकांचा मुस्लीम समाजाची दिशाभूल करण्याचा आणखी एक प्रत्यक्ष पुरावा 'मोहमॅडन लॉ' या मुस्लीम व्यक्तिगत कायद्यात आढळतो. शरीयतच्या विद्यमान कायद्यातील तलाकसंबंधी असलेल्या तरतुदी विचारात घेणे सर्वसामान्यांच्या दृष्टीनेही महत्त्वाचे आहे. त्यामध्ये प्रामुख्याने दोन पद्धती सर्वांत महत्त्वाच्या आहेत. डॉ. ए. ए. फैजी यांच्या 'आउटलाइन्स ऑफ मोहमॅडन लॉ' (पान १५१) या ग्रंथात त्याचा उल्लेख पूर्णपणे मान्यताप्राप्त (The most apprud) असा केला आहे. या अंतर्गत दोन उपप्रकार खालीलप्रमाणे आहेत-

१) तलाक अल्-सुन्ना : शरीयतच्या आज्ञांशी सुसंगत.

(अ) अहसन (पूर्णपणे मान्यताप्राप्त).

(आ) हसन (मान्यताप्राप्त).

२) तलाक अल्-बिदा : नवा पायंडा किंवा नव्याने घुसविलेला प्रकार म्हणून अमान्य.

(इ) एकाचवेळी 'तलाक' शब्दाचा तीनदा उच्चार करून दिलेला घटस्फोट.

(ई) अपरिवर्तनीय जाहीर घोषणा करत दिलेला घटस्फोट.

वरील वर्गवारीचा अभ्यास केला, तर दोन गोष्टी स्पष्ट होतात-

१) त्रिवार तलाक पद्धतीचा कुरआनमध्ये कुठेही उल्लेख नसल्यामुळे हा कुरआनचा अधिक्षेप आहे, असे आपण म्हणू शकतो.

२) त्यामुळे अशा पद्धतीचा वापर करून पतीने पत्नीला दिलेला घटस्फोट म्हणजे तिच्यावर अन्याय आहे, असे मानायला हवे.

पतीने कुरआनचा अधिक्षेप करून पत्नीवर अन्याय करणे म्हणजे तो धर्मद्रोह आहे, हेही मानले पाहिजे. ही एकंदर परिस्थिती पाहता सर्वसामान्य मुस्लीम नागरिकांनी या कायद्याबाबत, त्यातील सुधारणांबाबत जागृत होण्याची, नेमकी भूमिका ठरविण्याची गरज आहे.

वरील विवेचनाचा अभ्यास केल्यास एक गोष्ट स्पष्ट होते की, पती-पत्नीमध्ये गैरसमज किंवा बेबनाव निर्माण झाल्यास त्यांच्यामध्ये सन्मानपूर्वक समझोता करून त्यांचा विवाह वाचवण्याचा प्रयत्न करणे ही कुरआनची या संदर्भातील मध्यवर्ती भूमिका आहे. तेव्हा या तरतुदीचा आग्रह धरून पती-पत्नीमध्ये सलोखा घडवून आणण्याचे प्रयत्न न करता, एका बैठकीत तलाकचा शब्द उच्चारून एखाद्या महिलेचा संसार उद्ध्वस्त करण्याचा आग्रह धरण्याची सनातनी धर्मपंडितांची प्रवृत्ती कुरआनच्या मूलभूत तत्त्वांच्या विरोधात आहे.

व्यक्तिगत कायद्यातील कुठल्याही परिवर्तनाला पोटतिडकीने विरोध करणारे सनातनी धर्मपंडित शरीयतशी कसलाही संबंध नसलेल्या या त्रिवार तलाकच्या प्रथेला विरोध करत नाहीत. वास्तविक पाहता त्यांनी शरीयतशी सुतराम संबंध नसलेला हा प्रकार बेकायदेशीर आहे, म्हणून तो त्याज्य अशी भूमिका घ्यायला पाहिजे होती; पण प्रत्यक्षात मात्र तसे होत नाही.

संविधानाची भूमिका

आपल्या देशाचे संविधान सेक्युलर आहे, याचा उल्लेख राज्यघटनेच्या प्रास्ताविकेत आलेला आहे. ज्या मूल्यांवर आपले संविधान उभे आहे, ती मूल्ये त्यात देण्यात

आलेली आहेत. त्यातील महत्त्वाचे म्हणजे समता, न्याय आणि बंधुत्व, या मूल्यांचा आधार घेऊन आपल्याला जर त्याचा अर्थ लावायचा असेल तर धर्मसत्ता आणि राजसत्ता या दोघांची फारकत करणे आवश्यक आहे. हाच अर्थ घटनाकारांना अपेक्षित होता; कारण न्याय आणि समता या मूल्यांना प्रत्यक्षात काही अर्थ प्राप्त व्हावयाचा असेल तर धर्मसत्तेचा राजसत्तेवर प्रभाव असता कामा नये आणि त्यामुळेच आपले संविधान सेक्युलर म्हटले जाते.

घटनेच्या २५व्या कलमानुसार सर्व भारतीय नागरिकांना श्रद्धेचे व धर्मपालनाचे अधिकार देण्यात आलेले आहेत. मुस्लीम व्यक्तिगत कायद्यातील बदलांचा विषय जेव्हा-जेव्हा चर्चेत येतो, तेव्हा-तेव्हा मुस्लीम समाजाचे नेतृत्व २५व्या अनुच्छेदानुसार (कलम) मिळालेल्या धर्मश्रद्धेच्या मूलभूत अधिकाराचा आधार घेऊन त्याला विरोध करीत आले आहेत. शरीयत हा आमच्या धर्मश्रद्धेचा अविभाज्य भाग असल्यामुळे त्यामध्ये परिवर्तन करण्यामुळे आमच्या या मूलभूत अधिकाराचा संकोच होतो, असा या नेतृत्वाचा युक्तिवाद असतो. हा युक्तिवाद किती भ्रामक आहे, याचे विश्लेषण मागे आले आहे; पण भारताच्या संविधानातील धर्मनिरपेक्षता, सामाजिक न्याय व समता या आधारभूत मूल्यांची बांधिलकी स्वीकारून त्याप्रमाणे अनुशासन करणे ही सरकारची जबाबदारी आहे; पण शासनचं जेव्हा मुस्लीम समाजाच्या सनातनी नेतृत्वाचा हा युक्तिवाद मान्य करून त्यांच्यापुढे शरणागती पत्करते तेव्हा ते आपली संविधानिक जबाबदारी यथार्थपणे पार पाडण्यात कुचराई करत आहे, असेच म्हणावे लागते.

राज्यघटनेच्या २५व्या अनुच्छेदानुसार धर्मश्रद्धा स्वातंत्र्याचा मूलभूत अधिकार दिला आहे; असे असले तरी हा अधिकार अमर्याद व अबाधित नाही. त्याला याच अनुच्छेदाच्या दोन उपकलमांद्वारे मर्यादा घालण्यात आलेल्या आहेत. या मर्यादा इतक्या स्पष्ट व नि:संदिग्ध आहेत की त्याविषयी मतभेदाला वावच नाही. तरीही संविधानाच्या उद्दिष्टांशी सुसंगत अशी भूमिका न घेता शासन सनातन्यांच्या मागण्या मान्य करते, ही आपल्या एकूण राजकीय व्यवस्थेतील भ्रामक भूमिका आहे. ती कशी आहे, हे स्पष्ट व्हावे म्हणून संविधानातील २५वा अनुच्छेद जशाच्या तसा खाली देत आहे. भारत सरकारने प्रमाणित केलेल्या संविधानाच्या मराठी आवृत्तीतून तो घेण्यात आला आहे.

अनुच्छेद २५ (१) सार्वजनिक सुव्यवस्था, नीतिमत्ता व आरोग्य यांच्या व या भागातील अन्य उपबंधांच्या (कायद्याच्या) अधीनतेने, सदसद्विवेक बुद्धीच्या स्वातंत्र्याला आणि धर्म मुक्तपणे प्रतिज्ञापित करण्याच्या, आचरण्याच्या व त्याचा प्रसार करण्याच्या अधिकाराला सर्व व्यक्ती सारख्याच हक्कदार आहेत. (२) (क) या अनुच्छेदातील

कोणत्याही गोष्टीमुळे धर्माचरणाशी निगडित असेल अशा कोणत्याही आर्थिक, वित्तीय वा अन्य धार्मिकतेवर कार्याचे विनियमन करणाऱ्या किंवा त्यावर निर्बंध घालणाऱ्या किंवा (२) (ख) सामाजिक कल्याण व सुधारणा याबाबत अथवा सार्वजनिक स्वरूपाच्या हिंदू धार्मिक संस्था, हिंदूंचे सर्व वर्ग व पोटभेद यांना खुला करण्याबाबत उपबंध (कायदा) करणाऱ्या, कोणत्याही विद्यमान कायद्याच्या प्रवर्तनावर परिणाम होणार नाही, अथवा असा कोणताही कायदा करण्यास राज्याला प्रतिबंध होणार नाही.

उपरोक्त स्पष्टीकरणाचा सखोल अभ्यास केला तर शासनाला समाजाच्या कल्याणासाठी किंवा प्रगतीसाठी कुठलेही कायदे करण्यास वा असलेल्या कायद्याची अंमलबजावणी करण्यास या धर्म स्वातंत्र्याच्या कलमाची बाधा असू शकत नाही; असे असतानाही याच कलमाचा आधार घेऊन सनातनी मंडळी मुस्लीम कायद्यातील कुठल्याही फेरफाराला विरोध करत असतात. त्यामुळे मुस्लीम व्यक्तिगत कायद्यातील काही त्रुटींमुळे गेली अनेक वर्षे मुस्लीम महिलांवर होणारे अन्याय, अत्याचार अजूनही तसेच सुरू आहेत.

वरील सर्व विश्लेषणाची गंभीर दखल घेतल्यास आपल्या हे लक्षात येऊ शकेल की, मुस्लीम व्यक्तिगत कायद्यातील परिवर्तनाला असलेला सनातन्यांचा विरोध हा सर्वार्थाने दिशाभूल करणारा व दुटप्पी आहे. धर्मस्वातंत्र्याचा अधिकार दिलेल्या २५व्या कलमातील कलम 'क' आणि 'ख' या दोन उपकलमांचे वरीलप्रमाणे असलेले स्पष्टीकरण पाहिल्यास, सर्व भारतीय नागरिकांसाठी कुठल्याही तऱ्हेचे भेदभाव न करता कायदे करण्याचा अधिकार राज्यघटनेने शासनाला दिलेला आहे; तरी गेल्या ७० वर्षांमध्ये सत्तेवर आलेल्या कुठल्याही सत्ताधाऱ्यांनी मुस्लीम महिलांवर होणारे अन्याय दूर करण्यासाठी योग्य असा कुठलाही कायदा केलेला नाही; कारण मुस्लीम महिलांवर होणाऱ्या अन्यायापेक्षा त्यांचे सोयीचे राजकारण अधिक महत्त्वाचे वाटते. कुठलाही पक्ष सत्तेवर असला तरी अशा तऱ्हेचा सर्वंकष कायदा करण्याची कुणाचीच इच्छा नव्हती.

१९५० साली भारतीय संविधान अस्तित्वात आल्यापासून हा प्रश्न सतत चर्चेत आलेला आहे. मुस्लिमांची मते मिळावी म्हणून काँग्रेसने किंवा इतर कुठल्याही सेक्युलर राजकीय पक्षाने मुसलमानांना न दुखावण्याचे धोरण स्वीकारले. याच नाण्याची दुसरी बाजू म्हणजे हा मुस्लीम समाजाचा अनुनय होतोय अशी भूमिका घेऊन भाजपने हिंदू मतांचे ध्रुवीकरण केले.

तात्पर्य, या सोयीच्या राजकारणामुळे मुस्लीम महिलांवर होणारे अत्याचार

अजून दूर होऊ शकलेले नाही. त्रिवार तलाकच्या बाबतीत सर्वोच्च न्यायालयाने केंद्र सरकारला आदेशवजा सूचना केलेली असतानाही अजूनही तसा कायदा प्रत्यक्षात येऊ शकलेला नाही, ही मुस्लीम महिलांची खरी शोकांतिका आहे.

(लेखक मुस्लीम विषयाचे अभ्यासक आहेत. त्यांनी इस्लाम, इतिहास, संविधान आणि मुस्लीम राजकारणावर सातत्याने लेखन केलेले आहे. लोकमत, सकाळ, लोकसत्ता, महाराष्ट्र टाइम्स, प्रहार, मुक्तशब्द, सत्याग्रही विचारधारा आदी दैनिक व मासिकांत विपुल लेखन. 'दास्तान', 'चंद्रकोरीच्या छायेत', 'इस्लाम ज्ञात आणि अज्ञात' इत्यादी पुस्तके प्रकाशित.)

शरीयतमध्ये संशोधनाला संधी

रशीद किडवई

विधी आयोगाने सप्टेंबर २०१८ला दिलेल्या एका पत्रात 'कौटुंबिक कायदा सुधारणा'विषयक मसुद्याबद्दल सांगितले की, या कायद्यात दुरुस्तीसंदर्भात चर्चा करण्याची गरज नाही; कारण ही बाब व्यक्तींच्या धार्मिक भावनेविरोधात असून राज्यघटनेने देशातील प्रत्येक नागरिकांना त्यांच्या धार्मिक स्वातंत्र्याच्या अधिकाराचे संरक्षण करण्याच्या हमीवर जोर दिलेला आहे.

जून २०१६मध्ये भारत सरकारने विधी आयोगाला समान नागरी कायद्याची आवश्यकता व त्याचे शंका-समाधान शोधण्याची जबाबदारी सोपवली होती. विधी आयोगाने या निमित्ताने भारतात गेल्या अनेक वर्षांपासून चालत आलेल्या व्यक्तिगत कायदा आणि समान नागरी संहितेशी संलग्न अनेक मिथकांविषयी तयार झालेल्या शंकास्पद परिस्थितीत हात घालण्याचा प्रयत्न केला. एकतर्फी तलाक, बहुविवाह प्रथा आणि निकाह ए हलाला संदर्भात सुरू असलेल्या कायदेशीर लढ्यासंदर्भात केलेले टिपण महत्त्वपूर्ण आहे; कारण विधी आयोगाने उपरोक्त कायद्यात कुठल्याही प्रकारच्या व्यापक बदलांची शिफारस केलेली नाही.

भारतात, मुसलमानांसाठी इस्लामिक कायदा संहिता तयार करण्याच्या उद्देशाने १९३७ साली मुस्लीम पर्सनल लॉ (शरीयत) ॲप्लिकेशन ॲक्ट संमत करण्यात आले. त्या वेळी ब्रिटिश सत्ताधाऱ्यांनी हा प्रयत्न केला की, भारतीयांवर त्यांच्या सांस्कृतिक परंपरेनुसार सत्ता केली पाहिजे. १९३७ साली शरीयत ॲक्ट अंतर्गत (ज्याला बहुतेक मुस्लीम उत्कृष्ट मानत नव्हते) मुस्लीम समाजातील विवाह, घटस्फोट, वारसा हक्क आणि कौटुंबिक वाद इत्यादींना अधोरेखित करण्यात आले. या कायद्याअन्वये अशी तरतूद करण्यात आली की, खासगी वादात राज्याला हस्तक्षेप करता येऊ शकत नाही.

२०११च्या जनगणनेच्या आकडेवारीनुसार मुसलमानांत तलाकची टक्केवारी

०.५६ आहे, याउलट, हिंदूंमध्ये घटस्फोटाची टक्केवारी ०.७६ आहे, अर्थात हे प्रमाण मुसलमानांपेक्षा अधिक आहे.

विधी आयोगाने ऑगस्ट २०१८मध्ये समान नागरी कायदा (यूसीसी) संदर्भात टिप्पणी करताना म्हटले की, देशातील सर्व नागरिकांसाठी एकसारखा समान कायदा लागू असणे अनिवार्य नाही, तसाच तो गरजेचादेखील नाही. याउलट, आयोगाने शिफारस केली की, समाजात महिलांसोबतच होणारे भेदभाव संपुष्टात आणण्यासाठी आणि हिंदू, मुस्लीम आणि ख्रिश्चन आदींसाठी उपयोगात आणता येईल, असे सक्षम दिवाणी कायदे तयार करावेत. आयोगाने त्यासाठी संशोधन करण्याच्या सूचनादेखील सरकारसमोर मांडल्या.

व्यक्तिगत कायद्यात बदलण्याच्या तरतुदी

१) वारसा हक्क कायद्याचे संहितीकरण (कोडिफिकेशन) करून त्यात स्पष्टता आणावी. तो सुन्नी आणि शिया दोन्ही पंथांवर समग्रपणे लागू करता येईल, त्यातून वारसा हक्क आणि उत्तराधिकार संबंधीचे वाद निकाली काढणे सोपे होईल. तसेच यात १९३७चा मुस्लीम पर्सनल लॉ (शरीयत) ॲप्लिकेशन ॲक्टच्या रद्दीकरणाचा समावेश व्हावा, असेही आयोगाने सुचविले. वास्तविक पाहता, हा मुद्दा राजकीय व सामाजिक दोन्ही पातळीवर तेढ निर्माण करणारा आहे. विशेष म्हणजे, पंडित नेहरुंच्या काळात 'मुस्लीम लॉ कमिटी' स्थापन करण्याच्या विचाराने मुस्लीम पर्सनल लॉ (शरीयत) ॲप्लिकेशन कायदा-१९३७ आणि मुस्लीम विवाह विच्छेद अधिनियमाचे वर्गीकरण करण्याचा प्रयत्न झालेला होता. परंतु, मुस्लीम समाजातून होत असलेला विरोध पाहता हा विचार सोडून देण्यात आला. नंतरच्या काळात कुरआनच्या वचनांची आधुनिक व्याख्या करण्याची जबाबदारी न्यायपालिकेवर सोपवण्यात आली.

२) मुस्लीम विवाह विच्छेद अधिनियम-१९३९ अंतर्गत योग्य संशोधन करून व्यभिचाराला घटस्फोटाचे कारण म्हणून मानले पाहिजे, सध्या अस्तित्वात असलेल्या मुस्लीम व्यक्तिगत कायद्यानुसार पती-पत्नीचे नपुंसक असणे, बऱ्याच काळापासून गायब असणे, भरणपोषण करण्यास अपयशी, वैवाहिक जबाबदाऱ्यांचे पालन करण्यास असमर्थ, सात वर्षांपासून अधिक काळाचा कारावास इत्यादी आधारांवर महिला 'खुला' किंवा 'घटस्फोट' घेऊ शकते; परंतु, व्यभिचाराच्या आधारावर ती सोय नाही. महत्त्वाची बाब म्हणजे तलाक घेण्यासाठी महिला आणि पुरुषांना समान अधिकार व आधार असावा. अधिनियम १९३९ अंतर्गत तलाक घेण्याला आधार म्हणून 'व्यभिचार'चा समावेश केला पाहिजे. हे अधिकार महिला व पुरुषांसाठी एकसारख्या स्वरूपात उपलब्ध असणे आवश्यक आहेत.

३) बहुविवाह गुन्हेगारी कृत्य असल्याचे निकाहनाम्यातच स्पष्ट केले पाहिजे. त्यासाठी भारतीय दंड संहितेचे कलम ४९४ सर्व समाज घटकांवर एकसारखे लागू करावे. हा सल्ला फक्त वैवाहिक नीतिमत्ता पाळण्यासाठी किंवा एकाच लग्नाचे उदात्तीकरण करण्यासाठी दिला गेलेला नाही, तर या तथ्यावर आधारित केवळ पुरुषांनाच एकापेक्षा अधिक बायका असण्याची संमती असणे चुकीचे आहे; कारण हे प्रकरण सर्वोच्च न्यायालयात प्रलंबित आहे, त्यासाठी आयोगाने आपली शिफारस सुरक्षित ठेवली आहे.

आयोगाचे अध्यक्ष न्या. बी. एस. चौहान यांनी अशी टिप्पणी केली की, 'जगातील बहुतेक देश आता या मतभेदांना स्वीकार करण्याची उदारता दाखवत आहेत.' सर्वोच्च न्यायालयाचे माजी न्यायाधीश न्या. चौहान यांनी या पत्रातील प्रस्तावनेत लिहिले आहे की, 'मतभेद असण्याचे कारण भेदभाव नाही, पण हे मतभेद एका सुदृढ लोकशाहीचे लक्षण आहे.'

महत्त्वाच्या शिफारसी

१) विवाह नोंदणीची सक्ती

विधी आयोगाने असा सल्ला दिला की, भारत सरकारच्या जन्म आणि मृत्यू नोंदणी अधिनियमात संशोधनाची गरज आहे; कारण आयोगाची २७०वा अहवाल आणि अनिवार्य विवाह नोंदणी विधेयक (२०१७) केलेल्या शिफारसी पूर्ण होऊ शकतील.

२) लग्नाच्या स्वीकृतीसाठी एक समान वय

विधी आयोगाच्या मते पुरुष आणि महिलांसाठी लग्नाच्या वयाची कायदेशीर अट भारतीय प्रौढ अधिनियम-१८५७ अंतर्गत एकसारखी व समान म्हणजे १८ वर्षे असावी. अस्तित्वात असलेल्या कायद्यात स्त्री वयाच्या १८व्या वर्षी लग्न करू शकते. परंतु, पुरुषाला लग्नासाठी २१ वर्षे पूर्ण करावी लागतात. इतर बाबींवर एक दृष्टिक्षेप टाकत आयोग म्हणते की, अशा प्रकारचा कायदा फक्त मागच्या जुन्या कायद्याला पुढे घेऊन जाण्यास मदत करेल. ज्यानुसार पत्नीचे वय हे पतीपेक्षा कमी असावे असे मानण्यात आले आहे.

३) लग्न टिकण्याची शक्यता नसेल तर घटस्फोट

बेबनाव असलेल्या पती-पत्नीमध्ये समझोता होण्याची काही चिन्हे नसतील तर त्यांना घटस्फोटाला वैध घोषित करावे, अशी शिफारस आयोगाने केली आहे.

तसेच घटस्फोटाच्या प्रक्रियेत गती आणण्यासाठी पती किंवा पत्नीद्वारे हिंसाचार आणि क्रूरतेचे खोटे आरोप लावण्याच्या प्रकाराला रोखता येईल.

४) विवाह आणि तलाकवेळी संपत्तीचा वाद

लग्नानंतर संचयन केलेल्या संपत्तीत पती-पत्नी दोघांचे समान अधिकार असतील. याचा अर्थ असा नाही की, दोघात कुठल्याही कारणामुळे बिनसले अशा वेळी संपत्तीत समान विभागणी होत नसेल, या स्थितीत न्यायालयाला काळजीपूर्वक निर्णय द्यावा लागेल आणि तो निर्णय दोघांना मान्य करावा लागेल. तसेच लहान मुलांना आई-वडिलांच्या संपत्तीत पूर्ण अधिकार असेल. तथापि, आयोगाने शिफारस केली की, स्वत: कमावलेली संपत्ती एकत्रीकरणाच्या प्रक्रियेत वैवाहिक साथीदारामध्ये दोष सिद्ध झाल्याशिवाय घटस्फोट किंवा नो-फॉल्ट डायव्होर्सची सोय नसावी.

५) कायदा अपंगाच्या बाजूने असायला हवा

इतर बाबींसोबत आयोगाने अशीदेखील शिफारस केली आहे की, कुष्ठरोग हा घटस्फोटाचा आधार असता कामा नये. व्यापक व समावेशक समाजनिर्मितीची प्रक्रिया सुरू असताना आयोगाने असेही सुचवले आहे की, कायद्यात योग्य संशोधन केले पाहिजे. ज्या रोगाचा उपचार होत नाही किंवा त्यांचा आजार नियंत्रणाबाहेर आहे, अशा दुर्धर व्याधी जडलेल्या व्यक्तींना लग्नापासून रोखता कामा नये. अशा रोगांना तलाकच्या आधार श्रेणीच्या बाहेर ठेवले पाहिजे.

६) नोटीस कालावधी संपुष्टात आणावा

विशेष विवाह अधिनियम-१९५४मध्ये बदल करण्याचा सल्ला विधी आयोगाने दिला आहे. जोडप्याला कोर्टात लग्न करण्याआधी ३० दिवसांची जाहीर नोटीस देणे बंधनकारक आहे. विधी आयोग ही अट रद्द करू इच्छितो. आयोगाच्या मते, या कालावधीचा दुरुपयोग होत आहे. विवाहाला नुकसान पोहोचवण्यासाठी किंवा त्यात अटकाव करण्यासाठी याचा वापर होत आहे. त्यामुळे हे कलम रद्द करण्यात आले पाहिजे, असेही आयोगाने सुचविले आहे. या तरतुदींऐवजी अन्य पर्याय देता येईल का, यासंबंधी विचार केला पाहिजे. यातून विवाह बंधनात येणाऱ्या सज्ञान जोडप्यांना पुरेशी सुरक्षा प्रदान करता येईल. दुसरे म्हणजे, आंतरजातीय तथा आंतरधर्मीय लग्न करताना नातेवाइकांचा दबाव धुडकावून लावणे शक्य होईल.

एकतर्फी तलाक प्रकरणात न्यायालयांनी दिलेल्या मागच्या अनेक निर्णयात या अघोरी प्रथेबद्दल खेद व्यक्त केला आहे. अखेर या अन्यायकारक पद्धतीला ऑगस्ट २०१७ला सर्वोच्च कोर्टाने रद्द केले. उदाहरणादाखल पाहिले तर २००२च्या

शमीम आरा विरुद्ध उत्तरप्रदेश सरकार खटल्यात न्यायालयाने तिहेरी तलाक प्रकरणी सविस्तरपणे विचार केलेला होता. सुप्रीम कोर्टाने अशी टिप्पणी केली की, एकतर्फी त्रिवार तलाक म्हणजे 'तलाक ए बिद्दत' आहे. सदर नावातूनच या प्रथेची विश्वासार्हता शंकास्पद वाटते. ही पद्धत शरीयाच्या सिद्धान्त आणि कुरआनच्या मूलभूत तत्त्वप्रणालीच्या विरोधात आहे. तसेच ही पद्धत प्रेषितांच्या शिकवणुकीची (हदीस) थट्टा करणारी आहे. इतकेच नाही तर सर्वोच्च न्यायालयाचे न्यायाधीश न्या. नरिमन यांनी असे लिहिले होते की, जी धर्मशास्त्रानुसार वाईट प्रथा आहे, मग तो कसा काय चांगला कायदा (शरीया) होऊ शकतो?

विधी आयोगाने टिप्पणी केली की, व्यक्तिगत कायद्याच्या अंतर्गत मतभेद केवळ समानता आणि धार्मिक स्वातंत्र्याच्या मूलभूत अधिकारांना घेऊन नाहीत, जसे की, सामान्यत: प्रस्तुत केले जाते. किंबहुना, ही बाब प्रत्येक व्यक्तिगत कायद्याच्या संहितेत पूर्वीपासून सामील आहे. उदाहरण म्हणून पाहिले तर शमीम आरा प्रकरणात उद्धृत करण्यात आले होते की, तिहेरी तलाक संदर्भात मतभिन्नता आहे. परंतु त्यात व्यक्तिगत कायद्याच्या गैरवास्तविक उगमांचा प्रचार केला गेला; ज्यामुळे त्याबद्दल लोकांच्या मनात एक सॉफ्ट कॉर्नर आहे. या पद्धतीने आंग्ल-धार्मिक कायद्याला वर्गीकृत केलेले आहे, अगदी तसेच मुस्लिमांच्या व्यक्तिगत कायद्यासंदर्भातदेखील तिच बाब आढळते.

विधी आयोगाने शिफारस केली आहे की, जो व्यक्ती एकतर्फी तलाक देतो, त्याला दंड केला पाहिजे. कौटुंबिक हिंसाचार कायद्यात क्रूरतेविरोधात दंडाची तरतूद आहे. १८६०च्या भारतीय दंड संहिता कलम ४८९ अंतर्गत (कोणत्याही महिलेला विवाहाचे आमिष दाखवणे किंवा तिला पळवून घेऊन जाणे किंवा तिला कैदेत ठेवणे) शिक्षा देण्यात येईल. आयोगाच्या मते, या तरतुदीमुळे 'निकाह ए हलाला'ची प्रकरणे कमी होतील.

सर्वोच्च न्यायालयाने २०१७ला एकतर्फी तिहेरी तत्काळ तलाक रद्द केला. इस्लाममध्ये तलाकच्या ग्राह्य पद्धतीला 'तलाक अल् सुन्नाह' म्हटले जाते. ही पद्धत मुसलमानांमध्ये विवाह विच्छेदाचा एक आदर्श स्वरूप मानली जाते. तीन चंद्र महिन्यांच्या चक्रात पसरलेल्या या तलाक पद्धतीत पतीने एकदा घटस्फोट दिला तर त्यात समझोता करून पतीला समजावून सांगणे शक्य असते. मध्यस्थीच्या चर्चेनंतर त्या दोघांमध्ये समझोता होऊ शकतो. या तीन महिन्यांच्या दरम्यान पती-पत्नीमध्ये लैंगिक संबंध प्रस्थापित झाले तर घटस्फोट रद्द होतो. या तीन महिन्यांच्या काळात दोघांमध्ये समेट घडून आला नाही किंवा त्यांच्यातील बेबनाव संपुष्टात आला नाही

तर अशा परिस्थितीत तलाक कायम राहतो. परिणामी विवाहविच्छेद होतो. इस्लामी तत्त्वानुसार तिहेरी तलाक (ग्राह्य पद्धत वापरली गेली तरी) सर्वांत घृणीत आणि निंदनीय कृत्य आहे. कुरआनमध्ये सांगण्यात आले आहे की, जर तलाक दोनदा दिला गेला तर पती आपल्या पत्नीला आदराने सोबत ठेवू शकतो किंवा तो सन्मानाने तिला मुक्त करू शकतो; जर त्या व्यक्तीने आपल्या पत्नीला तीनदा (तीन महिन्याच्या अंतराने) तलाक दिला असेल तर त्याची पत्नी त्याच्यासाठी अनैतिक ठरते.

समजा, तीन महिन्यांनंतर त्या पतीने पत्नीशी संपर्क साधला नाही, तर अशा परिस्थितीत मुस्लीम कायद्याच्या अंतर्गत तलाकची प्रक्रिया पूर्ण होते आणि हा तलाक अंतिम ठरतो. जोडप्याच्या पुनर्मीलनाच्या बाबतीत मुस्लीम संप्रदायामध्ये मतभेद आहेत. बहुतेक संप्रदाय तलाकशुदा पती आणि पत्नीमध्ये पुनर्विवाहाला नापसंत करतात. हनफी संप्रदायामध्ये (भारतात बहुतेक सुन्नी मुस्लीम इमाम अबू हनिफा स्थापित हनफी विचारसरणीचे अनुसरण करतात) पती आणि तलाकशुदा पत्नी पुन्हा लग्नबंधनात येऊ शकतात. दुसऱ्या स्थितीमध्ये पत्नी अन्य व्यक्तीशी अटींवर नाही तर योगायोगाने लग्न करते. परंतु, व्यावहारिक पातळीवर विचार केला तर दुसऱ्या लग्नाला 'हलाला' नावाने ओळखले जाते. याचा वापर भ्रष्ट पद्धतीने त्या महिलेचे दुसरे लग्न लावण्यासाठी केला जातो. अशा परिस्थितीत पहिल्या व्यक्तीला (पती) पुन्हा आपल्या पहिल्या पत्नीशी विवाह करण्यासाठी बराच काळ वाट पाहावी लागते; जर ती स्त्री दरम्यानच्या काळात गर्भवती झाली तर अपत्याच्या जन्मापर्यंत वाट पाहावी लागते; जर ती गर्भवती नसेल तर तिला तीन मासिक पाळी पूर्ण कराव्या लागतात.

जर अशा लग्नाला हलालाच्या अटीवर अंतिम रूप दिले असेल तर तो एक गंभीर गुन्हा (पापकृत्य) मानला जातो. प्रेषितांनी म्हटले आहे की, जो हलालासाठी तडजोड किंवा कंत्राट करतो, हलाला करणारे तथा ज्यांच्यासाठी तो केला गेला आहे, अशा दोघांवरही अल्लाहचा प्रकोप होतो.

विधी आयोगाने आपल्या शिफारशींमध्ये हे स्वीकार केले आहे की, इस्लाममध्ये बहुविवाहाची परवानगी आहे, परंतु भारतीय मुसलमानांमध्ये विरळ स्वरूपात अशी प्रकरणे पाहायला मिळतात. याउलट, अन्य धर्मातील लोक या सोयीचा सर्रास गैरवापर करताना दिसून येतात. ते केवळ दुसऱ्या लग्नाच्या उद्देशाने मुसलमान होतात. कायद्याची तुलना केल्यास असे लक्षात येईल की, केवळ बोटांवर मोजण्याइतके मुस्लीम देश बहुविवाहाची परवानगी देतात, तेही कडक नियमांसह. उदाहरणार्थ, कडक कायदेशीर प्रक्रियेमुळे पाकिस्तान दुसऱ्या लग्नाच्या घटना रोखण्यास यशस्वी

ठरला आहे. २०१७मध्ये लाहौरच्या सेशन कोर्टाने दोन लग्नांसंबंधी २०१५च्या कौटुंबिक कायद्याचा आधार घेत सुधारणावादी व्याख्या प्रस्तुत करत सांगितले की, 'पहिल्या पत्नीच्या संमतीशिवाय केले जाणारे दुसरे लग्न कायद्याचे उल्लंघन करण्यासारखे असेल' लाहौरच्या कोर्टाने असा आदेश दिला होता की, त्या व्यक्तीला सहा महिन्यांचा कारावास तथा २ लाख रुपयांचा (पाकिस्तानी) दंड भरावा लागेल.

पाकिस्तानचा हा कायदा पहिले लग्न अस्तित्वात असताना दुसरे लग्न करण्यास मज्जाव करतो; जर अटीतटीच्या परिस्थितीत असे लग्न करावे लागले तर अशा वेळी पतीला मध्यस्थी करणाऱ्या समितीला लिखित स्वरूपात अर्ज द्यावा लागतो. या अर्जात पत्नीची संमती असणे आवश्यक असते. समिती त्या अर्जावर आपला निर्णय लिखित स्वरूपात देईल; पण दुसऱ्या लग्नाची परवानगी द्यायची का नाही, हा समितीची निर्णय असेल. किंबहुना, मध्यस्थी समितीच्या परवानगीशिवाय पती दुसरे लग्न करत असेल तर त्याला तत्काळ पहिल्या पत्नीला हुंड्याची रक्कम परत करावी लागते; इतकेच नाही तर तक्रार केल्यास तो दोषीदेखील ठरविला जाऊ शकतो.

माझ्या माहितीप्रमाणे भारतीय विधिआयोगाने आपल्या १८व्या अहवालात प्रथमच भारतात इस्लामिक कायद्याच्या आंतरराष्ट्रीय संदर्भांचे दाखले स्वीकारले आहेत. रिपोर्टमध्ये असे नमूद करण्यात आले आहे की, मोरक्को, अल्जेरिया, ट्यूनिशिया, लीबिया, इजिप्त, सीरिया, लेबनॉन आणि पाकिस्तान सारख्या जगातील विविध देशांमध्ये मुस्लीम व्यक्तिगत कायद्यासंदर्भात सुधारणा केलेल्या आहेत. तिथे बहुविवाहासाठी कडक नियमांना लागू करत 'एकल विवाहाला' प्राधान्य दिलेले आहे. परंतु, सौदी अरेबिया, इराण, इंडोनेशिया आणि भारतात बहुविवाहाचे प्रचलन अजूनही सुरूच आहे; त्यामुळे धर्म आणि राज्यघटना या वादात वर उल्लेखित तडजोड करण्याची गरज आहे; कारण कोणत्याही नागरिकाला आपल्या धर्मामुळे नुकसान सोसावे लागू नये, हे राज्यघटनेचे मूळ तत्त्व आहे.

अनुवाद- कलीम अजीम

(लेखक ज्येष्ठ पत्रकार असून राजकीय विश्लेषक म्हणून ते ख्यातकीर्त आहेत. सोनिया ए बायोग्राफी, २४ अकबर रोड, नेता-अभिनेता, बॅलेट अशी त्यांची एकूण चार पुस्तके प्रकाशित झालेली आहेत.)

अंतर्गत सुधारणांची गरज

सय्यदा हमीद

उत्तराखंडच्या सायराबानो यांच्यामुळे तिहेरी तलाक व बहुपत्नीत्वाचा मुद्दा न्यायव्यवस्थेच्या पटलावर आला. सर्वोच्च न्यायालयाने त्यांची जनहित याचिका दाखल करून घेतली तशी देशभरात ही प्रथा रद्द करण्यासंबंधी चर्चा सुरू झाली. मुस्लीम महिलांना घटनात्मक हक्क मिळवून देण्यासाठी केवळ मुस्लीमच नाही तर अन्य संघटनादेखील पुढे सरसावल्या. मुस्लिमांच्या धार्मिक संघटना, उलेमा आणि मौलाना यांनी त्यांच्या कायदेशीर वकिलांद्वारे कोर्टात असा युक्तिवाद केला की, धार्मिक बाबतीत न्यायालयीन हस्तक्षेप अल्पसंख्याकांच्या घटनात्मक अधिकारांचे उल्लंघन करणारा आहे. ते म्हणतात की, शरीयत कायदा हा दैवीय आहे आणि त्यात हस्तक्षेप केला जाऊ शकत नाही. अशा प्रकारे न्यायालयीन प्रक्रियेच्या सुरुवातीलाच सीमारेषांची आखणी केली गेली. भारतीय जनता पक्षाच्या नकारात्मक प्रचारामुळे हा विषय आणखीन मोठा झाला. भाजपच्या समान नागरी कायदा या निवडणूक आश्वासनाची या निमित्ताने पुन्हा एकदा चर्चा सुरू झाली.

मी इथे थोडसे थांबून मागे जाते. सन २०००मध्ये मी राष्ट्रीय महिला आयोगाची (एनसीडब्लू) सदस्य होते. त्या वेळी आम्ही भारतातील मुस्लीम महिलांच्या स्थितीवर एक अहवाल सादर केला होता. 'व्हॉइस ऑफ द व्हाइसलेस' म्हणजे 'नि:शब्दांचा आवाज–भारतातील मुस्लीम महिलांची स्थिती' (Voice of the Voiceless-Status of Muslim Women in India) या शीर्षकाचा हा अहवाल होता. तिहेरी तलाक प्रकरणाची सार्वजनिक चर्चा सुरू झाल्यापासून मी व्यक्तिश: संपूर्ण भारतभर फिरले. या काळात मला अनेक महिला भेटल्या. गरीब आणि शोषित मुस्लीम महिलांनी मला त्यांच्या विदारक कथा सांगितल्या. एका मागोमाग एक अशा अनेक महिलांनी मला गरिबी आणि वैयक्तिक कायद्यामुळे आपल्यासोबत झालेल्या दुहेरी नुकसानीबद्दल

सांगितले. या अहवालात मी अशाच अनेक कथा लेखणीबद्ध करून सरकारकडे सादर केलेल्या आहेत.

सदरील अहवालाच्या शिफारसी तीन विभागात मांडण्यात आलेल्या होत्या. पहिली म्हणजे, मुस्लीम नेतृत्व; दुसरी, सिव्हिल सोसायटी आणि तिसरा, उलेमांनी करावयाचे प्रयत्न यात मांडले होते. त्या वेळी महिला आयोगाच्या प्रमुख मोहिनी गिरी होत्या. अहवाल जाहीर होण्यापूर्वी त्यांचा कार्यकाळ संपला. मीदेखील सन २०००मध्ये निवृत्त झाले. यानंतर आलेल्या आयोगाच्या नवीन पदाधिकाऱ्यांना या विषयात अधिक रस नव्हता, परिणामी हा रिपोर्ट एक मृत कागदांचा गठ्ठा बनून अनेक वर्षे पडून राहिला.

तीन वर्षांनंतर २००३मध्ये मुस्लीम विमेन फोरमच्या (एमडब्ल्यूएफ) नेतृत्वाखाली मी या अहवालाचा पाठपुरावा सुरू केला. अहवालाच्या पुनर्मूल्यांकनात मला जाणवले की, परिस्थितीत काहीही बदल झालेला नाही. कोणत्याही विभागाने महिला आयोगाच्या शिफारसी लक्षात घेतलेल्या नव्हत्या. आम्ही मुस्लीम विमेन फोरमच्या मार्फत अजून एक अहवाल सादर केला, त्याचे शीर्षक 'माझा आवाज ऐकला जाईल' (My Voice Shall Be Heard) असे होते.

बदलाचे सौम्य वारे

गेल्या काही वर्षांमध्ये 'STEPS महिला जमात', 'भारतीय मुस्लीम महिला आंदोलन' (बीएमएमए) आणि अलीकडे 'बेबाक कलेक्टिव्ह' यांसारख्या इतर मुस्लीम महिला संघटनांची स्थापना झाली. याशिवाय अनेक पारंपरिक मुस्लीम संघटनादेखील कात टाकल्याप्रमाणे हळूहळू बदलत गेल्या. यात आमची 'मुस्लीम विमेन फोरम'ही एक होती. माझ्या महिला आयोगाच्या कार्यकाळात आणि नंतर मुस्लीम विमेन फोरमची कार्यकारी अध्यक्ष म्हणून मी अनेकांशी चर्चा केल्या. त्यात ऑल इंडिया मुस्लीम पर्सनल लॉ बोर्डाचे दोन पदाधिकारी मौलाना अली मियाँ आणि काझी मुजाहीदुल इस्लाम कासमी होते. हे दोघे सद्गृहस्थ इस्लाममधील महिला समानतेचा संदेश जगाला दाखवण्यासाठी उत्सुक दिसले.

शिया धर्मगुरू मौलाना कल्बे सादिक हे महिला अधिकारांच्या बाबतीत संवेदनशील मनाचे म्हणून ओळखले जातात. त्या वेळी पर्सनल लॉ बोर्डाचे सचिव सय्यद कासीम रसूल इलियास होते. त्यांनी आमच्या चिंतेबद्दल सहानुभूती व्यक्त केली. त्यानंतरच्या काही वर्षांमध्ये मी नियोजन आयोगाची सदस्य झाले. या काळात मी मौलाना फजलूर रहिमान मुजाहिदीसारख्या नेत्यांना भेटले. मला या भेटीत जाणवले की, इस्लाममधील महिला समानतेबद्दल जाहीरपणे सांगण्यात त्यांनाही रस आहे.

दरम्यानच्या काळात काही इतर गोष्टी घडल्या. मुस्लीम पर्सनल लॉ बोर्डामध्ये काही महिलांचा समावेश करण्यात आला. पुरुषांनी महिलांसाठी आपल्या जागा सोडल्या. २००७मध्ये माझी जगातील पहिली महिला काझी म्हणून नियुक्ती करण्यात आली. या निवडीवर लखनौच्या फिरंगी महालमधील एका मौलानाव्यतिरिक्त इतर कोणीही फतवा जारी केला नाही. मी लावलेल्या लग्नावर कोणीही आक्षेप नोंदवला नाही. कालांतराने या फतव्याला त्यांच्याच एका सहकाऱ्याने रद्दबातल ठरवून मागे घेतले.

तिहेरी तलाकच्या निमित्ताने पुन्हा एकदा सर्वोच्च न्यायालय मुस्लीम महिलांच्या हक्कांसाठी सक्रिय झाले व सुनावणीच्या काही महिन्यातच महत्त्वपूर्ण निकाल देत तिहेरी तलाक अवैध ठरविले. या निकालानंतर काही हिंदू संघटनांनी समान नागरी कायद्याचा मुद्दा पुढे आणला. हा कायदा 'उदारमतवादी' दृष्टिकोन मांडतो असे काहींचे म्हणणे होते. दुसरीकडे उलेमांनी इस्लामी तर्कावर आधारित त्याला विरोध केला.

वास्तविक स्थिती

सुप्रीम कोर्टात सुनावणी सुरू असताना मी पर्सनल लॉ बोर्डाचे लखनौमधील नदवतूल उलेमांच्या सदस्यांना भेटले होते, जिथे समान नागरी कायद्यासंदर्भात आमच्यात चर्चा झाली. चर्चेअंती ते एका रटाळ निष्कर्षावर आले, ज्याबद्दल नेहमी बोलले जाते, तो म्हणजे मुस्लीम व्यक्तिगत कायद्यात हस्तक्षेप होता कामा नये. ते म्हणाले की, 'भारतीय संविधानाने सर्व नागरिकांना धर्म स्वातंत्र्याच्या अधिकार दिला आहे. त्यामुळे हा हस्तक्षेप राज्यघटनेच्या मूळ तत्त्वाविरोधात आहे.' त्यांनी असे घोषित केले की, मुस्लीम महिला शरीया कायद्याअंतर्गत त्यांना मिळालेल्या हक्कांबद्दल समाधानी आहेत आणि इतर धर्मांतील महिलांपेक्षा मुस्लीम महिलांची स्थिती अधिक चांगली व सुरक्षित आहे.

नदवतूल उलेमांच्या सदस्यांच्या तर्कात मला स्पष्ट रूपाने गंभीर धोक्याचे चिन्ह दिसून आले. हे स्पष्ट होते की, मुस्लीम धर्मगुरुंच्या जुन्या युक्तिवादाला सर्वोच्च न्यायालय थारा देणार नव्हते. न्यायालयीन सुनावणीदरम्यान कळून आले होते की, न्यायव्यवस्था दीर्घकालीन उपाययोजनांबद्दल विचार करत आहे. त्यामुळे साहजिकच तिथे उलेमांच्या कथित धर्मनिरपेक्षतेची व्याख्या लागू होणार नव्हती. दुसरीकडे या मुद्द्यांवरून 'धर्मनिरपेक्ष' गटांचे समोरासमोर येणे लोकशाहीकरणाच्या प्रक्रियेला चाप बसवणारे होते. वरील तर्क लोकशाही निर्मितीकरणाच्या प्रयत्नांना कमी करणारा होता.

शरीयतच्या हस्तक्षेपावरून समाजात दोन गट पडले होते. या दोन गटांमधील खुले शत्रुत्व इतरांना संधी देणारे होते. तसेच न्यूज चॅनेल आणि सोशल मीडियाला मसाला देणारे होते. अर्थातच, यातून सामाजिक वातावरण बिघडणार होते. मुस्लीम महिला आणि पुरुष यांच्या पारंपरिक प्रतिमेचे विकृतीकरण न्यूज चॅनेलच्या पॅनल डिस्कशनमधून मांडली गेली असती. यामुळे दोन समुदायात वितुष्ट आले असते. ही क्षुल्लक बाब सामाजिक सौहार्द बिघडवण्यास कारणीभूत ठरली असती. या मतभेदातून 'सर्वच मुस्लीम एकजिनसी (मोनोलिथिक) कदापि नसतात' ही सकारात्मक बाब दिसून आली. अन्यायाच्या मुद्द्यावर ते एका आवाजात विचार करीत नाहीत, असा संदेश यातून गेला. सामाजिक बदलांच्या बाबतीत संकुचित विचार करणारे पर्सनल लॉ बोर्डाचे प्रतिनिधी तुलनेत फार कमी आहेत. त्यामुळे त्याबद्दल चिंता करण्याची फारशी गरज नाही.

न्यायालयीन लढ्यात एखाद्याचा विजय होतो तर दुसऱ्याचा पराभव; विजयाचे चांगले परिणाम लोकशाहीकरणाच्या प्रक्रियेला गती देणारे घटक ठरतात. थोडक्यात काय तर आंतरिक लोकशाहीकरणाच्या प्रक्रियेत मुस्लीम महिला सामाजिक सुधारणांबाबत आग्रही भूमिका घेत आहेत. अशा परिस्थितीत उलेमा आपण हक्कांचे संरक्षणकर्ते आहोत, असे सांगतात; तर दुसरीकडे सामाजिक सुधारणांच्या नावाखाली राज्य-आधारित व्यवस्था त्या धार्मिक अल्पसंख्याक गटामध्ये हस्तक्षेप करते. अशा वेळी अनेक जण या सुधारणांसाठी विरोध करत आहेत. परिणामी धार्मिक अल्पसंख्य समूहात दोन गट पडले आहेत. मुस्लीम महिला विरुद्ध पुरुष असे हे परस्परविरोधी दोन गट आहेत.

उपरोक्त घटनेचा परिणाम असा होईल की, हे सर्व जण मुस्लीमविरोधी स्वयंसेवक संघाच्या सापळ्यात अडकतील. तसे पाहता, गेल्या काही वर्षांत संघ-भाजपच्या नेत्यांकडून रोजच बहुसंख्याकांना मुस्लीम द्वेषांचे डोस पाजणे सुरू आहे. परिणामी इतर पक्षातील नेत्यांमध्येसुद्धा मुस्लिमांबद्दल तुच्छतेचे वातावरण तयार झाले आहे. मुसलमानांच्या दुःखात सहभागी होण्याची या राजकीय पक्षांची इच्छा नाही. या सर्वांमधून आणखी एक धोका उद्‌भवू शकतो, तो म्हणजे मुसलमानांविषयी समाजात रूढ असलेल्या गैरसमजांना अधिक भक्कमता प्राप्त होईल. या पार्श्वभूमीवर भाजप खासदार साक्षी महाराजांनी मुस्लीम महिलांना पुरुषांच्या पायातला जोडा होण्यापासून वाचवण्याची कोर्टाला विनंती केली होती.

मुस्लीम समाज अनेकदा छळला गेला आहे. गेल्या ७० वर्षांपासून भारतीय मुस्लीम सांप्रदायिक दंगलींना बळी पडत आहे. प्रत्येक दंगलीत मोठ्या प्रमाणात

मुस्लीम महिलाच बळी ठरल्या आहेत. गेली ७० वर्षे जातीय दंगलींना उत्तेजन देऊन समाजामध्ये ध्रुवीकरण पसरवले जात आहे. राजकीय नेत्यांनी कशा पद्धतीने दंगलीचा फायदा उचलला आहे, याचे हिंदू आणि मुसलमान दोन्ही समुदाय साक्षीदार आहेत. ग्रामीण भागात मुसलमानांवरील हल्ले नित्याचेच झाले आहेत. मुसलमानांना नेमके हे समजत नाही की त्यांना नेमक्या कुठल्या कारणास्तव मारून व जाळून टाकले जात आहे. अशा प्रकारच्या अनेक हिंसक बातम्या आम्ही वृत्तपत्रातून रोजच वाचत असतो.

२०१६मध्ये झारखंडमधील लातेहारमध्ये मोहंमद मझलूम नावाच्या एका मुस्लीम व्यापाऱ्याला काही जणांनी अडवले. त्याच्यावर गोळीबार केला गेला. या घटनेत दोन्ही समाजातील निर्दोषांचे रक्त सांडले. स्थानिक पोलीस प्रशासन अशा प्रकारच्या घटना रोखण्याचे प्रयत्नदेखील करत नसल्याचे निदर्शनास आले आहे. हिंसाचाराच्या घटनेत हिंदू आणि मुस्लीम दोघांनाही त्रास होणार नाही, याची काळजी बाळगण्याची गरज आहे.

एक व्यावहारिक मध्यम मार्ग

महिला आयोगाच्या माझ्या संबंधित अहवालामध्ये मी एक मध्यम मार्ग सांगितला होता. यात मी मुस्लीम पर्सनल लॉ बोर्डाची भूमिका अधोरेखित केली होती. या बोर्डात अनेक मुस्लीम विचारवंत व अभ्यासक आहेत. बोर्डाने इस्लाममध्ये नसलेल्या रूढी-प्रथा स्वतःहून रद्दबातल केल्या पाहिजेत. त्यांनी इस्लामिक राष्ट्रातील दोष व इतर विकृत बाबींकडे दुर्लक्ष करून चांगल्या गोष्टी स्वीकारल्या पाहिजेत. त्यांनी आता दाखवून दिले पाहिजे की, महिलांच्या समानतेबद्दल आम्ही संवेदनशील आहोत. बोर्डाने असे म्हटले पाहिजे की, आम्ही कुरआन आणि प्रेषित मुहंमद (स) यांच्या शिकवणीतून मार्गक्रमण करू इच्छितो.

याशिवाय त्यांनी हे लक्षात घ्यावे की इस्लामी न्यायशास्त्राच्या (फिकह) विविध स्कूल ऑफ थॉटमुळे शरीया कायदा अधिकाधिक उदारमतवादी बनला आहे. त्यांना आता असे म्हणावे लागेल की ज्यांना न्यायशास्त्राची कुठलीही विचारधारा (स्कूल ऑफ थॉट) स्वीकारायची आहे त्यांनी ती खुशाल स्वीकारावी. महिला त्यांना आवडणाऱ्या योग्य विचारधारा स्वीकारण्यासाठी मोकळ्या आहेत. उदाहरणार्थ, अहले हदीसने तिहेरी तलाकची मनाई केली आहे.

ऑल इंडिया शिया पर्सनल लॉ बोर्ड, ऑल इंडिया मुस्लीम महिला पर्सनल लॉ बोर्ड सारख्या इतर महिलांच्या संघटनांना मान्यता दिली पाहिजे. भारतीय मुस्लीम महिला आंदोलनासारख्या मुस्लीम महिला संघटनांनी स्वतःचा असा 'निकाहनामा'

विकसित केलेला आहे. हे सर्व प्रयत्न लोकशाही दृढीकरणाच्या अंतर्गत बाबींसाठी महत्त्वाचे आहेत. ही एक लोकशाही बळकट करण्याची चळवळ आहे. बोर्डासारख्या जुन्या संस्थांनी आता असे घोषित केले पाहिजे की, या वेगवेगळ्या फोरमचा वापर करण्यास मुस्लीम महिलांना कुठलाही अडथळा नाही. मुस्लीम पर्सनल लॉ बोर्ड असो वा जमीयतुल उलेमा; कोणा एकाकडे देशातील मुसलमानांच्या प्रश्नावर एकट्यानेच बोलण्याचा अधिकार असता कामा नये.

मुस्लीम महिला संघटनांनी अशीही मागणी केली पाहिजे की, जनगणना आणि राष्ट्रीय कौटुंबिक आरोग्य सर्वेक्षणाची माहिती उघड करावी. त्यातून धर्माधारित महिलांच्या आर्थिक व सामाजिक स्थितीबद्दल अचूक माहिती मिळेल. बहुतेक प्रकरणात इतर स्त्रियांपेक्षा मुसलमान महिला कमी प्रमाणात बळी पडतात. उदाहरणार्थ, असा अनुभव आहे की इस्लामशिवाय इतर धर्मांमध्ये बहुविवाह अस्तित्वात आहे. याला 'धार्मिक मंजुरी' देण्यात आलेली आहे. या सोयीमुळे सामाजिक समस्या निर्माण होऊ शकतात, त्यामुळे समस्यांना कारणीभूत असलेल्या अशा सोयी काढून घेतल्या पाहिजेत.

काही मुस्लीम संघटना व व्यक्ती इस्लामने महिलांना दिलेल्या न्याय हक्कासाठी लढत आहेत. तेलंगणाच्या काझींनी एकतर्फी तलाक दिलेल्या पुरुषांचे लग्न लावणार नाहीत, असा निर्णय घेतला होता. हा बदल सकारात्मक आहे. इस्लाममधील समानता व मानवतेच्या मूल्यांना अधोरेखित करून ते तत्त्व अमलात आणण्याची गरज आहे. इस्लामने महिलांना अनेक अधिकार दिलेले आहेत. पुरुषी मानसिकतेतून बाहेर पडून त्याची अंमलबजावणी करण्याची गरज आहे. शेकडो वर्षांपूर्वी स्त्रियांना वडिलांच्या मालमत्तेत समान अधिकार दिले होते, ज्या प्रदेशात जन्मानंतर मुलींना गाडून टाकण्याची प्रथा होती त्याच प्रदेशात महिलांना सर्वोच्च दर्जा देण्याची क्रांती इस्लामने केली. हाच इस्लामचा उदारमतवाद आहे.

अनुवाद–कलीम अजीम

(लेखिका हैदराबादच्या मौलाना आझाद नॅशनल युनिव्हर्सिटीच्या कुलपती होत्या. त्यांनी यापूर्वी नियोजन आयोगाचे (नीती) सदस्यपद भूषविले आहे. राष्ट्रीय महिला आयोगाच्या त्या सदस्या होत्या. देशातील पहिल्या महिला काझी म्हणून त्या सध्या काम पाहतात. तसेच स्त्रीवादी कार्यकर्त्या म्हणून देशभरात विविध चळवळींच्या त्या समन्वयक राहिलेल्या आहेत.)

तिहेरी तलाकची गुंतागुंत

कलीम अजीम

भाजपच्या सत्ताकाळात तिहेरी तलाकचा मुद्दा धार्मिक स्वरूपाचा नसून राजकीय स्वरूपाचा झालेला आहे. धार्मिक दंगली घडवून महिलांना असुरक्षित करणाऱ्या भाजपप्रणीत धार्मिक संघटनांचे पदाधिकारी इस्लामिक विद्वान बनून तलाक व शरीयतवर भाष्य करत सुटले आहेत. अशा परिस्थितीत कुरआन आणि हदीसची पारायणे हिंदुत्ववादी संघटनांच्या तोंडून ऐकणे भारतीय मुसलमानांसाठी एक पर्वणी ठरलेली आहे. कथित 'लँड जिहाद'चा विनोदी आरोप करत मुसलमानांच्या उपासना पद्धती व नमाज अदा करण्यापासून त्यांना रोखले जात आहे, त्याच धर्मवादी संघटना इस्लामचे दाखले देत मुस्लीम महिलांचे वैवाहिक प्रश्न सोडवू पाहात आहेत. दोन्ही घटना परस्परविरोधी असल्या तरी भाजपप्रणीत सत्ताकाळात हे घडणे विनोद नव्हे तर वस्तुस्थिती आहे. मुस्लीमद्वेषासाठी प्रसिद्ध असलेल्या भाजपच्या सत्तेत ही घटना ऐतिहासिक नोंद ठरावी अशी आहे.

एकूण महिलांच्या अन्य प्रश्नांकडे दुर्लक्ष करत फक्त मुस्लीम महिलांचे प्रश्न भाजप सोडवू पाहात आहे. भाजप व त्यांच्या इतर समविचारी संघटना फक्त 'मुस्लीम' महिलांना न्याय देण्याच्या भूमिकेत उतरल्या आहेत. हा 'सिलेक्टिव्हिझम' आगामी काळात धर्मनिरपेक्ष भारतीय समाजकारणात एक धोक्याची घंटा मानली जात आहे. जिथे महिला प्रश्न बिकट होत असताना वाढते लैंगिक हल्ले, कौटुंबिक हिंसाचार, ऑनर किलींग, लैंगिक भेदभाव वाढले आहेत; पण या सर्व महिलाप्रश्नांकडे दुर्लक्ष करून भाजप सरकार फक्त 'मुस्लीम महिलां'चा प्रश्न तयार करून तो सोडवण्याचं राजकारण करत आहे. प्रसिद्धी माध्यमांनी ही संधी साधत मुस्लिमांचं शत्रुकरण सुरू केलं आहे. प्राइमटाईमच्या उथळ चर्चेमध्ये कथित विचारवंत व अभ्यासकांना बोलावून जनतेमध्ये 'मुस्लीम फोबिया'चे बीजारोपण करणे सुरू आहे. मूळ प्रश्नांना बगल देत

इस्लामबद्दल अपसमज पसरवण्याचं काम या निमित्ताने मीडिया व भाजप सरकारकडून सुरू आहे.

याउलट, मुस्लीम पर्सनल लॉ बोर्ड व मुस्लीम समाजातील इतर सुधारणावादी संघटना भाजपच्या हल्ल्याचा बचाव करताना दिसले; पण तलाकचा मूळ प्रश्न चर्चेतून गौण राहिला. देशात इतरत्र जिथं तलाक समस्येवर संमेलनं भरवून जाहीर चर्चा झाली, तिथंही भाजपच्या रणनीतीपासून बचाव करण्याच्या प्रयत्नांवर जास्तवेळ मंथन झालं. त्यामुळे कोर्टाच्या निर्णयानंतरही तिहेरी तलाकची समस्या 'जैसे थे'च राहिली. अशा परिस्थितीत तलाक प्रश्नांची नुसती वरवरची चर्चा न करता गाभ्यापर्यंत जाऊन त्याची उकल करण्याची गरज निर्माण झालेली आहे. या लेखात तलाक प्रश्नांवर अपेक्षित चर्चा करत मूळ प्रश्नांकडे जाण्याचा प्रयत्न आपण करणार आहोत.

पार्श्वभूमी

कुरआनचा योग्य तो अन्वयार्थ न लावला गेल्याने भारतीय मुस्लीम समाजात आजतागायत अनेक समस्या मूळ धरून आहेत. हे विधान थोडसं धाडसी असलं तरी यात नाकारण्यासारखं काही नाही. भारतात आजही अनेक भागात अरबीमध्ये कुरआन वाचन व पठण करण्याचा प्रघात आढळतो. त्यामुळे अरबी भाषेची समज असलेल्या मोजक्या मंडळींना कुरआनचा मथितार्थ उमजतो. त्यांच्या कुवतीनुसार ते कुरआनचा अन्वयार्थ लावतात. याशिवाय धार्मिक विद्वानाच्या मदतीशिवाय कुरआन समजू शकत नाही, असे म्हणणारा एक मोठा वर्ग आहे. त्यामुळे या मंडळींनी सामान्यांना समजून सांगितला तसा कुरआनचा अर्थ समाजात रुळला.

भारतात देवबंदी, मदनी, बरेलवी, नदवी सारख्या संस्था मदरशांमार्फत कुरआन मुखोद्गत करण्याचं व शिकवण्याचं काम करतात. अशा मदरशांमध्ये समाजातील ठरावीक (अल्प उत्पन्न गट) वर्गसमूह धार्मिक शिक्षणासाठी दाखल होतो. अशा संस्था स्वतंत्र विशिष्ट इस्लामकेंद्री 'स्कूल ऑफ थॉट'नुसार चालतात. त्यामुळे इथून शिकून आलेल्या या पिढीने त्या-त्या स्कूलनुसार (विचारसरणी) कुरआन व हदीसचा अर्थ सामान्यात रुजवलेला आहे. त्यामुळेच इमाम शाफई यांना मानणाऱ्या गटामध्ये तिहेरी एकतर्फी तलाक अमान्य आहे.

कुरआनचा अन्वयार्थ लावण्याच्या बाबतीत भारतीय उपखंड जगापेक्षा वेगळा ठरला. पैतृक संपत्ती, व्यापार, मेहेर, वारसा हक्क, जकात, विवाह, घटस्फोट आणि पुनर्विवाह याबाबतीत हे अर्थ लावले गेले. इतिहासकारांच्या मते, अशा बहुतेक अन्वयार्थाची बीजे मध्ययुगीन मुस्लीम शासकांच्या सत्ताकाळात दडलेली आहेत. शासकांना खूश करण्यासाठी तत्कालीन धर्मपंडितांनी धर्मग्रंथाचे सोयीचे अर्थ लावले.

याउलट, शासकांनी चैन व सोय म्हणून धर्मपंडितांकडून अशा प्रकारचे अर्थ लावून घेतले. या प्रथा नंतरच्या काळात कायदे म्हणून पुढे आल्या.

असं सांगितलं जातं की, प्रत्येक काळातील धर्मपंडितांनी पितृसत्ताक मानसिकतेतून कुरआनचे अर्थबोध लावले. ही धर्मबंधने पाळण्यासाठी आर्थिक वर्गवारीनुसार उतरंड ठरवली गेली. त्यानुसार गरीब, कमी आर्थिक उत्पन्न गटांतील नागरिकांना नियम कडक झाले. तर सधन, पांढरपेशा व अधिकार गाजवणाऱ्या वर्गाला नियम शिथिल झाले. अर्थातच, आखाती देशातील इस्लामचे अनुकरण करण्याच्या पद्धतीतून ही नियमावली आपोआप भारतीयांना चिकटली. धर्मतत्त्वांच्या अनुकरणाची ही पद्धत आजही मुस्लीम समाजात मोठ्या प्रमाणात पाहायला मिळते. याउलट, वेशभूषा, संस्कृती, भाषा, राहणीमान, रितीरिवाज व काही प्रमाणात कर्मकांडात भारतीयत्व दिसून येते.

वास्तविक पाहता, भारतीय मुस्लिमांची संस्कृती ही भारतातील वेगवेगळ्या प्रदेशांतील त्यांच्या वास्तव्यातून विकसित झालेली आहे. प्रा. बेन्नूर यांच्या मते, भारतातील सर्व खाणाखुणा, सांस्कृतिक घटक, जातिव्यवस्था वगैरे सर्व पैलूंचे प्रभाव मुस्लिमात दिसून येतात. भाषेच्या बाबतीतही सामाजिक, सांस्कृतिक दृष्टिकोनातून भारतातील मुस्लीम समाजात परस्परविरोधी मतप्रवाह दिसून येतात.

भारतातील मुस्लिमांचा इस्लाम व अरबस्थान आणि इराणमधील इस्लाम धर्म यांच्यात मोठा फरक दिसून येतो. इथल्या मुस्लिमांचे सण, उत्सव, धार्मिक समारंभ, जन्माचे सोहळे, लग्न संस्कार याबद्दलच्या पद्धती इतरांपेक्षा वेगळ्या आहेत. त्यामुळे धर्माचं आचरण अरबी, पण संस्कृती भारतीय असं मिश्रण भारतीय मुस्लिमांत आढळते. प्रसंगी अनेकदा अज्ञान व गैरसोयीचं वातावरण पाहायला मिळतं. जकात, घटस्फोट व पुनर्विवाहाच्या बाबतीत अनेक़दा अज्ञान व गैरसमजातून मार्ग काढले जातात. बऱ्याचदा गैरसोयीतून आलेले निर्णय 'प्रथा' बनून जातात व कालांतराने या प्रथा 'कायदे' म्हणून पुढे येतात. तलाक व पुनर्विवाहाच्या बाबतीत अशीच अवस्था भारतीय उपखंडात निर्माण झालेली आहे. अनेकदा जगामध्ये इस्लामी परंपरेचं अनुकरण भारतापेक्षा वेगळं ठरतं. त्यामुळे अर्थातच भारतीय इस्लाम व त्याचे अनुयायी अनेकदा टीकेचं लक्ष्य ठरतात. मुस्लीम महिला प्रश्नांच्या बाबतीत काही ठरावीक इस्लामिक प्रॅक्टिसमुळे भारतीय मुस्लीम जगाच्या पाठीवर वेगळा ठरतो. त्यात प्रामुख्याने दोन गोष्टींचा उल्लेख करावा लागेल. एक तर 'तलाक' आणि दुसरे म्हणजे 'हलाला'.

तफावत

तलाक म्हणजे, 'वैवाहिक बंधनातून स्वातंत्र्य.' याचा दुसरा अर्थ 'काडीमोड' असा होतो. याचा पारिभाषिक अर्थ नवरा-बायकोमधील नातेसंबंध सपुष्टात येणं असा आहे. तलाकचे एकूण तीन प्रकार आहेत. 'तलाक ए अहसन' प्रकारात एका वेळेस 'तलाक' म्हटल्यावर नंतर पती-पत्नी एकाच घरात राहतात. तीन महिन्यांत समेट घडला तर पुन्हा ते दोघे एकत्र येऊ शकतात. 'तलाक ए हसन'मध्ये पती पत्नीला एक-एक महिन्याच्या अंतराने घटस्फोट देतो, त्यात समेट नाही झाला तर उभय पक्ष स्वतंत्र होतात; तर 'तलाक ए बिद्दत'मध्ये एकदाच एका बैठकीत तीनदा तलाक म्हणून काडीमोड घेतला जातो.

भारतात तलाक ए अहसनची प्रक्रिया सर्वांत जास्त मानली जाते; पण अपवादात्मक परिस्थितीत तलाक ए बिद्दतच्या घटना घडतात. जगात कुठेच ही पद्धत अस्तित्वात नाही, पण भारतात का आहे? याचा समाधानकारक खुलासा कुठलाही धार्मिक विद्वान करू शकला नाही. एका बैठकीत दिला जाणारा तिहेरी तलाकचा कुरआनमध्ये कुठेच उल्लेख आढळत नाही. पती-पत्नींचा निभाव होत नाही अशा परिस्थितीत विभक्त होण्यासाठी ३ महिन्यांचा अवधी कुरआनने दिला आहे, या काळात वैवाहिक संबंध दुरुस्त करावेत, अशा सूचनाही कुरआनमध्ये देण्यात आलेल्या आहेत. या काळात समेट न झाल्यास दोघे एकमेकांपासून विभक्त होऊ शकतात. यासंदर्भात कुरआनची पुढील आयत पाहू या..

''जे लोक आपल्या पत्नीशी संबंध न ठेवण्याची शपथ घेतात त्यांच्यासाठी चार महिन्यांचा अवधी आहे; जर त्यांनी पुन्हा संबंध प्रस्थापित केले तर अल्लाह क्षमावंत व कृपावंत आहे आणि त्यांनी तलाकचाच विचार केला असेल तर लक्षात ठेवा, अल्लाह सर्वकाही ऐकणारा व जाणणारा आहे. ज्या स्त्रियांना तलाक दिला आहे. त्यांनी तीन ऋतुस्रावापर्यंत प्रतीक्षा करावी, त्यांच्यासाठी वैध नाही की अल्लाहने त्यांच्या गर्भाशयात जे काही घडविले आहे ते लपवावे, त्यांनी मुळीच तसे करू नये. जर त्या अल्लाह आणि अंतिम दिनावर विश्वास ठेवत असतील.'' (सूरह अल् बकराह २२७, २२८, २२९).

कुरआनमध्ये घटस्फोटाच्या योग्य पद्धतीचा अनेक ठिकाणी उल्लेख आलेला आहे. हदीसमध्येही तलाकला अनेकदा नापसंती दर्शवण्यात आलेली आहे. हदीस व इतर धर्ममतांप्रमाणे पती-पत्नी दोघांत काही कारणाने सलोखा किंवा समेट होत नसेल, तर उभयपक्ष स्वतंत्र होण्याचा निर्णय घेऊ शकतात. त्यानुसार पती-पत्नीत वारंवार होणाऱ्या बेबनावापासून सुटका म्हणून तलाकला संमती देण्यात आलेली

आहे. यासोबत त्याची एक विशिष्ट पद्धतही कुरआनने स्पष्ट करून सांगितलेली आहे. तीन ऋतुस्राव म्हणजे साहजिकच तीन महिन्यांचा कालावधी होतो.

या संदर्भात अजून एक आयत पाहू या.... "तलाक फक्त दोनवेळा आहे. नंतर एकतर सर्वसंमत पद्धतीने आपल्याजवळ ठेवून घ्या किंवा सन्मानपूर्वक त्यांना निरोप द्या. जेव्हा तुम्ही पत्नीला तलाक द्याल व त्या आपला प्रतीक्षाकाळ पूर्ण करतील, तेव्हा सर्वसंमत पद्धतीने त्यांना आपल्याजवळ ठेवून घ्या किंवा त्यांना सन्मानपूर्वक निरोप द्या. त्यांना त्रास देण्यासाठी अडकवून ठेवू नका, जेणेकरून तुम्ही त्यांच्यावर अत्याचार करावा. यात अतिरेक करणारा स्वत:वरच अत्याचार करतील. अल्लाहच्या आयतींशी खेळ करू नका." (सूरह अल् बकराह २३२).

कुरआनच्या नंतर इस्लामचे अनुयायी हदीसला मानतात. ऑक्सफर्ड इस्लामिक स्टडीजच्या मते, 'हदीस म्हणजे प्रेषित मुहंमद (स) यांनी समकालीन इस्लामच्या अनुयायींना उद्देशून केलेली प्रवचने, ज्यात ईश्वरी परंपरा व प्रेषितांचे दैनंदिन जीवन यातून आलेले संदेश, सल्लामसलत, चर्चा, मार्गदर्शन यांचा संग्रह म्हणजे 'हदीस' होय.' प्रेषितांच्या निर्वाणानंतर त्यांच्या वचनांचे एकत्रीकरण करून त्याचे संकलन करण्यात आले. त्याला जगभरातले इस्लामचे अनुयायी जगण्यासाठीचं मार्गदर्शन मानतात. हे संकलन म्हणजे बुखारी, मुस्लीम, अल् तिर्मिजी, अबू दाऊद, अल् सिजिस्तानी, अल् नसाई आणि अल् कजविनी इत्यादी हदीससंग्रह आहेत. या वेगवेगळ्या हदीसमध्येही तलाकच्या योग्य विधी संदर्भात अनेक ठिकाणी माहिती आलेली आहे; पण तत्काळ तलाकसंदर्भात कुठेही संदर्भ आढळत नाहीत. कुरआन व हदीसमध्ये तलाकसंदर्भात इतका पारदर्शीपणा असतानाही मग हा प्रश्न इतका बिकट का झाला, असा प्रश्न उरतोच.

प्रेषितांच्या काळातील अनेक हदीसमध्ये कुरआनच्या आधारे वेगवेगळी उदाहरणे देऊन तलाकची नेमकी पद्धत स्पष्ट करण्यात आलेली आहे. एकदा एका महिलेला तिला नवऱ्यासोबत राहणं असह्य झालं म्हणत प्रेषितांकडे दाद मागायला आली, त्या वेळी प्रेषितांनी त्या महिलेस तलाकची परवानगी दिली होती. (बुखारी, ६८:१,२).

पुरुषांनी दिलेल्या तलाकसंबंधी एका अन्य हदीसचा उल्लेख वारंवार अनेक पुस्तकात येतो. तो म्हणजे, हजरत उमर यांच्याकडे एक बैठकीत तीन तलाक देणाऱ्या एका व्यक्तीला उभं करण्यात आलं, त्या वेळी तत्काळ तलाकला गुन्हा ठरवून हजरत उमर यांनी त्या व्यक्तीच्या पाठीवर दगड फोडण्याची शिक्षा देऊ केली. (फतह अल् बारी). खलिफा हजरत अलींच्या काळातही असं एक प्रकरण आलं होतं, त्यात

हजरत अलींनी एक आदेश काढत तोंडी तलाक देणाऱ्या पुरुषाला म्हटलं होतं की, तुला घटस्फोटाचा अधिकार असला तरी लवादाने तुझ्याविरुद्ध निर्णय दिला असल्याने तुला एकतर्फी तलाक घेता येणार नाही.

इस्लामिक विद्वानाच्या मते, प्रेषित साहेबांच्या निर्वाणानंतर खलिफा हजरत उमर यांच्या काळात अपवादात्मक परिस्थितीत अशा प्रकाराच्या तोंडी तलाकला मंजुरी देण्यात आलेली होती. प्रा. बेन्नूर यांच्या मते, पुरुषसत्ताक, सरंजामी अरबी समाजाने या अपवादात्मक उदाहरणाचे धार्मिक प्रथेत रूपांतर केले. कालांतराने ही प्रथा कायदा म्हणून पुढे आली. या निष्कर्षाअंती असे म्हणता येईल की, 'तोंडी तलाक' हा कुरआन व हदीसमधून न येता, परंपरेतून आलेला आहे; पण खलिफाच्या काळातली कुठलीही प्रथा व परंपरा हदीस होऊ शकत नाही, असेही धार्मिक विद्वानांचे मत आहे. मग या प्रथेला धर्मप्रथा म्हणून मान्यता कशी काय मिळाली, हा प्रश्न आहे. या प्रथेला 'तलाक ए बिद्दत' (कायदाबाह्य तलाक) म्हटलं गेलं. बिद्दत म्हणजे घुसवणे किंवा जोडणे. अशा पद्धतीने गेल्या अनेक वर्षांपासून ही प्रथा मुसलमानांमध्ये चालत आलेली आहे. विशेष म्हणजे तेव्हापासून अनेक मोठ्या धर्मगुरुंनी ही प्रथा कायम ठेवण्याचा आग्रह धरलेला दिसून येतो.

कुरआन व हदीसमध्ये तलाक-ए-बिद्दतची प्रथा नाही हे वरील संदर्भावरून स्पष्ट होते. अशा वेळी ही परंपरा भारतीय मुसलमानांमध्ये कशी आली असा प्रश्न उद्‌भवतो. भारतात १९३७च्या शरीयत ॲक्टमध्ये ही प्रथा आहे. ही कशी आली याचा शोध घेतल्यास काही बाबी स्पष्ट होतात. प्रेषितांनंतर रचलेल्या काही मौजू हदीसमध्ये तीन तलाकचा संदर्भ येतो. मौजू म्हणजे 'रचलेले' ज्यांच्या कुठल्याच पुराव्याच्या थांगपत्ता नसतो. अशा 'मौजू हदीस'मध्ये एका बैठकीतल्या तलाकचा उल्लेख आढळतो. त्यामुळेच इस्लामी रितीरिवाजात तलाक ए बिद्दतची प्रथा आली असावी, तसा अंदाज अनेक अभ्यासक मांडतात. यावर अनेक वादविवादही आहेत. नंतरच्या काळात अशा हदीसला इस्लाममध्ये जागा नसल्याची मांडणीही काही इस्लामिक विद्वानांनी केलेली आहे. इस्लाममध्ये नव्याने आलेल्या या प्रथेमध्ये 'बिद्दत' आहे, यावर अनेक इस्लामिक विद्वानांचं एकमत आहे. इथून ही परंपरा शरीयत ॲक्टमध्ये आली असावी, असा अभ्यास काही मुस्लीम समाजशास्त्रज्ञ मांडतात.

भारतात स्वातंत्र्यपूर्व काळात आयडेंटिटी पॉलिटिक्स (अस्मितेचे राजकारण) जोर धरत असताना ब्रिटिशांकडून 'मोहमॅडन लॉ' आणला गेला. वास्तविक पाहता १८५७नंतर बदललेलं ब्रिटिशकालीन भारताचे राजकारण व त्यातून निर्माण झालेली

हिंदु–मुस्लीम संघर्षाची किनार या कथित शरीयत कायद्याला लागू झालेली होती; म्हणजे इंडियन पीनल कोड अस्तित्वात असताना १९३७ साली मुस्लिमांसाठी स्वतंत्र असा व्यक्तिगत कायदा इंग्रजांनी आणला. हा कायदा नेमका का आणला गेला, यावर बरंच काही लिहिता–बोलता येईल, तूर्तास हा विषय थोडासा बाजूला ठेवू या.

तत्कालीन इस्लामिक पंडितांना घेऊन इंग्रजांनी मोहमॅडन लॉ म्हणजे 'शरीयत ॲक्ट' तयार केला. विशेष म्हणजे कायदा आणण्यापूर्वी डी. एफ. मुल्लाप्रणीत 'प्रिन्सिपल्स ऑफ मोहमॅडन लॉ' हा मूळ संदर्भग्रंथ तयार केला गेला. ब्रिटिशकालीन शरीयतला हाच ॲक्ट प्रमुख आधार बनविला गेला. या कायद्याअन्वये लग्न, घटस्फोट, वारसा हक्क इत्यादी व्यक्तिगत प्रश्नांचा समावेश करण्यात आला. एका अर्थाने तिहेरी तलाकला याच कायद्याअन्वये संरक्षण प्राप्त झालं. ताहिर महेमूद यांच्या मते, मुस्लीम स्त्रियांवरील अन्यायाची सगळी भानगड या कायद्यातून निर्माण झालेली आहे; पण सगळा दोष मात्र भारतीय मुसलमान व त्यांच्या इस्लामच्या माथी मारण्यात येतो.

अब्दुल कादर मुकादम यांच्या मते, जेव्हा मुस्लीम महिलांवर अन्याय करणाऱ्या तरतुदी रद्द करण्याचे प्रयत्न होतात, तेव्हा समाजातील धर्मपंडित किंवा नेते शरीयत दैवीय कायदा असून तो अपरिवर्तनीय आहे, अशी भूमिका मांडतात. अलीकडे तर तिहेरी तलाक हा धर्मश्रद्धांचा भाग म्हणत त्याची राखणदारी करण्याची मोहीम चालविली गेली. इतकेच नाही तर त्यासाठी पीडित मुस्लीम महिलांनाच आधार बनविला गेला.

असं सांगितलं जातं की, ब्रिटिशांनी काही धर्मपंडितांना हाताशी धरून कुरआन व सुन्नतच्या आधाराने संशोधन करून 'शरीयत ॲक्ट' तयार केला; पण कायदेतज्ज्ञ ताहिर महेमूद यांनी ब्रिटिशांनी केलेली नेमकी खेळी व कुरघोडी १९८६ सालीच उघडकीस आणलेली आहे; पण अजूनही मुसलमान याच कायद्याला दैवीय मानतात. इतकेच नाही तर या शरीयत कायद्याचे पालन करण्याची आज्ञा पवित्र धर्मग्रंथात दिलेली आहे, असंही म्हणतात. ब्रिटिशप्रणीत शरीयत कायद्यात रूढी, प्रथा, परंपरांना स्थान आहे. यामुळे तिहेरी तलाक सारख्या प्रथेमुळे विवाहविच्छेद होऊन अनेक मुस्लीम महिलांचे संसार उद्ध्वस्त झालेले आहेत. अनेकांची कुटुंबे रस्त्यावर आलेली आहेत. अनेक स्त्रिया निराधार होऊन निर्वासित झालेल्या आहेत. परिणामी मुस्लीम महिला संघटनांनी या प्रथेला रद्द करण्याची मागणी सुरू केली.

प्रथेचा विरोध

सर सय्यद अहमद खान यांच्यापासून ही प्रथा रद्द करण्याची मागणी देशभरात सुरू झाल्याच्या नोंदी आढळतात. कालांतराने अनेक समाजसुधारकांनी ही प्रथा रद्द करण्याची मागणी केली. त्यात मौ. काझी मुहंमद तय्यब, मौ. मुहंमद अली, मौ. मुमताज अलीखान, मौ. उमर अहमद उस्मानी, मौ. अबुल कलाम आझाद, मौ. मदनी, प्रा. ताहिर महेमूद इत्यादी अनेक उलेमा व धार्मिक विद्वानांचा समावेश होता. या सर्वांनी स्त्री स्वातंत्र्याचा व त्यांच्या समान अधिकारांचा पुरस्कार केलेला होता. महाराष्ट्रात १९७०च्या दशकात तिहेरी तलाक व बहुपत्नीत्व प्रथा रद्द करण्याची मागणी जोर धरू लागली. कायदेतज्ज्ञ ए.ए. फैजी, डॉ. मोईन शाकीर आणि डॉ. असगरअली इंजिनिअर, प्रा. फकरुद्दीन बेन्नूर यांनी हा विपर्यास थांबवण्याचा प्रयत्न चालू ठेवला होता.

प्रा. बेन्नूर व असगरअलींनी या प्रथेविरोधात भरभरून लिहिलं आहे. तलाक ए बिद्दतविरोधात जनजागरण करण्यासाठी त्यांनी महाराष्ट्रभर दौरे केले. महाराष्ट्रात समांतर पातळीवर काही संघटनांकडून एकेरी तलाकविरोधात मोर्चेबांधणी सुरू झाली. तसेच देशभरातही अशा प्रकारची मागणी जोर धरू लागली. उत्तरादाखल मुस्लीम धर्मपंडितांनी याला इस्लाममध्ये हस्तक्षेप म्हणत 'शरीयत बचाव' चळवळ सुरू केली. त्यातूनच शरीयत कायद्याला संरक्षण म्हणून १९७३ साली 'ऑल इंडिया मुस्लीम पर्सनल लॉ बोर्ड' म्हणजे मुस्लीम व्यक्तिगत कायदा मंडळाची स्थापना झाली.

प्रारंभी मुस्लीम पर्सनल लॉ बोर्डाचे काम विवाह, मेहेर, घटस्फोटांची प्रकरणं हाताळून बेबनाव होत असलेल्या पती-पत्नीमध्ये समेट घडवून आणणं व कौटुंबिक वादाचं निराकरण करणं असं होतं. काळानुरूप प्रश्न बदलत होते, पण व्यक्तिगत कायदा मंडळ काळ व प्रसंगाला अनुरूप निर्णय निकाली काढत नव्हतं. प्रत्येक खटल्याचा निर्णय शरीयत कायद्यातून सोडवण्याचा अट्टाहास सुरू होता. परिणामी व्यक्तिगत कायद्यातील तरतुदींमुळे मुस्लीम महिलांवर अन्याय होत असल्याचा आक्रोश मांडत होत्या.

१९८६ नंतर शाहबानो प्रकरणानंतर हा प्रश्न अजून मोठा होत गेला. ही प्रथा रद्द करण्याची मागणी करणाऱ्या अनेक मुस्लीम महिलांच्या संघटना स्थापना झाल्या. परिणामी वारसा हक्क, घटस्फोटाची प्रकरणं सेशन कोर्ट व कुटुंब न्यायालयात जाऊ लागली. अशा प्रकरणात इंडियन पीनल कोड अंतर्गत गुन्ह्याची नोंद करण्याची मागणी सुरू झाली; पण मुस्लिमांसाठी स्वतंत्र शरीयत कायदा असल्याने अनेक अडचणी येत होत्या. अलीकडच्या काही वर्षांत तलाक ए बिद्दतची प्रकरणं वाढू

लागली होती. तरीही मुस्लीम पर्सनल लॉ बोर्डाकडून योग्य ते निर्णय घेतले जात नव्हते. कौटुंबिक हिंसाचार, वारसा हक्क, तिहेरी तलाक, पोटगी, भरणपोषण, मुलांचा ताबा अशा तक्रारी वाढत राहिल्या.

सुप्रीम कोर्टाचा निर्णय

घटस्फोट व अन्य वैवाहिक प्रश्नांवर मुस्लीम पर्सनल लॉ बोर्डाकडून कौन्सिलिंग करण्याऐवजी दुर्लक्ष करणं, प्रसंगी एकतर्फी निकाली काढण्याचे प्रकार सुरू झाले. वर्षानुवर्षांपासून सुरू असलेल्या अशा प्रकाराने त्रस्त होऊन काही प्रकरणं कोर्टात गेली. पीडित महिलांनी अत्याचार करणाऱ्या पतीला कोर्टात खेचलं. 'तत्काळ तलाक' रद्द करावा अशी मागणी होऊ लागली. यासह 'निकाह ए हलाला' बंद करावा, 'गुजारा भत्ता', 'वारसा हक्क' अशा पुरवणी मागण्या मुस्लीम महिलांनी याचिकेतून कोर्टाकडे केल्या. सायराबानो (उत्तराखंड), आतिया साबरी (उत्तरप्रदेश), इशरत जहाँ (कोलकाता), आफरीन रहमान (राजस्थान), गुलशन परवीन (उत्तरप्रदेश) या तलाक पीडित महिलांनी तिहेरी तलाक मान्य नसल्याचं सांगत कोर्टाकडे दाद मागितली. २०१५ ते २०१७ या तीन वर्षांत या याचिका कोर्टाकडे आल्या होत्या. उत्तराखंडच्या सायराबानोंच्या मूळ याचिकेत हिंसाचार व बळजबरी गर्भपाताची तक्रार समाविष्ट होती. त्यामुळे सायराबानोंच्या निमित्ताने तिहेरी तलाकचा मुद्दा मीडियातून चर्चेत आला.

तलाकची प्रकरणं कोर्टात जाताच व्यक्तिगत कायदा मंडळाने धार्मिक दंडकशाहीचा आधार घेत पीडित महिलांना त्रास देण्याचं कार्य सुरू केलं. सारा मामला न्यायप्रविष्ट झाल्याने एप्रिल २०१७ला मंडळाने नमतं घेत शपथपत्र सादर केलं. शरीयत विरोधात जाऊन तिहेरी तलाक देणाऱ्यांना बहिष्कृत करणार अशी भूमिका बोर्डाने कोर्टात मांडली. एकामागोमाग एक अशी अनेक शपथपत्रे मंडळाकडून सुप्रीम कोर्टात सादर करण्यात येऊ लागली. सुनावणी सुरू असताना मे २०१७ला आलेलं शपथपत्र चर्चेत आलं. यात मंडळाने अप्रत्यक्षरीत्या माघार घेतली होती. तिहेरी तलाक रोखण्यासाठी प्रयत्न करू, योग्य मार्गदर्शनासाठी वेबसाईट सुरू करू, विविध प्रकाशने आणि सोशल मीडियावरून तिहेरी तलाक विरोधात जनजागृती करू असं शपथपत्र बोर्डानं कोर्टात दिलं होतं.

गेल्या ७० वर्षांपासून मुस्लीम महिलांच्या प्रश्नांवर बोर्ड गप्प होतं. मात्र, प्रकरण हाताबाहेर जाऊ नये म्हणून तत्काळ बोर्डाने आपली भूमिका जाहीर केली. अर्थातच सरकार व्यक्तिगत कायदे आणि शरीयतमध्ये हस्तक्षेप करेल या भीतीतून बोर्डाने सावध पवित्रा घेतला होता. दुसरीकडे धार्मिक संघटनांना हाताशी घेत देशभर

सरकारविरोधात मोर्चेही काढले. 'शरीयत कायदा भारतीय राज्यघटनेनं दिलेला अधिकार असून त्यात हस्तक्षेप सहन केला जाणार नाही' असा सूर मोर्चातून काढण्यात आला. (पुढे यावर स्वतंत्र लेख आहेच).

२०१७च्या मे महिन्यात सुप्रीम कोर्टाने 'तिहेरी तलाक' प्रकरणावर अखेरचा युक्तिवाद सुरू केला. ११ ते १८ मे या काळात तब्बल सात दिवस तिहेरी तलाकवर सुनावणी झाली. सरकारी पक्ष व बोर्डाच्या युक्तिवादानंतर कोर्टाने निकाल राखीव ठेवला. न्यायमंडळ काय निर्णय देणार याचा अंदाज बोर्डाला आला होता. परिणामी बोर्डाने आपली भूमिका मवाळ केली. मे अखेर बोर्डाकडून पत्रकार परिषदेत सांगण्यात आलं की, 'कोर्टाच्या निर्णयाचं स्वागत करू.' तीन महिन्यांनंतर कोर्टाने अखेर पीडित मुस्लीम महिलांच्या बाजूने निकाल दिला. २२ ऑगस्टला 'तिहेरी तलाक'ची प्रथा सुप्रीम कोर्टाने घटनाबाह्य ठरवली. तोंडी तलाक रद्द करून ऐतिहासिक निकाल कोर्टाने दिला. यासंबंधी सहा महिन्यांत संसदेने कायदा करावा असा आदेश कोर्टाने काढला.

न्यायालयाने ३९५ पानांच्या आदेशामध्ये 'तिहेरी तलाक' संदर्भात सविस्तर विवेचन केलं. या निकालपत्रात विरोधकांची बाजू, कुरआनच्या आयती, विविध निवाडे, राज्यघटना यांचा सखोल अभ्यास करून निर्वाळा देण्यात आला. निकाल देताना खंडपीठातील न्यायाधीशांमध्ये एकमत होऊ शकलं नाही. 'तिहेरी तलाक' घटनाबाह्य असल्याचं मत न्यायमूर्ती कुरियन जोसेफ, डी. यू. ललित, रोहिंग्टन नरीमन यांनी मांडलं. तर एकतर्फी तोंडी तलाक मुस्लिमांचा मूलभूत हक्क असल्याचं मत मुख्य न्यायमूर्ती जे.एस. खेहर व अब्दुल नजीर यांनी मांडलं. या प्रथेमुळे घटनेतील कलम १४, १५, २१ आणि २५चे उल्लंघन होत नसल्याचं मत या दोन न्यायमूर्तींनी मांडलं. तसेच कोर्ट या प्रकरणात हस्तक्षेप करू शकत नाही, असंही त्यांनी स्पष्ट केलं.

देशभरातून सर्वोच्च न्यायालयाच्या निर्णयाचं स्वागत झालं. मुस्लीम पर्सनल लॉ बोर्ड, जमियत ए उलेमा हिंद अशा महत्त्वाच्या संघटनांनी कोर्टाच्या निर्णयाचं खुशामदीद केलं. हेच प्रकरण या संघटनांनी फार पूर्वी हाताळलं असतं तर आज भारतीय राज्यघटना आणि कायदेमंडळाची छाती अभिमानाने फुगली असती. नंतरच्या काळात या दोन्ही संघटनांनी आपली भूमिका बदलली, हा भाग अलाहिदा!

कुरआनमध्ये एका बैठकीतील तलाक अवैध ठरवला आहे; असं असलं तरी सुन्नी, तबलीगी, सल्फी, हनफी अशा विचारसरणीच्या वादामुळे हा तलाक रद्द करण्यासंबंधी अनेक मतभेद होते. त्यामुळे सुधारणावादी इस्लामिक संघटना या तलाक पद्धतीविरोधात असतानाही गप्प होत्या. जगभरातील इस्लामिक राष्ट्रांनी ही

अघोरी प्रथा केव्हाचीच संपुष्टात आणली आहे. पाकिस्तान, बांग्लादेश, श्रीलंका, सिरीया, इजिप्त, ट्यूनिशिया, सुदान अशा एकूण २५ देशांत ही पद्धत स्थानिक कायदेमंडळाने कालबाह्य ठरवली आहे; असं असताना भारतात मुस्लीम धर्मपंडितांनी ही पद्धत सुरू का ठेवली असावी यावर प्रश्नचिन्ह उभं राहतं.

मुस्लीमद्वेषी राजकारण

गेल्या चार वर्षांपासून तिहेरी तलाकचा मुद्दा चर्चेत होता. मीडियाला हाताशी धरून घटस्फोट हाच ऐकमेव 'मुस्लीम प्रश्न' आहे असं प्रचारित करण्यात येत होतं. भाजप सरकारने 'ट्रिपल तलाक' पंचसूत्री कार्यक्रम म्हणून राबवला. मंत्री, पदाधिकारी, कायदेमंत्री, प्रधानसेवक सर्व जण कंबर कसून कामाला लागले होते. कायदेमंत्री रविशंकर प्रसाद तलाक विरोधात बोलत असताना मुस्लीमविरोधात घसरले. ते म्हणाले, 'भाजपला मुस्लिमांची मतं मिळत नाही हे आम्ही गृहीत धरलं आहे, तरीही आम्ही मुस्लिमांसाठी कामं करतोच ना!' केंद्र सरकारच्या कायदामंत्र्यांचे हे विधान अशोभनीय होतं. तलाक प्रश्नांच्या राजकारणातून सरकार व भाजपचे इतर पदाधिकारी हिंदु-मुस्लीम दुही निर्माण करत होते. मीडिया अजेंड्यातून दोन समाजात फूट पाडण्याचे काम सरकार दरबारी सुरू होतं. अर्थातच, हे सारे २०१७च्या उत्तरप्रदेश विधानसभा निवडणुकीच्या पार्श्वभूमीवर सुरू होतं.

पंतप्रधान नरेंद्र मोदींनी दोन जाहीर सभेत 'मुस्लीम महिलांना न्याय' देण्याचा प्रयत्न सरकार दरबारी सुरू असल्याचं सांगितलं. पंतप्रधानांनी अप्रत्यक्षपणे सरकार फक्त मुस्लीम महिलांच्या प्रश्नांवर काम करत आहे, असं एकतर्फी विधान केलं होतं. याचा दुसरा अर्थ असा की, अत्याचारीत हिंदू माता-भगिनींच्या प्रश्नांकडे बघण्यासाठी सरकारकडे वेळ नाही. भारतात धर्मवार घटस्फोटाची विभागणी केली तर असं लक्षात येईल की, तब्बल ६८ टक्के घटस्फोट एकट्या हिंदू धर्मात होतात. याउलट, तलाकचे प्रमाण केवळ २३.३ टक्के आहे. मात्र सरकारने फक्त तलाक प्रश्नांचा बाजार मांडला; त्याचवेळी इतर महिलांच्या प्रश्नांकडे दुर्लक्ष केलं. दलित महिलांना नग्न करून त्यांची धिंड काढली जात होती, पण साहेब मुस्लीम महिलांचा कथित उद्धार करण्याची झापडबंद योजना आखत होते. याच काळात उत्तरप्रदेशातील वृंदावन व मथुरामध्ये निर्वासित म्हणून राहणाऱ्या महिलांचा प्रश्न चर्चेत आला होता; पण सरकारसाठी हा मुद्दा नव्हता.

दि हिंदूच्या एका रिपोर्टनुसार एकट्या वृंदावन शहरात तब्बल ४० हजार विधवा महिला निर्वासित म्हणून जगत आहेत. आज भारतात विधवा, घटस्फोटिता, परीत्यक्त्या, निराधार महिलांची संख्या मोठ्या प्रमाणात आहे. यातील काही महिला

वाराणसी, ब्रजभूमी, हरिद्वारमध्ये मरण घटका मोजत आहेत. सुप्रीम कोर्टाने २०१२ साली अशा महिलांसंबंधी चिंता व्यक्त केली होती. २०१० साली राष्ट्रीय महिला आयोगाने अशा महिलांवर एक सर्वेक्षण केलं. या सर्वेक्षणात अनेक धक्कादायक आकडे मांडण्यात आले होते. तसेच देशभरातील अशा निराधार महिलांना पेंशन, आरोग्य सुविधा, बँक खाते, राहण्यासाठी निवारे, स्वधार योजना पुरवाव्यात अशा सूचना आयोगाने सरकारकडे केल्या होत्या. या अहवालाची एक प्रत कोर्टातही सादर करण्यात आली होती.

२०१४च्या लोकसभा निवडणुकीत खासदार हेमामालिनी यांनी मथुरा-वृंदावनमध्ये आश्रयासाठी येणाऱ्या महिलांचा ओघ कमी करून त्यांचे पुनर्वसन करू असं आश्वासन दिलं होतं. यावर स्थानिक व केंद्र सरकारने अजून कुठलेच पाऊल उचललेलं नाही. महाराष्ट्रातील प्रत्येक खेड्यात किमान २५ ते ४० सोडून दिलेल्या, विधवा, घटस्फोटित महिला आहेत. त्या धुणी-भांडी, बिगारी, मजुरी करून आपली गुजराण करतात. काहींनी नातेवाइकांकडे आश्रय घेत हलाखीची परिस्थिती स्वीकारली आहे. (संपादकीय, लोकमत, १३ मे २०१७). असं असताना, भाजप सरकार फक्त मुस्लीम महिलांना न्याय देण्याच्या गोष्टी करत टी.व्ही. व वृत्तपत्रातून झळकत होते. सरकारला या अमुस्लीम माता-भगिनींचे अश्रू दिसत नव्हते का? सरकार दरबारी फक्त मुस्लीम महिलांनाच न्यायाची भाषा वापरणे धार्मिक भेदभावाचं लक्षण होतं. अर्थातच, राजकीय साधन म्हणून ते सरकारने वापरले. त्यामुळे सरसकट महिलांच्या प्रश्नांवर सरकारला कोंडीत पकडण्याची तयारी सामाजिक संघटनांनी केली पाहिजे, असं झालं नाही तर यात पुन्हा ते धार्मिक विभागणी करू शकतात.

सरकारची दुटप्पी खेळी

कोर्टाने तलाकविरोधात निर्णय देताच भाजपच्या गोटात श्रेय लाटण्याची स्पर्धा लागली. निर्णय सुप्रीम कोर्टाचा होता, पण भाजपचे पदाधिकारी व मंत्री मोदींना श्रेय व शुभेच्छा का देत होते? या प्रश्नाचा उलगडा अजून झालेला नाही. कायदामंत्र्यांनी निर्णयाचं स्वागत करत त्याचे सर्व श्रेय पंतप्रधानांना दिलं. मुस्लीम समुदायात नव्या युगाची सुरुवात झाल्याचं त्यांनी या वेळी म्हटलं. कायदा कधी करणार? असा प्रश्न त्यांना विचारताच, नव्या कायद्याची गरज नसल्याचं त्यांनी स्पष्ट केलं. सध्या अस्तित्वात असलेला कौटुंबिक हिंसाचार विरोधी कायदा पुरेसा असल्याचं ते म्हणाले.

कायदामंत्र्यांच्या विधानावरून सरकारला तलाकसंदर्भात कायदा करण्यात कुठलेही स्वारस्य नाही हे स्पष्ट होतं. याच भाजप सरकारने तलाकवर कायदा करण्यासाठी तत्काळ अधिवेशन घेण्याची भूमिका मांडली होती. तसेच ॲटर्नी

जनरलतर्फे कोर्टात शपथपत्र देऊन तलाकच्या तिन्ही पद्धती बंद कराव्यात अशा सूचना सरकारने कोर्टाला दिल्या होत्या; पण कोर्टाने केवळ एकच पद्धत रद्द करून भाजप सरकारला चपराक लगावली. कदाचित त्यामुळेच सरकारने कायद्याची गरज नसल्याचे जाहीर केलं असावं.

रविशंकर प्रसाद यांच्या विधानावरून सरकारला तिहेरी तलाकचा मुद्दा तडीस न्यायचा नव्हता, तर फक्त त्याचं राजकारण करायचं हे स्पष्ट झालं होतं. भाजप सरकार सामाजिक प्रश्न धार्मिक दृष्टिकोनातून सोडवू पाहात होता. सरकारने कायदा करायला नकार दिलेला असला तरी कोर्टाच्या आदेशाप्रमाणे तो करावा लागणार होता; त्यानुसार मुदत संपण्याच्या काही दिवस आधी सरकारने कायदा केला. कायदा करताना संबंधित गट किंवा वर्गसमूहांशी कुठलीही चर्चा करण्यात आली नव्हती. सुप्रीम कोर्टाने म्हटलं होतं की, 'कायदा संसदेने करायचा आहे'; पण तसं न होता सरकारने संसदेशी कसलीही सल्लामसलत न करता कायदा आणला. अडीच पानांच्या या कायद्यात तीन तलाक दिल्यास मुस्लीम पुरुषांना तीन वर्षांच्या कारावासाची तरतूद करण्यात आली होती. तसेच हा गुन्हा अजामीनपात्र ठरविण्यात आलेला आहे. त्यावरून नंतरच्या काळात बराच वाद झाला, ही बाब अलाहिदा!

बदलांची गरज

इंग्रजांनी १९३९ला 'डिझोल्युशन ऑफ मुस्लीम मॅरेज ॲक्ट' अमलात आणला. या कायद्याअन्वये तलाकपीडित महिला कोर्टात दाद मागू शकत होती. पतीकडून सुटका करून घेण्यासाठी कोर्टाची दारे ठोठावू शकत होती. या कायद्यात महिलांनाही पुरुषांप्रमाणे तलाक देण्याचा अधिकार होता. पती खुला देण्यास तयार नसेल तर पत्नी कोर्टामार्फत लग्न रद्दबातल ठरवू शकत होती; पण दुर्दैवाने या कायद्याचे वर्गीकरण (कोडीफिकेशन) झालेलं नाही. या कायद्यात संशोधनाची गरज असल्याची चर्चा फार जुनी आहे. तसेच तलाक, मेहेर, वारसा हक्क, हलालाची प्रकरणे हाताळण्यासाठी एका स्वतंत्र कायद्याची गरज आहे. या कायद्यातून पीडित मुस्लीम स्त्रियांवर भेदभाव होता कामा नये. स्वातंत्र्य मिळाल्यानंतर राज्यघटनेतील कायदे सर्वांना समान लागू झाले. घटनेतील अनुच्छेद १३, १४, १५ प्रमाणे सर्वांना समानतेचा अधिकार आहे. त्यानुसार कायद्यातून धार्मिक अल्पसंख्याक गटावर भेदभाव होता कामा नये, याची काळजी सरकारला घ्यावी लागेल.

तलाकची प्रकरणे इंडियन पीनल कोड अंतर्गत निकाली काढण्यात यावी. नियमांविरुद्ध जाऊन तलाक देणाऱ्यांविरोधात नागरी प्रकारचे गुन्हे दाखल करावेत. घटस्फोट, भरण-पोषणाची प्रकरणे कोर्टातून निकाली काढण्यात यावीत. तसेच

लग्नाची नोंदणी कायद्याने बंधनकारक करावी, जेणेकरून भविष्यात विवाहित महिलेला घटस्फोट, वारसा हक्क अशा प्रकरणात न्यायालयाचं संरक्षण मिळू शकेल.

कुरआनने महिलेला 'खुला'चा अधिकार दिलेला आहे. या संदर्भात कुरआन म्हणते, 'दोघे अल्लाहने घालून दिलेल्या मर्यादांवर कायम राहू शकत नसतील तर पत्नीने आपल्या पतीला प्रतिपादन देऊन स्वत:ला मुक्त करून घ्यावे.. या अल्लाहने घालून दिलेल्या मर्यादा आहेत. त्याचे उल्लंघन करू नका आणि जे या नियमांचे उल्लंघन करतील ते नि:संशय अत्याचारी आहे' (सूरह अल् बकराह २३०).

इस्लामी न्यायशास्त्रात 'खुला'ला महत्त्व देण्यात आलेलं आहे; पण केवळ पुरुषी अहंगंड व बेबनाव झालेल्या पत्नीविरोधातल्या आकसापोटी मुस्लीम पुरुषांनी खुला अवघड करून ठेवला आहे. शरीयत व इस्लामी कायद्यातील तांत्रिक अडचणींमुळे मुस्लीम महिला इच्छा असूनही खुला घेऊ शकत नाही; कारण महिलेने आपल्या मर्जीने पतीपासून विभक्त होण्याच्या निर्णय घेतला तर पतीच्या संपत्तीत मुलांना वारसाहक्क मिळू शकत नाही. पतीने पत्नीला घटस्फोट दिला तर पत्नीला व मुलांना वारसाहक्क मिळू शकतो. त्यामुळे अनेक पुरुषांनी घटस्फोट न देता वर्षानुवर्षे पत्नीला ताटकळत ठेवलं आहे. त्यामुळे अशी प्रकरणं भारतीय दंड संहितेनुसार हाताळण्यात यावीत, जेणेकरून अत्याचारीत मुस्लीम महिलांना कायद्याचं संरक्षण मिळू शकेल. इतर सर्व गुन्ह्यांत भारतीय दंड संहितेनुसार शिक्षा ठरवण्यात आली आहे. मग या गुन्ह्यात तीच शिक्षा का असू नये.

(लेखक 'सत्याग्रही विचारधारा'चे सह-संपादक आहेत. विविध वृत्तपत्रे, मासिके, वेबपोर्टलमधून मुस्लीम प्रश्न व समस्यांवर हिंदी, मराठी, उर्दू भाषांमधून नियमित लेखन करतात. मुस्लीम राजकारण व समाजकारण अभ्यासाचे आणि चिंतनाचे विषय आहेत.)

संदर्भ

१) *प्रा. बेन्नूर, भारतीय मुसलमानांची समाजरचना व मानसिकता, पान-५०, प्रतिमा प्रकाशन, पुणे*

२) *इस्लाम अव्हेरनेस.नेट*

३) *दिव्य कुरआन, (मराठी) जानेवारी २००७, प्रकाशक - व्हाईस ऑफ कुरआन, मुंबई*

४) *मौ. वहिदुद्दीन खान, कोरा डॉट कॉम, मे २०१७*

५) *शम्स पिरजादा, ट्रिपल तलाक इन दी लाईट ऑफ कुरआन अँड सुन्नाह, पान-१५, इदारा दावत उल् कुरआन, मुंबई*

६) *सप्तर्षी मंडल, ईपीडब्ल्यू, १० डिसेंबर २०१६*
७) *फ्लेविया अग्नेस, ईपीडब्ल्यू, १४ मे २०१६*
८) *२२ मे २०१७, टाईम्स ऑफ इंडिया*
९) *एनडीटी.व्ही., २२ डिसेंबर २०१६*
१०) *२२ ऑगस्ट २०१७ सुप्रीम कोर्टाचे निकालपत्र, सायराबानो विरुद्ध केंद्र सरकार*
११) *प्रो. अख्तरुल वासे, इस्लाम और मुसलमान, पान २२, सर्जना प्रकाशन, बिकानेर*
१३) *रोहन व्यंकटरामनकृष्णन, स्क्रॉल, ८ जून २०१४*
१४) *कपिल सिब्बल, इंडियन एक्सप्रेस, २६ मे २०१७*
१५) *दि हिंदू, २० एप्रिल २०१६*
१६) *राष्ट्रीय महिला आयोग, अहवाल-२०१०*
१७) *मींट, १७ सप्टेंबर २०१४*
१८) *संपादकीय, लोकमत, १३ मे २०१७*
१९) *दी वायर, २२ ऑगस्ट २०१७*

भाग – २

कायद्याची हीच योग्य वेळ

एम. जे. अकबर

'मुस्लीम विमन प्रोटेक्शन ऑफ राइट्स ऑन मॅरेज बिल-२०१७' या तिहेरी तलाकविरोधी विधेयकाला सर्वांनी ऐतिहासिक म्हटलं आहे, हा कायदा यासाठी ऐतिहासिक आहे की, तो आमच्या देशातील ९ कोटी जनतेच्या आत्मसन्मान आणि त्यांच्या भविष्याचा प्रश्न आहे. नऊ कोटी लोकं कमी नाहीत. ब्रिटनसारख्या देशाची एकूण लोकसंख्या ९ कोटींपेक्षा कमी आहे. भारतात एकूण १८ कोटी मुस्लीम आहेत तर त्यात तब्बल ९ कोटी महिलांचा समावेश आहे. या महिलांसाठी सरकारचे तत्काळ तलाकविरोधी विधेयक आहे.

सुरुवातीला मी एक छोटीशी कथा सांगतो. ज्यामुळे हे प्रकरण समजायला अगदी सोप्पं होईल. ताया झिंकीन नावाच्या एक परदेशी महिला पत्रकार होत्या. त्यांचे पती मौरीस झिंकीन भारतीय ब्रिटिशराजमधील शेवटचे फायनान्स सेक्रेटरी होते. १९५५ साली ताया झिंकीन भारतात परतल्या. त्या वेळी त्या 'दि गार्डियन' नावाच्या वृत्तपत्रात काम करत होत्या. 'दि गार्डियन' वृत्तपत्र त्या वेळी 'मॅन्चेस्टर गार्डियन' म्हणून ओळखलं जात होतं.

ताया झिंकीन यांची तत्कालीन पंतप्रधान पंडित जवाहरलाल नेहरू यांच्याशी मैत्री होती. त्या नेहरुंच्या घरी ये-जा करीत असत. ताया झिंकीन आपल्या 'ओडियस चाईल्ड' या आत्मकथेत लिहितात, 'वर्ष १९६०-६१ची गोष्ट असेल, मी एके दिवशी जवाहरलाल नेहरू यांच्या घरी गेले, त्या वेळी ते घरात नव्हते, काही वेळानंतर जवाहरलाल नेहरू घरी आले, त्यांच्या चेहऱ्यावर मला एका प्रकारचा रूक्षपणा जाणवला, मला वाटलं कदाचित तो रूक्षपणा वयोमानानुसार आला असावा.' मी नेहरुंना त्यांच्या आयुष्याबद्दल काही प्रश्न विचारले, 'तुमच्या आयुष्यातील यशस्वी क्षण कोणता होता?' नेहरुंनी उत्तर दिलं की, 'हिंदू कोड बिल आणणे ही माझ्या आयुष्यातील सर्वांत महत्त्वाची कामगिरी होती.'

मला व्यक्तिश: पंडित नेहरुंच्या त्या उत्तराने खूप समाधान वाटलं; कारण त्यांनी भारताच्या स्वातंत्र्य प्राप्तीला सर्वांत मोठी कामगिरी म्हणून संबोधलं नाही. 'हिंदू कोड बिल' डॉ. बाबासाहेब आंबेडकरांनी तयार केलं होतं, पण नेहरू त्या वेळी देशाचे पंतप्रधान होते व त्यांनी हे विधेयक आणण्यासाठी खूप प्रयत्न केले. त्यामुळे 'हिंदू कोड बिल' आणण्याचे श्रेय पंडित नेहरुंनाही जातं.

ताया झिंकीन पुढे लिहितात, 'त्याचवेळी मी नेहरुंना दुसरा प्रश्न केला, तुमच्या मते हिंदू कोड बिल आपली सर्वश्रेष्ठ उपलब्धी आणि कामगिरी आहे, पण एका प्रश्नाचे उत्तर मला तुमच्याकडून हवंय; मुस्लीम महिलांना सुधारणांचा (रिफॉर्म) हक्क नव्हता का? तुम्ही मुस्लीम महिलांसाठी सामाजिक सुधारणांचा प्रयत्न का केला नाही?' पंडित नेहरुंकडे या प्रश्नाचे काहीच उत्तर नव्हतं. नेहरुंनी रिफॉर्म नको आहे असं म्हटलं नाही, पण ते म्हणाले, 'ती वेळ योग्य नव्हती.'

मी गेल्या ४० वर्षांपासून तिहेरी तलाक संदर्भात हेच ऐकत आलोय की 'वेळ योग्य नाही!' चार दशकांपासून मी हिच चर्चा ऐकली आहे, याच प्रश्नांवर अनेकांनी डीबेट केली आहे. गेल्या चाळीस वर्षांपासून मला हाच प्रश्न सतत छळतोय की, अखेर ती योग्य वेळ कधी येणार?

इंदिरा गांधींच्या काळात ती योग्य वेळ आली होती. त्या एक शक्तिशाली पंतप्रधान होत्या, त्यांच्याकडे बहुमताची सत्ता होती, इंदिराजी एक कणखर महिला होत्या. त्यांच्या काळात तलाकपीडित महिलांना न्याय मिळाला असता. त्यांची देशात स्वतंत्र व्यक्तिमत्त्व म्हणून स्वत:ची एक वेगळी लीडरशीप होती. इंदिराजींनी घटनादुरुस्ती केली होती. परंतु, त्यांच्या काळात तिहेरी तलाकसंदर्भात काहीच झालं नाही.

'ऑल इंडिया मुस्लीम पर्सनल लॉ बोर्ड' नावाची एक संघटना इंदिराजींच्या काळात स्थापन झाली. या बोर्डासंबंधी मला नेहमी प्रश्न पडतो की याची 'विश्वासार्हता' (क्रेडिबिल्टी) काय आहे? कधी-कधी यांची वादग्रस्त विधाने, आदेश ऐकून असं वाटतं की, हे मंडळ गेल्या चौदाशे वर्षांपासून कार्यरत आहे; पण वस्तुस्थिती अशी की, ही संघटना १९७३ला स्थापन झाली.

आज या बोर्डाला मुस्लिमातले अनेक जण मानतात. गैरमुस्लिमातही सदरील संघटनेला अधिकृत मानणारा वर्ग मोठा आहे. प्रत्येक जण बोर्डाचे उदाहरण देत असतो. अनेक जण पर्सनल लॉ बोर्डाचे दाखले देत आदेश व सूचना काढतात. मला अशा लोकांना विचारावेसे वाटते की, या मंडळाला अधिमान्यता कोणी दिली? त्याला निवडून कोणी दिलं? स्वघोषितपणे हे कसं काय संपूर्ण मुस्लीम समाजाचे

'रहनूमा' बनले? कुठल्या अधिकाराने बोर्ड स्वत:ला समाजाचा प्रतिनिधी मानतो? मंडळाने मुस्लीम समाजात निवडणुका घेतल्या आहेत का? कुठल्या आधारावर त्यांनी समाजाचं नेतृत्व स्वीकारलेलं आहे? हे तर स्वत:चं आपली निवड करतात आणि आपल्याच विचारांच्या लोकांना जोडत जातात.

'मुस्लीम पर्सनल लॉ बोर्ड' देशातील १८ कोटी जनतेची दिशाभूल करणारा एक आवाज बनला आहे. सरकार ज्या-ज्या वेळी मुस्लीम समाजाच्या कल्याणासाठी काही धोरणं आखायचा विचार करते, त्या वेळी म्हटलं जातं की 'पर्सनल लॉ बोर्डा'ला विचारा! आम्ही त्यांना का विचारावं? जी लोकं भारताच्या संसदेत जातात, त्यांना जनतेनं मते देऊन निवडून पाठवलं आहे. त्यांचे आपआपले काही मतप्रवाह आहेत. त्याबद्दल मतभेद असू शकतात, पण ते निवडणूक प्रक्रियेत भाग घेऊन आलेले लोकप्रतिनिधी आहेत. कुठलेही धोरण ठरविताना, कायदे करताना प्रथम त्यांचा अधिकार असतो. मग तो व्यक्ती कुठल्याही पक्षाचा असो, त्यांना संसदेनं विशिष्ट अधिकार दिलेले आहेत; पण मुस्लीम पर्सनल लॉ बोर्डाचा कुठला अधिकार आहे? मी तर असं मानतो की, त्यांना मुस्लीम समाजाने स्वत:हून कुठलाही अधिकार दिलेला नाही.

एकतर्फी तलाकवर बंदी आणण्याची संधी १९८४ साली शाहबानोच्या काळात आली होती. ती संधी हातातून निसटून गेली. शाहबानो प्रकरणावर अनेकांनी आपले विचार मांडले आहेत, मी त्यावर बोलणार नाही. मी फक्त आजच्या परिस्थितीवर भाष्य करणार आहे. तिहेरी तलाकविरोधी विधेयक मांडलं गेलं त्या वेळी विरोधी पक्षातून तलाकशुदा महिलांच्या मेंटेनन्सबद्दल वारंवार बोललं गेलं. (त्यादिवशी) सर्वांना तलाकशुदा महिलांच्या मेंटेनन्सचा पुळका येत होता. अनेक जण निर्वाह भत्त्याला घेऊन व्यथित झाले होते.

शाहबानोचं मेंटेनन्स मात्र १२७ रुपये महिना होता. नाममात्र रकमेसाठी देशभरात आंदोलने करण्यात आली. या एका घटनेनं देशाचं राजकारण बदललं. आता हीच लोकं मेंटेनन्सबद्दल बोलत आहेत. मला वाटतं हा एक मोठा विनोद आहे. एका ६२ वर्षीय वृद्ध महिलेला ते केवळ १२७ रुपये महिना देऊ शकत नव्हते का? आज मेंटेनन्सबद्दल बोलणाऱ्यांनीच शाहबानोला निर्वाह भत्ता देणारा कायदा दबाव टाकून रद्द करून घेतला होता. या संदर्भात जर मी अधिक बोललो तर अनेकांचे पितळ उघडे पडेल.

निर्वाह भत्त्याचा मुद्दा मी सभागृहात उचलला, पण त्या वेळी काही जणांनी माझा विरोध केला. माझ्याविरोधात काँग्रेसी म्हणून ओरड सुरू झाली, विरोधक म्हणू

लागले की शाहबानो प्रकरणात मी मतदान केलं होतं. माझ्या विरोधकांना इतकं माहीत नाही की, मी संसदेत १९८९मध्ये आलो. शाहबानो प्रकरण तर १९८४ सालचे आहे आणि तसंही मी त्या वेळी काँग्रेसमध्ये नव्हतो.

पुरुषार्थ खतरे में..

शाहबानोच्या काळात देशात खूप काही घडलं. या काळात घडलेली एक गोष्ट मी इथं नमूद करतो. शाहबानोच्या प्रकरणानंतर धर्माच्या नावाने एक मिथक रचण्यात आलं. ते मिथक म्हणजे 'इस्लाम खतरे में हैं'ची घोषणा. हे कुभांड आजतागायत मुस्लीम समाजाची पाठ सोडत नाही, ही घोषणा मी आजही ऐकतो आहे. ही फसवी घोषणा एका शतकाचा दिशाभूल करणारा प्रवास ठरला आहे. हा तर्क आज विश्वासघातामध्ये रूपांतरित झालेला आहे. अशा परिस्थितीत काही जण मेंटेनन्ससारखे मुद्दे व प्रश्न उपस्थित करीत आहेत. मेंटेनन्ससाठी त्यांची मनं आत्ताच का व्यथित होत असावीत?

निर्वाह भत्त्याबद्दल बोलणाऱ्यांना मी एक प्रश्न विचारतो, मुस्लीम समाजातून गरीब आणि अनाथांच्या कल्याणासाठी मोठा लोक निधी (बैतुलमाल) जमा केला जातो. हा निधी आज ठरावीक धार्मिक संघटनांकडे पडून आहे. या बैतुलमालमधून काही रक्कम तलाकपीडित भगिनींसाठी का खर्च केली जात नाही? देशात लाखो लोकं पैशांअभावी त्रस्त आहेत; पण आज कुणीही जकातीच्या नावाने दान घेतलेला पैसा या महिलांसाठी देऊ करत नाही. या सामाजिक ठेकेदारांना मुस्लीम महिलांच्या प्रश्नांवर आस्था नाही का? या अनाथ, निराधार व्यक्तींबद्दल कुठलीच सहानुभूती या धर्मसंस्थांना का नाही? याचा अर्थ असा होतो की, त्यांना महिलांच्या प्रश्नांवर कुठलीच आत्मीयता नाही. तसेच त्यांना महिलांसाठी सामाजिक सुधाराणादेखील करायच्या नाहीत.

मुस्लीम समाजातील अनाथ व निराधार महिलांबद्दल सरकारकडे मानवीयता आहे. या संदर्भात चर्चा व मत-मतांतरे होऊ शकतात; पण आपण सर्व जण हे का विसरतो की, बहुपत्नीत्व प्रकरणात ७ वर्षांचा कारावास आहे. या मुद्द्यावर तर कोणी बोलत नाही. यातील प्रत्येक युक्तिवादावर बोलायचं झाल्यास महत्त्वाचा मुद्दा इथंच अडकून राहील.

१९८६ साली 'इस्लाम खतरे में हैं'ची घोषणा दिली गेली. मी व्यक्तिशः या घोषणेला विखारी मानतो. ही घोषणा देणारे काही जण आजही संसदेत बसले आहेत. हीच लोकं 'इस्लाम खतरे में हैं'चा तर्क वापरत होते. ते सांगतात की, 'शरीया' कायदा नेस्तनाबूत केला जात आहे, यामुळे इस्लाम धर्म धोक्यात आला आहे. मी

सर्वप्रथम एक मुस्लीम या नात्याने त्यावर काही भाष्य करणार आहे, कारण ते मी खूप गरजेचं मानतो. ज्याने इस्लामचा पहिला 'कलमा' वाचला असेल, तो कुठल्या अधिकाराने म्हणू शकतो की, 'इस्लाम खतरे में हैं?' जो इस्लामला शांततेचा व उदार धर्म मानतो, तर त्याचा मजहब (धर्म) व तो कधीच अडचणीत येणार नाहीत. परंतु, समाजाची दिशाभूल करण्यासाठी या घोषणेचा गैरवापर केला गेला. स्वातंत्र्यापूर्वी देश विभाजनासाठी या घोषणेचा आधार घेतला, तर आता समाज तोडण्यासाठी त्याचा वापर केला जात आहे.

'इस्लाम खतरे में हैं' घोषणेच्या रूपाने एक विष समाजात पसरवण्यात आलं. मुळात धर्म नाही तर ठरावीक मुसलमान पुरुषांची जी धार्मिक मक्तेदारी आणि जबरदस्ती आहे; फक्त तीच 'खतरे में' आली आहे. याशिवाय दुसरं काहीही धोक्यात आलेलं नाही.

(उपरोक्त) विधेयक (लोकसभेत) मांडताना कुणीतरी प्रश्न केला की, हे 'शरीया' काय आहे? आम्ही सर्व जण याबद्दल एक गैरसमज बाळगून आहोत. त्यामुळे मी या प्रश्नाचे उत्तर देणं महत्त्वाचे मानतो. आमच्यापैकी बऱ्याच जणांना वाटते की, शरीया एक 'कायदा' आहे, पण मी सांगतो की शरीयाचा खरा अर्थ कायदा नसून, 'राजमार्ग' असा आहे. ज्याचा उल्लेख कुरआनमध्ये फक्त एकदा आलेला आहे. जेव्हा अल्लाह प्रेषित मुहंमद (स) यांना सांगतात की, आम्ही तुम्हाला योग्य राजमार्ग दाखवला आहे, असा तो उल्लेख आहे; पण राजमार्गाला काहींनी कायदा मानलं आणि हीच मान्यता आजतागायत पाळली जात आहे. राजमार्ग हे एक कुरआनचं तत्त्वज्ञान होतं आणि त्याला शरीयात (कायद्यात) रूपांतरित करणारी माणसे होती.

शरीयतला कायदा म्हणून त्याला महिलांवर लादणारे पुरुष होते. त्या सर्व पुरुषांचा शरीया वेगवेगळा आहे. कुणाचीही शरीयत एकसारखी नाही. सुन्नीमध्ये चार 'स्कूल ऑफ थॉट' आहेत. या संदर्भात कुरआनची एक आयात पाहू या, "हे पैगंबर आम्ही तुम्हाला धर्माच्या बाबतीत एक स्पष्ट राजमार्गा(शरीयत)वर कायम केले आहे; म्हणून तुम्ही त्यावर मार्गक्रमण करा आणि त्या लोकांच्या इच्छेचे अनुसरण करू नका ज्यांना ज्ञान नाही" (सूरह जाकियाह १८). अल्लाहने इथं तत्त्वज्ञानाला 'मार्ग' म्हणून संबोधले आहे, ज्यात विश्वास, नैतिकता आणि शिक्षेचं तत्त्वज्ञान मांडलेलं आहे. एक गोष्ट विशेष लक्ष देण्यासारखी आहे ती म्हणजे, इथं अज्ञानाविरोधात शिक्षेचं तत्त्वज्ञान कुरआनने मांडलं आहे.

सुन्नी संप्रदायात ४ विचारसरणी आहेत. या चारही विचारसरणीत 'शरीया' कायदा वेगवेगळा आहे. पहिली विचारसरणी हनफी आहे, भारतात बहुतेक जण

याला फॉलो करतात, दुसरी सल्फी म्हणजे इमाम शाफई यांना मानणारा गट, तिसरा इमाम मलिकी तर चौथा इमाम हंबाली यांना मानणारा समुदाय आहे. या विचारसरणी सुन्नी मुस्लिमात आढळतात. म्हणजे केवळ सुन्नीमध्ये ४ प्रकारचे शरीया कायदे आहेत. याचा दुसरा अर्थ असा होतो की, शरीयत बदलले जाऊ शकत नाही, हा दावा साफ चुकीचा आहे. हा दावा एक प्रकारची अतिशयोक्ती असून खोटेपणाचा इमला आहे.

इस्लामी तत्त्वज्ञान दोन गोष्टी मांडतो. पहिलं म्हणजे, 'कयास' (रॅशनॅलिटी). ज्यांचा अर्थ आहे, आपल्या सदसद्विवेकबुद्धीचा वापर करून कुठल्याही गोष्टीचा विचार करणे. दुसरं आहे, 'इज्तेहाद' याचा अर्थही तर्कशुद्ध विचार करून योग्य तो निर्णय घेणे. उल्लेखित दोन्ही घटक 'कायदा' आणि 'नियम' पुढे घेऊन जाण्याला अभिप्रेत आहेत.

अजून दोन उदाहरणे देऊन मी याला सोप्पं करून सांगतो, माझ्या या विधानांचा ज्यांना जसा अर्थ काढायचा आहे, त्यांनी तो काढावा; त्यांचा तो अधिकार आहे. कुरआनमध्ये स्पष्ट म्हटलं आहे की, चोरी करणाऱ्यांचे हात कापावेत. कुरआनमध्ये लिहिलं म्हणजे तो कायदा झाला. मी असा प्रश्न विचारतो की, आज चोरी करणाऱ्यांचे हात का कापले जात नाहीत? अजून एक उदाहरण मी देतो, कुरआनने महिलांना सन्मान व अधिकार दिला आहे, कुरआन स्पष्ट म्हणतो की, व्यभिचार करणाऱ्या महिला व पुरुषांना शंभर फटके मारावेत, त्यांना कडक शिक्षा द्यावी, ही कुरआनची वचने आहेत, मग व्यभिचारी पुरुषांना अशी शिक्षा का केली जात नाही? जिथं पुरुषांचा प्रश्न येतो तिथं आपोआपच कायदा वळविला व बदलला जातो, असं का होते? जिथं महिलांच्या सन्मानाचा व अधिकारांचा प्रश्न येतो तिथं मुसलमानांना 'अल्लाह' आठवत असतो.

महिला हिताचा कायदा

इंग्रजीमध्ये कुरआनचा सर्वांत चांगला अनुवाद डॉ. अब्दुल्ला यूसुफ अली यांनी केला आहे, त्यांचे या संदर्भातले टिपण खूप रोचक आहेत. या टिपणामधून त्यांनी अनेक गोष्टींवर प्रकाश टाकला आहे. इस्लामपूर्व काळासाठी मुसलमानांच्या इतिहासात 'जाहिलियाँ' म्हणजे 'अज्ञानयुग' हा शब्द वापरला आहे. अब्दुल्ला यूसुफ अली यांनी या कालावधीची खूप चांगली व्याख्या केली आहे. हा काळ स्पष्ट करताना अब्दुल्ला यूसुफ म्हणतात की, अज्ञानयुगात काही लोकं असे होते, जे ईश्वराचे नाव घेऊन महिलांवर अन्याय करीत. कुरआनमध्ये महिलांवरील अत्याचाराला मनाई केली

आहे, पण आज चौदाशे वर्षांनंतरही काही लोकं अज्ञानी आहेत आणि अज्ञानीच राहतील.

स्त्रियांच्या अधिकारावर कुरआनने स्पष्टपणे म्हटलं आहे की, जे अधिकार पुरुषांना आहेत तेच महिलांनाही आहेत. दोघांचे अधिकार एकसारखे आहेत. तसंच महिलांविरोधात कुठलाही कायदा करण्यास कुरआनने मनाई केली आहे. आज इस्लामच्या नावाने रोज नवं-नवे युक्तिवाद बाहेर येत आहेत; म्हणजे इस्लाममध्ये लग्न एक करार आहे. माझ्या मते, तत्काळ तलाकची पद्धत 'इस्लामी करार'ला अपमानित करते; कारण इस्लामचा करार 'श्रद्धा', 'प्रामाणिकपणा' आणि 'न्याय्या'वर आधारित आहे. तलाकची चुकीची पद्धत वापरून अनेक ठिकाणी महिलांवर अन्याय झालेले आहेत. याचा अर्थ असा होतो की, अनेकवेळा मुसलमानांनी इस्लामिक कायदा व विवाह कराराचा अपमान केलेला आहे.

तत्काळ तलाकविरोधी विधेयक सादर करताना (लोकसभेत) एक प्रश्न वारंवार विचारण्यात आला. 'गुजारा भत्ता' कसा व किती देणार? अशा पीडित महिलांच्या भरणपोषण संदर्भात कुरआनने स्पष्ट आदेश दिले आहेत की, तलाक देणाऱ्या पतीने पत्नीला नियमाप्रमाणे मेंटेनन्स द्यावा.

कुरआन काय म्हणते पाहू या, ''ज्या स्त्रियांना तुम्ही सोडत आहेत, त्यांच्यासाठी आवश्यक आहे की, त्यांनी आपल्या पत्नींसाठी मृत्युपत्र करून जावे, एका वर्षापर्यंत त्यांना उदरनिर्वाहासाठी साधनसामुग्री दिली पाहिजे व त्यांना घरातून बाहेर काढले जाऊ नये. ज्या स्त्रियांना घटस्फोट देण्यात आला असेल, त्यांना योग्य प्रकारे प्रचलित पद्धतीनुसार काही ना काही देऊन सन्मानपूर्वक निरोप द्यावा, हा त्यांचा हक्क आहे.'' (सूरह अल् बकराह, २४१-२४२).

कुरआन स्पष्ट म्हणतो की, प्रचलित पद्धतीनुसार म्हणजे जितकी तुमची कमाई आहे, जेवढं तुम्हाला शक्य होईल तेवढाच निर्वाह भत्ता द्यायचा आहे. तलाकशुदा पत्नीला भरणपोषणाची रक्कम देणं पतीचं कर्तव्य आहे, हा आदेश इस्लामने दिला आहे. त्यामुळे मी स्पष्टपणे म्हणतो आहे की, सरकारचा कायदा इस्लामविरोधी नसून तलाकविरोधी आहे. माझं तर असं मत आहे की, हा कायदा इन्स्टंट तलाकच्या विरोधात जाऊन मुस्लीम महिलांना न्याय मिळवून देण्यास फायदेशीर ठरेल.

महिलांचे अधिकार

एक गैरसमज अनेकांच्या मनात घर करून आहे की महिलांच्या बाबतीत इस्लाम काय विचार करतो? कदाचित कुणाला माहिती नसेल, प्रेषितांनंतर इस्लाम स्वीकारणारी पहिली महिलाच होती. त्या पहिल्या महिला प्रेषित मुहंमद (स) यांच्या

पत्नी हजरत खतिजा होत्या. काही जण अशी मांडणी करतात की प्रेषितांनंतर हजरत अली यांनी इस्लाम स्वीकारला, पण यात काही तथ्य आढळत नाही. प्रेषित मुहंमद (स) यांना इशवाणी झाल्यानंतर, सर्वप्रथम ते आपल्या पत्नीकडे गेले आणि तिथं हजरत खतिजा यांनी इस्लामचा पहिला कलमा मुखोद्‌गत केला. होय, हे खरं आहे की, प्रेषित मुहंमद (स) यांच्यानंतर एका महिलेनं इस्लामचा स्वीकार केलेला आहे.

हजरत खतिजा प्रेषितांपेक्षा वयाने १५ वर्षे मोठ्या होत्या. त्यांच्यासोबत प्रेषित 'प्रॉफिट शेअरिंग' तत्त्वावर व्यवसाय करत होते. खतिजा त्याकाळातील उद्योजक महिला होत्या. प्रसिद्धी, बुद्धिमत्ता आणि व्यवसायभिमुखता पाहून त्यांनी प्रेषितांना लग्नाचा प्रस्ताव पाठवला. हजरत खतिजांनी तो स्वीकारला. इथं मला अजून एक गोष्ट नमूद कराविशी वाटते की, खतिजा एक विधवा महिला होत्या. प्रेषित मुहंमद (स) यांनी एका विधवा महिलेशी लग्न करून विधवांच्या पुनर्विवाहाला मान्यता दिली. ही क्रांतिकारी सुरुवात त्यांनी स्वत:पासून केली.

प्रेषितांचा काळ आधुनिक विचारांचा होता का? तर बिलकूल नाही. त्यावेळचा समाज खूपच मूलतत्त्ववादी व परंपरावादी होता. आपण पाहू शकतो की, प्रेषितांनी किती क्रांतिकारी विचार त्याकाळी केलेला आहे. प्रेषितांची ही कृती महिला सन्मानाचे एक आदर्श उदाहरण आहे.

महिला हक्कांची पायमल्ली

आज इस्लाम धर्मासंबंधी वेगवेगळे विचार मुस्लीम समुदायाकडून ऐकायला मिळतात. हे विचार ऐकून माझं मन खूप दु:खी होतं. आम्ही आज इस्लामच्या नावावर अनेक वाद उभे केले आहेत. हे सर्व वाद कुरआनच्या मूळ गाभ्याच्या विरोधात आहेत. कुरआन स्पष्ट आदेश देतो की, महिलांना केवळ हक्क देऊ नका तर त्यांना त्यांच्या हक्कापेक्षा अधिक देऊ करा; पण दुर्दैवाने आज महिलांच्या हक्कांना नेस्तनाबूत केलं जात आहे. स्त्रियांना त्यांच्या अधिकारांपासून वंचित ठेवून आम्ही इस्लामी श्रद्धेला कमकुवत करत आहोत. इस्लामिक समाजात वावरणाऱ्या या पुरुषी वृत्तीनं स्त्री सन्मानाला दु:खाच्या दरीत लोटून ठेवलं आहे.

आम्ही असा दावा करत नाही की, तलाकविरोधी कायद्यामुळे अचानक सर्व समाज बदलणार आहे. सरकारच्या या कायद्यामुळे पापात गुरफटलेली लोकं जादूची कांडी फिरवल्यासारखे अचानक स्वर्गात जातील; तसंच या कायद्यामुळे सर्वांना एकाएकी 'जन्नत'मध्ये प्रवेश मिळणार नाही; पण या कायद्यातून आशेचा एक किरण नक्कीच उगवू शकतो. प्रस्तावित कायद्यामुळे अन्यायग्रस्त महिलांना एक आवाज मिळू शकेल. इंग्रजीमध्ये एक म्हण आहे, 'नेव्हर डिस्ट्रॉय द गूड इनसर्च ऑफ दि

आयडिल.' आज आम्ही सरकार म्हणून जे करत आहोत किंवा केलं आहे ते चांगलं व उत्तम आहे. कदाचित आमचा निर्णय एक आदर्शवाद असू शकतो; पण याचा अर्थ असाही होत नाही की, आम्ही त्या आदर्शापर्यंत पोहचूच नये. चांगल्या प्रयत्नांना आम्ही का लाथाडावे?

माझ्या मते, ट्रिपल तलाकविरोधी कायद्यामुळे राष्ट्राचं कल्याण होईल, देशाचं भलं होईल. त्याचप्रमाणे मुस्लीम समाजाचेही भलं होईल. या कायद्यामुळे समाजात एक नवी शक्ती संचारेल. आम्ही ज्या लैंगिक समानतेबद्दल गेल्या अनेक दशकांपासून बोलत आहोत, त्या संदर्भात हा तलाकविरोधी कायदा एक मैलाचा दगड ठरू शकतो.

इस्लाम किंवा अन्य कुठल्याही धर्मात 'कायदा' हा मानवतेचा आत्मा असतो. मानवाला तो एक मूलभूत अधिकार प्राप्त करून देतो. इतकेच नाही तर जगातला प्रत्येक कायदा हा मानव जातीला मूलभूत हक्क प्रदान करतो. या अधिकाराचा विस्तार करणे किंवा त्याला पुढे घेऊन जाण्यासाठी प्रयत्न करावा लागतो. काही जण माझ्या या विधानाला गैरइस्लामिक म्हणतील. ज्यांना माझ्यावर टीका करायची आहे त्यांनी ती खुशाल करावी; पण त्यांच्या मर्जीप्रमाणे मी माझं आयुष्य व्यतीत करू शकत नाही. माझ्याबद्दल जो निर्णय व निर्वाळा द्यायचा असेल तो माझा 'अल्लाह' देईल.

शेवटी मी एवढंच म्हणेन की, एकतर्फी तलाकविरोधी विधेयक सादर करताना (त्या दिवशी) काही जणांनी लोकसभेत सांगितलं की, सुप्रीम कोर्टाच्या निर्णयानंतर देशात ३०० घटनाबाह्य तलाक झाले. माझ्यासाठी केवळ तीन तलाक हा मुद्दा नाही, यापेक्षा मोठी बाब माझ्यासाठी महत्त्वाची आहे, ती म्हणजे मुस्लीम महिलांची भीती व दहशत या प्रस्तावित कायद्यामुळे संपुष्टात येईल. मुस्लीम पुरुषांनी स्त्रियांना ज्या पद्धतीनं भीती आणि दहशतीत लोटलं आहे, ही दहशत अती चिंतनीय बाब असल्याचं मी मानतो.

तलाकच्या नावावर लाखो पुरुषांनी असंख्य महिलांना दहशतीच्या दरीत ढकलेलं आहे. 'मी तुला तलाक देईन', 'तलाक दिल्यास तू कुठे जाशील?', 'कुठे राहशील?', 'काय खाशील?', 'तलाक दिल्यावर समाजात तुझी काय पत राहील?' अशा प्रकारची भीती पुरुषांनी महिलांच्या मनात तयार केली आहे. या अनामिक दहशतीमुळे अनेक महिलांचे आयुष्य उद्ध्वस्त झालेलं आहे. महिलांना उद्ध्वस्त होण्यापासून रोखता कसं येईल, हा मुद्दा माझ्यासाठी महत्त्वाचा आहे.

सरकारच्या प्रस्तावित कायद्यामुळे मुस्लीम पुरुषांनी महिलांवर लादलेली भीती व दहशतीपासून त्यांना मुक्तता मिळेल व समाजात नव चैतन्य येईल. शेवटी तोच

नेहरूवाला प्रश्न, कधी येणार ती 'योग्य' वेळ? आनंदाची बाब अशी की, आत्ता ती 'योग्य' वेळ आलेली आहे.

शब्दांकन व अनुवाद–कलीम अजीम

(तलाकविरोधी बिल लोकसभेत सादर होत असताना दिलेल्या भाषणाचा संपादित भाग)

(लेखक माजी संपादक आणि माजी केंद्रीय परराष्ट्र राज्यमंत्री आहेत. त्यांनी इस्लाम आणि मुस्लीम विषयावर १० पुस्तके लिहिली आहेत. बहुचर्चीत गुजरात दंगलीवरील एका बेस्ट सेलर पुस्तकाचे ते लेखक आहेत.)

कायद्यातील तांत्रिक घोळ

असदुद्दीन ओवैसी

भाजप सरकारच्या एकतर्फी तिहेरी तलाकविरोधी कायद्याला मी केलेला विरोध सर्वज्ञात आहे. (लोकसभेत) विधेयक मांडताना सन्माननीय कायदेमंत्री रविशंकर प्रसाद यांनी राज्यघटनेच्या परिच्छेद क्र. २६, १९९ व ९७चा उल्लेख केला. मी विनंती करतो की, आपण सर्वांनी घटनेतील परिच्छेद क्र. २७७ जरूर वाचावं. या परिच्छेदाच्या आधारे केंद्र सरकारने सर्वोच्च न्यायालयात तलाक सर्वच बाजूंनी रद्द करण्यात यावा असं सांगितलं होतं. परंतु, न्यायमूर्ती डी. यू. ललित यांनी सरकारला विचारलं, 'मग मुस्लीम विवाह विसर्जित कसे होणार?' यावर तत्कालीन अॅटर्नी जनरल मुकूल रोहतगी म्हणाले, 'सरकार त्याला नवीन कायदेशीर दर्जा प्राप्त करून देईल.'

पहिला मुद्दा असा की, राज्यघटनेच्या कलम २४ नुसार मला कायद्याने मूलभूत हक्क दिलेले आहेत. त्या अधिकारांना संरक्षित करण्याची खात्रीदेखील देण्यात आलेली आहे; पण सरकार माझेच अधिकार मला देण्यास नकार देत आहे. दुसरी बाब अशी की, (त्यादिवशी) सन्माननीय मंत्रिमहोदयांनी (लोकसभेत) अनेक मुद्द्यांचा उल्लेख केला. मला माहीत आहे की, तेसुद्धा एक वकील आहेत. परंतु, तिहेरी तलाकविरोधी कायद्याचा मसुदा तयार करणारी व्यक्ती म्हणून मला त्यांचे अपयश जाणवते. मला असं वाटण्याचं कारण असं की, त्यांनी 'नागरी कायदा' आणि 'गुन्हेगारी कायदा' यामध्ये फरकच केलेला नाही.

तिसरा मुद्दा असा की, नागरी कायदा (सिव्हिल लॉ) म्हणजे तरी काय? एखादी व्यक्ती समाजावर वाईट परिणाम करणारी कृती करतो, त्यावर अन्य यंत्रणा नियंत्रण आणण्याचे काम करते; तर दुसरा त्यावरील उपाययोजनांचा पाठपुरावा करतो. हा नागरी कायदा समजला जातो. सरकारचा 'मुस्लीम महिला विवाह अधिकार संरक्षण विधेयक-२०१७' खऱ्या गुन्हेगारी कायद्याचा विस्तार करतो असं

दिसून येतं. त्यामुळे प्रस्तावित विधेयकाचा मसुदा तयार करण्यामध्येच मंत्रिमहोदय अपयशी ठरले असं मी मानतो. संबंधित कायद्याचा मसुदा पाहिला तर सेक्शन तीनमध्ये 'तिहेरी तलाक'चा विस्तार झालेला आपणास दिसेल. मग विभाग चारमध्ये शिक्षा का दिली गेली आहे?

विधेयकातील चौथा मुद्दा असा की, मंत्रिमहोदयांनी विधेयकासंदर्भात झालेल्या चर्चेमधून सभागृहाची दिशाभूल केलेली आहे. पाकिस्तानचे राष्ट्रपिता बॅ. जिनांना मी कधी कुठे संदर्भ म्हणून वापरत नाही, माझ्या या पूर्वजांना नरकात जाऊ द्या; मला त्याच्याशी काही देणंघेणं नाही; पण कायदेमंत्री रविशंकर प्रसाद यांना मात्र पाकिस्तान-ज्वर झाल्याचं त्यांच्या युक्तिवादातून दिसून आलं. त्यांनी पाकिस्तानातील कलम ६१चा उल्लेख केला. काही दिवसांपूर्वी मी एका पाकिस्तानी चॅनेलवर चर्चेसाठी बसलो होतो. तिथं एकाने मला रोखत भारत-पाकमधला संवाद सेतू बनण्यापासून अटकाव केला. त्या वेळी त्याने मला सांगितलं की, पाकिस्तानच्या सर्वोच्च न्यायालयाने कलम-६१ कधीचेच स्थगित केलेलं आहे.

पाचवा मुद्दा असा की, कायदेमंत्र्यांनी प्रस्तावित विधेयक सादर करताना लोकसभेत ज्या मुस्लीम देशांची नावं घेतली, त्यातील एकालाही मी 'इस्लामिक राष्ट्र' मानत नाही. त्यातील एकाही देशात दंडसंहितेची तरतूद नाही. कायदेमंत्र्यांनी मला त्यातील कोणत्याही देशात दंडसंहितेची तरतूद असल्याचं दाखवून द्यावं.

पाकिस्तानात लवाद मंडळ आणि स्थानिक कौन्सिलच्या अध्यक्षांना कळविल्याशिवाय दंडसंहितेच्या तरतुदींचा वापर केला जाऊ शकत नाही. भारतात अशी परिस्थिती आहे की, पत्नीला घटस्फोट देणं ही शिक्षेस पात्र असणारी कृती समजण्यात आलेली आहे.

सहावा मुद्दा असा की, इस्लाममध्ये 'विवाह' ही संकल्पना म्हणजे 'नागरी करार' आहे. माझे एक मित्र मौलाना अथर देहलवी यांच्या दादींचं (आजी) १९४२मध्ये लग्न झालं होतं. त्यांच्या निकाहनाम्यात असं नमूद केलेलं होतं की, पतीने त्यांना 'पान का खर्चा' दिला पाहिजे. त्यांना बळजबरीने स्वयंपाक करायला लावू नये. प्रत्येक आठवड्याला पत्नीला माहेरी पाठवलं पाहिजे. अशा काही अटी-शर्थी त्यात होत्या. या अटी म्हणजे 'नागरी करार' होय.

इस्लाममध्ये विवाहाला नागरी करार 'सिव्हिल कॉन्ट्रॅक्ट' म्हटलं गेलं आहे; पण आश्चर्य, भाजप सरकारने त्यासाठी शिक्षेची तरतूद केली आहे. तीन तलाक म्हणजे काय, हे न्यायालयाने आपल्या आदेशात अगदी योग्य पद्धतीने निदर्शनास आणून दिलेलं होतं. एकतर्फी तलाक हा तोंडी व भावनिक अत्याचार आहे.

विधेयकाच्या सेक्शन तीनच्या उपविभाग तीनमध्ये कौटुंबिक हिंसा या कायद्याच्या अंतर्गत येते. त्याला भावनिक व शाब्दिक या प्रकारात बसवता येईल, यापेक्षा अधिक काही नाही. मी अशी विनंती करतो की, सरकारने ही चर्चा सर्वांसमोर ठेवावी; कारण या एका वादग्रस्त प्रथेमुळे संपूर्ण मुस्लीम समुदायाला लक्ष्य करता येऊ शकत नाही.

कायदे कुठलेही असो, ते कोणत्याही सामाजिक दुष्कृत्यांचे निराकरण करू शकत नाहीत. हे संशोधनाअंती सिद्ध झालेलं आहे. या संदर्भात पुष्कळ माहिती उपलब्ध आहे. उदाहरण द्यायचे झाल्यास बालविवाह कायद्याचेच घ्या. २०११ला बालविवाह कायदा अस्तित्वात आला; पण त्यानंतर आजपर्यंत देशभरात ९० लाख अल्पवयीन मुलींचे बालविवाह झालेले आहेत. विशेष म्हणजे हे सर्व मुस्लिमेतर आहेत.

आपल्याकडे हुंडाविरोधी कायदा अस्तित्वात आहे. या कायद्याअंतर्गत अनेक खटले न्यायालयात प्रलंबित आहेत. त्यातले तब्बल ८० टक्के खटले गैरमुस्लीम कुटुंबाकडून दाखल झालेले आहेत. २०११च्या जनगणनेची आकडेवारी पाहिली तर असं लक्षात येईल की, तब्बल २३ लाख महिला विवाह करून सोडून दिलेल्या आहेत. त्यांपैकी २० लाख स्त्रिया या हिंदू समाजातील आहेत. त्यात केवळ २.८ लाख महिला या मुस्लीम समुदायातल्या आहेत. या बहुसंख्य गैरमुस्लीम महिलांसंदर्भात सरकारला कुठलीच आत्मीयता नाही का? माझा तर स्पष्ट आरोप आहे की, सरकारला 'तिहेरी तलाक विधेयका'तून आपला राजकीय स्वार्थ साधायचा आहे. त्यासाठी त्यांना फक्त मुस्लीम महिलांच्या न्याय्य हक्काचा पुळका आलेला आहे. याउलट, हिंदू भगिनींच्या कौटुंबिक प्रश्नांकडे दुर्लक्ष करत भाजप सरकारने त्यांना वाऱ्यावर सोडलं आहे.

कुठलेही कारण न देता बहुसंख्य हिंदू पुरुषांनी विवाहित पत्नीचा त्याग केलाय. माझं तर मत आहे की, अकारण पत्नीला सोडून दिलेल्या अशा पुरुषांना जास्तीतजास्त व कठोर शिक्षा झाली पाहिजे; पण अशा प्रकारचा कुठलाही कायदा भाजप सरकार करणार नाही; कारण हिंदूंच्या सामाजिक प्रश्नांबद्दल सरकारला काडीचाही रस नाही.

माझं म्हणणं आहे की, कुठलेही कायदे सामाजिक समस्या सोडवू शकत नाहीत. देशात प्रत्येक तासाला तीन महिलांवर बलात्कार होतो. प्रत्येक तासाला पाच महिलांचे विनयभंग होतात. तेवढ्याच वेळेत तीन व्यक्तींचे अपहरण होते. माझ्या मते, या आजारी समाजाला सुधारण्यासाठी मानसशास्त्रीय प्रयत्नांची गरज आहे.

सरकारतर्फे सांगण्यात आलं की, तलाकविरोधी विधेयक मुस्लीम महिलांच्या समान अधिकार, न्याय हक्क व लिंगभेद आधारित समानतेसाठी आणलं जात आहे;

पण विधेयक तयार करताना सरकारने एकाही मुस्लीम व्यक्तीची मदत घेतलेली नाही. वास्तविक पाहता, सरकार मुस्लीम समुदायासाठी कायदा तयार करत होते, पण कायद्याच्या निर्मिती प्रक्रियेपासून मुस्लिमांनाच जाणीवपूर्वक दूर ठेवलं गेलं. विधेयक तयार करताना सरकारला का एकाही मुस्लीम महिलेशी किंवा मुस्लीम खासदाराशी चर्चा करावीशी वाटली नाही? सरकारला वाटतं की, त्यांचंच सर्वांनी ऐकलं पाहिजे. आपण कोणत्या जगामध्ये, कोणत्या युगामध्ये वावरत आहोत?

कायदेमंत्री रविशंकर प्रसाद यांनी आणलेला तलाकविरोधी कायदा चुकीचा व वाईट आहे. एखाद्या मुस्लीम व्यक्तीने 'तलाक' हा शब्द ३ वेळा उच्चारला तर न्यायालय म्हणते की, हा विवाह रद्द झालेला नाही. कोर्टाच्या मते हे लग्न मोडलेले नाही. म्हणजे सदरहू विवाह बंधन अस्तित्वात आहे; जर घटस्फोटच ग्राह्य नाही तर शिक्षा कुठली? म्हणजे या कायद्यामुळे गोंधळात अधिकची भर पडणार आहे. मी कायदा मंत्र्यासारखा एखादा वकील कोर्टात उभा करेन आणि तो न्यायालयाला म्हणेल की, 'मिलॉर्ड हे लग्न मोडलेच नाही.' तो भारतीय दंड संहिता सेक्शन ८४चा वापर करेल; मग सरकार व न्यायव्यवस्था सेक्शन ८४चा अंतर्भाव करणार नाही का? त्यामुळे मी म्हणतोय की, भाजप सरकारचा प्रस्तावित कायदा मुस्लीम महिलांना न्याय देण्यासाठी नसून पुरुषांना स्त्रियांवर अन्याय करण्यासाठी एखाद्या शस्त्राची मूठ देण्यासारखा आहे. या कायद्याआड भाजप जास्तीतजास्त मुस्लीम पुरुषांना कैदेत टाकण्याचं स्वप्न पूर्ण करून घेणार आहे. माझं स्पष्ट मत आहे की, सदर विधेयक दुरुस्तीसाठी कार्यकारी समितीकडे पाठवण्यात यावं.

संबंधित चर्चेवेळी काही लोकं मला वेडा ठरवत होते. सत्ताधारी पक्षातील लोकं थिल्लरपणा म्हणून माझ्यावर हसत होती. मुळात संसेदत बसून असे बालीश आरोप करणे राज्यघटनेच्या चौकटीत बसत नाही. मी इतकाही वेडा नाही की, भाजपचा हा मुस्लीमद्वेशी कट मला समजू शकत नाही.

माझ्या विरोधाचं दुसरे कारण म्हणजे, सरकार मुस्लीम स्त्रियांना एफआयआर दाखल करण्यासाठी बळजबरी करीत आहे. गुंतागुंतीच्या परिस्थितीत ती महिला खटला दाखल करायला तयार होईलही; पण तिचा पती म्हणेल, तू जे केलंय ते बरे केलेस. म्हणजे पतीला दोषी ठरवून कारावासात पाठवणे एक प्रकारे त्या पीडित महिलेविरोधात शस्त्राची मूठ ठरेल. पती सूड उगवण्यासाठी निमूटपणे ९० दिवस वाट पाहील. त्यानंतर काय घडेल याचा विचार करा.

खरोखर सरकारचा हेतू चांगला असेल तर त्यांनी एक निवेदनपत्रिका काढावी

आणि त्या अन्यायग्रस्त आणि पीडित स्त्रियांसाठी १ हजार कोटींची आर्थिक मदतीची तरतूद करावी.

या निमित्ताने मला एक छोटीशी कथा आठवते. ही कथा मी शाळेत ऐकली होती. एका नदीच्या काठावरून बरेच मासे वाहून जात होते. ते मासे पाण्याची मजा घेत हुंदडत होते. तेवढ्यात एक माकड तिथं आलं, ते माकड एक-एक करत मासे हातात उचलून बाहेर फेकू लागलं. हे दृश्य पाहून कुणीतरी माकडाला विचारलं, 'तू हे काय करत आहे?' त्यावर ते माकड म्हणाले, 'मी पाण्यात बुडणाऱ्या माशांना वाचवत आहे.' सरकार नेमकं तेच करत आहे! कायदा करून शासन मुस्लीम महिलांना वाचवत नसून त्यांचा बळी घेत आहे.

शत्रुकरणाचे षड्यंत्र

भारताच्या सर्व मुस्लीम महिलांच्या वतीने मी एक भाऊ, एक बाप, एक मुलगा तसेच एक काका म्हणून भाजप सरकारला हे सांगू इच्छितो की, 'तिहेरी तलाक' विधेयकाला आम्ही नामंजूर करत आहोत. विधेयक नाकारण्याचं महत्त्वाचं कारण असं की, प्रस्तावित 'मुस्लीम महिला विवाह संरक्षण विधेयक-२०१८' राज्यघटनेच्या मूलभूत तत्त्वांशी थट्टा करते. कलम १४, १५, २६ आणि २९ अंतर्गत संविधानाने मला विचारस्वातंत्र्य दिलेलं आहे. राज्यघटनेच्या उद्देशिकेत स्पष्ट लिहिलेलं आहे की, प्रत्येक व्यक्तीला श्रद्धा, उपासना स्वातंत्र्य, दर्जाची व संधीची समानता दिलेली आहे. त्या आधारे मी उपरोक्त विधेयकाला अमान्य करतो.

मला सरकारला असं विचारायचं आहे की, अखेर अशी कुठली लाचारी होती, ज्यामुळे समलैंगिकतेला (होमोसेक्युॲलिटी) गुन्ह्याच्या कक्षेबाहेर ठेवण्यात आलं. सुप्रीम कोर्टाने ६ सप्टेंबर २०१८ला कलम ३७७वर ऐतिहासिक निकाल दिला. या निकालावर भाजप सरकारला कुठलाही आक्षेप नव्हता. दुसरीकडे हाजीअली दर्गा प्रवेशावर सर्वोच्च न्यायालयाने दिलेल्या निर्णयाचं भाजपकडून कौतुक झालं, महिला अधिकारांचा हा विजय असल्याचं सांगण्यात आलं; पण तोच निर्णय सबरीमला अय्यप्पा मंदिरासंदर्भात दिला गेला तर भाजपकडून सर्वोच्च न्यायालयावर ताशेरे ओढले गेले. या निकालावर भाजप व त्यांच्या समविचारी संघटनांकडून आक्षेप नोंदवला गेला. इतकेच नाही तर भाजपच्या राष्ट्रीय अध्यक्षांकडून 'धर्मश्रद्धांचा विचार करून कोर्टाने निकाल द्यावेत', असा समजही सर्वोच्च न्यायालयाला देण्यात आला.

एक प्रश्न मला वारंवार पडतो की, अखेर भाजप तिहेरी तलाकला गुन्ह्याच्या कक्षेत का आणू पाहात आहे? एका पुरुषाला दुसऱ्या पुरुषासोबत आणि एका महिलेला दुसऱ्या महिलेसोबत एकांतात त्यांना जे करायचे आहे, ते दोघे मुक्तपणे करू

शकतात; पण एका मुस्लीम पुरुषाने आपल्या पत्नीला एकतर्फी तलाक दिल्यास सरकारला त्यावर आक्षेप आहे. असे का? कारण स्पष्ट आहे की, त्याचा वापर मुस्लीम समाजाच्या शत्रुकरणासाठी केला जाणार आहे.

दुसरी बाब अशी की, २७ सप्टेंबर २०१८ला सर्वोच्च न्यायालयाने व्यभिचाराला (अडल्ट्री) गुन्हा ठरवणारे कलम ४९७ रद्द केलं. आपल्या ऐतिहासिक निकालात न्यायालयाने व्यभिचार हा गुन्हा ठरू शकत नाही असं म्हटलं. म्हणजे, विवाहबाह्य संबंधांना कोर्टाने गुन्ह्याच्या कक्षेबाहेर ठेवलं आहे. या निर्णयातून पुरुषांना अनैतिक व विवाहबाह्य संबंध प्रस्थापित करण्यास मोकळीक मिळालेली आहे. स्वतःला संस्कृतीरक्षक म्हणवणारा भाजप व संघपरिवार या निर्णयावर गप्प होता. मात्र, ट्रिपल तलाकला सरकारने अजामीनपात्र गुन्हा घोषित केलं आहे.

अजून एक उदाहरण देतो, २४ जुलै २०१८ला संसदेत 'प्रिव्हेंशन ऑफ करप्शन' ॲक्ट मंजूर करण्यात आला. सरकारने या भ्रष्टाचारविरोधी संशोधन विधेयकास मंजुरी देताना असा युक्तिवाद केला की, जर कोणी सरकारचा पैसा कर्ज म्हणून घेतो व तो जनतेच्या कल्याणासाठी वापरतो, पण तो कर्जाचा पैसा सरकारला परत करू शकत नाही, तर तो गुन्हा ठरत नाही. हजारो कोटींचा पैसा बुडवून फरार झालेला शासनाच्या नजरेत गुन्हेगार नाही, पण त्याच सरकारला 'तिहेरी तलाक' गंभीर गुन्हा वाटतो.

माझ्या मते, सरकारचा हा कायदा राज्यघटनेच्या विरोधात आहे. लोकसभा अध्यक्ष महोदयांनी सांगितलं की, ही प्रथा हिंदुंमध्ये नाही तर मुसलमानांमध्ये आहे. मला संसदेला आदरपूर्वक सांगावसं वाटतं की, हिंदू विवाह कायद्यात परस्परसंमतीशिवाय घटस्फोट दिल्यास फक्त एका वर्षांच्या शिक्षेची तरतूद आहे; पण तोच घटस्फोट मुसलमानांमध्ये होत असेल तर त्याला ३ वर्षांची शिक्षा! ही तरतूद राज्यघटनेच्या कलम १४चं उल्लंघन नाही का?

समलैंगिकतेसंबंधीच्या निकालात कलम ३७७मध्ये 'हाम थ्योरी'ला मान्यता देण्यात आलेली आहे. तिहेरी तलाकचा हा कायदा हाम थ्योरीच्याही विरोधात आहे. कायदेमंत्री रविशंकर प्रसाद यांनी संसदेत सांगितलं की, सुप्रीम कोर्टाने तिहेरी तलाकला असंविधानिक घोषित केलं. हे सांगताना कायदामंत्र्यांनी संसदेची दुसऱ्यांदा दिशाभूल केली; कारण कोर्टाच्या बहुसंख्याक न्यायाधीशांच्या निर्वाळ्यात तसा कुठलाही उल्लेख आलेला नव्हता. तिन्ही न्यायाधीशांनी तिहेरी तलाकला घटनाबाह्य म्हटलेलं नाही; तर त्यांनी ही प्रथा मुस्लिमांच्या धर्मश्रद्धेचा भाग असल्याचं सांगितलं होतं; म्हणजे कायदेमंत्र्यांनी चक्क सुप्रीम कोर्टाचं नाव घेऊन संसदेची दिशाभूल केली.

बेन्थम आणि मॉंटेस्क्यूने म्हटलेलं आहे, कायद्याची गरज नसताना तो केला जात असेल तर तो कायदा नसून जुलूम आहे. प्रस्तावित कायद्याच्यानिमित्ताने सरकार जुलूम व अन्यायाची सुरुवात करू पाहात आहे. माझा सरकारला अजून एक प्रश्न आहे की, आदिवासी समाजाला हिंदू मॅरेज ॲक्टच्या बाहेर का ठेवण्यात आलेलं आहे; कारण त्यांना राज्यघटनेने कलम २६ आणि २९ अंतर्गत विषेशाधिकार प्रदान केलेले आहेत.

संसदेत (त्यादिवशी) अनेक महनीय लोकांकडून कुरआनचे दाखले दिले जात होते. यात तिळमात्र शंका नाही की, त्यांच्यापेक्षा अधिक कुरआनची पुण्याई आम्ही जाणतो; पण ते कुरआन विश्लेषक व तज्ज्ञांप्रमाणे बोलत होते. आम्ही अशा व्यक्तींना कुरआनचे उत्तम भाष्यकार समजतो. कुरआनचा अर्थ इतक्या चांगल्या पद्धतीने लावला जात असेल तर आता बाकी कुठल्याही कायद्याची गरज भासत नाही. मी तर या तज्ज्ञांना सांगेन की, त्यांनी आता मुस्लिमांच्या बाकीच्या प्रश्नांवरही तोडगा काढावा. जाणकार व अभ्यासकांसारखे कुरआनवर भाष्य करणाऱ्यांनी 'तौहिद' (एकेश्वरत्व) आणि 'खत्म ए नब्बूवत' (पैगंबर मुहंमद (स) हे अंतिम प्रेषित आहेत अशी सर्व मुस्लिमांची श्रद्धा आहे, त्यानंतर कुठलेही प्रेषित येणार नाही हे अंतिम सत्य आहे.) यावरदेखील भाष्य करावं. या निमित्ताने मी सर्वांना कुरआन वाचून त्याचे योग्य आकलन करून घेण्याचं अनुमोदन करतो.

२८ सप्टेंबर २०१८ला सुप्रीम कोर्टाने सबरीमला मंदिरात महिलांना प्रवेश देण्याचा आदेश काढला. पण तो नाकारून भाजपकडून सर्वोच्च न्यायालयाविरोधात जनमानसाला चेतवण्यात आलं. तिथे भाजपकडून आस्थेचा व श्रद्धेचा मुद्दा पुढे करण्यात आला. मग आमची आस्था व श्रद्धांचं काय? तिहेरी तलाकबंदी विरोधात कायदा करताना आमच्या श्रद्धांबद्दल विचार का झाला नाही? आमच्या श्रद्धांना राज्यघटनेत स्थान नाही का? तुमची म्हणजे श्रद्धा; आणि आमची श्रद्धा ती श्रद्धा नाही का? ही बाब राज्यघटनेच्या धर्मश्रद्धा स्वातंत्र्याचं उल्लंघन आहे.

आश्चर्याची बाब म्हणजे, व्यभिचार प्रकरणी निकालात एका पुरुषाला अनेक महिलांशी विवाहबाह्य संबंध ठेवण्याची सूट व परवानगी मिळाली आहे; म्हणजे एका विवाहित स्त्री व पुरुषाला विवाहबाह्य संबंध ठेवणे आता गुन्हा ठरणार नाही; पण एक मुस्लीम पुरुष आपल्या पत्नीला तलाकचे तीन शब्द उच्चारत असेल तर हे सरकार त्याला तीन वर्षांच्या शिक्षा देणार. ही कायद्याची थट्टा नाही का? मी स्पष्टपणे सांगतो की, तिहेरी तलाकबंदीविरोधात कायदा करण्याचा सरकारचा उद्देश चांगला नाही.

कोर्टाने आपल्या आदेशात स्पष्ट केलं की, तिहेरी तलाक अवैध आहे.

एकतर्फी तलाक दिल्याने विवाह मोडत नाही, असा न्यायालयाचा आदेश आहे. कोर्टाच्या निर्णयानुसार एकेरी तलाक दिल्याने विवाह संपुष्टात येत नाही; जर लग्नच मोडत नसेल तर मग सरकार कुठल्या गुन्ह्यांची शिक्षा देऊ करत आहे?

राज्यघटनेच्या कलम १४८, १५३, २८५मध्ये सांप्रदायिक दंगली, हिंसेला उत्तेजन देणे, इतर धर्मांविरुद्ध शत्रुत्व वाढविणे अशा गुन्ह्यांमध्ये ३ वर्षांच्या शिक्षेची तरतूद आहे. चालत्या गाडीखाली येऊन एखाद्याचा मृत्यू होता, तर त्या वाहनचालकाला दोन वर्षांच्या शिक्षेची तरतूद आहे. हा कायदेशीर अन्याय नाही का? बेन्थम आणि माँटेस्क्यू यांचे कायदे करण्याविषयी विचार डोळ्यांखालून घातल्यास तलाकबंदी विधेयकातील षड्‌यंत्र सहज लक्षात येतील. विधी महाविद्यालयातील एखादा विद्यार्थीदेखील सरकारला याबद्दल चांगल्या पद्धतीने ज्ञान देऊ शकतो.

मी एक बाब पुन्हा सांगतो की, इस्लाममध्ये विवाह एक पवित्र करार आहे. त्याला टिकवून ठेवण्यासाठी मी अनेकदा बदल सूचवले आहेत. मी नेहमीच एकतर्फी तलाकचा विरोध केलेला आहे. त्याला रोखण्यासाठी निकाहनाम्यात अटी-शर्थी घालाव्यात अशी मागणीही मी केलेली आहे; जर कुठलाही मुस्लीम पुरुष पत्नीला तिहेरी तलाक देत असेल तर त्याला आर्थिक दंड केला पाहिजे. दंडाची ही रक्कम मोठी असावी. विवाहाप्रसंगी निश्चित केलेल्या मेहेरच्या रकमेपेक्षा दुप्पट आणि तिप्पट हा दंड असावा. तिहेरी तलाकचे प्रकरण आढळून आल्यास ती रक्कम त्या पुरुषाकडून वसूल केली पाहिजे. या नियमांचे उल्लंघन केल्यास त्या व्यक्तीला जेलमध्ये पाठवावे. निकाहनाम्यात अशा प्रकारच्या नियमाची सक्ती केली पाहिजे. जो कोणी हा करार मोडेल किंवा त्यांचे उल्लंघन करेल, त्याला दंड होईल. अशा सूचना संसदेतर्फे केल्या जाव्यात. अशीही तरतूद करता येईल की, जर कुठला पुरुष एका बैठकीत 'तीन तलाक' देत असेल तर तो एकदाच मानला जाईल; पण अशा प्रकारचे प्रयत्न सरकारकडून केले जात नाहीत ही खेदाची बाब आहे; कारण भाजपचा उद्देश केवळ मुस्लीम पुरुषांना जेलमध्ये कोंबण्याचा आहे.

भाजपला मुस्लीम महिलांबाबत आत्मीयता नाही. तलाकला गुन्ह्याच्या कक्षेत ठेवलं तर मुस्लीम महिलांचे होणारे नुकसान कोण भरून काढणार? एका सामान्य महिलेला काय हवं असतं? तिला डोक्यावर छप्पर पाहिजे. दोनवेळचे पोटभरून जेवण हवं. आपल्या मुलांसाठी चांगल्या व दर्जेदार शिक्षणाची सोय हवी. तिच्या मुलांसाठी वेळेवर फीज्‌ची व्यवस्था व्हावी, एक तलाकशुदा महिलेला या मूलभूत सुविधा सरकार पुरवू शकते का? त्या महिलेच्या अशा छोट्याशा गरजा भाजप पूर्ण करू शकणार का? एकतर्फी तिहेरी तलाकविरोधात कोर्टात याचिका दाखल करणाऱ्या

सायराबानोने भाजपमध्ये प्रवेश केला. तिच्या कल्याण आणि सक्षमीकरणासाठी भाजपने काय केले? भाजप तिचे पुनर्वसन का करू शकला नाही? मुस्लीम महिलांना न्याय मिळवून देण्याची भाषा करणाऱ्या भाजपला सायराबानोसाठी काहीच का करता आले नाही?

सरकारच्या प्रस्तावित कायद्यात न्यायाचा पर्याय नाही. लैंगिक अल्पसंख्याकांना ३७७ अंतर्गत पर्याय देण्यात आलेले आहेत; पण धार्मिक अल्पसंख्य गटांना तो पर्याय का दिला जात नाही. भारतीय राज्यघटनेत पर्याय आहेत, पण तलाकविरोधी कायद्यातून मुस्लिमांना तो अधिकार दिला जात नाही. सरकारचा हा कायदा इस्लाम धर्माच्या विरोधात आहे. भाजपला समाजातील बहुसांस्कृतिकता व विविधता संपवायची आहे. भाजप सरकारला मुस्लीम महिलांसाठी न्याय करायचा नाही. ज्यादिवशी सरकारतर्फे ॲटर्नी जनरलनी कोर्टाला सांगितलं होतं की, मुस्लिमांच्या विवाहासंबंधी प्रत्येक कायदे नष्ट करावेत, त्याचवेळी सरकारचा हेतू उघड झालेला होता.

भाजपचे शाहनवाज हुसेन आणि मुख्तार अब्बास नकवींना मी सांगू इच्छितो की, काही दिवसात शिया पंथीयांचा धार्मिक विशेषाधिकार (शेगा) भाजपकडून काढून घेतला जाईल. त्यांच्यासाठीदेखील हा कायदा धोक्याची घंटा आहे.

२०१८च्या ऑक्टोबर महिन्यात संपूर्ण भारतात 'मीटू' चळवळ राबवली गेली. त्यात भाजपचे एक ज्येष्ठ मंत्री अडकले होते. २०१७ला तलाकविरोधी विधेयक मांडलं जात असताना ते लोकसभेत उभं राहून महिलांच्या हक्कांबद्दल भरभरून बोलत होते. त्यांच्यावर मीटू चळवळीदरम्यान अनेक महिलांनी लैंगिक अत्याचाराचे आरोप लावले आहेत. हे महाशय त्यादिवशी महिला अधिकाराविषयी बोलत होते, आहे का नाही थट्टा! दुसऱ्यांदा तलाकविरोधी विधेयक मांडलं जात असताना कुठे होते ते मंत्री? भाजपने त्यांच्यावर कारवाई करण्याऐवजी त्यांना संरक्षण दिलेलं आहे. ज्या व्यक्तीने महिलांशी अभद्र व्यवहार केला, त्या व्यक्तीला भाजपने पक्षातून काढून टाकायला पाहिजे होतं. त्या व्यक्तीने आपल्या महिला सहकाऱ्यांना दहशतीत ठेवलं. एकसुरी पद्धतीने ते विधेयकाबद्दल बोलत होते. अशा व्यक्तीला उर्दूमध्ये 'तोतए चश्मा' (बोलका पोपट) म्हटलं जातं. जो फक्त त्याला वदवलेली भाषाच बोलत असतो. अशा लोकांना भाजपने संरक्षण दिलं आहे आणि ते आम्हाला महिला हक्कावरून आरसा दाखवायला निघाले आहेत.

समाजातील वाईट कुप्रथांविरोधात आम्हाला सर्वांना एकत्र लढण्याची गरज आहे. मी संसदेला व सरकारला हे सांगू इच्छितो की, सरकारच्या इच्छेने, भाजपच्या दहशतीखाली, त्यांच्या बळजबरीने आम्ही आमचा धर्म सोडू शकत नाही. त्यांनी हे

लक्षात ठेवावं की, भाजपच्या भीतीमुळे आम्ही आमच्या धर्मतत्त्वांशी कुठलीही तडजोड करणार नाही. जोपर्यंत जगाचं अस्तित्व आहे, तोपर्यंत आम्ही मुसलमान ही ओळख जपून शरीयतने दाखवलेल्या मार्गावर चालत राहणार. त्यामुळे आम्ही भाजप सरकारच्या प्रस्तावित विधेयकाला नामंजूर करतो.

शब्दांकन व अनुवाद–आदम पठाण, निलोफर रोमान.

(बॅ.असदुद्दीन ओवैसी कायद्याचे अभ्यासक असून ते एमआयएम पक्षाचे हैदराबादहून तीनवेळा निवडून आलेले खासदार आहेत. २८ डिसेंबर २०१७ आणि २७ डिसेंबर २०१८ला लोकसभेत तलाकविरोधी विधेयक सादर होत असताना त्यांनी केलेली दोन भाषणे शब्दांकित केलेली आहेत.)

एक वादग्रस्त विधेयक

मोहंमद सलीम

भाजप सरकारने आणलेला 'मुस्लीम महिला विवाह संरक्षण विधेयक-२०१८' कायदा अनावश्यक आहे. त्यामुळे मी त्याचा विरोध करतो. वर्षभरापूर्वी २८ डिसेंबरला संसदेत या विधेयकावर चर्चा झालेली आहे. त्या वेळी लोकसभेत हे विधेयक मंजूर करण्यात आलं होतं. तेव्हादेखील आम्ही विरोधी पक्ष म्हणून प्रस्तावित कायद्याचा विरोध केला होता. इतकेच नाही तर त्या वेळी आम्ही संसदेमधून सभात्यागही केलेला होता. परंतु, लोकसभा अध्यक्षांनी आमचे म्हणणे ऐकलं नाही. हेच विधेयक जेव्हा राज्यसभेत चर्चेसाठी आलं त्या वेळी तिथे एका समितीची स्थापना करण्यात आली. ती समिती या विधेयकावर अजूनही विचारमंथन करत आहे. त्या समितीचा अहवाल अजून आलेला नाही; असं असताना सरकारने तिहेरी तलाकवर कायदा करण्यासाठी अचानक वटहुकूम आणला. संसदेचं कामकाज किती बेदरकारपणे आणि नियमबाह्य पद्धतीने सुरू आहे, त्याचा हा पुरावा आहे. ही कृती संसदेला किरकोळात काढण्याची आहे. भाजप सरकार संसदीय समितीला गांभीर्याने घेत नाही त्याचा हा पुरावा आहे.

पहिले विधेयक (२०१७) मांडले जात असताना लोकसभेत पीठासीन अध्यक्षांना आम्ही सांगितलं होतं की, या वादग्रस्त बिलावर चर्चा झाली पाहिजे. सरकारच्या या विधेयकाबद्दल उलटसुलट बोललं जात होतं, त्या वेळी त्याबाबत तज्ज्ञांशी चर्चा करण्याची आवश्यकता होती. संबधित समाज घटकांसोबत सल्लामसलतीची गरज होती. सरकार महिलांच्या न्याय्य हक्काबद्दल बोलत आहे, अशा वेळी महिला संघटनांशीदेखील विधेयकावर चर्चा करण्याची नितांत गरज होती. त्यासाठी स्टँडिंग कमिटीकडे त्या विधेयकाला पाठवायला पाहिजे होतं; पण सरकारने तसं केलं नाही, कारण त्यांना कायदा करण्याची घाई झाली होती. नेमकी कसली घाई होती? त्यांनी ती सांगावी. एका वर्षभरात भाजपला विधेयक मंजूर करण्यात अपयश आलं. त्यामुळे

पुन्हा तेच विधेयक लोकसभेत मांडलं गेलं. परत त्याच घटनांची पुनरावृत्ती केली गेली.

मुस्लीम महिला विवाह संरक्षण विधेयक-२०१८ लोकसभेत मांडताना सरकारच्या वतीने सांगण्यात आलं की, विरोधी पक्षाने घेतलेल्या आक्षेपांना आणि वादाच्या मुद्द्यांना सौम्य करण्यात आलं आहे. कुठून व कसं सौम्य केलं हा प्रश्न अनुत्तरित आहे; कारण सदरहू विधेयकात केलेलं संशोधन कुठेच जाणवत नाही. या बदलासाठीच राज्यसभेची समिती स्थापन झाली होती. समितीच्या अहवालातून नेमके आक्षेप बाहेर आले असते, पण तो अहवाल येऊ दिला गेला नाही व तेच विधेयक पुन्हा लोकसभेत मांडण्यात आलं. विधेयकातील सेक्शन ७ वर आमचा आक्षेप आहे. आम्ही त्या वेळी सूचना केली होती की, नागरी प्रकरणाचे (सिव्हिल मॅटर) गुन्हेगारीकरण होता कामा नये. आत्ताही आम्ही सातत्याने तीच मागणी करत आहोत.

विधेयक मांडताना लोकसभेत भाजपचे एकापेक्षा एक विद्वान इस्लामिक स्कॉलर होते. मिनाक्षी लेखी, स्मृती इराणी यांनी कुरआनच्या तज्ज्ञांप्रमाणे त्याचे विश्लेषण केले. (स्मृती इराणींनी संसदेत एक 'खलीफ' म्हटले, त्या वेळी त्यांना मोहंमद सलीमनी त्या 'खलीफ'चं नाव विचारलं असता, उलट त्यांनी सलीमना हनुमान चालिसा पठण करण्याच्या सूचना केल्या.) इस्लाम व कुरआनवर मुख्तार अब्बास नकवींदेखील बोलले. कुरआन, हदीस आणि शरीयतवर मी बोलणार नाही, त्यावर बोलण्यासाठी भाजप पुरेशी आहे.

भाजपचे खासदार सुब्रमण्यम स्वामी उत्तरप्रदेशच्या विधानसभा निवडणुकीच्या वेळी म्हणाले होते की, मुस्लीम महिलांनी भाजपला मते दिली त्यामुळेच आम्ही तिहेरी तलाकवर कायदा करत आहोत. हे मी म्हणत नाही तर स्वामींनी म्हटलेले आहे. याउलट, मुस्लीम महिलांच्या न्याय्य हक्कासाठी आम्ही हा कायदा करत आहोत, असं भाजप सरकारने म्हटलं. ज्या पक्षाचे नेते मुस्लीम महिलांविरोधात भडक विधाने करतात. मुस्लीम महिला मृत झाल्या असतील तर त्यांना कबरीतून बाहेर काढून त्यांच्यावर बलात्कार करा, असा आदेश काढतात. मुस्लिमांविरोधात वादग्रस्त विधाने केलेले नेते भाजपमध्ये मोठ्या हुद्द्यावर पोहोचतात. मुख्यमंत्रीदेखील होतात. भडक व पेटवणारी विधाने करून ते प्रसिद्ध होतात. यापेक्षा वादग्रस्त अजून काय असू शकते? या विधानांचे अनेक संदर्भ आजही उपलब्ध आहेत, इंटरनेटवर त्यांच्या सर्व चित्रफिती उपलब्ध आहेत. कुणी याचे पुरावे मागत असतील तर आम्ही त्याचे व्हीडिओ प्रदर्शनही भरवू. मुसलमानांविरोधात वादग्रस्त विधानांचा इतिहास

असताना, हे नेते आम्हाला सांगतात की, आम्ही मुस्लीम महिलांच्या न्याय्य हक्कासाठी कायदा करत आहोत, आम्ही हे कसं काय मान्य करू?

भाजपच्या मुखातून मुस्लीम महिलांच्या न्यायाच्या गप्पा रुचत नाहीत. सावरकर आणि गोळवलकर यांनीदेखील मुस्लिमांविरोधात स्फोटक विधाने केलेली आहेत. तसेच आरएसएसच्या नेत्यांनी अनेकदा अशी वादग्रस्त भाषणे दिलेली आहेत. या सर्वांचे संदर्भ आजही उपलब्ध आहेत. आम्ही सर्व उघड करून समोर ठेवू शकतो. असा इतिहास असताना बीजेपी न्यायाच्या गप्पा करत आहे. कुणीतरी त्यांना सांगावं की, 'न्याय असा होत नसतो!'

मुस्लीम महिलांच्या लग्न आणि घटस्फोटाची चर्चा केली जात आहे. आम्ही म्हणतो की, हे प्रकरण लैंगिक न्यायाचं (जेंडर जस्टीस) आहे. हा प्रश्न लैंगिक समानतेचा आहे. आम्ही सगळे साम्यवादी संसदेत येण्याच्या आधीपासून लैंगिक समानतेबद्दल बोलत आलो आहोत. आजही आम्ही तेच बोलतोय. भाजपला आत्ता महिलांना न्याय मिळवून देण्याचे सूचले आहे. मुस्लीम महिलांच्या न्यायाचा मुद्दा प्रथमच आलेला नाही. यापूर्वीही या विषयावर अनेकदा चर्चा झालेली आहे. ही बाब गेल्या वर्षीदेखील चर्चेच्या केंद्रस्थानी आली होती. हे विधेयक पहिल्यांदा मांडलं गेलं त्या वेळी घटस्फोटाचा मुद्दा पुढे करण्यात आला, आता तो विवाहावर येऊन ठेपला आहे. त्या वेळी 'प्रोटेक्शन राईट्स ऑफ मुस्लीम विमेन' असं म्हणण्यात आलं होतं. त्या वेळीही मुस्लीम महिलांच्या अधिकारांचे संरक्षण झालं नाही आणि यंदाही कुठलीच शक्यता नाही; कारण मुसलमान महिला मुस्लीम समाजाचा भाग आहेत, ज्यात महिलांसोबत पुरुषही येतात. मुस्लीम या राष्ट्राचे अविभाज्य भाग आहेत. ते भारतीय मुस्लीम आहेत. सरकार देशासोबत न्याय करणार नाही तर तेथील नागरिकांसोबतही न्याय होणार नाही.

देशात दररोज मानवी अधिकारांचे उल्लंघन होत आहे. त्या मानवी समाजाचा मुस्लीमदेखील महत्त्वाचा भाग आहेत. भाजपच्या सत्ताकाळात मायदेशात मुसलमानांना दुय्यम नागरिकत्व दिलं जात आहे. त्यांच्या अभिव्यक्ती स्वातंत्र्यावर गदा आणली जात आहे. त्यांच्या खाण्याच्या सवयींवर बंधने आणली जात आहेत. त्यांच्या चालण्या-फिरण्यावर अटी लादल्या जात आहेत. त्यांच्या उपासना पद्धती, नमाजचा अधिकार हिरावून घेतला जात आहे. नोयडामधील उदाहरण ताजं आहे. तिथे मुसलमानांना शुक्रवारच्या नियमित नमाजला बंदी घालण्यात आली. अशा दहशतीच्या वातावरणात भाजप म्हणते की, मुस्लीम महिलांना त्यांचे हक्क मिळवून देणार! भाजपकडून मुस्लीम महिलांच्या अधिकारांबद्दल बोललं जात आहे, ही सहानुभूती

नसून मगरीचे अश्रू आहेत. या परिस्थितीवर मला एक शेर आठवतो, 'दामन में लहू के जो दाग है, वह आपके झुठे अश्कोंसे नही धुलाये जायेंगे.'

भाजपने सर्वप्रथम आपल्या चारित्र्यावर असलेले डाग पाहिले पाहिजेत. बुलंदशहरचे उदाहरण समोर आहे. तिथे कर्तव्यावर असलेल्या सुबोधकुमार नावाच्या एका पोलीस अधिकाऱ्याला उन्मादी झुंडीने जीवे मारले. एका सरकारी अधिकाऱ्याला दिवसाढवळ्या ठार मारलं जातं आणि न्यायाच्या गोष्टी केल्या जात आहेत! कुठे आहे न्याय? "If you build a society based Injustice, you can't deliver justice." न्यायाची पहिली अट असते निष्पक्षपातीपणा! पण पक्षपात करून सामान्यलोकांना लक्ष्य केलं जात आहे.

विधेयक सादर करताना सांगितलं गेलं की, हा सर्वोच्च न्यायालयाचा आदेश आहे. सुश्मिता देव यांनी या युक्तिवादाला खोडून काढणारी मांडणी केली. कायदामंत्र्यांचं विधान तर एक नंबरचं फसवं होतं. सुप्रीम कोर्टाने जे मत मांडलं, त्यात कायदामंत्र्यांना कायदा करण्याचा आदेश दिलेला नव्हता. अल्पसंख्य न्यायाधीशांच्या मांडणीत असं सांगितलं होतं की, हा मुद्दा धर्माशी संलग्न आहे. हा प्रश्न मुस्लिमांच्या धार्मिक आस्था आणि श्रद्धांचा भाग आहे. हा मुस्लिमांच्या व्यक्तिगत कायद्याचा प्रश्न आहे. कोर्टाने सांगितलं की, आम्ही त्याला योग्य न्याय (जस्टिसेबल) देऊ शकणार नाही, त्यामुळे संसदेने त्यावर विचार करावा.

तीन न्यायाधीशांनी सांगितलं की, 'तीन तलाक' बेकायदेशीर आहे. त्या न्यायाधीशांनी तिहेरी तलाकला मनाई केली. ठीक आहे, मनाई तर मनाई! पण हे पहिल्यांदा घडलं आहे असं नाही. या प्रकरणात सायराबानोचं नाव पुढे आलं. संदर्भ देत असताना शाहबानोचीदेखील चर्चा झाली. या दोन्ही खटल्याच्या दरम्यान २००२ साली अलाहाबाद हायकोर्टाने हाच निकाल दिलेला आहे. 'शमीम आरा विरुद्ध राज्य सरकार' या खटल्यात अलाहाबाद उच्च न्यायालयाने तोच निकाल दिलेला होता. उच्च न्यायालयापासून सर्वोच्च न्यायालयापर्यंत सांगितलं गेलं की, तिहेरी तलाक चुकीचा आहे. तो घटनाबाह्य आहे. २००२ सालीच ही बाब सांगितली गेली होती. असं नाही की, आत्ताच सांगितलं गेलं. मग या निर्णयात नवीन काय होते? उगाच का भाजप त्याचे श्रेय लाटते आहे.

पंतप्रधानांना अचानक तिहेरी तलाकचा मुद्दा आठवला असं नाही. तिहेरी तलाकला घेऊन गेल्या ५० वर्षांपासून लढा सुरू आहे. ही प्रथा रद्द करण्याची मागणी अनेक मुस्लीम महिला संघटना करत आहे. तीच मागणी अनेक सुधारणावादी चळवळीदेखील करत होत्या. त्यामुळे, आम्हाला वाटते की तिहेरी तलाकला घेऊन

जी चर्चा भाजपप्रणीत सरकारच्या काळात सुरू आहे, ती फक्त मूळ मुद्यांपासून लक्ष वळविण्यासाठी आहे.

आपल्या देशात आज अल्पसंख्याकांचे समान हक्क हा सर्वांत ज्वलंत मुद्दा आहे. त्यातही मुसलमानांचे समान अधिकारांचे हनन हा अलीकडच्या काळात सर्वांत मोठा मुद्दा म्हणून पुढे आलेला आहे. भाजपच्या काळात मुसलमानांचा समान हक्क (इक्विटी) हा सर्वांत जटिल प्रश्न आहे. मुसलमानांसाठी सामाजिक सुरक्षिततादेखील तेवढीच महत्त्वाची आहे. तसेच समान न्यायाचा मुद्दादेखील मोठी समस्या आहे. १० वर्षांपूर्वी सच्चर समितीच्या शिफारशींवर चर्चा सुरू होती, आज तो मुद्दा दुर्लक्षित केला गेला. मुसलमानांच्या आर्थिक व सामाजिक स्थितीबद्दल होत असलेल्या चर्चा विसरण्यास भाग पाडलं जात आहे. त्यामुळे मुसलमानांच्या समान हक्कांचा मुद्दा पुन्हा एकदा प्रकर्षाने पुढे आला आहे.

ज्या वेळी भाजपला समान वागणुकीबद्दल विचारलं जातं त्या वेळी ते गप्प होतात. आम्ही समानतेच्या अधिकारांची मागणी करत आहोत. महिला, पुरुष आणि इतर सर्वांसाठीदेखील हे अधिकार सारखेच असावेत. हे तेव्हाच घडू शकते, जेव्हा समानतेला (इक्वॅलिटी) संरक्षित केले जाईल. आमचा प्रश्न असुरक्षित वातावरणविरोधात आहे. हे सरकार धार्मिक अल्पसंख्याकांना सुरक्षित वातावरण पुरवण्यास असमर्थ ठरलं आहे. आम्ही दलित, ख्रिश्चन आणि मुसलमानांच्या सामाजिक सुरक्षेची मागणी करत आहोत. त्यांच्यासाठी कौटुंबिक, राजकीय आणि सांस्कृतिक सुरक्षादेखील हवी आहे.

तिहेरी तलाकचं राजकीयीकरण केलं जात आहे. त्याचा राजकीय शस्त्र म्हणून वापर करणे सुरू आहे. जे पूर्णपणे चुकीचं आहे. तिहेरी तलाक केवळ एक नागरी प्रकरण आहे. आमच्यापेक्षा भाजपची लोकं इस्लाम चांगले जाणतात, मिनाक्षी लेखींनी याबद्दल संसदेला सांगितलेच आहे.

मुसलमानांमध्ये विवाह एक नागरी करार आहे. तो दोन विरुद्धलिंगी प्रौढ व्यक्तींमध्ये होतो; जर हा करार संपुष्टात येत असेल तर ते नागरी (सिव्हिल) प्रकरण समजलं जाईल; पण सरकार त्याला क्रिमिनल करू पाहात आहे; पण आम्ही असं कदापि होऊ देणार नाही.

समाजात जे गंभीर गुन्हेगारी कृत्य होत आहेत, त्यावर सरकारचे कुठलेच अंकुश नाहीत. आरोपींना अशा प्रकारचे गुन्हे करण्यासाठी खुली सूट दिली जात आहे. दिवसाढवळ्या लोकांना जिवंत जाळून मारलं जात आहे, त्याला गुन्हेगारी कृत्य (क्रिमिनल ऑफेन्स) का मानलं जात नाही. लहान मुलींवर बलात्कार होतो,

मुख्य आरोपींच्या गौरवार्थ मिरवणुका काढल्या जातात. आरोपीला वाचवण्यासाठी आंदोलने केली जात आहेत. कठुआच्या आसिफा बलात्कार प्रकरणात काय झालं ते अवघ्या देशाने पाहिलेलं आहे. आज भारतात अस्पृश्यतेतून दलित महिलांना जाळून मारलं जात आहे. दलित, आदिवासींच्या प्रादेशिक अस्मितेविरुद्ध हिंदुत्वाचे राजकारण केलं जात आहे. बलात्कार पीडित व्यक्तीच्या अन्यायाच्या बाजूने बोललं जात आहे. तिला मिळणाऱ्या न्यायाच्या विरोधात मोर्चेबांधणी केली जात आहे. भाजप सरकारच्या काळात देशात हे काय सुरू आहे? आमची वाटचाल कुठल्या दिशेने आहे?

तलाक संदर्भात विधेयक मांडताना म्हटलं गेलं की, सरकार मुस्लीम कुटुंबांना न्याय मिळवून देण्यासाठी प्रयत्नशील आहे; जर खरेच मुसलमानांना न्याय मिळवून द्यायचा असेल तर सर्वांत आधी सांप्रदायिक हिंसेविरोधात हे सरकार का बोलत नाही? सांप्रदायिक दंगलीच्या सर्वांत जास्त बळी या मुस्लीम महिला ठरलेल्या आहेत.

मुस्लीम तरुणांवर दहशतवादाचे आरोप लावले जात आहेत. खोट्या व चुकीच्या पद्धतीने मिथके रचून दहशतवादाच्या नावाने त्यांना दररोज उचलले जात आहे, त्यांच्या विरोधात चुकीच्या कथा (प्रोफाईलिंग) रचल्या जात आहेत. या सर्वांमुळे मुस्लीम महिला अधिक त्रस्त होतात. यातून मुस्लीम महिलांची सुटका करण्यासाठी भाजप सरकारची काही धोरणे आहेत का? दुसरी महत्त्वाची बाब म्हणजे मुस्लीम महिलांचं सक्षमीकरण, त्यांचं शिक्षण, त्यांच्या रोजगाराच्या प्रश्नांवर का बोललं जात नाही?

लोकसभेत मुख्तार अब्बास नकवी जोरजोरात भाषणे देतात, जगात हे सुरू आहे, इराणमध्ये असा कायदा आहे, अमुक ठिकाणी तीन तलाक नाही; जगभरात कशाला फिरता? भारतात मुस्लिमांची काय दयनीय अवस्था आहे हे त्यांना दिसत नाही का?

दिवसेंदिवस देशात मुसलमानांची सामाजिक स्थिती खालावत चालली आहे. त्या परिस्थितीला बदलण्यासाठी प्रयत्न का केले जात नाहीत? सध्या भारतात मुस्लीम महिलांची सामाजिक व आर्थिक स्थिती फार विदारक आहे; जर खरंच सरकारला वाटते की, भारतात मुसलमानांची अवस्था सुधारली पाहिजे, तर सर्वांत आधी सरकारला मुस्लीम महिलांची सामाजिक स्थिती बदलावी लागेल.

मी पुन्हा एकदा सांगतो की तिहेरी तलाकविरोधात आणलेल्या या विधेयकावर विचार करण्यासाठी एका समितीची स्थापना करावी. तसेच विधेयकातील प्रत्येक

बाबींवर सूक्ष्म पद्धतीने विचार करावा लागेल. हे विधेयक कुठल्याही अंगाने परिपूर्ण नाही. सरकार लागू करू पाहात असलेला हा कायदा निम्नस्तराचा (कंटेंटलेस) व वादग्रस्त (कंट्रोव्हर्शल) आहे. याचे अनेक पैलू आहेत. मुळात याची रचनाच एका खोट्या इमल्यावर आधारलेली आहे. आम्हाला वाटते की या विधेयकातून स्त्री-पुरुष दोघांना लैंगिक समानतेचे अधिकार मिळाले पाहिजे.

सर्वांना वाटते की इझी (सहज) तलाक संपुष्टात आला पाहिजे; पण तो कुठल्या एका समूह गटाचा न राहता संपूर्ण समाजाच्या भल्यासाठी असावा; जर खरंच महिलांना न्याय मिळवून द्यायचा असेल तर तो एका समाज गटापुरता मर्यादित असता कामा नये. त्यासाठी राष्ट्रहिताचा विचार करावा लागेल. राज्यघटनेने देशातील सर्व नागरिकांना समान न्यायाचा हक्क दिलेला आहे. निवडक गटांना उचलून न्याय देता येत नसतो. तसं केल्यास मुस्लीम महिलांची अवस्था सुधारणार नसून ती अधिक प्रमाणात गुंतागुंतीची होणार आहे. सरकारने तलाक विधेयकावर विचार करण्यासाठी जॉईन्ट पार्लमेंटरी समितीची स्थापना करावी. सुप्रीम कोर्टानेही हेच सांगितलेलं आहे आणि हा संसदेचा तो अधिकार आहे.

शब्दांकन व अनुवाद-निलोफर रोमान

(मोहंमद सलीम पश्चिम बंगालमधील रायगंज मतदारसंघातील कम्युनिस्ट पार्टी ऑफ इंडियाचे (मार्क्सवादी) खासदार आहेत. ते संसदेतील तडफदार भाषणासाठी प्रसिद्ध आहेत. लोकसभेत २७ डिसेंबर २०१८ला तलाकविरोधी विधेयक सादर होत असताना केलेले भाषण.)

कायदा नव्हे दुहेरी धोका

सलमान खुर्शीद

'अलीगड विद्यापीठाला भारत सरकार ज्या पद्धतीची वागणूक देईल, त्यातून जगाला हे दिसून येईल की, त्याचा भारतीय मुसलमानांकडे बघण्याचा दृष्टिकोन नेमका कसा आहे.' फार वर्षांपूर्वी डॉ. झाकिर हुसैन यांनी हे वाक्य उच्चारलं होतं. भाजप सरकारच्या सत्ताकाळात या विधानातून प्रेरणा घेऊन मला असं सांगावसं वाटतं की, 'आजचे सरकार जवाहरलाल नेहरू विद्यापीठाला ज्या प्रकारची वागणूक देत आहे, त्यातून जगाला असा संदेश जात आहे की, भारत अभिव्यक्ती स्वातंत्र्य, विचारस्वातंत्र्य आणि प्रामाणिकपणा आदि मूल्यांकडे कशा पद्धतीने पाहतो.' गेल्या काही वर्षांत भारतात अभिव्यक्ती स्वातंत्र्याच्या मूल्यांची प्रतारणा सुरू आहे. त्यातूनच राष्ट्रभक्तीच्या नावाने शिक्षण संस्था व विद्यापीठे लक्ष्य केली जात आहेत.

भारतात धर्मनिरपेक्ष मूल्यांची थट्टा सुरू आहे. शिवाय अल्पसंख्याकांच्या मूलभूत हक्कांची पायमल्लीदेखील होत आहे. माझं असं निरीक्षण आहे की, अल्पसंख्याक समाजाच्या प्रश्नांची मांडणी करताना सामंजस्य आणि तर्कसंगत विचार करणाऱ्या व्यक्तीदेखील अगदी सहजपणे दिशाभूल करू शकतात. भाषा, धर्म, सामाजिक रूढी-परंपरा किंवा अन्य कुठलेही क्षेत्र असो; प्रत्येक क्षेत्रात परस्परविरोधी किंवा द्वंद्वात्मक घटक आढळून येतात. अर्थात, अशा प्रकारच्या अनेक मुद्द्यांवर सविस्तर भाष्य करता येऊ शकते; पण तुर्तास हा मोह टाळून मूळ मुद्द्याकडे वळू या.

भारतीय मुस्लीम समाजाचे प्रश्न मांडताना अनेक मुद्द्यांवर भाष्य करावं लागेल. परंतु, या संदर्भात मी अन्य बाबी टाळून फक्त एकाच उदाहरणावर चर्चा करणार आहे. जे एकाचवेळी खूप गुंतागुंतीचं पण अतिशय सोपं असं आहे. या एकाच मुद्द्याच्या आधारे मोदीप्रणीत भाजप सरकार संपूर्ण मुस्लीम समाजाच्या वर्तनावर प्रश्नचिन्ह उपस्थित करत आहे, इतकेच नव्हे तर मुस्लीम महिलांना त्या समाजातील पुरुषांपासून वेगळे पाडण्याचा प्रयत्न करत आहे. अर्थातच, हा मुद्दा म्हणजे 'तिहेरी तलाक' होय.

त्रिवार तलाकविषयी ज्यांना बरेच काही माहिती आहे, त्यांची क्षमा मागून मी या प्रश्नाची मुळापासून चर्चा करणार आहे. सर्वप्रथम मी हे स्पष्ट करतो की, तिहेरी तलाक म्हणजे पुरुषांना त्यांच्या पत्नीला घटस्फोट देता यावा म्हणून केलेली एक सोय आहे. काहींचा असा समज आहे की, एकाचवेळी तीनदा 'तलाक' या शब्दाचा उच्चार 'तलाक, तलाक, तलाक' असा केल्याबरोबर तत्काळ घटस्फोट निर्णायक होतो. होय, हे खरं आहे की तीन वेळा 'तलाक' शब्दाचा उच्चार केल्यास घटस्फोट नक्कीच अंतिम व निर्णायक होतो; पण हेदेखील तेवढच सत्य आहे की 'तलाक' शब्द तीन वेळा म्हटला काय किंवा एकदाच म्हटला काय, यात कोणताही विशेष असा फरक पडत नाही. ज्या वेळी 'तलाक' शब्द उच्चारला जातो, तेव्हाच तीन महिन्यांचा कालावधी सुरू होतो. या काळाला 'इद्दत' असं म्हटलं जातं. या कालावधीत पत्नीची गर्भधारणा झाली अथवा नाही, हे स्पष्ट व्हायला मदत होते; जर पत्नी गर्भार असल्यास तिच्या आणि बाळाच्या संगोपन-संरक्षणासाठी आर्थिक तजवीज केली जाते. अशा परिस्थितीत इद्दतचा कालावधी तीन महिन्यांपेक्षा अधिक काळापर्यंत वाढू शकतो.

पत्नीची गर्भधारणा झाली नसल्यास काडीमोड घेताना तिचे काही विशिष्ट हक्क असतात, जे त्या तीन महिन्यांच्या कालावधीत पूर्ण करणे बंधनकारक असते. त्यात पत्नीच्या उदरनिर्वाहाचा खर्च, तिला राहण्यासाठी घर, तिची सर्वतोपरी काळजी घेणे इत्यादी बाबींची तजवीज पतीने जबाबदारीने करणे अपेक्षित आहे. परंतु, तीन महिन्यांचा कालावधी संपण्यापूर्वी ज्या इसमाने एकदा किंवा दोनदाच तलाक दिलेला आहे, त्याला तो परत घेण्याची सवलत असते. घटस्फोट देणाऱ्या इसमाला असं वाटलं की आपल्याकडून मोठी चूक झालेली आहे. केलेल्या कृतीबद्दल त्याला पश्चात्ताप होत असेल किंवा त्याला घटस्फोटाची प्रक्रिया पुढे घेऊन जाण्याची इच्छा नसेल तर तो तलाक तिथेच रद्दबातल होतो.

पण, लक्षात घेण्यासारखी बाब अशी की, एका विशिष्ट मुदतीत (तीन महिने) पती जेव्हा तिसऱ्यांदा तलाक देतो, त्या वेळी त्याला तो मागे घेण्याची कसलीही मुभा नसते. म्हणजे तो तलाक शेवटचा आणि निर्णायक होतो; जर त्याने या तीन महिन्यांच्या कालावधीत दिलेला तलाक वेळीच मागे घेतला किंवा पुढची प्रक्रिया पार पडली नाही तर त्याचा विवाह संपुष्टात येत नाही; म्हणजे तीन महिन्यात दोनच तलाक दिले तर त्याचं लग्न अबाधित राहते.

पहिला 'तलाक' उच्चारल्यानंतर तीन महिन्यांचा कालावधी पूर्ण होण्यापर्यंत तो विवाहबंधनात असू शकतो. महिनाभराच्या अंतराने पुन्हा त्याने दुसऱ्यांदा तलाक

दिल्यास तरीही त्याचे विवाहबंधन टिकून राहते. या परिस्थितीतही शांत चित्ताने विचार करून व सामंजस्याने तलाक देण्याचा निर्णय मागे घेता येऊ शकतो. मात्र, वर म्हटल्याप्रमाणे तीन महिन्यांच्या कालावधीनंतर 'तलाक' शब्द उच्चारल्यास दिलेला घटस्फोट कोणत्याही परिस्थितीत मागे घेता येत नाही, तसंच तो त्या स्त्रीशी पुन्हा विवाहदेखील करू शकत नाही.

माझ्या मते, या सर्व अटी व नियम स्त्रियांपेक्षा पुरुषांवर अधिकची बंधने लादण्यासाठी आहेत; कारण या अटीतून पुरुषांना असं सूचित करण्यात आलं आहे की, तो एक गांभीर्य नसलेला, कोणताही निर्णय न घेऊ शकणारा इसम आहे. तो तलाक तर देतो, पण मागेही घेतो, पुन्हा तलाक देतो व पुन्हा परत घेतो, विवाहबंधन हा पोरखेळ नाही, हे त्यातून सूचवायचं असावं. त्यामुळे शेवटचा 'तलाक' उच्चारल्यानंतर तिथे तडजोडीची कुठलीही शक्यता राहात नाही. 'आता या नंतर तुला (पुरुषाला) कोणतीही संधी मिळणार नाही, तुझ्यासाठी हाच शेवट आहे', असा स्पष्ट संकेत या अटीमागे आहे.

काही जण तक्रार करतात की, वर आलेली पद्धत एकतर्फी आहे. कारण, यात फक्त पुरुषांनाच घटस्फोट देण्याचा अधिकार आहे आणि तो स्त्रियांना देता येत नाही. पण खरे उत्तर असं की, जे धर्मगुरू तिहेरी तलाकच्या प्रथेविरुद्ध असण्याचा दावा करतात, ते पूर्ण सत्य सांगत नाहीत तर अर्धसत्य समोर ठेवतात. इस्लामी परंपरेत महिलांनादेखील तलाक घेण्याचा अधिकार आहे. महिलेच्या घटस्फोटाच्या या अधिकाराला इस्लाममध्ये 'खुला' असं म्हटलं जातं. ज्याचा अर्थ विवाह करार संपुष्टात आणणे किंवा पतीकडून काडीमोड घेणे, असा होतो.

प्रश्न असा आहे की, स्त्रीला खुला घेण्याचा अधिकार आहे, मात्र तिला पुरुषासारखा 'तोंडी तलाक' म्हणण्याचा हक्क का नाही? याचे कारण असं की, तुलनात्मकदृष्ट्या पती-पत्नीच्या नातेसंबंधात स्त्रीला कमकुवत दुवा मानले गेलेले आहे. स्त्रीला आधार हवा असतो. त्यासाठी ती आपला उदरनिर्वाहाचा खर्च, मुलांचे संगोपन, इत्यादी अधिकारांची तजवीज आणि अन्य बाबींची योग्य प्रकारे पूर्तता करण्यासंबंधी ती पतीला विनंती करू शकते. ही सर्व प्रक्रिया पूर्ण झाल्यानंतरच 'खुला' झाला आहे, असं मानण्यात येतं. म्हणजे थेट कुठलाही विचार न करता तिला खुला घेता येत नाही. नवऱ्याकडून काडीमोड (खुला) घेण्यापूर्वी तिला बऱ्याच साधकबाधक बाबींचा विचार करावा लागतो.

घटस्फोट देताना स्त्रीच्या न्याय हक्कांची पूर्तता करण्याची जबाबदारीदेखील पुरुषावर टाकण्यात आलेली आहे. इतकेच नव्हे तर खुलाच्या प्रक्रियेतसुद्धा स्त्री

आणि पुरुषास आपआपल्या कुटुंबातील एका प्रतिनिधीची नेमणूक करणे आवश्यक असते. जेणेकरून त्यांच्याकरवी त्या दोघांमध्ये समेटाची योग्य चर्चा घडवून आणली गेली पाहिजे. समेटाच्या चर्चेमधून काहीच निष्पन्न झालं नाही तर मग 'खुला' मंजूर असल्याचं एका प्रतिनिधीमार्फत दोन्ही कुटुंबांच्या वकिलांना कळविलं जातं. जो अंतिमत: खुला झाल्याचा निकाल त्या स्त्रीस देतो. वास्तविक पाहता, विरोध करणारे तलाकच्या प्रक्रियेची ही संपूर्ण संरचना उघडपणे मांडत नाहीत.

आधुनिक काळात अनेक कौटुंबिक कायदे आकाराला येत आहेत, त्या दृष्टीने घटस्फोट रोखण्यासंबंधी व वैवाहिक नातेसंबंध टिकवून ठेवण्यासाठी वेगळा कायदेशीर विचार करणे आवश्यक आहे. तसंच घटस्फोटाची प्रक्रिया अधिक सुलभ होणे गरजेचं आहे. ही प्रक्रिया एका ठरावीक वेळेत पार पडणे आवश्यक आहे. पूर्वीप्रमाणे त्याला २०-३० वर्षांचा कालावधी लागता कामा नये. न्या. रोहिंग्टन नरिमन एकदा म्हणाले होते की, ''खेदाची बाब आहे की, 'आधुनिक' म्हणवल्या गेलेल्या तिहेरी तलाक संदर्भात इस्लामिक व्यवस्था कुठलीही खबरदारी घेत नाही.''

हलाला

एकतर्फी तलाकशिवाय आणखी एक अतिशय गंभीर समस्या समाजात चलनात आलेली आहे. ही समस्या ऐकताक्षणी ती आपल्याला अतिशय किळसवाणी वाटते. ती समस्या म्हणजे, 'निकाह ए हलाला' होय. तीन तलाक दिल्यानंतर घटस्फोट देणाऱ्या पुरुषाला पुन्हा त्याच स्त्रीशी विवाह करण्याची इच्छा झाल्यास काय होईल? म्हणजे त्याला आपली चूक लक्षात आली असून तिला तो दुरुस्त करू पाहात आहे. असा परिस्थितीत तो पुरुष काय करेल, याबद्दल समाजात अनेक गैरसमज व गैरप्रथा रुळल्या आहेत. मुळात क्षुल्लक कारणासाठी घटस्फोट देणाऱ्या पूर्व पतीसह ती स्त्री पुनर्विवाह करण्यास तयार असावी. कारण, प्रत्येक विवाहाच्या वेळी एक नवीन करार होतो, त्यासाठी स्त्रीची संमती आवश्यक मानली जाते; पण तिच्या इच्छेकडे पूर्णत: दुर्लक्ष करून तिच्यावर पुरुषी निर्णय लादले जातात. असं सांगितलं जातं की, तलाक दिल्यानंतर पुन्हा त्या स्त्रीशी लग्न करायचं असल्यास तिला एका अन्य पुरुषाशी विवाह करावा लागतो. त्यानंतर त्या स्त्रीने त्या पुरुषाकडून घटस्फोट मिळवावा लागतो. त्याशिवाय त्या महिलेला पहिल्या पतीशी पुनर्विवाह करता येत नाही. ही एक अतिशय गंभीर प्रथा समाजात रुळली आहे. मुळात कुरआनच्या गैरअर्थातून ही पद्धत आलेली आहे. तसेच याला पुरुषी अहंकाराची व सत्तेची किनार जोडली आहे. म्हणजे पुरुषांच्या सोयीसाठी ही विकृत प्रथा राबवली जाते.

मुदतीत तीनदा तलाक दिल्यानंतर स्त्री पुन्हा पहिल्या पतीशी विवाह करू

शकत नाही; कारण या तलाक आणि विवाहासंबंधीच्या अटी संबंधित पुरुषावर बंधने घालण्यासाठी आलेल्या आहेत. वर म्हटल्याप्रमाणे संबंधित पुरुष विवाह बंधनाला गांभीर्याने न घेता अतिशय धरसोड पद्धतीने घेतो. त्यामुळेच त्याच्यावर ही बंधने लादली गेलेली आहेत.

मान्य करू या की, पती-पत्नींमध्ये आपसात पुन्हा विवाह करण्याची परिस्थिती उद्भवली. (असं फारसं होत नाही). त्या वेळी असं सांगितलं जातं की, तिने 'हलाला' केल्याशिवाय पुन्हा पूर्व पतीशी लग्न करता येत नाही. वास्तविक पाहता, कुरआनची यासंबंधीची तरतूद अगदी स्पष्ट आहे. पहिल्या तलाकनंतर त्या महिलेचा अन्य पुरुषाबरोबर विवाह झाला आहे, त्या इसमाचा अचानक मृत्यू झाला किंवा त्याने तिला काही कारणास्तव घटस्फोट दिला, अशा परिस्थितीत पहिला पती त्या तलाकपीडित किंवा विधवा महिलेच्या इच्छेनुसार तिच्याशी पुन्हा विवाह करू शकतो; पण हे अगदी सहजरीत्या घडायला हवं, यात कुठलीही कृत्रिमता असता कामा नये, असं कुरआनभाष्य सांगते.

मला असं वाटतं की, हलाला प्रक्रिया राबवण्यामागे पुरुषांचा दुष्ट हेतू दडलेला असतो. त्यांना झालेल्या चुकीबद्दल पश्चात्ताप व्यक्त करायचा नसतो, तर स्त्री आपली मिळकत आहे, अशा पद्धतीने तिला त्या पुरुषाकडून छळलं जातं. कथित 'हलाला' करवून तिला पुन्हा विवाह बंधनात घ्यायचं किंवा तीन वेळा नाकारल्यानंतर पुन्हा आणखीन धरसोड वृत्तीसाठी तिला लग्नबंधनात बंदिस्त करायचे. अशी विकृत व संभ्रमित मानसिकता या प्रथेतून दिसून येते. अर्थात, या शंकेला जागा त्याच्या संबंधित कृतीमुळे मिळते. म्हणूनच मला असं वाटतं की, जोपर्यंत हलालाचा नेमका 'हेतू' काय आहे हे समजून घेतल्याशिवाय ही संरचना लक्षात घेता येणार नाही. यासंदर्भात कोणालाही कुरआनी नियमांचे पालन करायचं नाही, असंच यातून दिसून आलेलं आहे.

लोकसभा व राज्यसभेत तलाक संदर्भात सुरू असलेल्या चर्चेला अनेक गंभीर पैलू आहेत. ते म्हणजे, तीन तलाकचा मुद्दा भाजप फक्त मुस्लीम समाजाला झोडपण्यासाठी वापरत आहे. घटस्फोट देण्यासाठी तिहेरी तलाकची पद्धत योग्य नाही, म्हणूनच आम्हाला ती कायद्याने रद्द करावयाची आहे, असा भाजपचा युक्तिवाद आहे; पण यातले खरे गमक असं आहे की, सर्वोच्च न्यायालयाने तीन तलाकला कायदेशीरदृष्ट्या अवैध ठरवून घटस्फोटाची ही पद्धत अमान्य ठरवलेली आहे.

कोर्टाच्या निकालानंतरही जर कुणी अशा प्रकारे तलाक देत असेल तर तो मान्य केला जाणार नाही. मग अशा वेळी तीन तलाक दिल्याने काहीच फरक पडत

नाही. एखाद्या व्यक्तीने रस्त्यावर थांबून 'मी गाढव आहे', असं ओरडल्यास बाकीच्या लोकांना त्याचा काहीच फरक पडत नाही, अगदी तशाच प्रकारे एकतर्फी तलाक दिल्याने काहीच फरक पडणार नाही; म्हणजे एखादी व्यक्ती एकतर्फी तलाक देतो तेव्हा तो फक्त एकच तलाक झाला असं गृहीत धरलं जाईल.

भाजप सरकार जोपर्यंत असं म्हणत नाही की तिहेरी तलाक देणे ही पूर्णत: चुकीची पद्धत आहे, तोपर्यंत दिलेला एकच तलाक महिलांचे सर्व अधिकार सुरक्षित ठेवतो. भाजप जेव्हा असं म्हणते की, आम्ही महिलांच्या हितासाठी कायदा करत आहोत, तेव्हा भारतीय जनतेशी त्यांनी केलेली एक मोठी लबाडी असते. भाजपने तलाक संदर्भात जो आकांडतांडव केलेला आहे, तो बिनबुडाचा व आधारहीन आहे. 'आवाज' आणि 'क्रोधा'ने तर्कशास्त्र कमी होत नसतं. भाजपने तलाकबंदी कायद्याच्या माध्यमातून एका दगडात दोन पक्षी मारण्याचं षड्यंत्र आखलं आहे. एकीकडे मुसलमानांची सामाजिक सुरक्षा धोक्यात आणायची व दुसरीकडे त्यांच्यावर अन्याय करण्यासाठी लैंगिक न्यायाचे ढोल बडवायचे, असं भाजपचं धोरण आहे, त्यामुळे सामान्य नागरिकांनादेखील प्रस्तावित कायद्यासंदर्भात संपूर्ण बाबी समजून घेणे आवश्यक आहेत.

भाजपला फक्त मुसलमानांच्या तलाक विषयीच इतकी चिंता का वाटते? जर कोणी व्यक्ती घटस्फोट न देता आपल्या पत्नीला वाऱ्यावर सोडत असेल तर त्या महिलेस काही संरक्षण असायला हवं की नाही? माझा रोख कुणाच्या बाजूने आहे, हे काही नव्याने सांगायची गरज नाही. घटस्फोट देताना त्या पुरुषाने पत्नीच्या न्याय्य हक्कांची कुठलीच तजवीज केलेली नाही; अशा परिस्थितीत त्या स्त्रीला तिचे सर्व हक्क मिळावेत की नाही? मग सरकार अशा प्रकारचे अधिकार आणि हक्क फक्त मुस्लीम समाजासाठीच का मर्यादित करत आहे? यासंदर्भात सरकार व्यापक विचार का करत नाही?

प्रस्तावित कायद्याचा फायदा गुजरातमधील हिंदू समुदायाला का मिळू नये? या कायद्याचा लाभ ख्रिश्चन समुदाय किंवा हिंदू समुदायांना का मिळू नये? तसाच तो शीख समुदाय किंवा जो कुठलाच धर्म मानत नाहीत त्यांच्यासाठीदेखील का लागू होऊ शकत नाही? ज्या महिलेला तिच्या पती किंवा तिच्या सहचाऱ्याने सोडून दिलं, अशा सर्वच भारतीय महिलांच्या संरक्षणासाठी असा कायदा आणला गेला पाहिजे. भाजप सरकारने अशा प्रकारचा कायदा आणला तर त्याला सर्वच राजकीय पक्षांची मान्यता असेल. भारतातील सर्वच गटाकडून त्याचं स्वागत केलं जाईल.

घटस्फोट कायद्यासंबंधी चर्चा करताना अनेकांनी राजीव गांधींचा उल्लेख

केला. शाहबानो निकालाच्या अनुषंगाने त्यांच्याविरोधात टोकाचे आरोप केले गेले. मुस्लीम महिलांच्या घटस्फोट कायद्यात त्यांनी हस्तक्षेप केला, असा आरोप त्यांच्यावर वारंवार केला जातो. शाहबानो प्रकरणाविषयी फारसं कुणाला माहिती नसेल. शाहबानोला तिहेरी तलाक न देता एकदाच दिला गेला. भरणपोषणासाठी तिला उदरनिर्वाह भत्ता हवा होता. निर्वाह भत्ता मिळणे तिचा हक्क होता, पण तो दिला नसल्याने तिने भारतीय दंड संहितेच्या अंतर्गत पतीविरोधात दावा ठोकला. या दाव्यातून तिला दरमहा ५०० रुपयांपर्यंत भत्ता मिळणार होता; पण तिला माझ्या माहितीप्रमाणे केवळ १२३ रुपये ७५ पैसे असा भत्ता मंजूर करण्यात आला. या प्रकरणावरून लोकांनी राजीव गांधींविरोधात अपप्रचाराचा डोलारा उभा केला. नेमके काय केले होते राजीव गांधींनी? तत्कालीन पंतप्रधान राजीव गांधी या प्रकरणी कायदा आणू इच्छित होते.

राजीव गांधींमार्फत आणला गेलेला हा कायदा अतिशय चौकस बुद्धीने आणि त्याचवेळी अतिशय गांभीर्याने तयार केलेला होता. या कायद्याअन्वये घटस्फोट दिल्यानंतर पुरुषाने 'इद्दत'च्या ३ महिन्यांच्या कालावधीत पत्नीला उदरनिर्वाह भत्ता आणि तिच्या भरणपोषणासाठी विशेष आर्थिक तरतूद करायची होती. या तरतुदीचा सर्वोच्च न्यायालयाने अन्वयार्थ काढला की, पीडित महिलेला आयुष्यभरासाठी पुरेल अशा प्रकारची 'वन टाइम सेटलमेंट' देण्यात यावी. जी 'इद्दतच्या' तीन महिन्यांच्या मुदतीत पूर्ण करणे त्या पुरुषाचे कर्तव्य आहे. कायदा स्पष्ट होता, पण त्याच्या गैरअर्थातून अनेक प्रश्न उभे राहिले. त्यामुळे मला असा प्रश्न पडतो की, राजीव गांधींनी असं केलं तरी काय, ज्यामुळे ही लोकं त्यांचा नावाने त्रागा करत आहेत?

वास्तविक पाहता, राजीव गांधींनी असा कायदा आणला जो महिलांसाठी अत्यंत हितावह होता. खेदाची बाब अशी की, आजही याविषयी बहुतेक काँग्रेसीदेखील अनभिज्ञ आहेत. या कायद्याद्वारे तीन महिन्यांच्या आत त्या पुरुषास शक्य होईल तेवढी आर्थिक तरतूद घटस्फोटित पत्नीसाठी करणे आवश्यक आहे. याउलट, भाजप प्रस्तावित विधेयकातून तलाक देणाऱ्या पुरुषाला तुरुंगात डांबून त्याच्यावर अदखलपात्र गुन्हा दाखल करू पाहात आहे.

असं सांगितलं जातं की, भाजपच्या प्रस्तावित विधेयकातून घटस्फोटित महिलेला उदरनिर्वाह भत्ता देण्याचं प्रयोजन आहे. तसं पाहिलं तर भाजप फक्त उदरनिर्वाह भत्ता (subsistence allowance) देण्याचं प्रयोजन करत आहे; पण आम्ही राजीव गांधींच्या काळात 'मुस्लीम महिला घटस्फोट हक्क संरक्षण विधेयक-१९८६' आणले होते. या विधेयकातून संगोपन भत्ता (Maintenance allowance) आणि घटस्फोटित स्त्रीच्या जीवनभरासाठीच्या आर्थिक तरतुदीचं प्रयोजन केलेलं

होतं. तुलनात्मकरीत्या कोणतं विधेयक चांगलं आहे, यातून सहज कळू शकतं.

मुळात संसदेत आवाज चढवून बोलणे आणि इतरांना त्रास देणे यातून महिलांचे सशक्तीकरण होत नसतं. सरकारने अस्तित्वात असलेला १९८६चा उपरोक्त कायदा आणि अन्य कौटुंबिक कायद्यातून घटस्फोटित महिलांसाठी केलेल्या तरतुदींना संरक्षित व त्यांचा विस्तार केला असता तर नव्या कायद्याची गरजच निर्माण झाली नसती.

दुर्दैवाने भाजपच्या प्रस्तावित विधेयकासंदर्भात कुठलीही स्पष्टता नाही. तीनदा तलाक देऊन महिलेला घराबाहेर काढलं जातं आणि सर्वोच्च न्यायालयाच्या निर्णयानंतरदेखील एकतर्फी तलाकची प्रकरणे समोर येत आहेत, अशा प्रकारचे दुर्दैवी चित्र रंगवलं जात आहे.

मला अजून एक बाब इथं नमूद करावीशी वाटते की, मी मुसलमानांसोबत राहतो. त्यांच्याशी माझा रोजचाच सहवास आहे. तसंच मी कौटुंबिक कायद्यासंदर्भात विधी सेवा पुरवतो. इतरही निरनिराळ्या कायद्याच्या क्षेत्रात माझा वावर असतो. अशा वेळी मला एकतर्फी तलाकची प्रकरणे कुठेच दिसत नाहीत. तीन तलाक विषयीचा माझा स्वतःचा अनुभव एक किंवा दोन घटनेपुरता आहे.

आकडेवारीवर एक नजर फिरवली तर असं लक्षात येईल की, तिहेरी तलाकची प्रकरणे अतिशय कमी आहेत. तथापि, एक स्त्री एकतर्फी तलाकला बळी पडली असेल तर तिला योग्य न्याय मिळावा, हे आपण सर्वप्रथम बघितलं पाहिजे; पण त्याचबरोबर आपण हेदेखील लक्षात ठेवलं पाहिजे की, ही सर्व प्रक्रिया फक्त एकाच धर्माशी व एकाच समूहाशी निगडित असता कामा नये. ही मागणी सर्वच धर्म-समुदायातील स्त्रियांच्या न्याय हक्कासाठी असायला हवी. जेव्हा प्रत्येक भारतीय स्त्रीला अशा प्रकारचे संरक्षण मिळेल तेव्हाच आपण एक खरे उदारमतवादी समाज म्हणून ओळखले जाऊ.

शब्दांकन आणि अनुवाद-साजिद इनामदार

(लेखक ज्येष्ठ विधिज्ञ व माजी केंद्रिय कायदेमंत्री असून इस्लाम आणि मुस्लीम व्यक्तिगत कायद्याचे ते भाष्यकार आहेत. तर अनुवादक जवाहरलाल नेहरू विद्यापीठात परराष्ट्र धोरणांवर पदव्युत्तर शिक्षण घेत आहेत. २६ ऑगस्ट २०१८ला सलमान खुर्शीद यांनी जेएनयूच्या ताप्ती मेसमध्ये तलाकसंबंधी एक भाषण दिलं होतं. त्या भाषणाला साजिद हजर होते. सदरील भाषणाचा संपादित अंश.)

विधेयकातून हवे सक्षमीकरण

डॉ. जहीर अली

डिसेंबर २०१७ला तिहेरी तलाकविरोधी कायद्यासाठी केंद्रातील नरेंद्र मोदी सरकारने जे विधेयक लोकसभेत मांडले, त्याला काँग्रेसने विरोध केला नाही; परंतु, राज्यसभेत वेगळी भूमिका घेतली. त्यामुळे तेथे हे विधेयक रखडले. राज्यसभेतून हे विधेयक संयुक्त चिकित्सा समितीकडे पाठविण्यात आले. सध्या तरी त्याचे भवितव्य अनिश्चित आहे. वास्तविक, मुस्लीम महिलांना न्याय मिळवून देण्याचा हा प्रश्न आहे; पण दुर्दैवाने त्याला वेगळेच वळण मिळत आहे. हिंदू व मुस्लीम समाजातील मूलतत्त्ववादी गटांनी या निमित्ताने टोकदार भूमिका घेणे, त्यातून कटुता वाढणे, या सगळ्यामुळे मूळ मुद्द्याचा विपर्यास होत आहे. तेव्हा प्रश्नाच्या मुळाशी जाऊन विचार करायला हवा. या प्रश्नाची पार्श्वभूमीही समजून घ्यायला हवी.

धर्मनिरपेक्षता हे आपल्या राज्यघटनेतील गाभ्याचे मूल्य आहे. त्यामुळे 'समान नागरी कायदा' लागू झाला असता तर हे त्याच्याशी सुसंगत झाले असते. ती ऐतिहासिक संधी भारताने गमावली. पंडित नेहरू व मौलाना आझाद यांनी केलेला विरोध हे तसे होण्याचे मुख्य कारण होते. त्यामुळे विवाह आणि वारसा यासंबंधी आधुनिक कायद्यास मुस्लीम समाज वंचित राहिला. अशा प्रकारचा कायदा करण्यास या दोघांनी जो विरोध केला त्यामागे युक्तिवाद असा होता की, वैयक्तिक कायदे रद्द करण्याची मागणी मुस्लीम समाजातून पुढे यायला हवी. घटना समिती स्थापन झाल्यानंतर लगेचच प्रत्येक समाजाचे विवाह व वारसाविषयक वैयक्तिक कायदे रद्द करण्याच्या प्रस्तावावर विचार करण्यासाठी बी. एन. राव यांची समिती नेमण्यात आली होती. या समितीने स्वतंत्र भारतात 'समान नागरी कायदा' असला पाहिजे, अशी शिफारस केली होती.

डॉ. बाबासाहेब आंबेडकर यांनीही या शिफारशीला अनुकूलता दर्शविली होती; परंतु, जवाहरलाल नेहरू आणि मौलाना आझादांच्या आग्रहामुळे हा विषय

राज्यघटनेच्या 'मार्गदर्शक तत्त्वां'मध्ये समाविष्ट करण्यात आला. संसद अस्तित्वात आल्यानंतर १९५०मध्ये संसदेपुढे हा विषय आला, तेव्हा सुधारित हिंदू कोड बिल आणले गेले, मात्र धार्मिक अल्पसंख्याकांच्या वैयक्तिक कायद्यांबाबत 'जैसे थे' परिस्थिती राहिली. त्या त्या समाजातील बहुसंख्य लोकांनी कायद्याची मागणी केली तर समान नागरी कायदा लागू करता येईल, असा युक्तिवाद त्या वेळी करण्यात आला.

वस्तुतः हिंदू कोड बिलालादेखील मोठ्या प्रमाणावर विरोध झाला. सनातन्यांनी केलेल्या विरोधामुळे डॉ. आंबेडकरांना मंत्रिपदाचा राजीनामा द्यावा लागला होता. हे लक्षात घेता जर त्या वेळी समान नागरी कायदा आणला असता, तर आधुनिक कायद्याबाबत हिंदू समाजातील विरोधाची धारही कमी झाली असती. दुर्दैवाने हा विषय राजकीय आखाड्यात ढकलला गेला आणि मग मुस्लीम समाजातील मुल्ला, मौलवीही धर्म टिकायचा असेल, तर त्यावर आधारित 'वैयक्तिक कायदा'ही टिकायलाच हवा, असे समाजाला सांगू लागले. त्यांची समाजावरील पकड अधिक घट्ट होत गेली आणि हा समाज मागे राहण्याचे ते एक महत्त्वाचे कारण आहे.

तीनदा तलाकचा उच्चार करून वेगळे होण्याच्या प्रथेला कुरआनमध्ये आधार नाही. अनेक मुस्लीम देशांनी ती प्रथा सोडून दिली आहे. शाहबानो खटल्याच्या सुनावणीच्या वेळी 'ऑल इंडिया मुस्लीम पर्सनल लॉ बोर्डा'च्या वतीने न्यायालयात असे सांगण्यात आले की, तिहेरी तलाकच्या मार्गाने विवाह भंग केले जाऊ नयेत, याबाबत समाजातील सर्वसामान्यांच्या प्रबोधनासाठी आम्ही प्रयत्न करू. प्रत्यक्षात बोर्डाने मात्र काहीही केले नाही. त्यानंतर सुमारे तीन दशकानंतर ही प्रथा अवैध असल्याचे सर्वोच्च न्यायालयाने स्पष्ट केले.

या पार्श्वभूमीवर भाजप सरकारने आणलेल्या विधेयकाकडे पाहायला हवे. 'मुस्लीम महिलांचे सक्षमीकरण' एवढ्याच हेतूने हे विधेयक आणत आहोत, असे हा पक्ष सांगत आहे; परंतु, तसे असते तर मुस्लीम समाजाच्या इतरही प्रश्नांबाबत भाजप सरकारने आस्था दाखविली असती. सध्या मुस्लीम समाजाची स्थिती पूर्णपणे सत्ताहीन आणि केविलवाणी झालेली आहे.

जे विधेयक सरकारने आणले आहे, ते आदर्श आहे, असे म्हणता येणार नाही. त्यातील तरतुदींमधून मुस्लीम महिलांचे सक्षमीकरण होईल, असे म्हणता येणार नाही. जो कोणी तीनदा 'तलाक' शब्द उच्चारून वेगळे होण्याचा प्रयत्न करेल, त्याला तीन वर्षांपर्यंत तुरुंगवास व दंडाची शिक्षा होऊ शकते, असे या विधेयकातील कलम चारमध्ये म्हटले आहे. परंतु, 'तिहेरी तलाक'चा उच्चार केला म्हणून विवाहविच्छेद

होत नाही, असा सुप्रीम कोर्टाचा निर्णय असताना न मोडलेल्या विवाहाबद्दल शिक्षा देणार कशी?

चौथ्या व पाचव्या कलमात निर्वाह भत्ता आणि मुलांचा ताबा आईकडेच राहण्याविषयीचा उल्लेख आहे. या तरतुदीदेखील सर्वोच्च न्यायालयाच्या निर्णयाशी विसंगत आहेत. याचे कारण निर्वाह भत्ता किंवा पोटगी आणि मुलांचा ताबा हे प्रश्न घटस्फोट झाल्यानंतर उद्‌भवतात.

एक बाब समजून घेता येऊ शकते, ती म्हणजे, कायदेशीर कारवाईच्या भीतीमुळे तिहेरी तलाकच्या मार्गाने जाण्यापासून मुस्लीम पुरुष परावृत्त होतील. परंतु, तुरुंगवासाची शिक्षा झाली, तर त्यामुळे संबंधित स्त्रीचे हित कसे काय साधले जाईल, हे कळणे अवघड आहे. दुसरे म्हणजे, तुरुंगात अडकलेला पुरुष बाहेर असलेल्या पत्नीला निर्वाह भत्ता कसा काय देणार?

प्रत्यक्षात अशा रीतीने एखाद्या प्रकरणात शिक्षा झालीच, तर संबंधित स्त्रीची अवस्था आणखीनच दयनीय होईल. प्रतिबंध या अर्थाने कायद्याचा बडगा हवाच, असे मत असू शकते; परंतु, मग शिक्षा द्यायला हवी ती आर्थिक दंडाच्या रूपात. संबंधित पुरुषाच्या एकूण मालमत्तेपैकी दोन तृतीयांश मालमत्तेवरील मालकी जर स्त्रीकडे हस्तांतरित करण्याची तरतूद आणली, तर मुस्लीम महिलांच्या सक्षमीकरणाच्या दिशेने काही ठोस घडू शकते.

दुसरे म्हणजे, पगार, उद्योग-व्यवसायातील उत्पन्न, रोजगार किंवा कामाचा रोख मोबदला यांपैकी जे काही पती महिन्याला मिळवत असेल त्यांपैकीही दोन तृतीयांश एवढ्या प्रमाणातील मोबदला पत्नीला मिळायला हवा. त्यासंबंधी स्पष्ट तरतूद करायला हवी. मुस्लीम महिलांची केविलवाणी अवस्था होण्याचे मुख्य कारण म्हणजे त्यांचे पतीवर पूर्णपणे असलेले आर्थिक अवलंबित्व. या मुद्याचा विचार करून संबंधित विधेयकात बदल करायला हवेत. मालमत्तेत आणि उत्पन्नातील वाटा मिळाला तर तो मुस्लीम महिलांसाठी मोठा दिलासा ठरेल.

(लेखक मुंबईच्या इस्माईल यूसुफ कॉलेजचे राज्यशास्त्राचे निवृत्त प्राध्यापक आहेत. 'सेंटर फॉर द प्रमोशन ऑफ डेमोक्रसी अँड सेक्युलॅरिझम'चे अध्यक्ष आहेत.)

कायद्याची थट्टा का?

आरीफ मोहंमद खान

तिहेरी तलाकला मी फक्त महिलांचा प्रश्न मानत नाही; माझ्या मते तो मानवी अधिकाराचा प्रश्न आहे. स्त्रियांना अपमानित करून त्यांना त्यांच्या अधिकारांपासून वंचित ठेवून कुठलाही समाज प्रगती करणार नाही. मग भले ते कुटुंब असो वा शहर किंवा एखादा देश. महिलांनी एकत्र येऊन तलाकविरोधात लढा उभा करणे यापेक्षा चांगली गोष्ट असूच शकत नाही; पण तरीसुद्धा ही फक्त स्त्रियांची एकट्याची लढाई नाही. हा तर मानवी समाजाच्या हक्कांचा व्यापक लढा आहे.

एका व्यक्तीला जर संसर्गजन्य आजार चिकटला असेल तर तो सर्व निरोगी व्यक्तींच्या आरोग्यासाठी घातक ठरू शकतो. एका व्यक्तीला जर समाजात असुरक्षित वाटत असेल तर तो सर्व सुरक्षित लोकांसाठी धोका ठरू शकतो. त्याचप्रमाणे जर एखाद्या व्यक्तीच्या मानवी अधिकाराचा प्रश्न असेल किंवा त्याच्या मानवी हक्कांचं उल्लंघन होत असेल तर तो एकूण मानवी अधिकारासाठी धोक्याचा इशारा ठरतो.

१९८६ साली शाहबानो प्रकरणानंतर राजीव गांधी सरकारमधील माझ्या केंद्रीय मंत्रिपदाचा मी राजीनामा दिला. राजीनामा परत घेण्यासाठी त्या वेळी माझ्यावर दबाव टाकला गेला. विदर्भाचे खासदार एन. के. पी. साळवे यांनी राजीनामा परत घेण्यासाठी माझी मनधरणी केली. त्या वेळी साळवे मला म्हणाले, ‘‘तू हे काय करतोय? तुझं वय फक्त ३५ आहे, तुझ्यापुढे उज्ज्वल राजकीय भविष्य आहे, जे झालं ते विसरून तू राजीनामा परत घ्यायला हवा.’’ त्या वेळी मी त्यांना म्हणालो, ‘‘सर, या मुद्द्यांवरून राजीनामा द्यावा, मी इतका मोठा योद्धा नाही, पण त्या दिवशी मी सुप्रीम कोर्टाचा निर्णय योग्य आहे, हे सांगण्यासाठी संसदेचा एक तास वाया घालवला. आता न्यायालयाचा निर्णय फिरवण्यासाठी जर कायदा आणला जात असेल तर मला संसदेत तोंड दाखवायला काय जागा उरणार आहे?’’

विधेयक का?

२००२ साली अलाहाबाद उच्च न्यायालयाने शमीम आरा प्रकरणात असाच निकाल दिला होता. त्याच दिवशी कुरआनच्या दृष्टिकोनातून एकतर्फी तलाकला अमान्य ठरवण्यात आलं होतं. सायराबानोच्या निकालात फरक इतकाच आहे की, या वेळी कोर्टाने बहुमताने निर्णय दिला. तिहेरी तलाक कुरआनच्या दृष्टिकोनातून तर अवैध आहेच; पण तो घटनाबाह्यदेखील आहे, असा निर्णय कोर्टाने दिलेला आहे.

अशाच प्रकारे न्या. बदर दुरेज अहमद यांनीदेखील २००७ला दिल्ली हायकोर्टाच्या आपल्या निर्णयात तिहेरी तलाकला अवैध ठरवलं होतं. मुळात असे निर्णय येऊन कितीतरी वर्षे उलटली आहेत, पण अजूनही एकतर्फी तलाकची प्रकरणे थांबलेली नाहीत. शमीम आरा विरुद्ध उत्तरप्रदेश सरकारच्या निकालाला १५ वर्षे उलटून गेली. न्यायालयाचे स्पष्ट निर्णय असूनही कुरआनबाह्य तिहेरी तलाक कोणीही रोखू शकलेलं नाही. ऑगस्ट २०१७ला कोर्टाने तिहेरी तलाकला अवैध घोषित केलं. त्या दिवसापासून लोकसभेत विधेयक मंजूर होईपर्यंत जवळ-जवळ शंभरहून अधिक एकतर्फी तलाक झालेले आहेत.

सुप्रीम कोर्टाने तिहेरी तलाकला कुरआन आणि राज्यघटनेच्या दृष्टीने अवैध ठरवलं, तरीदेखील अशी प्रकरणे थांबली नव्हती. देशात सुप्रीम कोर्टापेक्षाही मोठं न्यायालय अस्तित्वात नाही. असा प्रश्न आहे की, जे लोक घटनाबाह्य पद्धतीने तिहेरी तलाक देत आहेत त्यांना यातून न्यायव्यवस्थेला संदेश तरी काय द्यायचा आहे? खरं सांगायचं झाल्यास ही लोकं आपल्या कृतीतून हे सांगू पाहतात की, आम्ही राज्यघटनाच नाही तर कुरआनलादेखील मानत नाहीत. अशा घटनाबाह्य वर्तन करणाऱ्या लोकांना आपण का मोकाट सोडलं आहे?

ही घटनाबाह्य कृती तिहेरी तलाक देणारे सामान्यलोकचं नाही तर ऑल इंडिया मुस्लीम पर्सनल लॉ बोर्डाचे पदाधिकारीदेखील करीत आहेत. त्यांची स्फोटक मते विविध वृत्तपत्रांतून प्रकाशितदेखील झालेली आहेत. विधेयक मंजूर होताच पर्सनल लॉ बोर्डाच्या जनरल सेक्रेटरींनी मुलाखतीत 'तुम्ही कायदे बनवत जा, आम्ही तिहेरी तलाक देत राहू' असं विधान केलं. अशा वेळी मला प्रश्न पडतो की, देशातील कायदे, न्यायव्यवस्था आणि राज्यघटनेची खिल्ली उडवण्याचा अधिकार त्यांना कसा काय असू शकतो? त्यांच्यावर कारवाई का केली जात नाही?

कोर्टाच्या निकालानंतर दुसऱ्याच दिवशी गाजियाबादमधील एकतर्फी तलाकचं प्रकरण माझ्याकडे आलं. मी लगेच स्थानिक पोलिसांना फोन लावला. माझं ऐकून घेतल्यानंतर ते म्हणाले, ''तुम्ही म्हणताय तसं मी करेन, पण मी कारवाई कोणत्या

कायद्यानुसार करू?'' कोर्टाच्या निर्णयानंतर सरकारने म्हटलं होतं की, जे कायदे आहेत ते पुरेसे आहेत, यासाठी नवीन कायदा करण्याची गरज नाही. त्या वेळी मी पोलिसांना म्हणालो, ''सध्या या मुलीचा संसार वाचवण्यासाठी जे करता येईल ते करा.'' त्या आरोपीविरोधात मानसिक छळ, कौटुंबिक हिंसा अशा कायद्यानुसार पोलिसांनी कारवाई केली.

व्यक्तिगत कायदा ज्या वेळी तयार झाला, त्या वेळी तिहेरी तलाकच्या प्रथेला कायद्याने संमती होती. २०१७ पूर्वी जे कायदे संसदेने तयार केले ते या नव्या निर्णयावर लागू होत नाही; कारण न्यायालयाला या बाबींवर लक्ष ठेवावं लागतं की, सदर कायदा तयार करीत असताना त्या वेळी संसदेचा नेमका उद्देश काय होता.

प्रत्यक्ष स्थिती

१० सप्टेंबर २०१७ला बहराईचमधून मला एक ओळखीचा फोन आला. ''आरीफ भाई आपको याद है, आप तीन साल पहले मेरी बेटी कि शादी में आये थें।'' मी म्हणालो, ''हो मला आठवते.'' ''आज उसका एकही बार में तीन तलाक हो गया।'' इतके बोलून ते सद्‌गृहस्थ रडायला लागले. त्या मुलीचा निकाह तीन वर्षांपूर्वी झाला होता. तो मुलगादेखील बहराईचाच होता. नवरा, बायको आणि त्यांची आठ महिन्यांची मुलगी असं कुटुंब होतं. त्या दिवशी तो मुलगा नोकरीच्या ठिकाणाहून (त्रिवेंद्रम) गावी येत होता. मुलीच्या वडिलांनी त्यांना फोन करून आधीच कळविलं होतं की आज रात्री तुम्ही आमच्या घरी जेवण करूनच पुढे जावे. संध्याकाळी त्या मुलाचा फोन आला, त्याने त्या गृहस्थांना सांगितलं की, ''तुम्ही लगेचच रेल्वे स्टेशनला या.'' हे गृहस्थ तिथे पोहचले, तेव्हा तो बोलला, ''मी तुमच्या मुलीला 'तलाक' दिलाय, आता तुमच्यासमोर पुन्हा एकदा 'तलाक' देतोय, तुम्ही तुमच्या मुलीला घरी घेऊन जा.''

त्या मुलीला मी बालपणापासून ओळखत होतो. तिचे वडील माझे समर्थक असल्यामुळे त्यांच्या घरी माझं जाणं-येणं व्हायचं. त्या गृहस्थांनी मला स्टेशनवरूनच रडत-रडत फोन लावला होता. त्यांनी सांगितलं की, मुलीला तुमच्याशी बोलायचं आहे, त्यांनी फोन मुलीच्या हाती दिला. ''चचा मुझे तो पता नही कि किस बात पर नाराज हुये और तलाक दे दिया। ये भी नही बताया कि क्या हुआ?'' एवढं बोलून ती ढसढसा रडायला लागली.

कारवाईसाठी मी एसपीला फोन लावला, कुठलाही कायदा नसतानाही पोलिसांनी त्या मुलाला १० दिवसांपर्यंत दररोज सकाळ ते संध्याकाळ समजावण्यासाठी बसवून ठेवलं. मी पोलिसांना म्हणालो, ''त्या मुलाला सांगा की, तुझा तलाक कुरआनच्या

अनुषंगाने झालेला नाहीये, कायद्यानुसार तुझं लग्न मोडलेलं नाही. त्यामुळे तुला तलाक परत घ्यावा लागेल.'' पण, दहाव्या दिवशी तो मुलगा बहराईच सोडून पळून गेला.

मुलाचे वडील बहराईचमधील मोठे प्रस्थ असलेले मुफ्ती होते. एकेकाळी तेही माझे समर्थक होते. आमच्या संबंधांत वितुष्ट येऊ नये, म्हणून मी या प्रकरणी प्रत्यक्ष सहभाग घेण्यास टाळत होतो. त्यामुळे मी तिथं अन्य लोकांना त्यांच्याकडे मध्यस्थीसाठी पाठवलं. त्या लोकांनी तब्बल २० तर पोलिसांनी १० दिवस त्यांची समजूत घातली. त्यांनी मुलाकडच्या लोकांनी सांगितलं की, या प्रकरणात आरीफसाहेब स्वतः लक्ष ठेवून आहेत, तुमच्या नकारामुळे ही गोष्ट पुढे वाढू शकते. हे ऐकून अखेर त्यांनी माघार घेतली, पण एक जाचक अट त्यांनी घातली. ते म्हणाले, ''ठिक आहे, मी माझ्या मुलाचा निकाह पुन्हा त्या मुलीशी लावण्यास तयार आहे; पण तिने त्यापूर्वी 'हलाला' करावा.'' मध्यस्थ लोकांनी हे मला सांगितलं. त्या वेळी मी काही बोलू शकलो नाही. मध्यस्थ लोकं मुलीच्या घरी गेले, तिथून मला मुलीचा फोन आला. तिचं पहिलं वाक्य होतं, ''चचा मैं, जहर खाऊंगी; लेकिन ये काम हरगिज नहीं करुँगी।''

मी जास्त काही बोलू शकलो नाही. फक्त तिला इतकेच बोललो की, ''बेटा, हे प्रकरण इतक्यात तर सुटणार नाही, तू फक्त धैर्य ठेव, आम्ही तुझ्या बरोबर आहोत.''

मी पंतप्रधानांना एक पत्र लिहिलं, '१९८६मध्ये शाहबानो प्रकरणात सुप्रीम कोर्टाच्या निर्णयाला निरस्त करणारा कायदा करून सरकारने फार मोठी चूक केली आहे. आता सायराबानोच्या निर्णयानंतर तिहेरी तलाकविरुद्ध कायदा न करून आपणही तीच चूक पुन्हा करीत आहात. कायद्याची गरज नाही म्हणणे सुप्रीम कोर्टाच्या निकालाला निरस्त करण्यासारखेच आहे.' पत्र लिहिताना माझा आणि पंतप्रधानांचा फारसा परिचय नव्हता.

६ ऑक्टोबर २०१७ला पत्र पंतप्रधान कार्यालयात पोहचलं. त्याच दिवशी मला तिथून फोन आला. पंतप्रधानांनी मला भेटण्यासाठी बोलावलं. मी पंतप्रधान कार्यालयात पोहचलो. माझ्या पत्रावर अनेक ठिकाणी हायलायटरने खुणा करून ठेवलेल्या होत्या. पंतप्रधानांशी माझी किमान सव्वा तास चर्चा झाली. मी त्यांना सांगितलं की सरकारने तिहेरी तलाकविरुद्ध कायदा करावा यासाठी मी देशव्यापी मोहीम उभी करणार आहे, कारण कोर्टाच्या निर्णयानंतर जर कायदा केला नाही तर ही जिंकलेली लढाई पुन्हा हरल्यात जमा होईल. पंतप्रधान म्हणाले, ''तुम्ही निश्चिंत

राहा. कुणाजवळ याबद्दल काहीही बोलू नका, माझे लोक तुमच्याशी संपर्क साधतील.''

मी दिल्लीहून घरी परतलो. दुसऱ्या दिवशी कायदा मंत्रालयाच्या लोकांनी माझ्याशी संपर्क साधला. त्यांना माझ्याकडून महत्त्वाचे संदर्भ हवे होते. मी फक्त भारतच नव्हे तर अन्य इस्लामी देशातील आणि विशेष म्हणजे पाकिस्तानातीलही अनेक संदर्भ त्यांना दिले.

पाकिस्तानमध्ये १९६० साली सरकारने विशेष कायदा करून तिहेरी तलाकच्या प्रथेला बंदी आणली आहे. जानेवारी २०१८ला तेथील कौन्सिल ऑफ इस्लामिक आयडियॉलॉजी (या कौन्सिलचे काम म्हणजे जे कायदे बनवले जात आहेत ते इस्लामच्या चौकटीतून योग्य आहेत किंवा नाही हे तपासणे)च्या प्रमुख डॉ. किबला अयाझ यांनी पाकिस्तानच्या पंतप्रधानांना पत्र लिहिलं की, मागील ५० वर्षांपासून आपल्या देशात तिहेरी तलाक बेकायदेशीर आहे, तरीदेखील अशी प्रकरणे समोर येत आहेत, कारण आपण एकतर्फी तलाकला दंडनीय गुन्ह्याचं स्वरूप दिलेलं नाही. या पत्राच्या अधिक तपशिलात गेलो तर असे लक्षात आलं की, तेथील स्थानिक मौलवी मुलींच्या कुटुंबीयांना म्हणतात की, जर अल्लाहचा कायदा मानून हा तलाक स्वीकारला तर तुम्ही जन्नतमध्ये जाणार, जर देशाचा म्हणजे पाकिस्तानचा कायदा मानून जर हा घटस्फोट नाकारला तर तुम्ही जहन्नूमच्या आगीत जळत राहणार. याच एका कारणामुळे आत्तापर्यंत तिथे एकतर्फी तलाकविरोधात दाद मागण्यासाठी एकही महिला समोर आलेली नाही. असे अनेक संदर्भ मी सरकारला उपलब्ध करून दिले. नंतर माझं ते पत्र शेखर गुप्तांच्या 'दि प्रिंट' वेब पोर्टलवर छापून आलं.

भारतात अशी मागणी सुरू आहे की, फक्त महिलेच्या तक्रारीवरून कारवाई व्हावी; पण ती महिला आपल्याच कुटुंबाविरोधात तक्रार देण्यास कशी जाईल? पत्नी नवऱ्याविरोधात तक्रार कशी करणार? आपल्या समाजाची रचना पाहिली तर असे लक्षात येईल की, एकूणच सर्व महिलांवर दबाव असतो. मुस्लीम महिलांवर तर हा दबाव अधिक प्रमाणात आहे. १९८६मध्ये शाहबानो सुप्रीम कोर्टात खटला जिंकल्यानंतर म्हणाल्या होत्या की, कोर्टाने दिलेला निर्णय गैर-इस्लामी आहे आणि त्यामुळे मी तो नाकारते. शाहबानो मनापासून बोलत नव्हत्या, अर्थातच त्यांच्यावर अनामिक दबाव होता. आज आपण भाबडी आशा बाळगून आहोत की महिला तक्रार करण्यास पोलिसांकडे जातील.

हिंदू विवाह कायद्यानुसार द्विभार्या (Bigamy) हा दखलपात्र गुन्हा (Cognizable offence) नाही. तो व्यक्तिगत तक्रार दिल्यानंतर नोंदवला जातो. तिहेरी तलाक दखलपात्र गुन्हा व्हावा म्हणून मी अनेक वर्षांपासून झटत आहे; कारण जर 'दखलपात्र

गुन्हा' नसेल तर अपवाद वगळता मुस्लीम महिला तक्रार नोंदवण्यास बाहेर पडणारच नाहीत. त्यांच्यावर घरातील लोकांचा दबाव असतो. इतकेच नाही तर समाजाचाही दबाव असतो. पोलिसात तक्रार नोंदवली तर बदनामी होईल, मौलवी आपल्या विरुद्ध फतवे काढतील अशी भीतीही त्यांना असते.

प्रस्तावित कायद्याला घेऊन वारंवार सांगितलं जातं की, सरकारकडून कायद्याचा गैरवापर होईल, भाजप सूडबुद्धीने मुस्लीम पुरुषांना तुरुंगात डांबेल. मला विचारायचं आहे की, सगळे मुस्लीम पुरुष फक्त तलाकच देत बसतात का? भारतीय दंड संहितेमध्ये जवळपास २५० दखलपात्र गुन्हे आहेत. इतके दखलपात्र गुन्हे असताना आत्तापर्यंत सर्वांनाच तुरुंगात डांबायला पाहिजे होतं.

विधेयक लोकसभेत चर्चेला आलं त्या वेळी मी कोल्हापूर परिसरात होतो. एका नातलगाच्या निधनामुळे मला आणि माझ्या पत्नीला घाई-घाईतच दिल्लीहून निघावं लागलं होतं. गडबडीत मोबाईल घरीच विसरलो. दोन दिवसांनंतर जेव्हा मी दिल्लीत परतलो. तेव्हा पाहिलं की, बहराईचमधील त्या मुलीचे १० पेक्षा जास्त वेळा फोन येऊन गेले होते. कॉलबॅक केला असता, ती म्हणाली, ''चचा, कल उस लडके का फोन आया था, बोला कि अब अपने तलाक के बारे में किसी से कुछ कहना नही, मैं तुम्हे लेने आ रहा हूँ।''

आम्ही त्या मुलाची समजूत घालण्यासाठी एक महिना खर्ची घातला होता. त्या वेळी तो तयार होत नव्हता. लोकसभेत बिल पास होताच, ३ वर्षांच्या शिक्षेच्या भीतीने त्याची अक्कल ठिकाणावर आली.

गैरसमज आणि पेच

इस्लामला येऊन १४४० वर्षे झाली. यातली १००० वर्षे आम्ही कुरआनच्या शिकवणीवर चिंतन करण्यात आणि आत्मपरीक्षण करण्यात घालवली. तरीही आम्ही आपल्या बुद्धीचा वापर करत नाही, दूरदृष्टी ठेवत नाही. इस्लामी जगतात १ हजार वर्षांपूर्वी 'अशारी चळवळ' चालवली गेली. त्यात सांगितलं गेलं की, धर्माच्या बाबतीत बुद्धीच्या वापराला बंदी आहे. धर्मासंदर्भात आधीच्या लोकांनी जे लिहून ठेवलं आहे, त्यावरच विश्वास ठेवायचा आणि त्यावरच मार्गक्रमण करायचं.

डॉ. मुहंमद इकबाल यांनी 'रिकंस्ट्रक्शन ऑफ रिलिजस थॉट्स इन इस्लाम' (इस्लाममधील धार्मिक विचारांची पुनर्मांडणी) या आपल्या प्रसिद्ध पुस्तकात इस्लाममधील १००० वर्षांपासून चालत आलेल्या तकलीद (प्रमाणाशिवाय स्वीकार न करणे) या प्रथेविरुद्ध कडाडून हल्ला चढवला आहे. त्यातील एका प्रकरणात त्यांनी म्हटले आहे की, जो समाज चिंतन आणि आत्मपरीक्षण करू इच्छित नाही, त्याला

अपमान आणि दारिद्र्याच्या खड्ड्यात पडण्यापासून कुणीही वाचवू शकत नाही.

मुस्लीम समाज गाढ झोपेत आहे, जोपर्यंत त्याला जोरदार झटका देऊन जागे करणार नाही, तोपर्यंत तो ऐकायला आणि त्यावर विचार करायला तयार होणार नाही. प्रस्तावित कायद्यातील शिक्षा आणि दखलपात्र गुन्ह्याचं कलम वगळण्याची मागणी करतात, तेव्हा मला विचित्र वाटते; कारण या तरतुदी जर हटवल्या गेल्या तर सायराबानो सारखे अजून १० निकाल जरी आले तरी एकतर्फी तलाक बंद होणार नाहीत. याउलट, जर तुरुंगात जावं लागेल, अशी भीती असेल तर मागे नमूद केलेल्या मुफ्तीच्या मुलासारखं होईल. जो आधी हलाला करण्याची भाषा करीत होता, तोच कायदा होताच गपगुमान पत्नीला घेऊन जाण्यास तयार झाला.

घटस्फोट देण्यास कोणी मनाई करत नाहीये, पण त्याची ठोस पद्धत आहे. तलाकसाठी कुरआनमध्ये नमूद केलेली विशिष्ट कार्यपद्धती आहे. त्यात प्रथम सामंजस्याने वाद मिटवण्याचा प्रयत्न करावा असं म्हटलं आहे. त्यातून जर काही निष्पन्न झालं नाही, तर दुसरे म्हणजे, एकमेकांपासून शय्यासोबत करू नका, असा निर्देश करण्यात आलेला आहे. तिसरी पायरी येते, 'वाहजुरू हुन्ना' (wahjuru hunna) म्हणजे उदाहरण देणे किंवा तलाकनंतरची परिणामकारकता दाखवून देणे. चौथी पायरी म्हणजे, मध्यस्थी करणे, अर्थात घटस्फोटाच्या वादाचं निराकरण करण्यासाठी दोघांकडून एकेक मध्यस्थाची नेमणूक करावी.

काहींनी 'वाहजुरू हुन्ना' याचा अर्थ मारझोड करणे असा घेतला. मुळात यात घटस्फोट देणाऱ्या-घेणाऱ्या पती-पत्नीला उदाहरणे देऊन सांगायचं आहे की, ज्यांचे तलाक झाले त्याच्या परिणाम काय झाला, तलाकपीडित जोडप्याच्या आयुष्यात काय उलथपालथी झाल्या, ही प्रकिया उपरोक्त संकल्पनेत अभिप्रेत आहे; पण आपला समाज पितृसत्ताक असल्याने पत्नीला ताब्यात ठेवण्याची मानसिकता पुरुषावर स्वार होऊन त्यातून शोषण व हिंसेची परवानगी असल्याचा अर्थ लागत गेला.

सदरील चार प्रयत्न असफल झाल्यानंतर कुरआन 'सूरह तलाक'मध्ये सांगतो की, 'आता तुम्ही तिला तलाक देऊ शकता.' पण अट अशी आहे की, त्या वेळी स्त्रीचे मासिक पाळीचे दिवस असता कामा नये, कारण या काळात दोघांमध्ये शारीरिक आकर्षणाची शक्यता अधिक असते. तलाक देतेवेळी किमान तीन महिन्यांचा कालावधी लागतो. या दरम्यान त्यांच्यातील वाद मिटला नाही तर दोघांचे स्वतंत्र होणे हितावह आहे. तलाकची शास्त्रीय पद्धत कुरआनमध्ये सविस्तरपणे नमूद केलेली आहे. घटस्फोट घ्यायचाच असेल तर ही कार्यपद्धती स्वीकारली पाहिजे.

नवरा आणि बायको एकत्र नांदण्यास तयारच नसतील तर जगातील कुठलीही

शक्ती त्यांना एकत्र ठेवू शकत नाही. मुस्लीम महिलांमध्ये तलाकबद्दल असलेली दहशत माझ्यासाठी चिंतेची बाब आहे. मुलगी जसजशी तरुण होत जाते, तसं तिला बहिणी, आत्या, मावशा आणि आई सांगू लागतात की सासरी सभ्यतेने व शिष्टाचारीने राहावं लागतं; नाही तर तिथं तुझ्यासोबत अमुक-तमुक होऊ शकतं. अशा प्रकारे तिच्या डोक्यात अप्रत्यक्षपणे अनामिक दहशत बसवली जाते. अविवाहित मुलींमध्ये अशा प्रकारची भीती निर्माण केली की त्यांच्या व्यक्तिमत्त्व विकासात बाधा येते. घटस्फोटाची संख्या कोणत्याही समाजात कमीच असते; पण त्याचा परिणाम संपूर्ण कुटुंबावर होतो. त्यात सर्वांत जास्त महिलाच होरपळल्या जातात.

सुधारणांची गरज

मुस्लीम समाजात सामाजिक सुधारणा केल्या पाहिजेत. व्यक्तिगत कायदे दुरुस्त केले पाहिजेत. धर्मवाद्यांनी इस्लामचे अपहरण केले आहे. कुरआन लक्षपूर्वक वाचलं तर लक्षात येईल की, तीन वचनातून प्रेषित मुहंमद (स) यांचं कार्य सांगितलेलं आहे. मानवतेला ज्ञान देणे, शिकवण देणे हे प्रेषितांचं महत्त्वाचं कार्य आहे. कुरआन माणसाला सद्सद्विवेक, प्रज्ञाशिलता, बुद्धिमत्ता आणि सशक्त बनण्याची शिकवण देतो. एका ठिकाणी प्रेषितांच्या कार्यात मानवाच्या गळ्यात आणि पायात अडकलेल्या जोखडातून-बेड्यांतून त्याला मुक्त करणे, अशी वचने आलेली आहेत. या बेड्यांबद्दल डॉ. अल्लामा इकबाल 'फर्मान-ए-खुदा' या कवितेत म्हणतात,

'क्यों ख़ालिक़-ओ-मख़लूक़ में हायल रहें पर्दे
पीरान-ए-कलिसा को कलिसा से हटा दो'

पृथ्वीवर हे जे देवता निर्माण झाले आहेत, खुदा बनले आहेत, ते दररोज कुफ्रचे (अधर्म) फतवे देत असतात. मी मुसलमान आहे की नाही हेदेखील तेच ठरवित आहेत.

माझ्या या मतांवर काही जण अधर्माचे फतवे काढू शकतात; पण मी म्हणतो माझ्या श्रद्धांचा निर्णय करणारे तुम्ही कोण आहात? अशाच लोकांनी धर्माचे अपहरण केलेलं आहे. त्यांच्या जोखडातून इस्लामला मुक्त करण्याची गरज निर्माण झाली आहे.

तलाकबंदीविरोधी मोर्च्यांमध्ये पीडित महिलाच हजारोंच्या संख्येने सामील झालेल्या दिसून येत आहेत. एकतर्फी तलाक बंदी करणारा कायदा मागे घ्या, अशी त्यांची मागणी होती. मुळात या महिला सामाजिक दबावाखाली होत्या, ज्या मागणीमुळे त्यांचेच नुकसान होणार आहे, अशा मागणीसाठी त्यांना रस्त्यावर उतरवलं जात होतं; म्हणजे गुलामांना गुलामगिरी सुरू ठेवण्याची मागणी करण्यासाठी रस्त्यावर आणलं

गेलं. मोर्चामध्ये या महिला जोरकसपणे घोषणा देत आहेत की, 'गुलामी बंद होता कामा नये, आम्ही या गुलामीतच सुखी आहोत.'

मानसशास्त्राचा एक सिद्धान्त आहे 'पावलोव सिद्धान्त'; इव्हान पावलोव नावाच्या रशियन शास्त्रज्ञाने असा प्रयोग केला होता की, आपल्या कुत्र्यांना जेवण देण्याच्या आधी तो घंटा वाजवित असे, हा आवाज ऐकताच त्या कुत्र्यांच्या तोंडातून लाळ बाहेर येई. असं दोन महिने केल्यानंतर, त्याने एकदा त्यांना जेवण न देता फक्त घंटी वाजवली तरीसुद्धा कुत्र्यांची लाळ बाहेर आली. या प्रकारे त्याने प्राण्यांच्या 'माइंड कंडिशनिंग' विषयीचा प्रयोग केला. प्राण्यांचे 'माइंड कंडिशनिंग' एक वेळ समजू शकतो; पण इथे तर महिलांच्या मेंदूचे सुनियोजितपणे कंडिशनिंग करण्यात येत आहे, त्यामुळे तिला आपला फायदा कशात आणि तोटा कशात आहे, हेदेखील उमजत नाही. अज्ञानातून तिहेरी तलाकविरोधी मोर्चात हळूहळू करत हजारोंच्या संख्येने महिला सामील झालेल्या होत्या.

तलाकविरोधी विधेयक तयार करण्यात माझा सहभाग होता म्हणून मी त्याचं समर्थन करत नाही. हे सर्व माझेच श्रेय आहे, असेही मी कधीही म्हणणार नाही. मी सरकारला पाकिस्तानमधील आणि इतर महत्त्वाचे संदर्भ पुरवले. 'तीन तलाक' हा दखलपात्र गुन्हा का असावा, याची अनेक कारणे आणि तर्क-वितर्क मी दिले. माझ्या मते, कायद्यातील दखलपात्र गुन्ह्याची तरतूद काढून टाकली तर तिहेरी तलाकची प्रकरणे वाढतील. मग अशा प्रकारे होणाऱ्या तलाकला न्यायालयेच नाही तर सरकारदेखील रोखू शकणार नाही.

दुसरा एक महत्त्वाचा मुद्दा म्हणजे, मुस्लीम व्यक्तिगत कायद्याचे संहितीकरण (कोडीफिकेशन) झालं पाहिजे. जगात इराण आणि सौदी अरेबिया वगळता अन्य मुस्लीम राष्ट्रांत इस्लामिक कायद्याचं संहितीकरण होऊ शकलेलं नाही. भारतात तर चर्चादेखील शक्य होत नाही. देशात विविध स्कूल ऑफ थॉट आहेत. ते आपसात एकमेकांना मुसलमानच मानत नाहीत. देवबंदी म्हणतात, 'बरेलवी अधर्मी आहेत', बरेलवी म्हणतात, 'देवबंदी काफिर आहेत'. ही भली लोकं एकमेकांचं का ऐकतील?

गेली अनेक वर्षे मागणी सुरू आहे की, तलाकसंदर्भात कुरआनच्या तरतुदींवर विचार करावा. कुरआन आपल्या आदेशाला 'शरीयत' म्हणतो; पण इथं मौलवी त्याच्या मताला शरीयत मानतात. ते कुरआनला शरीयत मानत नाहीत. सगळे लोक मौलवींचं ऐकत असतात. लोकसभेत विधेयक सादर होत असताना काँग्रेसने बिहारच्या किशनगंजचे खासदार मौलाना असरार अहमद यांना बोलू दिलं नाही; पण विधेयक राज्यसभेत पोहचल्यावर पर्सनल लॉ बोर्डाने काँग्रेसवर दबाव आणला. प्रसिद्धी

माध्यमांना दिलेल्या पत्रकातदेखील बोर्डाने म्हटलं की, आमचं एक शिष्टमंडळ काँग्रेसच्या ज्येष्ठ नेत्यांना ज्यात गुलाम नबी आझाद, कपिल सिब्बल, अहमद पटेल, रहमान खान, आनंद शर्मा होते, या नेत्यांना जाऊन भेटलं. त्यांनी आम्हाला आश्वासन दिलं की, राज्यसभेत हे बिल पास होऊ दिलं जाणार नाही. आता काय दबाव असेल जी काँग्रेस यांच्या समोर नतमस्तक झाली? विधेयक लोकसभेत तर मंजूर होऊ दिलं, पण मग राज्यसभेत का पास होऊ देणार नाही?

त्यामुळे असं म्हणता येत नाही की, मुल्ला-मौलवींचे कोणी ऐकत नाही. आपली सगळी राजकीय व्यवस्था त्यांचेच ऐकत असते. ही व्यवस्था मला-तुम्हाला समाजाचा प्रतिनिधी न मानता या मुल्ला-मौलवींनाच समाजाचा प्रतिनिधी मानते. मी तर असे मानतो की जर आपण तीन तलाकची प्रथा खरचं थांबवू इच्छितो तर हा कायदा आणखी सौम्य न करता आणखीन मजबूत कसा होईल याचा विचार केला पाहिजे.

अनुवाद-साजिद इनामदार

(आरिफ मोहमंद खान माजी केंद्रीय मंत्री आहेत. मुस्लीम व्यक्तिगत कायद्याचे ते भाष्यकार मानले जातात. ''टेक्स्ट अँड कॉन्टेस्ट' : कुरआन अँड कन्टेम्परारी चॅलेंजस'' या बेस्ट सेलर पुस्तकाचे ते लेखक आहेत.)

तलाक रद्दीकरणाचा हिंदुत्ववादी अजेंडा

राम पुनियानी

कोणत्याही परिस्थितीत एकाचवेळी तीन तलाक देऊन क्षणार्धात पत्नीला घराबाहेर काढता येणार नाही, असा ऐतिहासिक निकाल सुप्रीम कोर्टाने २२ ऑगस्ट २०१७ला दिला. या निर्णयामागचा तर्क सांगताना न्यायालय म्हणाले, भारतीय राज्यघटनेचा गाभा हा 'सर्व नागरिकांना समान वागणूक' असा आहे. तोच तर्क इथे लागू करण्यात आला आहे. गेली अनेक वर्षे मुस्लीम महिलांच्या संघटना अशा भूमिका मांडत होत्या की, एका क्षणात तलाक देणे हा अन्याय असून स्त्री व पुरुष यांच्यामध्ये समान दर्जाला धक्का लावणारा आहे. अर्थात, तत्काळ घटस्फोट देण्याची ही प्रक्रिया घटनाबाह्यच होती.

न्यायालयाच्या निर्णयाने मुस्लीम महिलांसमोरील एक महत्त्वाचा अडथळा दूर होऊन समानतेच्या दृष्टीने प्रवास सुरू होण्यास मदत झालेली आहे. सायराबानो या तिहेरी तलाकला बळी पडलेल्या महिलेने सुप्रीम कोर्टात या प्रकरणी याचिका दाखल केली होती. तिच्या याचिकेनंतर अनेक मुस्लीम महिला व महिला संघटनांनी कोर्टात धाव घेतली. न्यायालयाने केंद्र सरकारला सदर विषयावर त्यांचे धोरण व मत स्पष्ट करणारे प्रतिज्ञापत्र सादर करायला सांगितले. सरकारने प्रतिज्ञापत्रांत आपली भूमिका स्पष्ट करीत म्हटले की, स्त्री-पुरुष यांना समान दर्जा देण्यासाठी आम्ही तिहेरी तलाक, निकाह ए हलाला आणि बहुपत्नीत्व संबंधित नवे कायदे लोकसभेत संमत करणार आहोत.

गमतीची गोष्ट म्हणजे न्यायालयाच्या निर्णयाचे श्रेय भाजपचे मंत्री व त्यांच्या अन्य नेत्यांनी घेण्याचा प्रयत्न केला. जणू भाजप हा एकच पक्ष मुस्लीम महिलांचा कैवारी आहे, असे चित्र निर्माण करण्यात आले. मुस्लीम समाजातील पुरोगामी महिला व त्यांच्या संघटना आरएसएसप्रणीत भाजपमध्ये काम करू शकतील, असे चित्र निर्माण करण्यात आले. याउलट, मुस्लीम समाजातील ज्या पुरोगामी महिलांनी

एकतर्फी तलाकसंदर्भात चळवळी चालविल्या त्या भाजपपासून दूर राहू इच्छितात; कारण त्यांना भाजपची मुस्लीमविषयक धोरणे नवीन नाहीत. त्यामुळे त्यांनी भाजप नेत्यांच्या दाव्यापासून स्वत:ला वेगळे केले.

भाजपचे नेते सुब्रमण्यम स्वामी यांनी दावा केला की, २०१७ साली उत्तरप्रदेशमध्ये भाजपला जो विजय मिळाला त्याचे कारण मुस्लीम महिलांनी त्यांना केलेले मतदान होते. मुस्लीम महिला संघटनांनी स्वामींचा हा दावा पूर्णत: फसवा असल्याचे म्हटले. निकालाच्या पार्श्वभूमीवर बहुसंख्याक लोकांना संभ्रमित करण्यासाठी अशी जाहीर भाषा वापरली गेली. पंतप्रधान मोदींनी असा दावा केला होता की मुस्लीम महिलांवरील अन्याय दूर करणे त्यांची बांधिलकी आहे, त्यांची ही भूमिका नेहमीप्रमाणे 'चुनावी जुमलेबाजी'चा भाग होती. भाजपवर मुस्लीम पुरुष व महिलांचा काडीमात्र विश्वास नाही. संघ अथवा भाजपची भूमिका मुस्लीम स्त्री-पुरुषाला बरोबरीचा दर्जा देण्याबाबत शंकास्पद आहे.

हे खरे आहे की, संघ आणि भाजप नेत्यांनी मुस्लीम महिलांच्या दयनीय अवस्थेवर मगरीचे अश्रू ढाळले. विशेष म्हणजे, व्यक्तिगत कायद्यांच्या दुष्परिणामांमुळे मुस्लीम महिलांचे सामाजिक स्तर घटविण्यात महत्त्वाची भूमिका बजावली आहे. मात्र, त्यांना कायदेशीर मदत पुरवण्याच्या बाबतीत व्यक्तिगत कायद्यांनी काहीही केलेले नाही, याउलट, त्याच्या राजकारणाचे मोठे दुष्परिणाम मुस्लीम महिलांना भोगावे लागले. ज्यात अनेक मुस्लीम कुटुंबदेखील होरपळली गेली. वर्षानुवर्षांपासून चालत आलेली ही पद्धत बदलण्याचे सर्व श्रेय सायराबानो व इतर याचिकाकर्त्या महिलांना जाते.

तलाक आणि व्यक्तिगत कायदे

तिहेरी तलाक संदर्भात इस्लाममध्ये विशिष्ट सीमांची आखणी करण्यात आली आहे. शेवटचा 'तलाक' उच्चारताना स्पष्टपणे त्याची योग्य पद्धत सांगितली आहे. घटस्फोट देताना-घेताना मध्यस्थीच्या प्रक्रियेला इस्लामी आचरण पद्धतीत जास्त महत्त्व देण्यात आले आहे; असे असतानाही समाजात अनेक विकृती पाहायला मिळतात. मुल्ला-मौलवींच्या कृपेने मुस्लीम पुरुषांनी धर्माचा आधार घेत अनेक विकृतींना जन्म दिला आहे. पुरुषांनी एकाच बैठकीत 'तलाक' शब्द उच्चारून पत्नीशी काडीमोड घेण्याची पद्धत अमलात आणली.

आधुनिक काळात एसएमएस व इतर इलेक्ट्रॉनिक साधनांचा वापर करून ही पद्धत राबविली जात आहे. हीच प्रक्रिया इस्लामिक पद्धतींचा एक भाग म्हणून पुढे आली आहे. सामाजिक आणि कायदेशीर दुरुस्त्या करून मुस्लिमांतील बुद्धिजीवी

गटांनी या विकृत प्रथेला बदलण्याची मागणी केली होती.

महाराष्ट्रात हमीद दलवाई या प्रथेविरोधात आवाज उठविणाऱ्यापैकी एक व्यक्ती होते. ते १९५७ साली तलाकपीडित महिलांना घेऊन मुंबईच्या रस्त्यावर उतरले. त्यांचे लहान बंधू हुसेन दलवाई राज्यसभेचे खासदार आहेत. त्यांनी २०१६ साली 'डिसॉल्यूशन ऑफ मुस्लीम मॅरेज बिल-२०१६' या खासगी विधेयकाच्या स्वरूपात नवा प्रस्ताव राज्यसभेत सादर केला. तो अजूनही विचाराधीन आहे. दुसरे म्हणजे, एकतर्फी तिहेरी तलाक वैध आहे, कारण तो सरकारद्वारा लागू असलेल्या मुस्लीम व्यक्तिगत कायद्याचा एक भाग आहे. भारतात हिंदू, ख्रिश्चन आणि मुस्लिमांसाठी स्वतंत्र वैयक्तिक कायदे आहेत. प्रत्येक समूहघटकांचे कायदे वेगवेगळे आहेत आणि त्यांचे कायदेशीर पावित्र्यही आहे.

पार्श्वभूमी

ब्रिटिश प्रशासन काळात विविध अल्पसंख्याक समुदायांसाठी व्यक्तिगत कायदे तयार करण्यात आले. विविध जाणकार व्यक्तींकडून या संदर्भात मत-मतांतरे आणि सूचना मागवण्यात आल्या होत्या. ज्यांच्या सूचना मागवल्या होत्या, बहुतेक ते सर्व पुरुष असल्यामुळे साहजिकच या कायद्यात लिंगभेद प्रतिबिंबित झाले. ब्रिटिश राजवटीत भारतात अस्तित्वात असलेल्या काही मागास रूढी-परंपरा बदलण्याची मोहीम सुरू झाली होती. तत्कालीन समाज सुधारक सती आणि बालविवाह सारख्या प्रथा बंद करण्यासाठी संघर्ष करत होते. समाजातील प्रतिगामी समुदायांकडून या बदलांचा विरोध सुरू झाला. इतकेच नव्हे तर 'या बदलांमुळे धर्म संकटात आला आहे', अशी ओरड करत लोकसमुदायाची मते परावर्तित करण्याची मोहीम सुरू झाली.

काही कायदे ब्रिटिश आमदानीत तयार झाले पण त्यांची अंमलबजावणी स्वतंत्र भारतात सुरू झाली. स्वातंत्र्य प्राप्तीनंतर पंतप्रधान पंडित नेहरुंनी सामाजिक सुधारणांवर भर दिला. डॉ. बाबासाहेब आंबेडकरांनी 'हिंदू कोड बिल' विधेयकाचा मसुदा तयार करण्याचे काम हाती घेतले. बहुसंख्य असलेल्या हिंदू समाजातील सुधारणा झाल्यानंतर आपोआपच इतर समुदाय त्याचे अनुकरण करेल असे सरकारचे मत होते. एकदाचा हिंदू कोड बिलचा मसुदा तयार झाला, पण या विधेयकातील तरतुदींना अनेकांनी विरोध दर्शवला. राष्ट्रीय स्वयंसेवक संघाच्या परंपरावाद्यांनी या विधेयकाचा प्रखर विरोध केला. तसेच सत्ताधारी पक्षातील अनेक जण या कायद्याच्या विरोधात गेले. डॉ. आंबेडकर या विरोधामुळे व्यथित झाले त्यांनी आपल्या मंत्रिपदाचा राजीनामा दिला.

हिंदुंच्या अधिकाराच्या विरोधात या कायद्याचा वापर केला जात आहे, अशा वावड्या हिंदुत्ववादी संघटनांनी उठविल्या. सरकार हिंदू हितांच्या विरोधात आहे, असाही आरोप करण्यात आला; कारण अल्पसंख्याकांच्या कुठल्याही व्यक्तिगत कायद्याला सरकार हात लावत नाही, असा युक्तिवादही करण्यात आला.

१९७२ला मथुरा बलात्कार कांडामुळे समाजजीवन ढवळून निघालेले होते. महिलांच्या तीव्र आंदोलनातून प्रस्तावित कायद्यात दुरुस्तीची भाषा केली जात होती. समान नागरी कायदा (यूसीसी) लागू करण्याची मागणी जोर धरत होती. वैवाहिक कायदे, घटस्फोट, मुलांचा ताबा आणि वारसा हक्क एकसमान असावेत अशी मागणी सुरू झाली; जेणेकरून लैंगिक अत्याचारविरोधात सक्षम कायदे बनवता येतील, असा युक्तिवाद केला गेला.

महिलांची अत्याचार विरोधी चळवळ मोठ्या प्रमाणात सुरू झाली. विविध समाज घटकांत व्यक्तिगत कायदे सुधारणांची मोहीम जोर धरत होती. मुस्लीम समाजातही समाज सुधारणा घडवून आणण्यासाठी व्यक्तिगत कायदा बदलण्याची चर्चा सुरू झाली; पण या बदलांना मुस्लिमातील धर्मवादी गटांकडून विरोध झाला. यातून १९७० साली व्यक्तिगत कायदे संरक्षणासाठी 'ऑल इंडिया मुस्लीम पर्सनल लॉ बोर्ड'ची स्थापना झाली.

भारतीय मुस्लीम

गेल्या काही दशकांपासून भारतीय मुस्लीम विरोधाभासिक परिस्थितीचा सामना करत आहेत. बहुसंख्य मुसलमान गरीब आणि निम्न आर्थिक स्तराच्या पार्श्वभूमीचे आहेत. देशाची फाळणी संपूर्ण भारतीय उपखंड आणि विशेषत: मुस्लीम समुदायासाठी एक मोठी दुर्घटना ठरली. पाकिस्तानची निर्मिती भारतीय मुसलमानांसाठी सर्वांत वाईट घटना होती. त्याचे परिणाम आज ७० वर्षांनंतरही इथल्या मुस्लीम समुदायाला भोगावे लागत आहेत.

फाळणीनंतर विखुरलेल्या मुस्लीम समाजाला १९८०च्या दशकापासून अनेक हिंसाचाराला सामोरे जावे लागले. बहुसंख्य मुस्लीम समाजाला सामाजिक भेदभाव आणि सुरक्षेच्या समस्येचा सामना करावा लागला. अशा परिस्थितीत मुस्लीम राजकीय नेतृत्वाचा सामाजिक सुरक्षेच्या मुद्द्यांवर लक्ष केंद्रित करण्यासाठी संघर्ष सुरू होता. परिणामी सामाजिक सुधारणेत मुस्लीम समुदाय मागे पडला.

१९८० साली शाहबानो प्रकरणात धार्मिक व व्यक्तिगत अस्मितेवर झालेल्या हल्ल्यांमुळे मुस्लीम समुदाय अस्थिर झाला. परिणामी समाजातील एक मोठा घटक रस्त्यावर आला. सरकारने 'मुस्लीम महिला (घटस्फोट हक्क संरक्षण) बिल–१९८६'

मंजूर करवून मुस्लिमांना दिलासा देण्याचे प्रयत्न केले. सरकारच्या या प्रयत्नांना मुस्लीमविरोधी गटाने धार्मिक ध्रुवीकरणासाठी हत्यार म्हणून वापरले. 'राम जन्मभूमी' आंदोलनात हा मुद्दा प्रामुख्याने चर्चिला गेला. अशा प्रकारे राममंदिर निर्मितीच्या आंदोलनात मुस्लीम समुदायाला वापरण्यात आले. यामुळे मुस्लीम समुदायाच्या सामाजिक सुरक्षिततेच्या प्रयत्नांना जबर धक्का बसला.

मुस्लीम महिलांचे प्रयत्न

मुस्लीम महिलांच्या सामाजिक संघटनांनी महिलांच्या लैंगिक समानतेचे मुद्दे उचलून धरणे सुरू केले. हा मुद्दा घेऊन अनेक मुस्लीम महिलांच्या संघटना रस्त्यावर उतरल्या. यात 'आवाज-ए-निस्वाँ', 'बेबाक कलेक्टिव्ह', 'भारतीय मुस्लीम महिला आंदोलन' इत्यादी प्रमुख होत्या. काही संघटनांचे म्हणणे होते की, इस्लाम महिलांना समान न्याय आणि हक्क देतो, तर इतर संघटनांनी भारतीय संविधानाने दिलेल्या तरतुदींना घेऊन आपला लढा सुरू केला.

भारतीय मुस्लीम महिला आंदोलनाने (बीएमएमए) घटनात्मक मुद्दा घेऊन आपली मोहीम सुरू केली. त्यांचा लढा प्रामुख्याने घटनाबाह्य तलाकविरोधात होता. या संघटनेने एकतर्फी तलाकविरोधात मुस्लीम महिलांची मते गोळा करण्याचे काम हाती घेतले. संघटनेने केलेल्या सर्वेक्षणातून तब्बल ९२ टक्के मुस्लीम महिलांनी एकतर्फी तिहेरी तलाकला विरोध दर्शवला. त्यांनी 'तिहेरी तलाक' आणि 'निकाह ए हलाला' या अघोरी प्रथेविरोधात ५० हजार मुस्लीम महिलांच्या स्वाक्षऱ्या गोळा केल्या.

एकतर्फी घटस्फोट पद्धतीत एकाचवेळी एखादा माणूस तीन वेळा 'तलाक' शब्द उच्चारून लग्न मोडू शकतो आणि आपल्या पत्नीला घराबाहेर काढू शकतो. राग ओसरल्यावर पतीने पत्नीला परत बोलावण्याचे ठरवले तर, तिला आणता येत नाही, तिचे दुसरे लग्न होऊन त्या पतीने तिला घटस्फोट दिला तरच ती पहिल्या पतीसोबत पुन्हा लग्न करू शकते. या गुंतागुंतीतून मार्ग काढण्यासाठी तडजोड म्हणून तिचे 'तात्पुरते लग्न' करविले जाते. भारतीय मुस्लीम महिला आंदोलनाच्या मते तलाक व पुनर्विवाहाच्या वरील दोन्ही पद्धती अनैतिक आहेत. असे म्हटले जाते की, तलाक घेण्याच्या अशा पद्धतीचा कुरआनमध्ये कुठेच उल्लेख नाही.

'नॅशनल कमिशन फॉर विमेन' या संघटनेने सादर केलेल्या एका निवेदनात असे म्हटले आहे की, तत्काळ तलाकची पद्धत कुरआनमध्ये नाही. खरे तर, कुराणिक पद्धतीत नातेसंबंधात वितुष्ट आलेल्या उभयतांमध्ये संवाद, सामंजस्यता आणि मध्यस्थीची प्रक्रिया घटस्फोट होण्यापूर्वी आवश्यक आहे. अनेक इस्लामिक धर्मगुरू उपरोक्त

विधानांच्या भूमिकेशी विसंगती दर्शवतात. तथापि, मुस्लीम वैयक्तिक कायदा मंडळ आणि जमात-ए-इस्लामीदेखील बीएमएमएशी सहमत नव्हते.

वैयक्तिक कायदे (शरीयत ॲक्ट) दुरुस्तीसाठी सुरू असलेल्या मुस्लीम महिलांच्या मोहिमेला जमातचा (जमात ए इस्लामी) विरोध आहे. समाजातील अनेक सुधारणावादी गट व प्रमुख कार्यकर्ते आणि लेखकांनी शरीयतबदलासाठी सुरू झालेल्या आंदोलनाला समर्थन व पाठिंबा घोषित केला आहे. तथापि, मुस्लीम समाजातील सनातन्यांनी या लोकांना समान नागरी कायद्याचे समर्थक म्हणून हिणवले. यामुळे समान नागरी संहिता (यूसीसी) संघपरिवार व भाजपच्या राजकारणाचा विषय ज्वलंत झाला आहे.

सत्य परिस्थिती अशी आहे की, पाकिस्तानसह २१ मुस्लीम बहुल राष्ट्रांमध्ये तिहेरी तलाकला बंदी आहे. संस्कृती, जगण्याचे हक्क आणि सकारात्मक कृतींसाठी धार्मिक अल्पसंख्याकांचे अधिकारांचे संरक्षण करणे आवश्यक आहे. त्याचवेळी हेदेखील लक्षात घेतले पाहिजे की, समाज सुधारणेची प्रक्रिया नैतिक, सामाजिक आणि कायदेशीर समानतेवर आधारलेली असावी.

संघपरिवार आणि सुधारणा

मुस्लीम महिलांबाबत असलेल्या वैयक्तिक कायद्यांच्या सुधारणांची मागणी आणि संघ परिवाराचा समान नागरी कायद्याचा हट्ट तौलनिकदृष्ट्या चुकीचा आहे. वास्तविक पाहता राष्ट्रीय स्वयंसेवक संघ व भाजप पितृसत्ताक मानसिकतेवर आधारित आहे. त्यांचा समान नागरी संहितेचा मुद्दा धार्मिक अल्पसंख्याकांना भयभीत करण्यासाठी आहे. याच आरएसएसने हिंदू कोड बिलाला विरोध दर्शविला होता. जो हिंदू समाजातील लिंगभावावर आधारित पक्षपातीपणाला कायदेशीर संरक्षण प्राप्त करून देणार होता.

संघपरिवाराच्या या स्वार्थी राजकारणाचा विपरीत परिणाम संपूर्ण मुस्लीम समुदायाच्या सामाजिक-राजकीय जीवनावर झाला. संघाशी संबंधित काही जण थेट स्फोट, सांप्रदायिक हिंसा, दंगली अशा विविध प्रकरणात चौकशी आयोगाच्या अहवालात अडकले आहेत. राष्ट्रीय स्वयंसेवक संघाचे प्रचाराचे तंत्र द्वेषावर आधारित राहिले आहे. सांप्रदायिक दंगलीत होरपळलेले बहुतेक लोक मुस्लीम आहेत. हिंसाचाराच्या प्रत्येक कृतीनंतर मुसलमानांचे घेट्टो (सुरक्षित कंपू) वाढले आहेत. आज परिस्थिती अशी आहे की पुणे, अहमदाबाद, मुंबई सारख्या मोठ्या शहरातील काही भाग मुस्लीम बहुल म्हणून चिन्हांकित झालेला आहे. जो आता सहज लक्ष्य

करण्यासाठी धोकादायक झालेला आहे. दुसरी गोष्ट अशी की, या भागात नागरी आणि आधुनिक सुविधा पोहोचू शकत नाही. असा तुटलेपणा आणि आत्मकुंठेमुळे सामाजिक सुधारणांना विरोध करणारे मूलतत्त्ववादी घटक उदयास येतात.

भाजपचे पुष्कळ नेते मुस्लीम महिलांच्या सुधारणेबद्दल आव आणून बोलत असतात; पण त्यांच्या विचारांच्या जमावाने घडवलेल्या सांप्रदायिक हिंसेत बहुतांश मुस्लीम स्त्रियाच बळी पडतात. त्यांच्या कृत्याची शिक्षा याच महिलांना मिळते. गुजरातमध्ये हिंदु-मुस्लीम हिंसाचार झाल्यानंतर दंगलग्रस्तांसाठी निर्वासित छावण्या काढल्या गेल्या. 'अशा छावण्या म्हणजे अपत्य निर्मितीचे कारखाने आहेत' असे म्हणून गुजरातचे तत्कालीन मुख्यमंत्री नरेंद्र मोदींनी या छावण्या बंद केल्या. (टाइम्स ऑफ इंडिया, ९ सप्टेंबर २००२).

कर्नाटकच्या हुबळीमध्ये एका हिंदू विराट सभेत बोलताना उत्तरप्रदेशचे मुख्यमंत्री योगी आदित्यनाथांच्या एका समर्थकाने अधिक टोकाला जाऊन एक वादग्रस्त विधान केले. ते म्हणाले होते की, मुस्लीम महिलांना थडग्यातून बाहेर काढून त्यांच्यावर बलात्कार केले पाहिजेत. याला पुष्टी देत योगी आदित्यनाथ म्हणाले की, एका हिंदू मुलीने मुस्लीम तरुणाशी विवाह केला तर १०० मुस्लीम मुलींचे लग्न हिंदू मुलांशी लावले पाहिजेत. (स्कूपव्हूप, ४ मार्च २०१५). विशेष म्हणजे असे विधान करताना त्या व्यासपीठावर काही महिला साध्वीदेखील बसलेल्या होत्या. भाजपकडून आलेली अशी विधाने विभाजनवादी आणि हिंदु-मुस्लिमांतील तेढ वाढवणारीच होती.

हिंदुत्व म्हणजे मुस्लीमविरोध

भाजप आणि राष्ट्रीय स्वयंसेवक संघ यांची विचारसरणी हिंदुत्वाच्या मुशीतून तयार झालेली आहे. सावरकर याच विचारांचे होते. 'हिंदुत्व ऑर हू वॉझ हिंदू?' या त्यांच्या पुस्तकातून त्यांनी प्रखर हिंदुत्ववादी दृष्टिकोन स्पष्टपणे मांडलेला आहे. सावरकरांची मुस्लीम महिलांविषयीची मते जहाल आणि कलुषित होती. फाळणीच्या वेळी पाकिस्तानमध्ये हिंदू महिलांवर अत्याचार झाले. त्या वेळी त्यांनी केलेले विधान धक्कादायक होते. ते म्हणतात, ''कल्याणच्या सुभेदाराची सून शिवाजी महाराजांना नजराणा म्हणून दिली गेली होती. ती मुस्लीम असूनही शिवाजी राजांनी तिचा सन्मान करून तिला परत पाठवले; पण फाळणीच्या काळात मात्र मुस्लीम हिंदू महिलांवर अत्याचार करत आहेत. शिवाजी महाराजांनी कल्याणच्या सुभेदाराच्या सुनेशी केलेले वर्तन योग्य नव्हते. 'जशास तसे' असेच धोरण ठेवायला पाहिजे होते.'' फाळणीदरम्यान भारतात मुस्लीम महिलांवर अत्याचार केले तरच, तिकडे पाकिस्तानमध्ये हिंदू

महिलांवर होणारे अत्याचार थांबतील, असे सावरकरांनी म्हटल्याचे त्यांचे चरित्रकार धनंजय कीर सांगतात. सुसंस्कृत आणि मानवतापूर्ण वर्तनाची अपेक्षा धर्मांध मुस्लिमांकडून करताच येणार नाही, असेही त्यांना वाटत असे.

भाजपने मुस्लीम महिलांचे कल्याण करण्याचा नुसता आव आणला आहे, भाजपची भूमिका संधीसाधू राजकारणाची आहे. ते फक्त मुस्लीम लोकांना भयभीत करण्यासाठी सुधारणांचा वापर करीत आहेत. भाजपच्या मुस्लीमविरोधातल्या कुठल्याही अभियानात इस्लामला दहशतवादाशी जोडले जाणारे घटक मुस्लीम समुदाय आणि महिलांच्या जीवनावर परिणाम घडवून आणत आहेत. लव्ह जिहाद, गोवंश हत्याबंदीसारख्या मोहिमांमध्ये मुस्लीम समुदाय आणि मुसलमान महिलांवर वाईट परिणाम करून जात आहे.

भाजपचे राजकारण मुस्लीमद्वेषाचे राहिले आहे. हे राजकारण हिंदू राष्ट्रवादाची पायाभरणी करणारे हिंदू धर्माच्या मुद्द्यांवर आधारित आहे. या निमित्ताने मुसलमानांविरोधात हिंदू राष्ट्रवादाची मांडणी केली जात आहे.

आज मुस्लीम महिलांना समाज सुधारणा हवी आहे. त्यांना हेदेखील माहिती आहे की, भाजप त्यांच्या समस्यांचे राजकारण करीत आहे. सुधारणावादी मुस्लीम महिलांच्या संघटना एका गुंतागुंतीच्या प्रकरणातून जात आहेत. एकीकडे सत्ताधारी पक्षाने त्यांचा आपल्या राजकीय फायद्यासाठी वापर सुरू केला आहे, तर दुसरीकडे सामाजिक सुधारणांचा आपला वर्षानुवर्षांपासून उभा केलेला लढा आहे.

तलाकची मीडिया ट्रायल उत्तरप्रदेशच्या २०१७च्या विधानसभा निवडणुकांसाठी होती. तलाक रद्दीकरणाच्या प्रक्रियेमुळे मुस्लीम महिलांनी मतदान केल्याचा भाजपने दावा केला; पण हा दावा पूर्णतः फोल आहे. राजकारणात फायदा उचलण्यासाठी अशा प्रकारचा प्रचार केला गेला.

भाजपच्या सत्ताकाळात मुस्लीम समुदायांना असुरक्षिततेला सामोरे जावे लागत आहे. सच्चर समितीच्या अहवालानुसार मुस्लीम समाज सामाजिक आणि आर्थिक विकासात प्रचंड मागे पडला आहे. या मर्यादांमुळे, मुस्लीम राजकीय नेतृत्वाने समान न्याय, एकता व सुरक्षेचे प्रश्न आणि सामाजिक सुधारणांकडे दुर्लक्ष केले आहे. असे असूनही मुस्लीम महिलांच्या संघटना सामाजिक सुधारणांसाठी, लैंगिक समतेसाठी संघर्ष करीत आहेत.

वास्तविक पाहता, मुस्लीम महिला आरएसएस-भाजपच्या राजकारणाचा एक मोठा बळी ठरत आहेत. हिंदुत्ववादी विचारसरणी (गोळवलकर) मुसलमान हिंदू

राष्ट्रासाठी धोका असल्याचे मानते. भाजपला मुस्लीम महिलांच्या कल्याणात काहीच रस नाही, तर ते तिहेरी तलाकचा मुद्दा एक संधी म्हणून त्याचा वापर करू पाहात आहेत.

(लेखक आयआयटी मुंबईचे माजी प्राध्यापक आहेत. २००४ साली त्यांनी प्राध्यापक सेवेतून निवृत्ती घेऊन पूर्णवेळ सांप्रदायिक सद्भाव निर्माण करण्यासाठी कार्य सुरू केलं आहे. मानवी हक्क, हिंदु-मुस्लीम सौहार्द, वाढता जमातवाद इत्यादी विषयांवर लिहिलेल्या ३० पेक्षा अधिक पुस्तकांचे ते लेखक आहेत.)

कायदेशीर अतिरेक

फैजान मुस्तफा

अत्यंत आवश्यकतेची परिस्थिती नसताना केलेली शिक्षा ही जुलमी असते, असे माँटेस्क्यू म्हणतो. वास्तविक गुन्हेगारी कायदा फक्त शेवटचा उपाय आणि दोषास पात्र असलेल्या परिस्थितीत अमलात आणला गेला पाहिजे. गुन्हेगारी कायद्याचा अतिरिक्त वापर करणे अयोग्य आहे तरी पण आधुनिक जीवनातील हे कठोर वास्तव आहे. १९७७ सालापासून इंग्लंडमध्ये ३ हजार नवीन प्रकारचे गुन्हे घडलेले आहेत. तसेच अमेरिकेत आत्तापर्यंत सुमारे ३ लाख सांघिक गुन्हे घडलेले आहेत.

भारतात नेमके किती गुन्हे घडले यांची रितसर आकडेवारी उपलब्ध नाही. प्रत्येक वर्षी केंद्र सरकार आणि राज्य शासन नवनवीन कायदे करत असतात. तिहेरी तलाक विरोधात आणलेले विधेयक घटस्फोटाचे गुन्हेगारीकरण करण्याची प्रक्रिया आहे. सर्वोच्च न्यायालयाने असे मत नोंदवले होते की, देशात घडणाऱ्या तीन तलाकच्या घटना क्षुल्लक आहेत. परंतु, टूजी घोटाळ्याप्रमाणे प्रसारमाध्यमांनी त्याला फुगवून खूपच मोठे केलेले आहे. मुस्लीम समाजातील स्त्रियांचा खरा प्रश्न तर शिक्षण व नोकरी अशा प्रकारचा आहे; पण त्याकडे भाजप सरकारने दुर्लक्ष करून केवळ तलाकचे राजकीयीकरण केले.

वैवाहिक गुन्ह्यांबद्दल झालेल्या अलीकडच्या दोन चर्चा विचारात घेणे क्रमप्राप्त ठरते. पहिली म्हणजे व्यभिचाराच्या रूपात वैवाहिक विश्वासघात व भेदभावाचे गुन्हे कमी व्हावेत याचे आपण समर्थन करतो. दुसरे, वैवाहिक बलात्कार (Marital rape) याविषयी आपल्याला तिरस्कार वाटतो, असे असले तरी आपण त्याचे गुन्हेगारीकरण कमी व्हावे, यासाठी प्रयत्न करत नाहीत.

इंग्लंडमध्ये १९५७च्या वुल्फेनडेन समितीने दिलेला अहवाल असे सांगतो की, कायद्याच्या माध्यमातून काम करणाऱ्या समाजाने गुन्हेगारी व पापकृत्य यांची

क्षेत्रे समान स्तरावर आणण्याचा जाणीवपूर्वक प्रयत्न केला पाहिजे. नैतिकता आणि अनैतिकता हे क्षेत्र खासगी राहणे आवश्यक आहे. संक्षिप्तता हे कायद्याचे व्यावहारिक काम नव्हे.

तलाकविरोधी विधेयक संसदेत सादर करताना कायदेमंत्री रविशंकर प्रसाद आश्चर्यकारकपणे म्हणाले, सर्वोच्च न्यायालयाने तीन तलाकला पाप मानले आहे. अशा प्रकारे हे विधेयक गुन्हेगारी कायद्याच्या साह्याने धार्मिक नैतिकता जबरदस्तीने प्रस्थापित करत आहे; जर एखादी गोष्ट पाप असेल तर त्या पापी माणसाला ईश्वर शिक्षा करू दे ना! त्यासाठी सुसंस्कृत कायदेशीर पद्धतीने धार्मिक नैतिकता जबरदस्तीने लादली गेलीच पाहिजे का?

संसदेत कायदेमंत्र्यांनी मुस्लीम देशांचे दिलेले दाखले संशयास्पद होते; कारण हे देश आपल्याप्रमाणेच प्रौढांच्या बाबतच्या गुन्हेगारी कायद्याच्या दृष्टीने वाईट आहेत. ईशनिंदा व धर्मभ्रष्टता यांसारख्या कालबाह्य गुन्ह्यांच्याबाबत आणि इस्लामिक कायद्यानुसार शरीराचे अवयव तोडणे व दगडाने ठेचून मारणे अघोरी कृत्याचे आपण समर्थन करू शकत नाही. पाकिस्तानमध्ये १९६१ सालीच सर्वोच्च न्यायालयाने लवाद मंडळाला नोटीस न देता घटस्फोट देणे वैध ठरवलेले होते. (मुहंमद सरवर विरुद्ध राज्य सरकार-१९८८) कायदेमंत्र्यांनी पाकिस्तानच्या या वटहुकूमाचे दिलेले उदाहरण चुकीचे होते. मृत्युदंडाची शिक्षा रोखू शकता येत नाही, त्याच आधारावर या विधेयकाचेही समर्थन करता येत नाही. तथापि, मुस्लीम धर्मगुरुंनी समोर यावे आणि मुस्लीम व्यक्तिगत कायद्यामध्ये सुधारणेच्या दृष्टिकोनातून आधुनिक बदल घडवून आणावा.

अन्य दृष्टीने विचार केला तर असे लक्षात येईल की, तिहेरी तलाक हे गुन्हेगारीकरण करणारे एक विचित्र प्रकरण आहे; कारण हनफी मुस्लीम महिलेला जर एखादे नाते पापमय वाटत असले तरी तिने ते संबंध तसेच पुढे चालू ठेवावे, असा आदेश शरीयत कायदा देतो. अशा परिस्थितीत वैयक्तिक 'निवड' आणि 'स्वातंत्र्य' अशा दोन्हींचा पाया ढासळून टाकला जातो. एका बाजूला आपल्याकडे कथित लव्ह जिहादचे प्रकरण आहे. तो एखाद्या व्यक्तीला आपल्या निवडीच्या जोडीदाराशी लग्नाचे स्वातंत्र्य पार छाटूनच टाकतो. त्याचवेळी दुसरीकडे मुस्लीम स्त्रियांना शिवीगाळ करणाऱ्या, अपमानास्पद वागणूक देणाऱ्या आणि तत्क्षणी तलाक दिलेल्या नवऱ्याजवळ राहण्यास भाग पाडते. संसद आणि सर्वोच्च न्यायालयाने जरी तिहेरी तलाक निरर्थक ठरवला तरी ते पतीवर त्यांच्या पत्नीशी प्रेमाचे संबंध ठेवण्यास जबरदस्ती करू शकत नाहीत. यामध्ये आदर्शवत नियम असा आहे की, स्त्रियांना निवडीचे स्वातंत्र्य द्यावे.

दुर्दैवाने सरकारची धोरणे व नीतिमुळे गुन्ह्यांचा आरंभ होतो; म्हणून गुन्हेगारी कायदा न्यायापेक्षा शक्तीच्या कल्पनेमध्ये जास्त प्रमाणात प्रतिबिंबित होतो. राज्याने गुन्हेगारीकरण व त्याच्या बचावासाठी काहीही जरी केले तरी त्यामध्ये राजकीय पक्षांची मतांची (व्होट बँक) गरज प्रभावित झालेली असते. संसदेत विधेयक सादर करतेवेळी भाजप खासदार मिनाक्षी लेखी म्हणाल्या, नरेंद्रभाई मोदी मुस्लीम स्त्रियांचे बंधू असताना त्यांना चिंता करण्याची गरज नाही. अर्थातच हेदेखील मतपेटीचे राजकारण होते.

रोमन सम्राट क्लॉडियसला त्याच्या भावाच्या मुलीशी लग्न करायचे होते. त्याने जवळच्या नात्यातील व्यक्तीशी शरीरसंबंधांबाबतच्या गुन्ह्यामध्ये दुरुस्ती घडवून आणली आणि चुलता-पुतणी विवाहास परवानगी दिली. त्यामुळे चुलता-पुतणी, चुलती-पुतण्या या जवळच्या नात्यातील व्यक्तींशी शरीरसंबंध ठेवण्याची परवानगी देण्यात आली.

ब्रिटिश तत्त्वज्ञ जेरेमी बेंथम (१७४८-१८३२) यांनी म्हटल्याप्रमाणे कायद्याचा हेतू गुन्हेगारी कृत्यांना नियंत्रित करणे असला पाहिजे. कायद्याचे उद्दिष्ट स्पष्ट असावे, ज्यात तो नि:संकोचपणे अंमलात आणणे किंवा वैयक्तिक तसेच सार्वजनिक हितसंबंधांना मोठ्या प्रमाणावर नुकसान घडवून आणणे, अशा प्रकारच्या वर्तनास प्रतिबंधित करण्यासाठी उपयोगी असेल. सुप्रीम कोर्टाने तिहेरी तलाकला वेगळे ठेवले आहे; कारण ज्या कृतीमुळे विवाह भंगही होत नाही, तसेच या प्रकारामुळे सामाजिक सुरक्षा आणि कल्याणाला कुठलीही बाधा पोहोचत नाही.

एखाद्या कृतीचे गुन्हेगारीकरण करण्यामध्ये राज्याचे काय हित आहे, हे शासनाने स्पष्ट करून सांगितले पाहिजे. दुसऱ्या शब्दांत सांगायचे तर गुन्हेगारी कायद्याचा आधार घेताना सरकारचा हेतू महत्त्वाचा असला पाहिजे. शासनाने केलेल्या कायद्याची उद्दिष्ट्ये साध्य करण्यासाठी तो कमीत कमी प्रतिबंधात्मक असला पाहिजे. इतर मार्गांनी जर तो हेतू साध्य करण्यात आला तर ते समर्थनीय नाही. उदाहरणार्थ, पॉर्नोग्राफीसाठी लहान मुलांचा वापर करण्यावर प्रतिबंध आणणे हा सरकारचा हेतू कायदेशीर व योग्य आहे; पण तो साध्य करण्यासाठी फिल्टर तितकेच प्रभावी असावे लागते; म्हणून त्यासाठी गुन्हेगारी कायदा वापरला जाऊ शकत नाही.

भाजप सरकार मुस्लीम महिलांना फार वाईट वागणूक देत आहे; कारण ज्या महिलेच्या तक्रारीवरून आपल्याला जेलमध्ये टाकले गेले, तो पती परत आल्यानंतर आपल्या पत्नीच्या जवळसुद्धा फिरकणार नाही. या कायद्यामुळे अनेक घटस्फोट होतील. तिहेरी तलाक हाताळण्यावरील उपाय म्हणजे 'रोगापेक्षा इलाज भयंकर' असे

चित्र दिसून येत आहे. हा कायदा ३ वर्षांची अवाजवी व प्रमाणाबाहेर शिक्षा देऊन अधिक महत्त्वाचा गुन्हा व किरकोळ गुन्ह्यातील फरकच पुसून टाकेल.

विधेयक सादर करताना केंद्रीय कायदेमंत्री रविशंकर प्रसाद लोकसभेत म्हणाले, 'शरीयतमध्ये हस्तक्षेप करण्याचा सरकारचा कोणताही हेतू नाही.' जर असे असेल तर सरकारने एकतर्फी तलाकच्या घटनांना रोखण्यासाठी शरीयत आणि कुरआनचा मूळ पर्याय पुढे केला पाहिजे. इतकेच नाही तर निकाहनामामध्येच तिहेरी तलाकची मनाई असलेल्या सक्तीचा अंतर्भाव सरकारला या विधेयकात करता आला असता. मुस्लीम विवाह हा एक नागरी करार आहे. त्यामुळे पती त्यास बांधील असेल. या अटीचे जर पालन केले नाही तर हुंड्याची रक्कम पाच पटीने वाढवली जाईल किंवा झालेले नुकसान पत्नीला मिळण्यास ती पात्र असेल.

अध्यादेश : ना परिपूर्ण, ना गरजेचा

विरोधकांच्या रेट्यामुळे तत्काळ तिहेरी तलाक विरोधातील विधेयक राज्यसभेत प्रलंबित आहे. सदर विधेयक मंजूर होण्याची शक्यता नसल्यामुळे भाजप सरकारने एकतर्फी तलाकला दंडनीय गुन्हा ठरविणारा अध्यादेश आणला. सप्टेंबर २०१८मध्ये हा वटहुकूम (पहिला) संसदेत सादर करताना केंद्रीय कायदेमंत्री रविशंकर प्रसाद म्हणाले की, सर्वोच्च न्यायालयाने तिहेरी तलाकला अवैध घोषित करूनही हा प्रघात पूर्वीप्रमाणे चालू राहिल्याने आत्यंतिक निकड व अपरिहार्यतेमुळे हे पाऊल उचलणे सरकारला भाग पडले आहे.

तलाकविरोधात गुन्हेगारी कायदा करण्यामागे हेतू काय आणि त्याचा सरकार आणि नागरिकांशी काय संबंध? याचा विचार करताना अनेक प्रश्न पुढे येतात. भारतीय राज्यघटनेच्या मूळ तत्त्वप्रणालीचा विचार करत असताना या अध्यादेशाकडे कसे पाहावे हादेखील प्रश्न गंभीर स्वरूपाचा आहे. मुळात सरकारचा हा वटहुकूम राज्यघटना आणि न्यायव्यवस्थेच्या मूलभूत तत्त्वांची पायमल्ली करणारा आहे.

कायदा

फौजदारी कायदा हा शासन आणि नागरिक यांच्यामधील परस्पर संबंधाची सर्वांत स्पष्ट अशी अभिव्यक्ती आहे. एखाद्या व्यक्तीची वर्तणूक नियंत्रणात ठेवण्यासाठी त्या वर्तणुकीस दंडनीय गुन्हा ठरवणे ही सर्वांत प्रभावी पद्धत आहे. फौजदारी कायदा हे जसे सुरक्षेची हमी देणारे एक खात्रीशीर साधन आहे; तेवढेच ते विध्वंसकही आहे.

जिथे एखाद्या व्यक्तीचे नुकसान होते, असे खासगी गैरव्यवहार किंवा व्यक्तिगत अधिकार यांच्याशी दिवाणी कायदा संबंधित असतो. त्यामुळे अशा प्रकरणात

नुकसानभरपाई पुरेशी मानली जाते. याउलट, जिथे केवळ एखाद्या व्यक्तीलाच नव्हे तर संपूर्ण मानव समाजाच्या हितालाच बाधा पोहोचते; अशा परिस्थितीशी फौजदारी कायदा संबंधित असतो. अर्थातच, इथे केवळ नुकसानभरपाई पुरेशी मानली जात नाही; तर त्या प्रकरणात शिक्षाही ठोठावली जाते. समाजाच्या वतीने शासन त्या आरोपीविरोधात फौजदारी खटला चालवते.

फौजदारी कायद्याचा उद्देश वैयक्तिक आणि सार्वजनिक हिताला अनुचित व अक्षम्य रीतीने हानी पोहोचविणाऱ्या वर्तणुकीस मनाई करणे व त्यास प्रतिबंधित करणे आहे. ६ सप्टेंबर २०१८ला सुप्रीम कोर्टाने भारतीय दंड संहितेतील ३७७ कलम अवैध असून समलैंगिकता गुन्हा नसल्याचा ऐतिहासिक निकाल दिला. हे करत असताना सर्वोच्च न्यायालयाने 'अपायकारक सिद्धान्ताला' मान्यता देत सांगितले की, दोन व्यक्तींमध्ये परस्परसंमतीने ठेवलेल्या लैंगिक संबंधांमुळे कोणालाही हानी पोहोचत नाही, त्यामुळे समलैंगिकतेचे गुन्हेगारीकरण केले जाऊ शकत नाही.

'गुन्हा' या संकल्पनेचा उगम हा शासकीय धोरणातून होतो; म्हणून फौजदारी कायदा हा नेहमीच न्यायापेक्षा सत्तेची विचारसरणी प्रतिबिंबित करतो. निवडणूक व विविध राजकीय गरजांमुळे शासन त्याच्या विवेकबुद्धीनुसार काही विशिष्ट प्रकारचे कृत्य 'गुन्हा' आहे, असे घोषित करतो. उदाहरणार्थ, २०१८च्या उन्हाळी अधिवेशनात सरकारने भ्रष्टाचार प्रतिबंधक कायद्यात सुधारणा केल्या. त्यानुसार एखाद्याचा आर्थिक लाभ करून देणे हा गुन्हा नाही अशी तरतूद करण्यात आली आहे. सरकारने केलेला हा बदल सार्वजनिक हिताचा नाही. त्याचप्रमाणे २०१५ साली निवडणुकांच्या पार्श्वभूमीवर बिहारचे मुख्यमंत्री नीतिशकुमार यांनी महिला मतदारांना आकर्षित करण्यासाठी राज्यात दारूबंदी लागू केली. कदाचित ते आगामी निवडणुकांवेळी पुरुषांची मते आपल्या पारड्यात पाडून घेण्यासाठी तोच कायदा सौम्य करण्यासाठी पावले उचलतील.

सप्टेंबर २०१८ला पंजाब सरकारने भारतीय दंड संहितेचे 'पंजाब सुधारणा विधेयक' एकमताने मंजूर केले. या कायद्यात एक नवीन कलम समाविष्ट करण्यात आले आहे. त्यानुसार शीख, हिंदू, मुस्लीम आणि ख्रिश्चन यांच्या धर्मग्रंथांना हानी पोहचवणे गुन्ह्याच्या कक्षेत आणले गेले आहे. नव्या सुधारणेनुसार धर्मग्रंथाचे नुकसान करणे, त्यांना हानी पोहचवणे किंवा त्यांचा अवमान करणे या कृत्याला जन्मठेपेच्या शिक्षेची तरतूद केली आहे. आधीच्या विधेयकात फक्त 'गुरू ग्रंथसाहेब'चा उल्लेख होता. आता सरकारने त्यात कुरआन, बायबल व भगवद्गीतेचा समावेश केलेला आहे.

अतिरिक्त दंड

सायराबानो प्रकरणात सर्वोच्च न्यायालयाने तत्काळ तिहेरी तलाक रद्दबातल ठरवले. त्यामुळे एक मुस्लीम पुरुष आपल्या पत्नीला 'हानी' पोहोचविण्यासाठी त्याचा वापर करू शकणार नाही. मागे म्हटल्याप्रमाणे या कृत्यातून एकंदरीत समाजाच्या हिताला आणि सुरक्षेला कोणताही धोका पोहोचत नाही. सरकारच्या प्रस्तावित कायद्यात शिक्षेच्या तीव्रतेमुळे तिहेरी तलाकचा गुन्हा करण्यास कोणी धजावणार नाही, केवळ हाच हेतू या कायद्यामागे असावा. हीच भूमिका न्यायोचित आहे.

तीन वर्षे कारावास आणि दंडाची शिक्षा असलेले काही गुन्हे

- दंगल करणे, प्राणघातक शस्त्र बाळगणे. (कलम २३३)
- विविध समाजातील लोकांमध्ये वैरभावना/शत्रुत्व वाढविणे. (कलम १५३अ)
- बनावट चलन तयार करणे किंवा बनावट चलन तयार करणाऱ्या उपकरणाची विक्री. (कलम २३३)
- बनावट चलनाची आयात किंवा निर्यात. (कलम २३७)
- एखाद्या संप्रदायाच्या धर्माचा किंवा धार्मिक श्रद्धांचा हेतूपुरस्सर आणि द्वेषभावनेने अपमान करणे. (कलम २९५ अ)
- एखाद्याने आपल्या पत्नीशी काडीमोड घेण्यासाठी ३ महिने थांबण्याऐवजी तीन वेळा तलाक शब्द उच्चारणे, हा गंभीर गुन्हा कदापि ठरू शकत नाही. याउलट, वरील गुन्हे एकतर्फी तलाकपेक्षा जास्त गंभीर प्रकारचे आहेत.

कमी शिक्षा असलेले काही गुन्हे

- गंभीर जखम किंवा दुर्लक्ष केल्यामुळे मृत्यूस कारणीभूत ठरणे. (कलम ३०४ अ)
- दंगल घडविणे. (कलम १४७)
- कोणत्याही समाजाच्या धर्माचा अपमान करण्याच्या उद्देशाने प्रार्थनास्थळांना हानी पोहोचवणे किंवा त्यास अपवित्र करणे. (कलम २९५)

–वरील सर्व गुन्हे २ वर्षे तुरुंगवास किंवा दंड किंवा दोन्ही या शिक्षेस पात्र आहेत.

- लाच घेणे (कलम १७१ इ) १ वर्ष कारावास किंवा दंड किंवा दोन्हीही.
- प्राणघातक अशा संसर्गजन्य रोगांचा प्रसार होण्याची शक्यता निर्माण होईल असे निष्काळजीपणाचे कृत्य.

- विक्रीसाठी ठेवण्यात आलेल्या अन्न किंवा खाद्य पेयांमध्ये भेसळ करणे. (कलम २७२)
- विषारी पदार्थांच्या संदर्भात निष्काळजीपणाची वर्तणूक. (कलम २८४)
- इतरांचे आयुष्य किंवा वैयक्तिक सुरक्षेस धोका निर्माण होईल अशा कृत्याने इजा पोहोचवणे. (कलम ३३७)

–वरील सर्व गुन्ह्यांमध्ये ६ महिन्यांचा कारावास किंवा दंड किंवा दोन्ही अशी शिक्षेची तरतूद आहे.

याउलट, तिहेरी तलाकसाठी ३ वर्षे तुरुंगवास ही शिक्षा अवाजवी, अकारण, अविवेकी असून ती राज्यघटनेच्या १४व्या कलमाचे उल्लंघन करणारी आहे.

परस्परविरोधी तर्क

सर्वोच्च न्यायालयाने समलैंगिकतेला गुन्हा ठरविणारे कलम ३७७ ज्या मुद्द्यांच्या आधारावर रद्द केले, त्यांपैकी एक अवाजवी आणि प्रमाणाबाहेर शिक्षा हादेखील एक महत्त्वाचा घटक होता. २८ डिसेंबर २०१७ रोजी लोकसभेने संमत केलेल्या मुस्लीम महिला (विवाहोत्तर हक्कांचे संरक्षण) विधेयक–२०१७ आणि नंतर आणलेला अध्यादेश यात सरकारने तीन तुरळक बदल केले. यानुसार तिहेरी तलाक देणाऱ्या पतीला जामिनाची तरतूद करण्यात आली आहे. दुसरा बदल पीडित पत्नी किंवा तिचे कुटुंबीय यांच्याकडूनच एफआयआर दाखल करणे आणि तिसरा बदल पुन:समुपदेशन व दोन्ही पक्षांकडून तडजोड यांना वाव देण्यात आला आहे. सरकारने हे महत्त्वाचे बदल केले असले तरीही बऱ्याच समस्या 'जैसे थे' स्वरूपात आहेत.

वादाचा मुख्य मुद्दा असा आहे की, एकाचवेळी तिनदा 'तलाक' शब्द उच्चारणे हा फौजदारी गुन्हा ठरवावा का? जेरेमी बेंथम यांनी तीन परिस्थितींमध्ये गुन्हेगारी कायदा लागू करण्याचा युक्तिवाद केलेला आहे. जेव्हा का एखाद्या कृत्यात असे कोणतेही दुष्कर्म नसते ज्यास प्रतिबंध करण्याचा कायदेमंडळाचा प्रयत्न असतो. दुसरा जेव्हा शिक्षेचा इच्छित परिणाम होत नाही आणि तिसरा जेव्हा शिक्षा अवाजवी असते, म्हणजे केलेल्या गुन्ह्याच्या तुलनेत दिलेली शिक्षा अधिक असते.

सायराबानो प्रकरणातील दिलेल्या निकालानुसार यापुढे तिहेरी तलाकमुळे विवाहबंधन संपुष्टात येत नाही. त्यामुळे तो विसंगत ठरतो. इटालियन कायदेतज्ज्ञ पंडित सिझर बेकारिया यांनी म्हटले आहे की, लोकांना जास्तीतजास्त आनंद आणि कमीत कमी दु:ख होईल अशा प्रकारचे साधर्म्य साधणे हे चांगल्या कायदेमंडळाचे मूलभूत तत्त्व आहे.

याउलट, कायदेमंडळाच्या उपयोजनांबद्दल असणाऱ्या अवास्तव कल्पना याच कायदेमंडळातील त्रुटी व अन्याय या भेदभावाची प्रमुख उगमस्थाने आहेत.

एखादे कृत्य गुन्हेगारी स्वरूपाचे ठरविण्यामागची अपरिहार्यता शासनाने सप्रमाण सिद्ध केली पाहिजे. जेव्हा एखाद्या प्रसंगी तत्काळ कायदा करण्याची गरज निर्माण होते आणि त्या वेळी संसदेचे अधिवेशन चालू नसते, तेव्हा वटहुकूम आणला जातो; पण तलाक संदर्भात वटहुकूम आणताना वरील दोन्ही परिस्थिती नव्हत्या; मुख्य म्हणजे मुस्लीम महिला (विवाहोत्तर हक्कांचे संरक्षण) विधेयक-२०१७ राज्यसभेत प्रलंबित आहे, असे असताना हा अध्यादेश का आणला गेला, हा प्रश्न अनुत्तरित राहतो.

केवळ राजकीय गरज म्हणून सत्तेचा अनिर्बंध वापर करणे, सत्तेच्या बळावर अध्यादेश आणणे या गोष्टींचे कदापि समर्थन होऊ शकत नाही.

सर्वोच्च न्यायालयाने तिहेरी तलाक घटनाबाह्य ठरविला आहे; असे प्रस्तुत अध्यादेशाची उद्दिष्टे आणि कारणे यासंबंधीचे निवेदन सांगते. वस्तुत: सर्वोच्च न्यायालयाने केवळ (तिहेरी तलाकचा) तो प्रघात अयोग्य म्हणून घोषित केलेला आहे. येत्या काळात अपायकारक सिद्धान्त आणि अकारण व अवाजवी शिक्षा केवळ याच मुद्यांवर प्रस्तुत अध्यादेश घटनाबाह्य म्हणून रद्द ठरविले जाण्याची शक्यता नाकारता येत नाही.

अनुवाद-आदम पठाण, निलोफर रोमान

(लेखक हैदराबाद स्थित 'NALSAR' कायदा विद्यापीठाचे कुलगुरू असून संविधानिक मूल्ये आणि मुस्लीम व्यक्तिगत कायद्याचे तज्ज्ञ आहेत.)

भाग – ३

मुस्लीम स्त्रियांना नेमके काय मिळाले?

हुमायून मुरसल

"The Whole Nation seems to be up in arms." 'तिहेरी तलाकच्या संदर्भात' या वाक्याने सर्वोच्च न्यायालयाच्या सरन्यायाधीशांनी आपल्या निकालाची सुरुवात केली, यावरून न्यायालय या विषयाकडे किती गांभीर्याने पहात होते हे लक्षात यावे. तिहेरी तलाकच्या प्रश्नाने देशात रणकंदन माजले होते. तलाक प्रश्नावर निकाल ऐकण्यासाठी जणू देश थबकला होता. सर्वोच्च न्यायालयाने एकदाचा निर्णय जाहीर करताना 'तिहेरी तलाक' अवैध घोषित केला. निकाल जाहीर होताच भाजप सरकार व मीडियाने हर्षोल्हास व्यक्त केला. मुस्लीम स्त्रियांबाबतची ही आस्था तिहेरी तलाकपुरती मर्यादित न राहता त्यांच्या सक्षमीकरणासाठीसुद्धा शिल्लक राहावी. पाच न्यायाधीशांच्या खंडपीठाने स्वतंत्र तीन निकालपत्रे लिहिली आहेत. यावरून या विषयातील गुंतागुंतीचा अंदाज येऊ शकतो.

न्यायमूर्ती जे. एस. खेहर आणि न्यायमूर्ती अब्दुल नझीर यांचे एकत्रित निकालपत्र म्हणते, 'धर्म हा तर्काचा नव्हे तर श्रद्धेचा विषय आहे. धर्माचा अतूट भाग असलेल्या श्रद्धा आणि परंपरांसाठी न्यायालयांना समतावादी सिद्धान्त लागू करता येणार नाहीत. इतरांना कितीही अस्वीकारणीय वाटत असले तरी घटनेने सर्वच धर्मपालन करणाऱ्यांच्या जीवनपद्धतीला संरक्षण दिले आहे. त्याला आव्हान देता येणार नाही. व्यक्तिगत कायद्यांना घटनेचे संरक्षण असल्याने तिहेरी तलाक संदर्भात केलेली मागणी मान्य करता येणार नाही.'

ॲटर्नी जनरल व इतरांनी केलेली बहुपत्नीत्व, हलाला, तिहेरी व इतर तलाकपद्धती रद्द वा असंविधानिक घोषित करण्याच्या मागणीचा संदर्भ घेत न्यायमूर्ती नोंदवतात की, 'अर्जदारांनी केलेले विवेकी आवाहन आम्ही स्वीकारले तर त्यांचे अत्यंत धक्कादायक परिणाम होतील. धर्मपालनाचा विषय पुरोगामी, प्रतिगामी की शहाणपणाचा हे कोर्टाने ठरवण्याचे कारण नाही. शेवटी हा विषय संसदेचा असताना

सरकार कोर्टावर ढकलत आहे,' असाही विचार कोर्टाने व्यक्त केला आहे. 'अंतिमत: संसदेने तलाक संदर्भात नवा कायदा आणावा आणि तोपर्यंत तिहेरी तलाकवर स्थगिती लागू राहील..'

न्यायमूर्ती कुरियन यांनी स्वतंत्र निकालपत्र लिहिले आहे. कुरियन नोंदवतात, 'जेव्हा धार्मिक अधिकार आणि घटनात्मक अधिकारांमध्ये संघर्ष निर्माण होतो, तेव्हा त्यांच्यामध्ये समझोता घडवणे शक्य आहे, असे मला वाटते; पण विविध हितसंबंधीयांमध्ये समन्वय निर्माण करणे हे मुख्यत: संसदेचे काम आहे. घटनेने दिलेल्या धर्मस्वातंत्र्याची गळचेपी न होऊ देता घटनेच्या चौकटीत हे कार्य व्हावे. अर्थात सरकारने यासाठी कायदा करावा, अशी सूचना कोर्टाने करण्याची गरज नाही.'

निकाल नोंदवताना कुरियन म्हणतात, तिहेरी तलाकला कायदेशीर आधार नाही. शमीम आरा विरुद्ध उत्तरप्रदेश सरकार हा निकाल त्यासाठी पुरेसा आहे. जे कुरआनला अयोग्य वाटते ते शरीयतमध्ये योग्य असू शकत नाही. म्हणजे, जे धर्मशास्त्रात वाईट आहे ते कायद्यालासुद्धा वाईट आहे. त्यांची ही टिप्पणी त्यांना काय म्हणायचे आहे हे पुरेसे स्पष्ट करते.

न्यायमूर्ती नरिमन आणि न्यायमूर्ती ललित या दोन न्यायमूर्तींनी थोडे वेगळे धाडस केले आहे. स्टेट ऑफ बॉम्बे विरुद्ध नरसू अप्पा माळी या निकालपत्रात 'व्यक्तिगत कायदा हा घटनेतील मूलभूत हक्कांच्या कक्षेबाहेरील विषय असून, त्यामध्ये न्यायालयाला हस्तक्षेप करता येणार नाही', या हायकोर्टाच्या निकालाचा संदर्भ घेत न्यायमूर्ती म्हणतात, 'हा निकाल मानल्यास या कोर्टाने हाताची घडी घालावी आणि मुस्लीम स्त्रियांना सुधारणा हवी असल्यास कलम २५ (२) अंतर्गत कायदा करण्यासाठी संसदेकडे जाण्यास सांगावे, असा अर्थ निघतो.' पण असे न करता न्यायमूर्तींनी तिहेरी तलाकमुळे मूलभूत अधिकारांचे हनन होते का, याची तपासणी केली आहे. या आधारे निकाल सादर करताना ते म्हणतात, 'तिहेरी तलाक हा मुस्लीम पुरुषांचा लहरी आणि मनमानी कारभार दर्शवितो. कोणत्याही संवादाला संधी देत नाही. यामध्ये कलम १४ अन्वये मूलभूत अधिकारांचे हनन होते. त्यामुळे याचा आधार असणारे १९३७ कायदा कलम २ तिहेरी तलाकपुरता बेकायदा आहे. आम्हाला ॲटर्नी जनरल आणि इतरांनी केलेल्या मागणीप्रमाणे तलाक प्रकरणात भेदाभेदाचा आधार तपासायची गरज वाटत नाही', असे म्हटले आहे.

३९५ पानी निकालपत्र कुरआन, हदीसचे दाखले, विचारवंतांच्या लिखाणाची विपुल अवतरणे, अनेक कोर्टांचे निकाल, जगभरातल्या इस्लामी देशात झालेल्या सुधारणा, आंतरराष्ट्रीय कन्व्हेनशन आणि कायदे असे अनेक आधार घेत केलेल्या

मांडणीमुळे समृद्ध झाले आहे. अत्यंत महत्त्वाचे मुद्दे चर्चेत उपस्थित झाले आहेत. देशातही यानिमित्ताने वैचारिक घुसळण झाली; पण सर्वसामान्य जनतेला मात्र एकांगी बाजू पटविल्यामुळे सामाजिक विभागणी अधिक तीव्र झाल्याचे दिसते. राजकीय ध्रुवीकरणात कोणाला किती फायदा झाला? नेमक्या पीडित मुस्लीम स्त्रियांना या निकालातून काय मिळाले?

ज्यांना लग्नसंबंधात स्त्री-पुरुष समानता हवी आहे. त्यांच्यासाठी स्पेशल मॅरेज ॲक्ट १९५४चा पर्याय उपलब्ध आहे. या कायद्याचा आधार घेतल्याने कोणाचीही धर्मश्रद्धा संकटात येत नाही, असा एक पर्याय जमीयत ए उलेमा हिंदने कोर्टासमोर मांडला आहे. अर्थातच त्यामुळे कोर्टाने 'तिहेरी तलाक' प्रश्नात लक्ष घालू नये, हे ओघाने आलेच. दुसरे, मुस्लीम कायदा म्हणजे स्त्री-पुरुषांमध्ये होणारा करार आहे. (मुघल काळात लग्नाच्या वेळी असा लग्न करार म्हणजे 'निकाहनामा' करताना वधू आपल्या हितरक्षणासाठी वराकडे उचित अटी घालत असे; पण नंतर ही प्रथा मागे पडली. निकाहनामाची तरतूद शरीयतमान्य असल्याने प्रचलित नसली तरी अस्तित्वात आहे.)

मुस्लीम स्त्रियांनी योग्य निकाहनाम्याचा आग्रह धरला, म्हणजे निकाहनाम्यात तलाक, संपत्ती हक्क, व्यक्तिगत अधिकार अशा गोष्टी अंतर्भूत केल्या तर स्त्रियांना अधिकार रक्षणाची हमी मिळू शकते. अशा प्रकारच्या निकाहनाम्यासाठी आम्ही प्रयत्न करू; पण त्याबदल्यात कोर्टाने शरीयत कायद्यात म्हणजे तिहेरी तलाकमध्ये हस्तक्षेप करू नये, अशी भूमिका ऑल इंडिया मुस्लीम पर्सनल लॉ बोर्डाने घेतली. हे दोन्ही पर्याय आदर्श दिसत असले तरी अशा हितरक्षणाचा प्रत्यक्षात वापर करण्यास मुस्लीम स्त्रिया असमर्थ आहेत. काही अपवाद जरूर घडतील. दूरवर दिसणारे सुंदर पर्याय समोर आले, तरी यातून मुस्लीम स्त्रियांना कोणताही प्रत्यक्ष लाभ दिसत नाही. मुस्लीम स्त्रियांनी उपस्थित केलेल्या लैंगिक समानता, अन्याय, सुरक्षा किंवा आत्मसन्मान अशा सर्व विषयांना कोर्टाने बेदखल केले.

कुरआनला मान्य नसलेला 'तलाक ए बिद्दत' अवैध घोषित केला. हा 'विजय' मुस्लीम स्त्रियांना 'तलाक ए बिदा'ऐवजी 'तलाक ए अहसन' म्हणजे तीन महिन्यांनी लागू होणाऱ्या तलाकपर्यंत पोहोचवतो. म्हणजे आता रागाच्या भरात वा एसएमएसने तत्काळ तलाक होणार नाही. निदान तीन महिन्यांपर्यंत पुरुषाला संयम ठेवावा लागेल. पण मुस्लीम पुरुष तीन महिन्यांसाठी संयम बाळगायला शिकला तर पुढे काय? तिहेरी तलाकला ही 'टांगती तलवार' म्हटले जाते; तर ही तलवार खात्रीने तीन महिने पडणार नाही, इतके निश्चित आश्वासन देशाने 'आ' वासून वाट पाहिलेल्या

निकालाने मुस्लीम स्त्रीला मिळाले आहे! मुस्लीम स्त्रियांच्या स्वातंत्र्यावर कोसळलेल्या दरडीतला मोठा दगड हटला याचा आनंद मुस्लीम स्त्रियांनी पेढे भरवून साजरा केला; म्हणूनच पंतप्रधान मोदींनी मुस्लीम स्त्रीला समानता मिळाल्याचे ट्विट केले. त्यांना हा निर्णय ऐतिहासिक वाटला.

न्यायमूर्ती खेहर, अब्दुल नझीर आणि कुरियन या तिघांनी शरीया कायद्याला घटनात्मक संरक्षण असल्याचा निर्वाळा दिला आहे. शरीयत असंविधानिक घोषित करण्याची मागणी फेटाळून लावली आहे. धार्मिक कायदा मूलभूत हक्कांच्या आड येत नाही, असे सांगून त्यात हस्तक्षेप करण्यास नकार दिला आहे. यापूर्वीसुद्धा अशा प्रकारची मागणी करत सुप्रीम कोर्टात दाखल झालेल्या दाव्यांना फेटाळून लावण्यात आले आहे. या वेळी केवळ तिहेरी तलाक इतकाच विषय होता.

न्या. कुरियन यांनी थोडीशी वेगळी भूमिका घेत तिहेरी तलाक अवैध ठरवल्याने निदान हा निसटता विजय मिळाला आहे. न्यायमूर्ती जोसेफ आणि ललित यांनी कलम १४चा आधार घेत तिहेरी तलाक मनमानी म्हणून अवैध ठरवला आहे; पण शरीयत कायदा संविधानात अबाधित राहिला आहे. याचा अर्थ, कलम २५ हे शरीयत कायद्याचे कवचकुंडल बनले आहे. घटनेतील २५वे कलम धर्मस्वातंत्र्य, त्याचे पालन, आचरण, प्रचार, प्रसार याची मुभा नागरिकांना देते. त्यामुळे यासंदर्भातील सुधारणेसाठी कोर्टाचा पर्याय जवळपास समाप्त होताना दिसतो.

सुधारणा हवी असल्यास सर्वच न्यायमूर्तींनी संसदेने कायदा करण्यास सूचवत आपली बाजू स्पष्ट केली आहे; पण केंद्रीय कायदेमंत्री रविशंकर प्रसाद यांनी कायद्याची गरज नसल्याचे सांगितले. म्हणजे, जितकी राजकीय कमाई करायची होती, ती झाली, असा तर याचा अर्थ नाही? कोर्टाने समान नागरी कायद्याचा प्रश्न निदान आपल्यातर्फे निकाली काढला. समान नागरी कायदा संसदेत पारित करण्याचे आव्हान मोदी सरकार स्वीकारणार आहे का, हा खरा प्रश्न आहे.

मुस्लीम स्त्रियांची यापुढची वाट अत्यंत बिकट आहे. ज्या पुरुषांच्या सोबत त्यांना आयुष्य घालवायचे आहे, ज्या धर्मात श्रद्धेने आणि शरीयतला बांधील राहून त्यांना जीवन व्यतीत करायचे आहे, त्याचे भान मुक्त आणि धाडसी स्त्रियांना जाणवत नसले तरी सामान्य स्त्रीला याची चांगली जाणीव आहे. यापुढे बदलाचा खडतर मार्ग विचारवंत आणि चळवळींसाठी आव्हान आहे. याची त्यांनी जबाबदारी स्वीकारायला हवी. इस्लामिक 'फिकाह' म्हणजे धार्मिक कायद्याचा मुळातून अभ्यास करावा लागेल. हनफी, शाफी, हंबाली आणि मलिकी कायदे शाखांनी सुधारणेसाठी 'इज्मा', 'इज्तेहाद', 'कियास', 'इस्तेहसन', 'राय' आणि 'अक्ल' अशा अत्यंत उपयुक्त

सिद्धान्ताची रचना केली आहे. कुरआन, हदीस आणि इस्लामिक कायदाप्रणालीत नवे अन्वयार्थ शोधण्याला पुरेसा वाव आहे. यासाठी धर्माचे रॅशनलायझेशन आणि लिबरेशन थिऑलॉजीचा वापर करावा लागेल.

उदाहरणार्थ – कुरआन अल्लाहचा शब्द आहे आणि विश्व अल्लाहची निर्मिती आहे. त्यामुळे कुरआनची आयत आणि वैज्ञानिक सिद्धान्त यामध्ये अंतर्विरोध संभवत नाही, असा सिद्धान्त सर सय्यद अहमद खान यांनी मांडत आधुनिकतेशी जोडून घेतले. मौलाना आझाद यांनी इस्लामची मूलतत्त्वे अपरिवर्तनीय आहेत; पण शरीया परिवर्तनीय आहे. तो स्थळ, काळ आणि प्रसंगानुरूप बदलू शकतो, वगैरे मांडणी करून भारतीय घटनेशी संवाद निर्माण करण्याचा प्रयत्न केला. कम्पोझिस्ट नॅशनॅलिझमपर्यंत मुस्लिमांना नेले.

आज ९८ टक्के मुसलमान शरीयतशी संबंधित नसलेल्या कायद्यांना मानून जगतात. आजच्या शरीयत कायद्याची जन्मकहाणी तरी किती जणांना माहीत आहे? पण मुस्लीम स्त्रियांना आणि पुरुषांना एकत्रितपणे आधुनिक जगाशी आणि जीवनाशी जुळवून घ्यायचे आहे, त्याचबरोबर आपल्या धर्मश्रद्धा, पवित्र कुरआन, हदीस आणि शरीया यांचीही जपणूक करायची आहे. हे एक मोठे आव्हान जरूर आहे, पण समाजबाह्य शक्तींवर अधिक विसंबून स्वत:च्या कार्यभागाचा विसर पडला तर नुकसान निश्चित आहे.

ज्यांना एक देश, एक कायदा आणि एकाच पक्षाची सत्ता स्थापन करायची आहे, ते आपल्या लक्ष्यापर्यंत पोहचण्यासाठी अशा मुद्द्यांचा वापर करतील. संधिसाधू आणि लाचार मुसलमान त्यांच्या गळाला लागतील.

धर्मनिरपेक्ष पक्षांना उभारीसाठी आता दुटप्पीपणा सोडावा लागेल. डाव्यांना देव शहाणपण देणार नाही. त्यांना कोणी शहाणपण सांगितलेले आवडत नाही. स्वत:च्या अस्तित्वासाठी आता त्यांनाच मार्ग शोधावा लागेल.

कायदा की द्वेषबुद्धी

'मुस्लीम विमेन (प्रोटॅक्शन ऑफ मॅरेज) बिल–२०१७' हे विधेयक मोदी सरकारने आवाजी मतांनी लोकसभेत २८ डिसेंबर २०१७ रोजी एकाच दिवसात मंजूर केले. विरोधकांनी सुचवलेले बदल अव्हेरून विधेयक राज्यसभेत चर्चेसाठी पाठवण्यात आले. कायदेमंत्र्यांनी हा कायदा स्त्रियांच्या हक्क आणि न्यायासाठी मंजूर केला जात आहे; प्रार्थना, कर्मकांड किंवा धर्म यांच्यासाठी नाही, असे सांगितले.

यापूर्वी सर्वोच्च न्यायालयाने 'तिहेरी तलाक' बेकायदा घोषित केला होता. तरीही तिहेरी तलाकची प्रथा थांबली नाही. 'स्त्रियांच्या छळवणुकीविरोधात धाक

बसवण्यासाठी क्रिमिनल प्रोसिजर कोड १९७३ कायद्यांतर्गत मुस्लीम पुरुषाला कमाल तीन वर्षांपर्यंतची शिक्षा आणि हा गुन्हा अजामीनपात्र ठरवण्याची तरतूद आहे', असे या कायद्याचा 'उद्देश आणि कारण'मध्ये म्हटले आहे; म्हणजे आता मुस्लीम स्त्रीला तक्रार करण्यासाठी कोर्टाऐवजी पोलिसांकडे जावे लागेल. पुरुषाला जामिनासाठी कोर्टाची पायरी चढावी लागेल. तिहेरी तलाकनंतर 'न्याया'साठी दाद मागणाऱ्या मुस्लीम स्त्रीची मोठीच गोची होईल, कारण तलाक दिला गेला हे सिद्ध करण्याची जबाबदारी तिच्यावर असेल.

सरकारच्या पहिल्या कायद्यात एकूण सात कलमे होती. त्यांपैकी तिसऱ्या कलमाने मौखिक, लिखित अथवा इलेक्ट्रॉनिक प्रसारमाध्यमांद्वारे दिलेला कोणताही तिहेरी तलाक अवैध ठरवला आहे. चौथ्या कलमात एकतर्फी तलाक ३ वर्षांपर्यंत दंडनीय गुन्हा ठरवला गेला आहे. पाचव्या कलमाने न्यायाधीशांना स्त्री व अवलंबित मुलासाठी पोटगी मंजूर करण्याचा अधिकार आहे. सहाव्या कलमामध्ये मुलाचा ताबा स्त्रीला देण्याची तरतूद आहे. शेवटी सातव्या कलमाने तिहेरी तलाक फौजदारी गुन्हा ठरवून तो दखलपात्र आणि अजामीनपात्र ठरवण्यात आला आहे. या कायद्यातील चौथे आणि सातवे कलम वादग्रस्त ठरले.

वास्तविक, १९३९च्या कायद्याने मुस्लीम महिलेला कोर्टात जाण्याचा अधिकार आहे. आता पोटगीची तरतूदसुद्धा आहे. घरगुती हिंसाचार कायद्यांतर्गत स्त्रियांना फौजदारी करण्याची सोयसुद्धा आहेच. तरीही तिहेरी तलाक कायदा करण्याला मुस्लिमांचा विरोध नाही; पण मुस्लीम पुरुषाला गुन्हेगार ठरवण्यामागे हेतू काय? गाईच्या नावे खाण्यापिण्याच्या हक्कावर गदा आणली. त्यातून अनेक मुस्लीम कुटुंबांवर बेरोज़गारीची कुऱ्हाड कोसळली. त्यापायी देशभर हिंसाचार माजवला गेला. आता, मुस्लीम स्त्रियांच्या हितरक्षणाच्या उद्देशाआडून मुस्लीम कुटुंबातच बेदिली पसरविण्याचा हा कुटिल राजकीय डाव तर नाही? अशी तीव्र शंका मुस्लीम समाजात आहे.

कायदेतज्ज्ञ फैजान मुस्तफा यांच्या मतानुसार कायद्यातील शिक्षेची तुलना इस्लामी देशांशी करणे चुकीचे आहे. आपली कायदा व्यवस्था आधुनिक मूल्ये आणि कायदा प्रणालींवर आधारलेली आहे; पण सुधारणेला संधी असूनही दुर्दैवाने भाजप सरकारने हा कायदा प्रतिगामी इस्लामी देशांच्या धर्तीवरच केला आहे.

तिहेरी तलाकबद्दल खूप गैरसमज आहेत. त्यासंदर्भातली आकडेवारी डोळे उघडायला लावणारी आहे. तलाक एक व्यापक प्रश्न आहे. येथे विचार केवळ तिहेरी तलाकचा होत आहे. भारतीय मुस्लीम महिला आंदोलनाच्या सर्वेक्षणाप्रमाणे एकूण तलाक प्रकरणात एकतर्फी घटस्फोटाचे प्रमाण ११७ मागे १ आहे. २०११च्या

जनगणनेप्रमाणे मुस्लीम स्त्रियांमध्ये एकूण तलाकचे प्रमाण ०.४९ टक्के आहे. हे सर्व एकतर्फी तलाक नाहीत. फैजान मुस्तफा यांनी दाखवून दिल्यानुसार १५ राज्यांत पर्सनल लॉ बोर्डाची 'शरीया कोर्ट' चालतात. या कोर्टात झालेल्या १ हजार २५२ घटस्फोटांपैकी फक्त १६ एकतर्फी होते. म्हणजे तिहेरी तलाकचे प्रमाण केवळ १.२८ टक्के भरते; म्हणजे एकतर्फी तलाक हा प्रश्न मूळ हिमनगाचे केवळ एक टोक आहे. मूळ तलाकच्या गंभीर प्रश्नावर काम न करता केवळ तिहेरी तलाकवर डंका पिटून मुस्लीम स्त्रियांचे भले होणार नाही.

मुळात सरकारचा कायदा अंतर्विरोधांनी भरलेला होता. तिहेरी तलाक कायद्याने अवैध आहे. या कायद्याने लग्न करार समाप्त होत नाही; म्हणजे मुस्लीम पुरुषाला लग्न कायम ठेवून ३ वर्षे तुरुंगात काढावी लागतील. पती तुरुंगात असताना पत्नी आणि मुलांचे संगोपन कोण करणार? शिक्षा भोगून परतल्यानंतर आपल्याला तुरुंगात पाठविणाऱ्या पत्नीशी संबंधित पुरुषाचा संसार सुरळीत कसा होणार? अशा धाकानी तलाक तर थांबणार नाहीतच; पण संसारही नीट होणार नाहीत. मग या कायद्याला नेमके काय साध्य करायचे आहे? सरकारला मुस्लीम स्त्रियांच्या घटस्फोटाची समस्या सोडवण्यात रस आहे की, द्वेषबुद्धीने मुस्लीम पुरुषांना शिक्षा देण्यात?

'हा पाशवी बहुमताने मंजूर केलेला कायदा असून, मुस्लीम पुरुषांना गुन्हेगार ठरवण्यासाठी आम्ही सुप्रीम कोर्टात गेलो नव्हतो', असे ज्येष्ठ विधिज्ञ इंदिरा जयसिंग यांनी स्पष्टपणे म्हटले आहे.

या प्रतिक्रियेतील पहिला पक्ष फारच महत्त्वाचा आहे. डॉ. आंबेडकर अल्पसंख्याकांच्या प्रश्नावर अत्यंत गंभीर होते. त्यांनी 'स्टेट अँड मायनॉरिटी' या पुस्तिकेत एससी व एसटी यांनासुद्धा अल्पसंख्य संबोधले आहे. त्यांच्या मते, भारतीय बहुमत राजकीय नाही. ते जातीय आहे (आता धार्मिकसुद्धा). संसदेच्या भरवशावर अल्पसंख्याकांना ठेवणे डॉ. आंबेडकरांना धोक्याचे वाटत होते; म्हणून त्यांनी स्टेट सोशियालिझमपासून अनेक घटनात्मक तरतुदींचा आग्रह धरला होता; पण त्यांच्या सूचनांना कोणी दाद दिली नाही. 'अल्पसंख्याकांचा विचार आणि हितसंबंध आत्मसात करून बहुमत मागणार नसेल तर लोकशाही म्हणजे जातीय बहुसंख्याकांची अल्पसंख्याकांवरील हुकूमशाही असेल', हे डॉ. आंबेडकरांचे भाकीत आज खरे ठरत आहे. संसदेची बौद्धिक आणि तात्त्विक पातळी तीव्रतेने खालावते आहे. ही आजच्या लोकशाहीची शोकांतिका आहे.

दुर्दैवाने विरोधी पक्ष नुसतेच कमकुवत नाही, तर ते बौद्धिक पातळीवर विकलांगही बनलेले आहेत. त्यांच्या प्रतिक्रिया बोलक्या आहेत. काँग्रेसने अत्यंत सावध भूमिका

घेत कायद्याला पाठिंबा दिला आहे; पण तत्पूर्वी संसदेच्या स्टँडिंग कमिटीकडे पाठविण्याची मागणी केली. एनडीए, घटक पक्ष, बिजू जनता दल यांनी कायद्यात त्रुटी असल्याचे म्हटले आहे. आरजेडीने विरोध दर्शवला आहे. कायदा फक्त हिंदू धर्मवेड्यांना खूश करणारा आहे, अशी टीका समाजवादी पक्षाने केली आहे. 'मुस्लिमांशी चर्चा न करता कायदा लादण्याची प्रक्रिया गैर आहे', असे वृंदा करात यांनी म्हटले आहे.

ऑल इंडिया पर्सनल लॉ बोर्डाने लोकशाही मार्गाने या कायद्यात बदल, सुधारणा किंवा कायदा रद्द करण्याचा प्रयत्न करणार असल्याचे म्हटले आहे. सुप्रीम कोर्टात कायद्याला आव्हानसुद्धा देण्याची शक्यता व्यक्त करण्यात आली आहे.

एकंदर हा राजकीय तमाशा चालूच राहील आणि या गदारोळात मुस्लीम महिलांच्या सक्षमीकरणाचे, विकासाचे, शिक्षणाचे, आरोग्याचे प्रश्न दुर्लक्षित होत राहतील. त्यामुळे मुस्लीम महिलांनी त्यांच्या मुक्तीसाठी अशा कायद्यावर विसंबून न राहता, विवेकाने आणि संघटितपणे काम करण्याची अधिक गरज आहे.

कायद्याची घाई का?

कायद्याचा बडगा उगारून, व्यवस्थेचा धाक घालून सामाजिक समस्या संपवण्याची 'थिअरी' कायदा व्यवस्थेत चुकीची सिद्ध झाली आहे. काही देशांनी फाशीची शिक्षा रद्द केल्याने खून करण्याचे प्रमाण वाढलेले नाही किंवा फाशीची शिक्षा अस्तित्वात आहे म्हणून खुनाचे प्रमाण घटलेले नाही. सती, बालविवाह, बहुपत्नीत्व हे सारे कायद्याच्या धाकाने नव्हे तर शिक्षण, प्रबोधन आणि एकंदर सामाजिक परिवर्तनामुळे घटले आहे.

हिंदू कायद्यात सुधारणा करण्यासाठी १९४१मध्ये 'हिंदू कायदा सुधार समिती' बनवली गेली. त्यानंतर हिंदू कोड बिल १९५५मध्ये सादर झाले. तरीही विरोध झाल्याने अनेक बदल, तडजोडी करून तीन तुकड्यात कायदा झाला. वारसा हक्कात हिंदू स्त्रियांना समान वाटा देणारा कायदा तर २००५मध्ये झाला. गेली ७८ वर्षे हिंदू कायद्यात सुधारणा सुरूच आहे. मग मुस्लिमांना मात्र अंतर्गत सामाजिक सुधाराची संधी नाकारून ही अशी घाई कशासाठी?

(लेखक दीर्घ काळ डाव्या चळवळीशी संलग्नीत आहेत. बाबरी ते कणेरी, कोंडी आरक्षणाची की मुस्लिमांची, श्रीकृष्ण समिती रिपोर्ट, सच्चर समिती रिपोर्ट इत्यादी १० पुस्तकाचे ते लेखक आहेत. मुस्लीम समाजातील सुधारणावादी प्रयत्नांमध्ये सक्रिय असून 'हिंदी हैं हम, हिदोस्ताँ हमारा' या संघटनेचे ते संयोजक आहेत.)

शंकास्पद कायदा

फ्लेविया अग्नेस

वर्षभरापासून प्रलंबित असलेल्या तीन तलाकविरोधी कायद्याला एकदाची मंजुरी मिळाली. राष्ट्रपतींच्या संमतीपूर्वी पंतप्रधानांच्या अध्यक्षतेखाली कॅबिनेटने १९ सप्टेंबर २०१८ला या अध्यादेशाला हिरवा झेंडा दाखवला. नव्या कायद्यानुसार एका बैठकीत दिला जाणारा एकतर्फी तलाक गुन्ह्याच्या श्रेणीत टाकण्यात आला असून ३ वर्षांपेक्षा जास्त शिक्षेची तरतूद करण्यात आली आहे. केंद्रीय कायदेमंत्री रविशंकर प्रसाद यांनी एका पत्रकार परिषदेत ही घोषणा करत नव्या कायद्यातील मुख्य तरतुदी सर्वांसमोर ठेवल्या. यापूर्वी लोकसभेत यासंबंधी विधेयक मंजूर झालेले होते, पण विरोधकांच्या आक्षेपामुळे ते राज्यसभेत रखडले. त्यामुळे सरकारने प्रस्तावित कायद्याला सुधारित स्वरूप देऊन त्याला अध्यादेशात रूपांतरित केले. विरोधकांच्या रेट्यामुळे यात काही निवडक बदल करण्यात आले होते.

२८ डिसेंबर २०१७ला हे विधेयक लोकसभेत प्रथमच मांडले गेले. त्याचदिवशी ते मंजूर करण्यात आले. प्रस्तावित कायद्यातील तरतुदीनुसार कुठलीही अनोळखी व्यक्ती पोलिसात आरोपीविरोधात तक्रार दाखल करू शकणार होती. याचा अर्थ असा होता की, कोणीही तीन तलाकला घेऊन मुस्लीम पुरुषाला धमकावू शकत होता, हे त्याच्या पत्नीची इच्छा नसतानाही शक्य झाले असते. भाजपच्या शासनकाळात गोमांस बाळगल्याच्या संशयावरून मुस्लीम पुरुषांवर जीवघेणे हल्ले झालेले आहेत. अशा परिस्थितीत हा कायदा नवीन शक्ती म्हणून लोकांच्या हातात गेला असता तर परिस्थिती आणखीन भयावह झाली असती.

जानेवारी २०१८ला राज्यसभेत सत्ताधारी आणि विरोधक यांच्यात झालेल्या गदारोळानंतर सरकारने विधेयकात संशोधन करण्याचे स्वीकार केले. त्यानुसार सरकारने हे विधेयक काही दुरुस्त्यांसह संसदेत मांडण्याऐवजी थेट वटहुकूम काढून जनतेवर लादला. नव्या अध्यादेशानुसार पोलिसात तक्रार करण्याचा अधिकार फक्त पीडित

महिला आणि तिच्या नातेवाइकांना देण्यात आलेला आहे. या गुन्ह्याला जामीनपात्र करावा अशी मागणी केली गेली होती, पण सरकारने अध्यादेशात अजामीनपात्र अशी जुनी तरतूदच कायम ठेवली आहे. याचा अर्थ असा की, पोलीस कोणालाही तिहेरी तलाकच्या आरोपाखाली सहज तुरुंगात टाकू शकतात आणि त्याची जामिनावर सुटकादेखील होणार नाही. अशा परिस्थितीत मॅजिस्ट्रेट पतीला जामीन देऊ शकतात, पण पत्नीची बाजू ऐकून घेतल्यानंतरच हे शक्य होईल. या नव्या कायद्यातील तिसरा बदल म्हणजे, मुस्लीम दाम्पत्य आपापसात तडजोड करून समझोता करू शकतात, पण त्यात पुन्हा अशी अट आहे की, तडजोडीसाठी पुन्हा मॅजिस्ट्रेटकडे जावे लागेल.

अध्यादेश का?

सामान्य माणसाच्या मनामध्ये हा प्रश्न घर करून आहे की, भाजप सरकारला वटहुकूम आणून कायदा मंजूर करून घेण्याची इतकी घाई का झाली? अध्यादेश अशा स्थितीत आणला जातो, ज्या वेळी राष्ट्रीय आपत्ती किंवा आणीबाणीसारखी परिस्थिती देशात उद्‌भवली आहे. त्या काळात अशी कुठलीही स्थिती देशात नव्हती. मग सरकारने तिहेरी तलाकविरोधात हा वटहुकूम का आणला? लोकशाहीमध्ये कार्यपालिकांच्या शक्तींचा वापर संसद सदस्यांच्या अधिकाराला दाबण्यासाठी केला जाऊ शकत नाही. ही बाब अधिक स्पष्ट करून सांगितली तर लोकशाहीत कार्यपालिकेला सर्वांत जास्त महत्त्व आहे. भारतीय राज्यघटनेने दिलेली अशी घटनात्मक तरतूदच आहे.

मग इतक्या घाईघाईत सरकारला तलाकविरोधात अध्यादेश काढण्याची राजकीय गरज का निर्माण झाली? काही जणांना हा मुद्दा निवडणुकांशी संलग्न वाटतो; तर कोणाला वाटते की, लोकसभेच्या निवडणुकीत भाजप या मुद्द्याचे राजकारण करू शकते. कोण म्हणते की तडकाफडकी अध्यादेश आणल्याने भाजप नेतृत्व आणि एनडीएच्या घटक पक्षाला निवडणुकीत मोठा लाभ मिळू शकतो. कोणाला वाटते की, मुस्लीम महिला पंतप्रधान नरेंद्र मोदींना त्यांचा उद्‌धारक म्हणून स्वीकार करू लागतील, त्यातून मुसलमानांच्या एका मोठ्या वर्गगटाचे मतपरिवर्तन होऊन मोदींविरोधी जनभावना संपुष्टात येण्यास मदत मिळू शकेल. सध्याची स्थिती पाहता, अशा प्रकारच्या सर्व भविष्यवाणीबद्दल संशय उत्पन्न होतो.

मुस्लीम महिलांना जोपर्यंत राजकारणातून चांगला लाभ मिळण्याचे संकेत दिसत नाहीत, तोपर्यंत मुस्लीम महिला कुटुंबातील जबाबदार व्यक्तींच्या विरोधात जाऊन त्या पक्षाला आपले मत देणार का? आणि त्यातही जो पक्ष मुस्लीमविरोधी मानला जातो, अशा धर्मवादी पक्षाला मुस्लीम महिला कसे काय निवडून देऊ

शकतील? दुसरा महत्त्वाचा मुद्दा असा की, हा कायदा मुस्लीम महिलांना नवीन असे काय देणार; जो सध्याच्या राजकीय व्यवस्थेत नाहीये.

नव्या कायद्यातील काही प्रमुख मुद्दे असे आहेत, ज्यावर राज्यसभेत विरोधकांच्या झालेल्या जोरदार खडाजंगीनंतर संशोधन करण्यास सरकार सहमत झाले होते. विरोधी पक्षाने मागणी केली होती की, विधेयकातील तरतुदींचा सूक्ष्म अभ्यास करण्यासाठी त्याला स्टँडिंग कमिटीकडे पाठविण्यात यावे, पण सरकार या वेळी विरोधकांना डावलण्यात व्यस्त होते.

भरण-पोषणाचं काय?

सरकारच्या नवीन कायद्यातून काही जुनेच प्रश्न पुन्हा त्याच अवस्थेत समोर आले आहेत. हा कायदा मुस्लीम विवाहाचे संरक्षण करू शकेल का? नवा कायदा मुस्लीम महिलांच्या आर्थिक अधिकारांचे जतन करू शकणार का? तसेच तलाकपीडित मुस्लीम महिलेच्या डोक्यावर हक्काचे छप्पर असेल अशी शाश्वती सरकार देऊ शकेल का? जे सध्याच्या इतर व्यवस्थेवर निर्धारित आहे. हा कायदा एखादी जादूची कांडी आहे का, ज्यातून मुस्लीम महिलांची एकतर्फी तलाकपासून तयार झालेल्या समस्यांपासून सोडवणूक होऊ शकेल.

याउलट, सरकारचा कायदा मुस्लीम महिलांच्या हालअपेष्टांना कमी न करता त्यांना वाढवणार आहे; कारण जेव्हा पती तिहेरी तलाक दिल्याच्या आरोपावरून तुरुंगात टाकला जाईल, तेव्हा त्याच्या पत्नी आणि मुलांची काळजी कोण घेणार? अशा वेळी पत्नी आपले लग्नही वाचवू शकणार नाही. वैवाहिक संबंधात वाद उत्पन्न झाल्यास पत्नीचे अंतिम ध्येय पतीला जेलमध्ये पाठवावे, हे असू शकत नाही.

मला वाटते की, सरकारचे गणित इथे चुकले आहे. एखाद्या अडाणी मुस्लीम महिलेला तिच्या घरातून बेघर करण्यात आले, ती कसे काय आपल्या नवऱ्याविरोधात खटला लढू शकेल? तसेच ती त्या अवस्थेत खटल्यासाठी पैसा कुठून आणणार? ती एकटीच इतका मोठा गंभीर गुन्हा कसे काय सिद्ध करू शकणार? सर्वांत महत्त्वाची बाब म्हणजे या शिक्षेतून त्या पीडित महिलेला काय मिळणार? पतीला तीन, सात किंवा १० वर्षांची शिक्षा देऊन हे सुनिश्चित केले जाऊ शकत नाही की तिच्या मुलांचे पालनपोषण व्यवस्थित होईल; कारण त्यांना खायला कोण घालणार? त्या मुलांच्या शिक्षणासाठी आणि कपडालत्त्यासाठी पैसा कोण देणार? गरीबच नाही तर कुठल्याही महिलेची हीच पहिली चिंता असेल की, तिचे व तिच्या अपत्याचे भरणपोषण कसे होईल.

कुठल्याही महिलेची इच्छा असते की तिचे लग्न अबाधित राहावे, अशा वेळी

तिचे वैवाहिक संबंध सपुष्टात न आणता त्याला टिकवण्यासाठी प्रयत्न केला पाहिजे. तिचे भरणपोषण कसे होणार हे निश्चित केले पाहिजे. तिहेरी तलाकला गंभीर गुन्हा घोषित करावा हा हेतू बिलकूल असू नये. कौटुंबिक हिंसाचार कायद्याअंतर्गत असलेल्या या समस्येचे समाधान शोधता येऊ शकते. सायराबानो विरुद्ध भारत सरकार प्रकरणात सुप्रीम कोर्टाने दिलेल्या निर्णयाचा संदर्भ घेऊन तिहेरी तलाकला आव्हान देण्यापेक्षा पीडित महिलेला किमान पातळीवर तिचे अधिकार मिळू शकतील, यासाठी प्रयत्न करावा लागेल. कुठल्याही परिस्थितीत त्या महिलेला तिचे घर आणि भरणपोषणापासून वंचित ठेवता कामा नये.

सुप्रीम कोर्टाने आपल्या मर्जीप्रमाणे 'तलाक, तलाक, तलाक' बोलण्यास अमान्य केले आहे, अशा परिस्थितीत कायदेतज्ज्ञ या संभ्रमात अडकले आहेत की, जो अमान्य आहे, त्याला कायदेशीर गुन्हा कसे काय ठरविता येऊ शकते? मुळात हे कायद्याच्या कसोटीवर कसे काय टिकाव धरू शकणार?

सद्य:स्थितीत उत्तर भारतातील जवळजवळ सर्वच राज्यांत गोरक्षकांकडून मुसलमानांविरोधात मॉब लिंचिंगच्या घटना वाढत आहेत. देशाचे पंतप्रधान हत्यांच्या या घटनांवर मौन बाळगून आहेत. देशात 'लव्ह जिहाद'चे भूत उभे करण्यात आले. त्याचा वापर हिंदू महिलेशी लग्न करणाऱ्या मुस्लीम पुरुषाला जीवे मारण्यासाठी केला गेला. आधी दहशतवादाचा आरोप ठेवून मुस्लीम पुरुषांना मोठ्या कालावधीसाठी तुरुंगात कोंबले जात होते. आता हा नवा कायदा मुस्लीम पुरुषांना स्थानिक गुंड आणि पोलिसांकडून भय दाखवणे, त्यांना जेलमध्ये पाठवण्यासाठी एक शस्त्र म्हणून वापरला जाऊ शकतो. या कायद्याला घेऊन सध्या एक भयंकर विनोद केला जात आहे की, 'मुसलमानांशी शत्रुत्व बाळगणारे मोदी मुस्लीम महिलांवर प्रेम करत आहेत.'

शंकास्पद याचिका

सायराबानो ही एक ३५ वर्षांची विवाहित मुस्लीम महिला आहे. २०व्या वर्षी तिचा विवाह झाला. पंधरा वर्षे ती कौटुंबिक हिंसाचाराला बळी पडली. तिच्यावर शारीरिक अत्याचार करण्यात आले. तिला तिच्या आई-वडिलांना भेटण्यापासून बंदी घातली गेली. तिच्याकडे वारंवार हुंड्याची मागणी करण्यात आली. इतकेच नव्हे तर हे सर्व सुरू असताना तिला अनेकदा सक्तीचा गर्भपात करण्यासदेखील भाग पाडण्यात आले. यामुळे तिचे शारीरिक आणि मानसिक स्वास्थ्य ढासळले. तिला तिच्या आई-वडिलांकडे पाठवून देण्यात आले. यानंतर तिच्या पतीने तिला 'तलाक'ची नोटीस पाठवली. या सर्व घडामोडींवर काही महत्त्वाचे प्रश्न उपस्थित होतात.

सायराबानोने १५ वर्षं मानसिक आणि शारीरिक छळ आणि कुचंबणा का सहन केली? नवऱ्याच्या घरात राहून तिने तिचे कायदेशीर हक्क आणि सुरक्षा मिळवण्याचे प्रयत्न का केले नाहीत? तिच्या घराजवळ असलेल्या न्यायालयात तिने नवऱ्याविरोधात दाद मागण्याचे धाडस का दाखवले नाही? भारतासारख्या धर्मनिरपेक्ष राज्यव्यवस्थेमध्ये घरगुती हिंसेपासून 'महिला संरक्षण अधिनियम-२००५' सारखे कायदे आहेत. या कायद्याअन्वये महिलांना सुरक्षा, आर्थिक संरक्षण, पोटगी, मुलांचा ताबा आणि भविष्यात हिंसेपासून बचाव अशा इत्यादी बाबींची सोय करण्यात आली आहे. तरीदेखील सायराबानोला या कायद्याअंतर्गत स्वत:चा बचाव करणे इतके अवघड आणि जिकिरीचे का ठरावे?

घटस्फोटाची नोटीस मिळाल्यानंतरदेखील तिच्याकडे दोन पर्याय उपलब्ध होते. २००२ साली 'शमीम आरा विरुद्ध भारत सरकार' या खटल्यात तीन वेळा तोंडी तलाक ग्राह्य धरला जाणार नाही, असा ऐतिहासिक निकाल आलेला होता. सायराबानोने या निकालाच्या आधारे या नोटिशीला आव्हान देऊन त्याद्वारे ती कायदेशीर सुरक्षा मिळवू शकली असती किंवा तिला या जाचक विवाहबंधनापासून मुक्ती हवी होती तर, तिला 'मुस्लीम महिला (घटस्फोट हक्क संरक्षण) अधिनियम-१९८६' अंतर्गत याचिका दाखल करता आली असती, याद्वारे ती घटस्फोट स्वीकारून, पोटगीची मागणी करू शकली असती.

आजघडीला भारतातील अनेक मुस्लीम महिला विविध कायद्यांच्या आधारे विविध न्यायालयात त्यांच्या आर्थिक, सामाजिक हक्कांसाठी याचिका दाखल करीत आहेत. यात प्रामुख्याने कौटुंबिक हिंसेविरोधात कायदा, 'मुस्लीम महिला घटस्फोट हक्क संरक्षण कायदा', तसेच 'मुस्लीम महिला पोटगी अधिकार कलम १२५' या कायद्यांची मदत घेतली जाते.

परंतु, सायराबानोच्या कायदेतज्ज्ञाने मात्र, तिच्यासाठी एक वेगळीच योजना तयार केली होती. सायराचा पती रिझवान अहमदने घटस्फोटासाठी अलाहाबाद हायकोर्टात खटला दाखल केला होता, ही केस काशीपूरला हलवण्यात यावी, अशी याचिका दाखल करण्याची सायराची इच्छा होती. त्यासाठी तिने कायदेतज्ज्ञांची मदत मागितली असती. या सर्वांना डावलून सायराच्या वकिलाने तोंडी तलाकविरोधात सर्वोच्च न्यायालयामध्ये जनहित याचिका दाखल केली. एकतर्फी तलाकमुळे मुस्लीम महिलांच्या मूलभूत अधिकारांवर गदा येत असल्याचे प्रतिपादन यात करण्यात आले आहे.

कायदेशीर पायंडा

गेल्या काही शतकातील 'मुस्लीम पर्सनल लॉ'मधील घडामोडींचा अभ्यास केला तर असे लक्षात येते की, तोंडी तलाक अवैध ठरवलेल्या अनेक खटल्यांची प्रकरणे उपलब्ध आहेत. त्यामुळे सायराबानो प्रकरणात दिल्या जाणाऱ्या निर्णयाने एक नवीन पायंडा पाडला जाणार होता. मुळातच हा प्रचार चुकीच्या माहितीवर आधारलेला होता.

२००२ साली शमीम आरा या खटल्यात सर्वोच्च न्यायालयाने एक अत्यंत महत्त्वपूर्ण निकाल सुनावला आहे. यानुसार, जर पत्नीने पतीविरोधात न्यायालयामध्ये तक्रार दाखल करून निर्वाह भत्त्यासाठी कायदेशीर कारवाई सुरू केली, तर त्याला प्रतिउत्तर अथवा प्रतिसाद म्हणून पतीला घटस्फोटाची याचिका दाखल करू शकता येणार नाही. याव्यतिरिक्त त्याचे कोणतेही जाहीर निवेदन ग्राह्य धरले जाणार नाही. अशा प्रकारच्या माध्यमांचा वापर करून पती पत्नीची आर्थिक जबाबदारी टाळू शकत नाही.

तलाकला मान्यता हवी असेल तर ती कुरआनच्या तरतुदीनुसारच असावी. तलाकचे 'जाहीर निवेदन' करणे म्हणजे, 'घोषणा करणे', 'औपचारिकपणे उच्चारणे' आणि 'निश्चित करणे.' अर्थात, दोन कौटुंबिक न्यायालये आणि अलाहाबाद हायकोर्टाचा निर्णय बाजूला ठेवून सर्वोच्च न्यायालयाने पुढील निर्णय सुनावला. 'कोणत्याही प्राचीन ग्रंथात अथवा धर्मग्रंथांमध्ये अशा प्रकारे घटस्फोटाची प्रक्रिया उद्धृत केलेली नाही. असा कोणताही धर्मग्रंथ आमच्या पाहण्यात आलेला नाही, ज्याअंतर्गत एखादा कलमा अथवा आयात म्हणून घटस्फोटाची प्रक्रिया पूर्ण केली जाते; अथवा पती पत्नीला जाहीर निवेदनाद्वारे घटस्फोट देतो आणि तो मानणे पत्नीसाठी बंधनकारक ठरते अशी कुठलीही रीत कोणत्याही धर्मांत आहे, असे आमच्या पाहण्यात आलेले नाही.'

दुर्दैवाने सर्वोच्च न्यायालयाच्या या निर्णयाला अपेक्षित प्रसिद्धी मिळाली नाही किंवा त्याची पुरेशी चर्चादेखील झाली नाही. अर्थात, सर्वोच्च न्यायालयाचा हा निकाल भविष्यात अनेक उच्च न्यायालयांनी प्रमुख आधार म्हणून वापरला; जर तलाकला अधिमान्यता हवी असेल तर कुरआनच्या तरतुदी पूर्ण करणे बंधनकारक राहील.

२००२ साली 'दगडू पठाण विरुद्ध रहीमबी पठाण' या खटल्यामध्ये निकाल देताना मुंबई हायकोर्टाच्या औरंगाबाद खंडपीठाने एकमताने रहीमबीच्या बाजूने निकाल दिला. या निकालानुसार मुस्लीम पतीला स्वतःच्या मर्जीने लग्न नाकारण्याचा कोणताही

अधिकार नाही. हा निकाल सुनावताना न्यायालयाने कुरआनमधील संदर्भ दिला. त्यानुसार पत्नीचा छळ करण्यासाठी अथवा आपल्या बेकायदेशीर मागण्या नाकारल्याबद्दल तिला धडा शिकवण्यासाठी, कोणताही पती पत्नीला तलाक देऊ शकत नाही. असे केल्यास कुरआनच्या मते, त्याने 'अनैतिक' कृत्य केले आहे, असे मानण्यात येईल.

कोर्टाच्या निर्णयानुसार जर पत्नीने तलाकच्या प्रक्रियेबाबत न्यायालयामध्ये प्रश्नचिन्ह उपस्थित केले तर, तलाकच्या सर्व प्रक्रिया ज्यात तलाक देण्याचे कारण, मध्यस्थाची केलेली नेमणूक, दोन्ही पक्षांमध्ये समेट घडवण्याचे झालेले प्रयत्न, या सर्व प्रक्रिया सिद्ध करणे पतीवर बंधनकारक राहील. त्यामुळे तोंडी तलाक अथवा तलाकची नोटीस हे घटस्फोट मिळवण्यासाठी पुरेसे आणि ग्राह्य धरले जाणार नाही.

२००४ साली 'नजमूनबी विरुद्ध सिकंदर रेहमान' या खटल्यात निकाल सुनावताना मुंबई उच्च न्यायालयाने हीच बाजू उद्‌धृत केली होती. या निकालानुसार मुस्लीम पतीला आपल्या मर्जीने स्वतःचे लग्न संपवण्याचा एकतर्फी अधिकार नाही. तलाक देण्यामागचे वैध कारण देणे पतीसाठी बंधनकारक राहील. केवळ इच्छा झाली, म्हणून तो तलाक देऊ शकत नाही. मुस्लीम कायद्यानुसार मध्यस्थांबरोबर केलेल्या तलाकपूर्व वाटाघाटी बंधनकारक राहतील.

२००७च्या 'दिलशाद बेगम पठाण विरुद्ध अहमदखान पठाण' या खटल्यात पतीने साक्षीदारासमोर 'तलाक' शब्द उच्चारून पत्नीला घटस्फोट दिला होता. मुस्लीम कायद्याला ग्राह्य धरून कोर्टाला त्याची बाजू गृहीत धरावी लागली. त्यामुळे सत्र न्यायालयाने ४०० रुपयांची पोटगीची केलेली शिफारस धुडकावण्यात आली. अर्थात, यानंतर मुंबई हायकोर्टाने एक वेगळाच मुद्दा उपस्थित केला; जरी पतीने मस्जिदीमध्ये साक्षीदारासमोर तलाक जारी केला, तरी याला वैध आणि कायदेशीर तलाक म्हणता येणार नाही; कारण वैध तलाक मिळवण्याचे इतर कोणत्याही निकषात तलाक देण्यामागचे स्पष्टीकरण, मध्यस्थाची नियुक्ती, समेट घडवण्यासाठी करण्यात आलेले प्रयत्न, याची पतीने पूर्तता केलेली नाही. या निकषांची पूर्तता न केल्याने हा विवाह तोडण्याची गरज आहे, हा प्रतिवाद सिद्ध होत नाही; यानंतर समेट घडवला गेला. जर पतीने पत्नीला नांदवण्यामध्ये असमर्थता दाखवली अथवा पत्नीला निर्वाह भत्ता देण्यास नकार दिला, तर यानंतर पतीला आपल्या नावावरील एकतृतीयांश जमीन पत्नीच्या नावावर करावी लागेल. यांपैकी कोणत्याही अटीची पती पूर्तता करू शकला नाही, त्यामुळे न्यायालयाने हा तलाक अवैध ठरवला.

२००७ साली रियाझ फातिमा विरुद्ध मुहंमद शरिफ या खटल्यामध्ये पतीने असा दावा केला की, त्याने त्याच्या पत्नीला तलाक दिल्यामुळे ती पोटगीसाठी पात्र

ठरत नाही. त्याने तलाकला मान्यता दर्शवणाऱ्या फतव्याची एक कॉपी न्यायालयापुढे सादर केली. त्याच्या लहान मुलाचे पितृत्व स्वीकारण्यासही त्याने असमर्थता दाखवत त्याच्या पितृत्वाबद्दल शंका उपस्थित केली. दंडाधिकाऱ्याने पत्नी आणि मुलास पोटगी देण्यात यावी असा निकाल दिला. परंतु, सत्र न्यायालयाने या निकालाला स्थगिती दिली. यानंतर दिल्ली उच्च न्यायालयाने मात्र तलाक जारी करण्याची कायदेशीर प्रक्रिया सांगितली आहे. ती प्रक्रिया पुढीलप्रमाणे–

१) तलाक देण्यामागे ठोस कारण आणि भूमिका हवी. कुरआनमध्येदेखील हे बंधनकारक कलम म्हणून नमूद केले आहे. पतीकडे तलाक जारी करताना, ठोस कारण आणि ते कारण सिद्ध करणारे पुरावे असणे बंधनकारक राहील.

२) तोंडी तलाक देताना तो ज्या साक्षीदाराच्या उपस्थितीमध्ये दिला त्याची साक्ष महत्त्वाची ठरते अथवा तोंडी तलाकची वैधता धोक्यात येते.

३) तलाक टाळण्यासाठी मध्यस्थांच्या उपस्थितीमध्ये प्रयत्न करण्यात आले होते, हे पतीला न्यायालयामध्ये सिद्ध करावे लागेल.

४) पत्नीला हुंड्याची रक्कम आणि इद्दतची वेळ पूर्ण केल्याचे पुरावे न्यायालयापुढे सिद्ध करावे लागतील.

न्यायालयाच्या मते, या खटल्यामध्ये पतीने पत्नीला तलाक दिला होता हे सिद्ध करणारे पुरेसे पुरावे उपलब्ध नाहीत. पतीने एका ठरावीक दिवशी एका साक्षीदाराच्या समक्ष पत्नीला तलाक दिला, या पतीच्या विधानावर विश्वास ठेवावा, असे पुरावे उपलब्ध नाहीत. कोणत्याही मुस्लीम पतीला वरील सर्व निकषांची पूर्तता केल्यानंतरच कायदेशीर तलाक मिळवता येईल. २०१६ साली शकील अहमद शेख विरुद्ध वहिदा शकील या खटल्यातदेखील, मुंबई उच्च न्यायालयाने याच बाबींचा पुनरुल्लेख केला. तसेच तलाकच्या कायदेशीर बाबींची पूर्तता करण्यावर भर दिला. तोंडी तलाक मान्यताप्राप्त नाही, हे न्यायालयाने पुन्हा एकदा उद्धृत केले.

या सर्व खटल्यांमध्ये पीडित पत्नींनी तोंडी तलाक दिलेल्या आणि पोटगी नाकारणाऱ्या आपल्या पतींच्या विरोधात पोटगी मिळवण्यासाठी खटला दाखल केला होता. याला कारण म्हणजे मोठ्या प्रमाणावर कायदेपंडित आणि मुस्लीम महिलांच्या हक्कांसाठी काम करणाऱ्या गटांमध्ये असलेला कायदेशीर ज्ञानाचा अभाव आहे. अनेकदा तोंडी तलाक दिलेल्या पतीने पत्नीला पोटगी देणे बंधनकारक नाही, असा समज आजही प्रचलित आहे.

अधिकृत घटना खंडपीठाने डॅनियल लतीफींच्या खटल्यातदेखील असाच ऐतिहासिक निर्णय सुनावला आहे. मात्र, इतर निर्णयांप्रमाणेच हादेखील पुरेसा प्रसिद्धीस

आला नाही. वादग्रस्त शाहबानो खटल्यानंतर लागू करण्यात आलेल्या मुस्लीम वैयक्तिक कायद्याची वैधता आणि संविधानिक संरक्षण कायम ठेवत, खंडपीठाने असा निकाल दिला की, 'इद्दत' काळापर्यंतच पत्नीला पोटगी मिळण्याचा अधिकार आहे, ही बाब चुकीची आहे. तलाकनंतर पत्नी आजन्म पोटगीसाठी पात्र असते, असा निकाल या खंडपीठाकडून देण्यात आला आहे. त्यामुळे तलाकनामा सादर केलेली नोटीस न्यायालयापुढे सादर केली तर पत्नीचा पोटगीचा अधिकार रद्द ठरतो, ही माहिती अर्धवट ज्ञानावर आधारलेली आहे. अनेकदा कायदेतज्ज्ञदेखील याबाबत जागरूक दिसून येत नाहीत.

प्रसिद्धीचा खटाटोप

उपरोक्त निकालांचे अनेक संदर्भ विविध न्यायालयात उपलब्ध होते. मुस्लीम महिलांच्या बाजूने जारी करण्यात आलेल्या अनेक निर्णयांना बाजूला ठेवून चुकीचा प्रचार करण्यातच प्रसिद्धी माध्यमे धन्यता मानताना दिसून येतात; जर मुस्लीम पतीने तीन वेळा 'तलाक' हा शब्द उच्चारला तर तत्काळ ती मुस्लीम महिला तिच्या सर्व अधिकारांपासून वंचित होते. थोडक्यात, त्या महिलेचे भविष्य अंधकारमय बनते, असे चुकीचे समज प्रसारमाध्यमांकडून पसरविले जातात. या अशाच प्रकारामुळे तोंडी तलाकच्या प्रथेला आव्हान देणारी 'पहिली मुस्लीम महिला' म्हणून सायराबानोला रातोरात प्रसिद्धी देण्यात आली. धार्मिक कायद्यांमुळे मुस्लीम महिलांना होणाऱ्या जाचातून थोड्या प्रमाणात तरी संरक्षण मिळेल, असे चित्र मीडियाकडून उभे करण्यात आले.

ज्याप्रमाणे शाहबानोने पोटगीच्या हक्कासाठी कलम १२५ विरोधात कायद्याची लढाई लढली आणि ती घरोघरी माहीत झाली, त्याचप्रमाणे तोंडी तलाकच्या विरोधात दाखल केलेल्या जनहित याचिकेमुळे सायराबानो हीदेखील रातोरात नावारूपास आली. या दोघींच्या कायदेशीर बाबींमधील साम्यस्थळे शोधली तर असे लक्षात येते की, प्रसारमाध्यमांकडून या दोन्ही महिलांच्या कायदेशीर लढाईचे अवास्तव गौरवीकरण करण्यात आले आहे.

भारतातील मुस्लीम महिलांना त्यांच्या हक्कांबाबत, समाजाकडून नेहमीच अन्यायकारक अशा वागणुकीला सामोरे जावे लागते, त्यांना त्यांच्या हक्कांपासून वंचित ठेवले जाते, असे चित्र मीडियातून नेहमीच उभे करण्यात आले आहे. त्यामुळे मुस्लीम महिलांना धार्मिक कायद्यातील तरतुदींना न्यायालयामध्ये आव्हान देण्याखेरीज दुसरा कोणताही पर्याय शिल्लक राहात नाही, असेदेखील मीडियाकडून सांगण्यात आलेले आहे. मुस्लीम वैयक्तिक कायद्याच्या अस्तित्वात असलेल्या दमनकारी

स्वरूपामुळे महिलांना कौटुंबिक हिंसाचार आणि परित्याग यांचा सामना करावा लागतो, अशा वेळी राज्यघटनेअंतर्गत लागू करण्यात आलेल्या समतेच्या तत्त्वाचे पालन करण्यासाठी न्यायालयाला हस्तक्षेप करण्याखेरीज दुसरा पर्यायच शिल्लक राहात नाही, असे आभासी चित्र तयार करण्यात आले.

कोर्टाने तोंडी तलाक प्रथेला अवैध ठरवले. तर १५ वर्षे कौटुंबिक हिंसाचाराची बळी ठरलेली सायराबानो तसेच अशा अनेक पीडित बायकांना न्याय मिळेल, असा दावा केला जात होता. सायराबानो ही एक सामान्य पीडित महिला होती. कौटुंबिक हिंसाचार प्रतिबंधक कायद्याअंतर्गत तिचा खटला अभ्यासला गेला असता; पण मीडियाच्या धार्मिक उन्मादामुळे या शक्यतांचा विचार करण्याची संधी आणि अवकाश दोन्हीही उपलब्ध होऊ शकले नाही. यामागे तिची 'मुस्लीम' ही ओळख अडचणीची ठरली.

कौटुंबिक हिंसाचाराचा हा गुन्हा तिच्या 'मुस्लीम' चेहऱ्यामुळे, अधिक भडक बनवण्यात प्रसारमाध्यमांचा मोठा वाटा राहिला आहे. सायराबानोच्या बाबतीत तिचा कौटुंबिक हिंसाचाराचा मुद्दा आपोआप बाजूला फेकला गेला. ती कथित दमनकारी मुस्लीम धर्मसंस्थेची बळी कशी ठरली हे रंगवण्याला मीडियाने प्राधान्य दिले. असे केले नसते तर तिच्याकडे 'घरगुती हिंसाचाराची बळी ठरलेली एक सामान्य महिला' असेच पाहिले गेले असते. या खटल्याकडे एक 'दैनंदिन खटला' आणि 'कायदेशीर लढा' म्हणून पाहण्यात आले असते; म्हणजे अर्थातच तिला कोणतेही विशेष महत्त्व प्राप्त झाले नसते.

दुर्लक्षित कायदेशीर घडामोडी

तिहेरी तलाकला बेकायदेशीर ठरविण्यात यावे, याबद्दल अनेक कायदेपंडित आणि विश्लेषकांनी विपुल लिखाण केले आहे. परंतु, ही मागणी मांडताना आजपर्यंत विविध न्यायालये, मुस्लीम महिलांचे हक्क मिळवून देण्यासाठी, त्यांच्या बाजूने दिलेले अनेक निकाल आणि त्यांच्या कायदेशीर संघर्षाचा इतिहास मात्र पद्धतशीरपणे दुर्लक्षित केल्याचे दिसून येते. व्यक्तिगत कायद्याचे अभ्यासक झीनत शौकत अली यांच्या मते, मूळ कुराणिक कायद्यामध्ये तोंडी तलाकच्या प्रथेचा अंतर्भाव नाही, तेव्हा सर्वोच्च न्यायालयाने अधिक विलंब न लावता ही प्रथा अवैध ठरवावी. अनेकदा विविध न्यायिक निकालांनी मुस्लीम महिलांच्या हक्कांच्या बाजूने निकाल दिला आहे. तसेच तोंडी तलाकची प्रथा ही गैरइस्लामी असल्याचेदेखील वेळोवेळी सिद्ध केले आहे. मात्र, या अभ्याकांच्या लिखाणामध्ये या निकालांचे संदर्भ आढळत नाहीत.

राजकीय विश्लेषक आणि नियोजन आयोगाच्या माजी सदस्य सय्यदा हमीद,

ज्या 'स्त्री काझी' म्हणून प्रसिद्ध आहेत, त्यांच्या मते, भारतीय मुस्लिमांनी 'स्त्री काझी'ला विवाह समारंभामध्ये मान्यता देणे हादेखील एक आमूलाग्र बदल आहे. २७ एप्रिल २०१६ रोजी त्यांनी 'द हिंदू' मध्ये This reform must begin within या शीर्षकाचा एक लेख लिहिला. त्यांच्या मते, 'सर्वोच्च न्यायालयामध्ये घडणाऱ्या अथवा सुनावल्या जाणाऱ्या निर्णयांमुळे समाजमत विभागण्यापलीकडे काही परिणाम दिसून येत नाहीत.' यामुळे मुस्लीम कडवे धर्मगुरू विरुद्ध सुधारणावादी धर्मनिरपेक्ष गट अशी दरी तयार होते आणि त्यांच्या आपापसातील संघर्षामुळे मीडियाला मसालेदार आणि सनसनाटी बातम्या मिळत राहतात.

न्यूज चॅनेलवर विविध गटांमध्ये चर्चा आणि वादविवाद सुरू असतात, चॅनेलमधून हा कडवेपणा उद्धृत करण्यासाठी मुस्लीम महिला आणि पुरुषांचे ठोकळेबाज चित्रण केले जाते. यामध्ये जी बाजू जिंकते त्यालाच महत्त्व दिले जाते. मात्र, अशा वातावरण आणि चढाओढींमुळे मुस्लीम समाजांतर्गत चालू असलेल्या लोकशाहीकरणाला तसेच सुधारणावादी प्रवाहाला आळा बसतो, हे मात्र निश्चित! यामुळे मुस्लीम महिलांच्या हक्कांसाठी चर्चांद्वारे मार्ग काढण्याचे प्रयत्न निष्फळ ठरण्याची भीती निर्माण होते. संघ-परिवार तसेच विविध हिंदुत्ववादी संघटना याचा फायदा घेतात. तसेच त्यांच्याकडून मुस्लीमविरोधी भावनांचा प्रचार-प्रसार करण्याची रणनीती आखण्याची दाट शक्यता तयार होते.

सय्यदा हमीद यांच्या मते, मीडियाच्या अशा वर्तवणुकीमुळे देशात सांप्रदायिक दंगली घडवल्या जातील, अशी भीती निर्माण झाली आहे; जर असे झाले तर यातून दोन्ही समुदायांचे निरपराध नागरिक मारले जातील. तेव्हा हा धोका टाळण्यासाठी प्रयत्न करायला हवेत.

अखिल भारतीय मुस्लीम व्यक्तिगत कायदा मंडळाच्या मते, सर्वोच्च न्यायालयाला मुस्लीम वैयक्तिक कायद्याबद्दल कोणताही कायदेशीर निकाल देण्याचा अधिकार नाही, कारण हा कायदा आणि त्यातील तरतुदी या कुरआनवर आधारित आहेत. या तरतुदी संसदेने निर्माण केलेल्या नाहीत. न्यायालयाचे मुख्य काम हे संसदेच्या वतीने निर्माण करण्यात आलेल्या कायद्यातील तरतुदींचे पालन करणे आणि त्यामध्ये विसंगती आढळल्यास कारवाई करणे या स्वरूपाचे आहे; कारण याआधी शाहबानो अथवा डॅनियल लतीफी या खटल्यांमध्ये पर्सनल लॉ बोर्डाने अनेक वेळा सक्रिय हस्तक्षेप केला होता. तसेच या बोर्डाने सरकारवर १९८६चा 'मुस्लीम महिला विवाह संरक्षण कायदा' राबवण्यासाठी दबाव आणला होता. तसेच स्वातंत्र्यपूर्व

काळातील मुस्लीम विवाह कायदा बरखास्त केला जावा यामध्येदेखील बोर्डाने महत्त्वाची भूमिका बजावली होती.

वास्तविक, न्यायसंस्थेचा विरोध करण्याऐवजी बोर्डाने सुप्रीम कोर्टाला हा विश्वास द्यायला हवा की, मुस्लीम धर्मगुरू आणि धार्मिक संघटना तलाकला अवैध ठरविण्याच्या प्रक्रियेत सहभागी आहेत. तेव्हा सर्वोच्च न्यायालयातील कायदेशीर प्रक्रिया ही धर्मांतर्गत चालू असलेल्या लोकशाहीकरणाच्या प्रक्रियेला धक्का लावू शकते. अर्थात, यामागे समुदायाच्या कल्याणाचा भाव असावा, न्यायव्यवस्थेला आव्हान देण्याचा नाही.

अनुवाद–कलीम अजीम, नेहा महाजन

(लेखिका कायदेतज्ज्ञ असून मुंबई उच्च न्यायालयात त्या प्रॅक्टिसिंग वकील आहेत. त्या महिला हक्कांसाठी लढा देणाऱ्या संघटक आहेत. महिला अधिकार, घरगुती हिंसाचार, स्त्रीवादी न्यायशास्त्र आणि अल्पसंख्याक हक्क या विषयांवर त्या सातत्याने इपीडब्लू साप्ताहिकात लेखन करत असतात. मजलिस या संस्थेच्या त्या संस्थापक सदस्य आहेत.)

मुस्लीम महिला भयगंडात का?

जकिया सोमण

गेल्या काही वर्षांपासून मुस्लीम महिलांनी ट्रिपल तलाक आणि एकतर्फी जुबानी तलाकविरोधात मोहीम सुरू आहे. भारतातील लोकशाही प्रक्रिया आणि जगभरातील मुस्लीम समाजासाठी या ऐतिहासिक मोहिमेचे वेगळे महत्त्व आहे. स्त्रियांच्या या लोकशाही चळवळीमुळे सर्वोच्च न्यायालय, संसद, सरकार आणि राजकीय पक्षांना काही निर्णय घ्यावे लागले. तिहेरी तलाकविरोधात लागू केलेला 'मुस्लीम महिला विवाह अधिकार संरक्षण विधेयक-२०१७' या चळवळीचेच फलित आहे.

सदरील कायद्यावर बोलण्याआधी त्याची पार्श्वभूमी समजून घेणे गरजेचे आहे. भारतात महिलांच्या न्याय आणि समानतेच्या मुद्द्यावर अनेक वर्षांपासून राजकारण होत आलेले आहे. मग त्या हिंदू महिला असो वा ईसाई किंवा मुस्लीम स्त्रिया, सर्वांची परिस्थीती सारखीच आहे. भूतकाळात सती आणि विधवा विवाहाला घेऊन मोठे राजकारण खेळले गेलेले आहे. सबरीमला आणि अन्य मंदिरात आजही महिलांच्या प्रवेशासाठी संघर्ष सुरू आहे. या विधानात कुठलीही अतिशयोक्ती नाही की, देशातील मुस्लीम महिला पितृसत्ताक राजकारणाचा सर्वांत मोठ्या बळी ठरलेल्या आहेत.

परंपरावादी धार्मिक गटांच्या सामाजिक आणि राजकीय वर्चस्वामुळे मुस्लीम महिलांच्या विद्रोही आवाजाला नेहमीच दाबून टाकण्यात आले आहे. इतकेच नाही तर कौटुंबिक निर्णयप्रक्रियेतही मुस्लीम महिलांना कुरआन आणि भारतीय राज्यघटनेने दिलेल्या अधिकारांपासून वंचित ठेवण्यात आले आहे. ऑल इंडिया मुस्लीम पर्सनल लॉ बोर्डासारख्या पुरुषवादी शक्तींनी व्यक्तिगत कायद्याच्या दुरुस्तीला नेहमीच विरोध केलेला आहे. परिणामी देशात तोंडी तलाकची प्रथा सुरूच राहिली. महत्त्वाची बाब म्हणजे कुरआनने अशा प्रथा व परंपरांना थारा दिलेला नाही. पीडित महिला ज्या वेळी

न्यायासाठी कोर्टाचे दार ठोठावतात, त्या वेळी व्यक्तिगत कायदा मंडळ म्हणते की, 'आमच्या धर्मात हस्तक्षेप करण्याचा अधिकार न्यायव्यवस्था किंवा सरकारलाही नाही.' खरे सांगायचे तर, तोंडी तलाक स्वत:हून इस्लाममध्ये सर्वांत मोठा हस्तक्षेप आहे.

मध्यस्थांना थारा नाही

जेव्हा तिहेरी तलाक आणि हलाला सारख्या अमानवी आणि गैर-इस्लामी घटना घडतात, तेव्हा 'पर्सनल लॉ बोर्ड' गप्प राहते. जेव्हा पीडित महिला न्यायासाठी त्या प्रथेविरोधात उभ्या राहतात, त्या वेळी पर्सनल लॉ बोर्डाला अचानक धर्म आठवतो. माझ्या मते सर्वांत मोठा प्रश्न हा आहे की, पर्सनल लॉ बोर्डाला धर्माचे कंत्राट कुणी दिले? इस्लाम धर्मात अल्लाह आणि मानवात थेट नाते आहे; इथे मध्यस्थ दलालांना कुठलेही स्थान नाही. या महिला मुस्लीम असण्यासोबत देशाच्या नागरिकही आहेत, कुरआनने दिलेल्या हक्कांसोबत त्यांना एक भारतीय नागरिक म्हणून घटनात्मक अधिकारही आहेत. परंतु, देशात विधिवत मुस्लीम कायद्याच्या अभावामुळे तोंडी तीन तलाक आणि निकाह ए हलाला सारख्या गलिच्छ प्रथा जाहीरपणे पाळल्या जात आहेत.

सर्वोच्च न्यायालयाच्या आदेशानंतरही मुस्लीम पती आपल्या पत्नीला तोंडी तलाक देत आहे. इतकेच नाही तर एकदाच तोंडी तलाक देऊन एका रात्रीत महिलांना घराबाहेर काढण्यात येत आहे. २०१७च्या सुप्रीम कोर्टाच्या निकालानंतर अशी अनेक प्रकरणे समोर आली. याचा अर्थ असा की, न्यायालयाने ट्रिपल तलाकला बेकायदेशीर ठरविल्याचा कुठलाही फरक मुस्लीम महिलांच्या दैनंदिन आयुष्यावर पडलेला नाही.

पीडित महिलांना तलाक देऊन घरातून बाहेर काढल्यानंतर त्यांना तक्रारही दाखल करता येत नाही; कारण पोलीस म्हणतात, 'आम्ही कुठल्या कायद्याअन्वये खटला दाखल करून घेणार?' म्हणजे देशाला तोंडी तलाकविरोधात कायद्याची तत्काळ गरज आहे.

सरकारने १९ सप्टेंबर २०१८ला 'मुस्लीम विमेन (प्रोटेक्शन ऑफ राइट्स ऑन मॅरेज) बिल-२०१७' अध्यादेश काढून लागू केल्याची घोषणा केली. सर्व राजकीय पक्षांच्या सहमतीने हा कायदा लागू झाला असता तर बरे झाले असते. प्रस्तावित कायदा संसदेच्या दोन्ही सभागृहात सर्व पक्षांच्या संमतीने व बहुतमताने मंजूर होणे महत्त्वाचे होते, पण तसे झाले नाही; जर खरेच असे झाले असते तर हा दिवस भारतीय लोकशाही देशातील 'सुवर्णकाळ' मानला गेला असता. सुप्रीम

कोर्टाच्या निर्णयानंतर मुख्य न्यायाधीश जे. एस. खेहर यांनी म्हटले होते की, ''कायदा बनविण्याचे काम संसदेचे होते, अशा पद्धतीने कोर्टाच्या निर्णयाला पुढे घेऊन जाणे योग्य ठरणार नाही.''

कायद्याविरोधात प्रचार

विधेयकाच्या मसुद्यात सरकारने काही चांगल्या आणि महत्त्वाच्या सुधारणा केल्या आहेत. नवीन कायद्यानुसार जर एखाद्या महिलेला तोंडी तलाक दिला गेला, तर ती स्वत: किंवा तिच्या कुटुंबातील व्यक्ती तिच्या नवऱ्याविरोधात एफआयआर दाखल करू शकते; जर उभय पक्षांत तडजोड झाली तर खटला मागे घेण्याची तरतूददेखील करण्यात आली आहे. याशिवाय, पीडित महिलेला नुकसान भरपाईदेखील मिळू शकते. अशा परिस्थितीत पतीची जामिनावर सुटका करण्याचे अधिकार मॅजिस्ट्रेटला दिले आहेत; जर प्रकरण मिटत नसेल तर दोषी पतीला तीन वर्षांचा कारावास होऊ शकतो.

उपरोक्त कायदा लागू होण्याआधीच प्रतिगामी शक्तींनी त्याविरोधात प्रचार सुरू केला. नवा कायदा म्हणजे मुस्लिमांना तुरुंगात कोंबण्याचा कट आहे, अशी भीती दाखवली जात आहे. जेलमध्ये जाण्याचे इतके जर भय आहे तर चुकीचे काम करता कशाला? जर पत्नीला घटस्फोट द्यायचाच असेल तर अल्लाहने सांगितलेल्या नियमानुसार द्या, जेणेकरून त्या पीडित पत्नीला पूर्ण न्याय मिळू शकेल. चुकीच्या पद्धतीने तलाक देणारे मुस्लीम पुरुष सुधारले नाहीत तर त्यांचीही तिच अवस्था होईल जी हिंदू कायद्यात बहुविवाह आणि हुंडा घेणाऱ्या पुरुषांची होते. या देशात सर्वांना या कायद्याचे पालन करणे गरजेचे आहे. स्वत:ला अल्पसंख्याक म्हणून घरातील महिलांच्या अधिकारांना किती दिवस दाबून ठेवणार आहात? आज मुस्लीम महिला सजग झाली असून रस्त्यावर येऊन ती आपल्या हक्कांची मागणी करू लागली आहे. सरकारने लागू केलेला नवा कायदा कौटुंबिक प्रकरणात पीडित मुस्लीम महिलांना न्याय मिळवून देण्यास मदत करू शकतो.

कायद्याला का नाकारावे?

डिसेंबर २०१७मध्ये 'मुस्लीम महिला विवाह अधिकार संरक्षण विधेयक' लोकसभेत मंजूर झाले. राज्यसभेत सादर होताच त्याला विरोध सुरू झाला. देशातील मुस्लीम महिलांसाठी कौटुंबिक प्रकरणात कायदेशीर संरक्षणाच्या दिशेने हा कायदा महत्त्वपूर्ण मानला गेला. तसे पाहिले तर मुस्लीम महिलांच्या कौटुंबिक प्रकरणात विशेष म्हणजे तिहेरी तलाक प्रकरणात नेहमीच राजकारण आणि पितृसत्ताक पद्धती

वरचढ ठरली आहे. अशा अवस्थेत हा कायदा मंजूर होणे भारतीय लोकशाहीत एक महत्त्वाचा आणि ऐतिहासिक टप्पा होता.

गेल्या काही वर्षांपासून मुस्लीम महिलांनी तिहेरी तलाकविरोधात आंदोलने करून या तलाकविरोधी कायद्याला शक्य करून दाखवले आहे. सुप्रीम कोर्टात याचिका दाखल करून सामान्य महिलांनी मोठमोठ्या धार्मिक पितृसत्ताक शक्तींना खुले आव्हान दिले आहे. देशभरातील अनेक मुस्लीम महिलांनी या कायद्याचे स्वागत केले. आता प्रश्न असा आहे की, हा कायदा मुस्लीम महिलांच्या लोकशाही अपेक्षांची पूर्तता करेल का? हा नवा कायदा मुस्लीम महिलांना लैंगिक न्याय अर्थात लैंगिक समानतेकडे घेऊन जाईल का? या मूलभूत बाबींना समजून घेण्याआधी काही गटांकडून कायद्याचा विरोध करणे सुरू आहे.

कायद्याचे विश्लेषण करण्यापूर्वी वस्तुस्थिती सांगणे अत्यंत गरजेचे आहे. आश्चर्याची गोष्ट अशी की, लग्न आणि कुटुंबाशी संलग्नीत प्रकरणात आपल्या देशात मुस्लीम महिलांसोबत स्वातंत्र्याच्या ७0 वर्षांनंतरही कायदेशीर भेदभाव केला जात आहे. पुरुषप्रधान धार्मिक शक्तींसाठी हा भेदभाव नगण्य बाब आहे. देशाची राज्यघटना कौटुंबिक प्रकरणात प्रत्येक नागरिकास धर्मावर आधारित कायद्याचे पालन करण्याची संमती प्रदान करते. याच कारणामुळे देशात 'हिंदू मॅरेज अॅक्ट-१९५५', 'हिंदू सक्सेशन अॅक्ट-१९५६' आणि 'ख्रिश्चियन मॅरेज अॅक्ट' (ज्यात २000 साली संशोधन झाले) सारखे कायदे लागू आहेत. या सर्व कायद्यात संसदेने एकापाठोपाठ एक अशा सुधारणा केल्या आहेत, 'जेंडर जस्टिस'चा उद्देश पूर्ण होणे या दुरुस्त्यांचा हेतू होता. दुसरीकडे देशात मुस्लीम समाजासाठी 'शरीयत अॅप्लीकेशन अॅक्ट-१९३७' हा ब्रिटिश सरकारच्या काळापासून लागू आहे. यात अजूनही कुठल्याच सुधारणा झालेल्या नाहीत.

परिणामी देशात तिहेरी तलाक, हलाला आणि बहुपत्नीत्व सारख्या स्त्री विरोधी प्रथा अजूनही सुरू आहेत. इथे एक गोष्ट स्पष्ट करावीशी वाटते की, न्यायाचे कुराणिक मूल्य आणि घटनात्मक तत्त्व असतानाही मुस्लीम महिलांसोबत जाहीररीत्या अन्याय होत आहे. पुरुषवादी मानसिकतेच्या धार्मिक संघटनांच्या वर्चस्वामुळे मुस्लीम महिलांना त्यांच्या हक्कांपासून वंचित ठेवण्यात आले आहे. हा एक पितृसत्ताक कट असून त्यात धार्मिक संघटनादेखील सामील आहेत. इथे फक्त एका विशिष्ट राजकीय पक्षाचा मुद्दा नाही, तर या कटात सर्वच राजकीय पक्ष सहभागी आहेत. सदर कायद्याला या अनुषंगाने समजून घेण्याची गरज आहे.

तिहेरी तलाकला विरोध करणारी पहिली याचिका २०१६ साली सुप्रीम

कोर्टात दाखल झाली; पण गेल्या अनेक वर्षांपासून मुस्लीम स्त्रिया कायदा करण्याची मागणी करत होत्या. 'भारतीय मुस्लीम महिला आंदोलन' (बीएमएमए) आणि विशेषकरून तामिळनाडू आणि केरळच्या काही महिला संघटनांनी ही बाजू लावून धरली होती. त्यांनी वारंवार म्हटले होते की, कायदा आमची गरज नसून आमचा घटनात्मक अधिकारदेखील आहे.

डिसेंबर २०१२ साली मुंबईत मुस्लीम महिलांच्या एका राष्ट्रीय अधिवेशनात आम्ही तिहेरी तलाकला संपवण्याची मागणी केली होती. यासाठी आम्ही तत्कालीन पंतप्रधान डॉ. मनमोहन सिंग यांना पत्रदेखील लिहिले होते. या पत्रव्यवहारात मुस्लीम महिलांच्या विवाह संरक्षणासाठी कायद्याची गरज का आहे, याची सविस्तर मांडणी करण्यात आली. तत्कालीन उपराष्ट्रपती हमीद अन्सारी यांच्याशी आमच्या प्रतिनिधी मंडळाने दिल्लीत भेट घेऊन एक मीटिंगही केली होती. यानंतर आम्ही सातत्याने मुस्लीम महिलांच्या न्याय हक्कांसाठी आंदोलन करत आलो आहोत. अशा पद्धतीने देशात मुस्लीम महिलांच्या न्याय हक्कांची चर्चा सुरू होती. प्रकरण जेव्हा सुप्रीम कोर्टात गेले, तोपर्यंत देशात तिहेरी तलाकला विरोध करणारी एक सामान्य भूमिका जवळ-जवळ तयार झालेली होती.

१९८६ सालच्या शाहबानो सारख्या या वेळी सायराबानो एकट्या नव्हत्या. सायराबानोंना देशातील सर्व मुस्लीम महिलांचा पाठिंबा मिळत होता. इतकेच नव्हे तर देशातील सर्वच मुस्लीम महिला बहुसंख्येने सायराबानोंसोबत होत्या. हे सांगणे अतिशयोक्ती नाही की, या महिला एकजुटीमुळे सुप्रीम कोर्टाला तलाकविरोधात महत्त्वाचा निर्णय देणे शक्य झाले. घटनात्मक तरतुदी तर १९८६ सालीदेखील होत्या, तरीही कोर्टाला असा निर्णय देता आला नाही. परंतु, आता मुस्लीम महिलांनी केलेल्या तीव्र आंदोलनामुळे हा बदल शक्य झाला.

कायद्यातील महत्त्वाच्या बाबींवर लक्ष दिल्यास असे जाणवेल की, हा कायदा महिलांच्या अधिकाराचे रक्षण करतो. कायदा असे सांगतो की, जर एखाद्या पतीने आपल्या पत्नीला तिहेरी तलाक म्हणजे 'तलाक ए बिद्दत' दिले तर तो गुन्हा मानला जाईल. हा एक 'दखलपात्र' गुन्हा आहे, ज्याची शिक्षा तीन वर्षांपर्यंत आहे. हा गुन्हा सुरुवातीला अजामीनपात्र होता, आता त्यात संशोधन करून काही अटींवर आरोपीला जामीन मिळू शकतो. तसेच पीडित पत्नीला निर्वाह भत्त्याची सवलत देण्यात आलेली आहे.

डिसेंबर २०१७ला लोकसभेत हे विधेयक सादर झाले असता, अनेक खासदारांनी प्रतिक्रिया देत म्हटले की, केंद्र सरकारचे प्रयत्न कौतुकास्पद आहे. या विधेयकाला

काँग्रेस आणि इतर विरोधी पक्षाने पाठिंबा दिला. काँग्रेस आणि अन्य काही पक्षांच्या खासदारांनीही कायद्याची गरज असल्याचे मान्य करीत काही सुधारणा सूचविल्या होत्या. कायदा तयार करण्याच्या प्रक्रियेत व्यापक चर्चा-मंथनाच्या आवश्यकतेवरही त्यांनी भर दिलेला होता. असेदेखील सांगण्यात आले की, या कायद्याचा मसुदा स्टँडिंग कमिटीला पाठविण्यात यावा. संध्याकाळपर्यंत या सर्व सूचना रद्द करण्यात आल्या आणि विधेयकाला बहुमताने मंजुरी देण्यात आली. एका अर्थाने लोकसभेने हे मान्य केले की, मुस्लीम महिलांसाठी अशा प्रकारच्या कायद्याची गरज आहे.

आम्ही या कायद्याला 'लैंगिक न्याय' आणि 'लोकशाही' दृष्टिकोनातून पाहतो. या कायद्यात सुधारणांना स्थान आहे. पहिले असे की, या कायद्यात तलाकची योग्य पद्धत सांगणे गरजेचे आहे. जेव्हा हे सांगितले जाते की, तीन तलाक अवैध आहे तर मग योग्य पद्धत काय आहे, हेदेखील सांगणे तितकेच महत्त्वाचे होते. तलाक ए अहसनवर आधारित पद्धत योग्य आहे, म्हणजे तलाक देण्यापूर्वी कमीतकमी ९० दिवसांपर्यंत पती-पत्नीत संवाद, तडजोड, मध्यस्थीचे प्रयत्न व्हावेत. हिंदू मॅरेज ॲक्टमध्ये घटस्फोटापूर्वी ६ महिन्यांपर्यंत तडजोडीची कायदेशीर अट आहे. मुस्लीम विवाहातदेखील या तरतुदींची आवश्यकता आहे. जर ९० दिवसांनंतरही बेबनाव संपत नाही आणि घटस्फोट घ्यायचाच आहे, तेव्हा पत्नीला राहायला घर, निर्वाह भत्ता आणि मुलांना आसरा उपलब्ध करून द्यावा लागतो.

दुसरी सुधारणा अशी की, पती जर कायद्याचे उल्लंघन करत आहे, त्याला शिक्षा व्हावी; पण त्याचा गुन्हा अदखलपात्र म्हणजे गंभीर असावा आणि खटला दाखल करण्याचा अधिकार फक्त पत्नीला असावा. तिला वाटले तर ती खटला दाखल करेल किंवा न्यायालय नवऱ्याला तुरुंगवास तथा अन्य शिक्षा देईल. अशा सुधारणांमुळे कायद्याच्या दुरुपयोगांच्या शंकेचे समाधान मिळू शकेल. कायद्याचा उद्देश लैंगिक न्याय आहे. तसेच गुन्हा करणाऱ्या व्यक्तीला शिक्षा होणेदखील गरजेचे आहे. कायद्याची अंमलबजावणी योग्य पद्धतीने झाल्यास शिक्षेच्या भीतीने तरी गुन्हे कमी होतील. परिणामी उभय पक्षाचे वैवाहिक संबंध सुधारण्यास मदत होईल.

हा कायदा भाजपने केला आहे म्हणून त्याला का नाकारावे? अनेक विरोधकांनादेखील हा कायदा भाजपच्या विरोधाची संधी वाटते. एक गोष्ट सांगावीशी वाटते की, महिलाविरोधातील इतर गुन्ह्यालादेखील विविध कायद्याअन्वये कारावासाची शिक्षा आहे. द्विभार्या कायद्यात (Bigamy) सात वर्षांची कारावासाची तरतूद आहे. आयपीसी ४९४ अंतर्गत जर कुठलाही हिंदू, जैन, शीख पती/पत्नी आपला विवाहित जोडीदार जिवंत असताना दुसरे लग्न करतो तर त्याविरोधात पहिल्या पत्नी/पती द्वारा

खटला दाखल करता येऊ शकतो. दोषी आढळल्यास सदर व्यक्तीला ७ वर्षांपर्यंतची कैद आणि दंडाची तरतूद आहे.

हुंडाविरोधी कायदा आणि कौटुंबिक हिंसा कायद्यातही पतीला कारावासाची शिक्षा होऊ शकते. मग या तलाकच्या कायद्याचा विरोध का केला जात आहे? मला वाटते की, त्या लोकांना पीडित महिलांच्या दयनीय परिस्थितीची जाण नसावी किंवा त्यांना पीडित महिलांच्या हालअपेष्टांची कुठलीही माहिती नसावी. असेही असू शकते की, ते पितृसत्ताक मानसिकतेचे बळी असावेत किंवा त्यांनी भाजप सरकारच्या प्रत्येक बदलांचा विरोध करायचे निश्चित केलेले असावे.

कदाचित असेही असावे की, या विरोधामागे वर उल्लेखित सर्वच कारणे आहेत. त्यांना वाटते की पतीला कारावास होऊ नये, मग ती पीडित महिला हतबल व दुःखी होऊन दारोदार भकटत फिरली तरी चालेल; पण पुरुषाला पत्नीच्या आयुष्याची राखरांगोळी करण्याची मुभा द्यावी. त्याची जेव्हा मर्जी होईल तो आपल्या पत्नीला 'तोंडी तलाक' देऊन तिच्या आयुष्याची दैना करेल, असेच सर्वांना वाटत असावे; पण त्या दोषी पतीला ३ वर्षांसाठी तुरुंगात पाठविणे म्हणजे त्या बिच्चाऱ्या पुरुषासोबत सक्ती आहे!

आश्चर्य म्हणजे याचे कसे काय समर्थन होऊ शकते. कौटुंबिक कायदा प्रत्येक महिलेचा घटनात्मक अधिकार आहे. तिला या कायद्यापासून वंचित ठेवणे कसे काय नैतिक ठरू शकते?

अनुवाद–कलीम अजीम

(लेखिका 'भारतीय मुस्लीम महिला आंदोलन'च्या सह–संस्थापक असून तिहेरी तलाकविरोधात सर्वोच्च न्यायालयातील एक यचिकाकर्त्या आहेत. मुस्लीम महिलांच्या प्रश्नांवर लढा देणाऱ्या त्या एक तडफदार संघटक आहेत.)

कायदेशीर औषधोपचार

हसीना खान

१९८५ साली शाहबानो प्रकरणात सुप्रीम कोर्टाने तलाकपीडित मुस्लीम महिलांना उदरनिर्वाह भत्ता देण्याचे आदेश दिले. त्या वेळी भारतीय मुसलमानांमध्ये धार्मिक नेतृत्वाचा दावा करणाऱ्या मुस्लीम पसर्नल लॉ बोर्डाने 'इस्लाम खतरे में हैं'ची आरोळी ठोकली. उत्तरादाखल गेल्या तीन दशकांपासून मुस्लीम समाजामधून महिलांसाठी न्याय्य हक्क व समान अधिकारांचा लढा देणाऱ्या अनेक संघटना उदयास आल्या. या संघटनांनी प्रामुख्याने लग्न आणि घटस्फोटाची प्रकरणे हाताळण्यास सुरुवात केली. त्यात 'आवाज-ए-निस्वाँ', 'सहियर', 'भारतीय मुस्लीम महिला आंदोलन', 'पहचान', 'मुहीम', 'परवाज' आणि आता अलीकडे 'बेबाक कलेक्टिव्ह' सारख्या संघटना आहेत. या सेवाभावी संघटनांनी वेळोवेळी धर्मनिरपेक्ष आणि स्त्रीवादी धोरणांच्या सुरात सूर मिसळून परिवर्तनवादी राजकारणाचा आवाज बुलंद केलेला आहे.

२०१६ साली सायराबानो यांनी सुप्रीम कोर्टात एकतर्फी तिहेरी तलाक, बहुपत्नीत्व आणि हलालाविरोधात याचिका दाखल केली. त्या वेळी उपरोक्त सर्वच संघटना इस्लामच्या नावाने सुरू असलेल्या कथित रूढी परंपरेविरोधात उभ्या ठाकल्या. या सर्व संघटनांचे एकमत होणे म्हणजे गेल्या तीन दशकांपासून सुरू असलेल्या महिला चळवळीतून निर्माण झालेल्या एकजुटीचे उत्तम उदाहरण होते. या संघटनांनी गेल्या तीन दशकांपासून सामान्य मुसलमानांमध्ये जनमत तयार करण्याचे काम केलेले आहे. दुर्दैवाने या जनमताचे समर्थन शाहबानो प्रकरणाला मिळू शकलेले नव्हते.

ऑल इंडिया मुस्लीम पर्सनल लॉ बोर्डाने सायराबानोच्या अर्जाला कोर्टात आव्हान दिले, त्या वेळी आम्हाला कळून चुकले की, आमची लढाई अजून पूर्ण झालेली नाही. मुस्लीम व्यक्तिगत कायदे मंडळाने एकतर्फी तलाकविरोधात सामान्य मुसलमानांचे समर्थन मिळवण्यासाठी हस्ताक्षर मोहीम सुरू केली. त्यांचे म्हणणे होते की, मुस्लीम महिलांनी केलेले हक्काचे दावे समाजाने निश्चित केलेल्या सीमारेषेत

असणे आवश्यक आहे. हे करत असताना त्यांनी संबंधित महिला संघटना बहुसंख्याकवादी (भाजपपुरस्कृत) राजकारणाच्या कळसूत्री बाहुल्या झाल्याचेही आरोप केले.

व्यक्तिगत कायदा मंडळाचे हे कथित दावे दुटप्पीपणाचे होते; पण एक गोष्ट खरी आहे की, बहुसंख्याकवादाचा धोका आम्हाला जाणवत होता. देशात महिलांविरोधात होणाऱ्या अत्याचाराकडे दुर्लक्ष केल्यामुळे ही परिस्थिती उद्भवलेली आहे. त्यातच अलीकडच्या काळात तलाकसारखी प्रकरणे गंभीर बाब म्हणून पुढे आली आहेत. त्याला सत्ताधारी भाजपच्या आपमतलबी व मुस्लीमद्वेषी राजकारणाची जोड मिळाली.

तिहेरी तलाक संदर्भात सत्ताधारी गटांच्या सततच्या ऊर बडव्या राजकारणाला सूक्ष्मरीत्या अभ्यासले तर त्यांचे हितसंबंध त्यात सहज दिसून येतात; असे असतानाही महिलांसंदर्भात लैंगिक समानता आणि अल्पसंख्याक अधिकारांमध्ये असलेले नाते इतके जटिल व गुंतागुंतीचे आहे की, त्याला 'समाजाच्या विरोधात किंवा त्याच्या समर्थनार्थ' अशा पद्धतीने एकत्रीकरण केले जाऊ शकत नाही.

बेबाक कलेक्टिव्ह, आवाज-ए-निस्वाँ, मुहीम, पहचान आणि अन्य इतर समूह वेगवेगळ्या राज्यात महिलांच्या प्रश्नांवर समाजासोबत काम करत असतात. मग त्या पीडित समुदायांचा जात व धर्म कुठलाही असो, त्यात भेदाभेद करत नाहीत. त्यांच्याकडून अधोरेखित केलेले प्रश्नदेखील वेगवेगळ्या स्वरूपाचे असतात. त्यात सांप्रदायिक दंगली, महिलांविरोधात दररोज होणारे अत्याचार, महिलांविरोधातली हिंसा तथा भेदभाव यांचा समावेश असतो. यासह शिक्षण, रोजगार, निवास आणि आरोग्य असे मूलभूत अधिकार त्यांना प्रदान करून देण्याची धडपडदेखील त्यात असते.

परंतु, आज पुरोगामी संघटनादेखील आमच्याकडून अशी अपेक्षा ठेवतात की, आम्ही कुठल्याही प्रकरणाला जास्त ताणून धरू नये, कारण त्यांच्या मते, सत्तासीन असलेल्या हिंदुत्ववादी शक्तींकडून तीन तलाक, निकाह ए हलाला आणि बहुपत्नीत्व सारख्या प्रकरणांचे अपहरण करण्याचा धोका अधिक असतो. आम्हाला असे सांगितले जाते की, हिंदुत्ववादी विचारांचा पक्ष सत्तेत असताना असा लढा उभा करताना योग्य वातावरण मिळू शकत नाही. इथपर्यंत ठीक होते; पण आम्हाला संशयाने पाहिले जाते, त्या वेळी फार वेदना होतात. त्यांना वाटते की, मुस्लीम महिलांना अधिकार मिळवून देण्यासाठी आम्ही सत्ताधारी भाजपशी जवळीक साधली आहे.

अशा प्रकारचे आरोप समता आणि न्यायाला अनुसरून नाहीत. तसेच असे आरोप महिला हक्कांसंदर्भात सुरू असलेल्या दीर्घकालीन लढ्याची गंभीरता नष्ट करतात. त्यातून मूलभूत सुधारणा घडविण्याच्या प्रक्रियेला एक प्रकारचा अडसर निर्माण होतो. इतकेच नाही तर सत्ताधारी गटांना महिला चळवळींच्या पाठीवर समान नागरी संहितेचा चाबूक उगारण्याची संधी मिळते.

या संधीचा वापर करून समान नागरी कायद्याला मुस्लीम महिलांच्या लैंगिक समानतेच्या मागणीला उत्तर म्हणून सादर करण्याचा प्रयत्न केला जातो. याउलट, परिस्थिती अशी आहे की, समान नागरी कायदा फक्त दोन समाजात दुफळी निर्माण करण्याचा एक कुटिल डाव आहे. एक बाब मी पुन्हा एकदा स्पष्ट करते की, आम्ही केवळ मुस्लीम महिलांच्या इच्छांना ताब्यात ठेवण्याच्या मानसिकतेचा विरोधच करत नाही तर सरकार व संबंधित संस्थांना त्यावर उत्तर देण्यासाठी बांधीलदेखील करतो.

मी स्पष्टपणे सांगू इच्छिते की, जेव्हा आम्ही तीन तलाकला घटनाबाह्य जाहीर करण्याची मागणी करतो, याचा कदापि असा अर्थ होत नाही की, आम्ही वैवाहिक नातेसंबंधांना एकांगीपणे संपुष्टात आणणे किंवा त्याला अवैध घोषित करणाऱ्या मुस्लीम पुरुषांच्या गुन्हेगारीकरणाचे समर्थन करतो. तिहेरी तलाक रद्दीकरणाआड सुरू असलेल्या मुसलमानांच्या गुन्हेगारीकरणाचा आम्ही विरोधच नाही तर निषेधही करतो.

सुप्रीम कोर्टात सायराबानोच्या अर्जाच्या समर्थनार्थ दाखल झालेल्या अन्य याचिकाकर्त्यांसोबत आम्हीदेखील अशी मागणी केली की, न्यायालयाने एकतर्फी तलाकची प्रकरणे कमी होण्यासाठी विशिष्ट दिशा-निर्देश जारी करावेत. यातून योग्य क्रियान्वयन करण्यास मदत मिळू शकेल. असे केल्याने एकतर्फी तलाकच्या प्रथा थांबतील. आम्ही अशी मागणी केली की, कोणताही पुरुष महिलांविरोधात एकतर्फी तलाक देऊ शकणार नाही, अशी व्यवस्था निर्माण करावी. कुठल्याही पीडित महिलेला न्यायासाठी वरच्या कोर्टात जाण्याची गरज भासू नये. अशा महिलांना स्वाभिमानाने जगण्याचे बळ निर्माण करणारी व्यवस्था निर्माण करावी.

तिहेरी तलाकविरोधात प्रथमच महिलांचा इतका मोठा समूह न्यायालयात गेला होता. स्त्रियांसाठी हा संघर्ष फार महत्त्वाचा होता. आमचे हे यश ऐतिहासिक होते. बेबाक कलेक्टिव्हचे असे मत आहे की, मुस्लीम महिलांना राज्यघटनेने प्रदान केलेले समान हक्क दिले पाहिजे. या चर्चेला आम्ही न्यायसंस्थांच्या सर्वोच्च पातळीवर घेऊन जाण्यास यशस्वी ठरलो. आम्हाला हा लढा 'शरीयत' विरुद्ध 'गैर शरीयत' असा उभा करायचा नव्हता. आम्ही तर घटनात्मक अधिकारांची भाषा बोलत होतो.

या संपूर्ण चर्चांच्या पाठीमागे सर्वच मुस्लीम महिलांची दीर्घकालीन चळवळ होती. त्यामुळेच तिहेरी तलाकविरोधातला हा लढा यशस्वी होऊ शकला.

न्यायालयाने या मुद्द्यावर सरकारला दखल घेण्यास भाग पाडले. किंबहुना, न्यायालयाकडे तलाक व बहुविवाह आणि निर्वाह भत्ता संदर्भात निर्णय देण्याचे चांगले पर्याय उपलब्ध होते. कोर्टाने मुस्लिमांच्या वैवाहिक कायद्यासंदर्भात अजून काही वेगळा निर्णय दिला असता तर भविष्यात अधिक चांगले व आशादायी वातावरण तयार झाले असते. न्यायालयाने आपला हा निर्णय फक्त तिहेरी तलाकपुरता मर्यादित ठेवला. परिणामी हा निर्णय अनेक पातळ्यांवर गुंतागुंतीचा व त्रासदायक झालेला आहे. निकाल देताना न्यायालयासाठी 'धर्म' हा महत्त्वाचा घटक होता. न्यायालयाने जर गोपनीय कायद्यासारखा निकाल दिला असता तर हा निर्वाळा खरोखरच ऐतिहासिक ठरला असता.

न्यायालयाच्या तलाक रद्दीकरणानंतर मुस्लीम महिलांमध्ये आनंदाचे वातावरण आहे. एका बैठकीत दिला जाणारा तलाक आता पूर्णपणे संपुष्टात आलेला आहे. आता लोकांना याविषयी अधिक जागरूक करण्याची गरज आहे. सरकारी व निमशासकीय संस्थांनी पुढाकार घेऊन पुढे आले पाहिजे. त्यांनी सामान्य महिलांना याबाबत लोकशिक्षण दिले पाहिजे, तसेच शासकीय यंत्रणांना त्यांची जबाबदारी समजावून सांगून त्याबद्दल त्यांना मार्गदर्शन करण्याची गरज आहे. आता महिला आयोगांनादेखील त्यांची भूमिका काय असेल याबद्दल सांगितले पाहिजे. सरकारने मुस्लीम महिलांबद्दल सहानुभूती दाखवली आहे, आता त्यांची जबाबदारी आहे की, मुस्लीम महिलांच्या न्याय्य हक्काबद्दल भविष्यात आणखी चांगले निर्णय घ्यावेत. तलाकशिवायही मुस्लीम महिलांपुढे अनेक प्रश्न आहेत, त्याबद्दल सरकारने विशेष विचार करण्याची गरज आहे.

अन्यायाला आव्हान

महिलांना समान लैंगिक अधिकार बहाल करण्याच्या प्रक्रियेत पीडित समुदायासमोर अनेक आव्हाने उभी राहतात. एका ठरावीक वर्गगटाच्या दबावामुळे शासनसंस्था व पीडित यांच्यात परस्परविरोधी वातावरण तयार होते. उदाहरणादाखल पाहिले तर खाप पंचायत आणि शरीया न्यायालये अशा संस्था आहेत, ज्यांना शासनाकडून संरक्षण मिळते. त्यामुळे त्या अधिक मजबूत होतात. एकूणच, निष्कर्षाअंती असे दिसून येईल की, त्या संस्था अत्याचाराच्या प्रक्रियेची स्थापना करतात. आंतरजातीय आणि आंतरधर्मीय लग्नाला विरोध, दलितांवर अत्याचार, दलित महिलांशी लैंगिक गैरवर्तन, महिलांचे लैंगिक अधिकार आणि त्यांच्या मुक्त संचारावर

बंधने लादणे, इत्यादी कृत्य या कथित प्रतिगामी संघटनांकडून केली जातात, असे असतानाही त्यांना शासन आणि सत्तेकडून संरक्षण मिळणे चालूच असते.

मुस्लीम महिलांच्या सुधारणावादी चळवळींमुळे शासनसंस्था आणि समाजातील मागास रूढी व परंपरांच्या माध्यमातून होणाऱ्या अत्याचारांना आव्हान देण्यात आले आहे. 'ही समाजाची अंतर्गत बाब आहे' अशा प्रकारची विधाने करून शासन पळवाट काढत असते. ज्यामुळे सनातनी व जमातवादी शक्तींना बळ मिळत असते. परिणामी आज समाज अधोगतीला पोहोचला आहे. गेल्या अनेक वर्षांपासून त्यांच्याशी बोलताना असे जाणवत होते की, समाजाच्या हिताचा पुळका आणणाऱ्या सामाजिक संस्था व स्वयंघोषित अन्य मध्यस्थांनी नेहमीच महिलांना खेळणे म्हणून त्यांचा वापर केला आहे. त्या तर आमचे कपडे, आमचे राहणे, फिरणे, आमचे शिक्षण आणि आम्ही कोणासोबत कसे वागतो अशा प्रकारच्या खासगी बाबींवर बंधने लादण्यासाठी अग्रेसर असतात.

मुस्लीम महिलांच्या अधिकारासाठी लढा देणाऱ्या काही कार्यकर्त्यांचे असेही म्हणणे आहे की, अन्न, वस्त्र आणि निवारा यांसारखे मूलभूत प्रश्न इतर सर्व समस्यांच्या अग्रस्थानी असले पाहिजेत. एकूण काय तर मुस्लीम स्त्रियांच्या हालचाली व त्यांचे लैंगिकतेसंबंधी अधिकार, कौटुंबिक दृष्टिकोन आणि विविध जीवनशैलीच्या समस्यांबद्दल नाहक चिंता व्यक्त केली जाते.

भारतातील महिलांच्या विविध चळवळी त्यांच्या एकतेचे उत्तम उदाहरण आहे. खरे तर, महिला संघटनांचे विविध गट बऱ्याच वेळा वेगवेगळ्या विषयांवर एकत्रितपणे काम करत असतात. परंतु, खेदाची बाब अशी की, सर्व पुरोगामी संघटनांमध्ये धार्मिक विचारांच्या बाबतीत एक प्रकारचा मोठा खंड पडलेला आहे. काही बाबतीत मुस्लीम फारच धार्मिक असतात. या धार्मिक अस्मितेच्या राजकारणामुळे मुस्लीम समाजाची प्रतिमा मलीन करणारी विशेष ओळख तयार झालेली आहे.

सुधारणावादी सामाजिक संघटनांना माझा प्रश्न आहे की, धार्मिक ओळख व अस्मितेच्या पलीकडे जाऊन पीडितांना आपण आश्रय का देऊ शकत नाही? पीडित समूहांना धर्माच्या नावाने सुरू असलेल्या जाचक नियमांच्या बाहेर आणून त्यांच्या अधिकारांचे संरक्षण केले जाऊ शकते. महिला अधिकारांची कल्पना धर्माच्या सीमारेषांच्या बाहेर जाऊन करणे शक्य आहे. या सर्व बाबींवर आता नव्याने विचार करण्याची गरज निर्माण झालेली आहे.

तिहेरी तलाक रद्द केल्यामुळे मुस्लीम महिलांच्या समस्या आणि त्यांचे सर्व प्रश्न सुटतील, असा दावा आम्ही करत नाही. परंतु, आम्ही या सुधारणेच्या संधीला

व्यर्थ घालवू शकत नाही. या संधीचा आधार घेऊन आम्ही संपत्ती, वारसा हक्क व समानतेचे अधिकार इत्यादी मुद्द्यांचा लढा उभा करू इच्छितो. न्यायालयाने तिहेरी तलाकला घटनाबाह्य घोषित केले आहे, अशा वेळी सरकारने मुस्लीम व्यक्तिगत कायद्याच्या चौकटीच्या बाहेर जाऊन मुस्लीम महिलांसाठी समान न्याय्य हक्क निश्चित केले पाहिजेत. हे अगदी स्पष्ट आहे की, भारतासारख्या अवाढव्य देशांमध्ये मुस्लीम महिलांची ओळख किंवा त्यांचे दैनंदिन आयुष्य एकसारखे नाही. अशा परिस्थितीत त्यांचे कल्याण करण्याच्या अपेक्षा ठेवून सत्तीचे कायदेशीर औषधोपचार करणे चुकीचे आहे.

अनुवाद-कलीम अजीम

(लेखिका मुंबईतील एक ज्येष्ठ स्त्रीवादी कार्यकर्त्या आहेत. बेबाक कलेक्टिव्ह नावाची त्यांची महिला अधिकार संघटना आहे, सायराबानोंच्या तिहेरी तलाक खटल्यात लेखिका एक सह-याचिकाकर्त्या होत्या.)

महिलांचे प्रश्न आणि व्यक्तिगत कायदा मंडळ

ज्योती पुनवाणी

तोंडी तलाक प्रकरणात सर्वोच्च न्यायालयात एकामागोमाग एक याचिका दाखल होत असताना दोन विलक्षण घटना घडल्या. आंध्रप्रदेश अल्पसंख्याक आयोगाचे तत्कालीन अध्यक्ष अबीद रसूल खान यांनी या संदर्भात एक महत्त्वाची घोषणा केली. त्यांनी ऑल इंडिया मुस्लीम पर्सनल लॉ बोर्डाला एक पत्र पाठवले. या पत्रात त्यांनी या संघटनेला तोंडी तलाक पद्धतीला विरोध करण्याचे आवाहन केले. या गैरइस्लामिक प्रथेला व्यक्तिगत कायदा मंडळाने वेळीच विरोध करावा अन्यथा वैयक्तिक कायद्याच्या होणाऱ्या पतनासाठी तयार रहावे, असे खान यांनी पत्रात म्हटले होते. या प्रथेला पाठिंबा देणे म्हणजे, समान नागरी कायद्यासाठीचा मार्ग आणखी सोपा करणे आहे, असे मतदेखील खान यांनी मांडले होते.

जुन्या मुंबईच्या मुस्लीम वस्त्यांत गेली अनेक वर्षे तक्रार निवारण केंद्राच्या माध्यमातून अब्दुल रज्जाक मनियार हे मुस्लीम बांधवांचे कुटुंब कलहाशी संबंधित प्रश्न सोडविण्यासाठी कार्यरत आहेत. त्यांनीदेखील मुस्लीम समाजातील पुरुषांना उद्देशून सांगितले होते की, जर वेळीच त्यांनी तोंडी तलाक पद्धतीचा त्याग केला नाही, तर त्यांना भविष्यात कोर्टात खेचले जाईल. वेळ पडली तर पोलिसांच्या ताब्यात दिले जाईल, तसेच मुस्लीम पुरुषांनी त्यांच्या घटस्फोटित पत्नीला मोठ्या प्रमाणात पोटगी देण्याचीदेखील तयारी ठेवावी.

या दोन्ही घटना ऐतिहासिक होत्या, कारण पहिल्यांदाच अतिशय कर्मठ म्हणून ओळखल्या जाणाऱ्या दोन पुरुषांनी तोंडी तलाकच्या विरोधात भूमिका घेतली होती. आंध्रप्रदेश अल्पसंख्याक आयोगाचे अध्यक्ष अबीद रसूल खान हे 'महिलांनी दर्गाहमध्ये प्रवेश करू नये' या मताचे म्हणून ओळखले जातात, तर रज्जाक मनियार यांच्या मते, वैयक्तिक कायद्याच्या संदर्भात उलेमांचा शब्द अंतिम मानण्यात यावा. या दोन्ही

अतिशय प्रतिगामी विचारांच्या पुरुषांनी अशी भूमिका घेतल्यामुळे आश्चर्य व्यक्त करण्यात आले.

वादाची पार्श्वभूमी

ऑक्टोबर २०१५मध्ये न्या. अनिल दवे आणि आदर्शकुमार गोयल यांचे खंडपीठ हिंदू परंपरा कायदा २००५च्या अंतर्गत हिंदू महिलांच्या हक्कांसंदर्भातल्या खटल्याच्या कारवाईमध्ये कार्यरत होते. या वेळी असे मत व्यक्त करण्यात आले की, हिंदू महिलांप्रमाणेच मुस्लीम महिलांनासुद्धा भेदभावयुक्त वागणुकीचा सामना करावा लागतो.

न्यायालयाने तातडीने या संदर्भात एक जनहित याचिका दाखल करण्याचा आदेश दिला. यामध्ये मुस्लीम वैयक्तिक कायदा आणि बहुपत्नीत्वामुळे मुस्लीम महिला त्यांना मिळणाऱ्या घटनात्मक अधिकारांना मुकतात, यामुळे त्यांची गळचेपी होते, असे म्हटलेले होते.

फेब्रुवारी २०१६मध्ये मुस्लीम महिलांचा 'समानतेसाठीचा प्रयत्न' या नावाने, सर्वोच्च न्यायालयाचे सरन्यायाधीश यांच्या अध्यक्षतेखाली नेमलेल्या खंडपीठापुढे जनहित याचिका दाखल करण्यात न्यायालयाने ॲटर्नी जनरल यांना या प्रकरणात साहाय्यकाची भूमिका पार पाडण्याचे आदेश दिले. तर 'जमियत ए उलेमा ए हिंद' या संघटनेला या प्रकरणात दुसरा अशील म्हणून नेमण्यास मान्यता दिली. या संघटनेने असा दावा केला की, मुस्लीम वैयक्तिक कायदा हा कोणत्याही सरकारी यंत्रणांनी पारित केलेला कायदा नाही, त्यामुळे हा कायदा संविधानाचा भाग म्हणून गृहीत धरता येणार नाही. या कायद्याचे मूळ कुरआनमध्ये आढळते. त्यामुळे या कायद्याला कायदा आणि प्रशासनाच्या चौकटीमध्ये अडकवता येणार नाही.

याच काळात आणखी एक घटना घडली. डिसेंबर २०१५मध्ये भाजप सदस्य असलेल्या अश्विनीकुमार उपाध्याय या वकिलाने समान नागरी कायद्याची अंमलबजावणी केली जावी, अशी मागणी करणारी जनहित याचिका कोर्टात दाखल केली. सर्वोच्च न्यायालयाचे न्यायाधीश टी. एस. ठाकूर यांनी ही याचिका नाकारली. समान नागरी कायद्याबद्दलची न्यायालयीन भूमिका कोर्टाने वेळोवेळी स्पष्ट केल्याचे त्यांनी सांगितले. यापुढे हा विषय कार्यकारी मंडळाच्या अखत्यारीतील असल्याचे न्यायालयाने सांगितले. याचबरोबर न्यायालयाने याचिकाकर्त्याला वाटणाऱ्या मुस्लीम स्त्रियांच्या हक्कांबद्दल असलेल्या काळजीबद्दलदेखील संशय व्यक्त केला. न्यायालयाच्या मते, 'आजपर्यंत कोणत्याही मुस्लीम स्त्रीने तोंडी तलाकची पद्धत भेदभावयुक्त असल्याचे म्हटले नाही; जर एखादी मुस्लीम स्त्री स्वतःहून न्यायालयामध्ये याबद्दल दाद मागायला आली, तिने

या तोंडी तलाकच्या पद्धतीला विरोध केला, त्यावर प्रश्नचिन्ह उपस्थित केले, तर तिच्या मूलभूत हक्कांचा भंग झाला का नाही, हे निश्चितपणे तपासले जाईल' असे मत न्यायाधीशांनी मांडले.

दोन महिन्यांनंतर पहिल्या मुस्लीम महिलेने न्यायालयामध्ये धाव घेतली. उत्तराखंडमध्ये राहणाऱ्या ३५ वर्षीय सायराबानोने एक याचिका दाखल केली. त्यामध्ये तोंडी तलाक, बहुपत्नीत्व आणि हलाला या मुस्लीम वैयक्तिक कायद्यामधील रूढी संविधानाने दिलेल्या मूलभूत हक्कांचा भंग करणाऱ्या आहेत, असे मत मांडण्यात आले. अनेक वर्षे अतिशय जाचक विवाहामध्ये राहिल्यानंतर सायरा यांना त्या माहेरी असताना स्पीड पोस्टद्वारे तलाक पाठवण्यात आला होता. या याचिकेमध्ये 'हलाला' या प्रथेलादेखील त्यांनी विरोध केलेला होता.

मार्च २०१५मध्ये केरळमध्ये एक महिला संघटना चालवणाऱ्या तडफदार नेत्या व्ही.पी. जोहरा यांनीदेखील याच आशयाची याचिका सर्वोच्च न्यायालयामध्ये दाखल केली.

मे २०१५मध्ये जयपूरच्या रहिवासी असलेल्या, उच्चशिक्षित असलेल्या आफरीन रेहमान या महिलेनेदेखील सर्वोच्च न्यायालयामध्ये याचिका दाखल केली. सायराबानोप्रमाणेच लग्नानंतर १७ महिन्यांनी माहेरी असताना तिला स्पीड पोस्टद्वारे तलाक देणारे पत्र पाठवण्यात आले होते. घरगुती हिंसाचाराची बळी ठरलेल्या आफरीनने 'भारतीय मुस्लीम महिला आंदोलना'च्या मदतीने ही याचिका दाखल केली होती. तिच्या आणि सायराबानोच्या याचिकेला एकत्रित करण्यात आले.

याचकाळात भारतीय मुस्लीम महिला आंदोलनाने एकतर्फी तलाकला घेऊन एक सर्वेक्षण केले होते. यानुसार विविध राज्यातील ४ हजार ७१० महिलांच्या मुलाखती घेण्यात आल्या होत्या. यांपैकी ८८ टक्के महिलांनी तोंडी तलाक देण्याच्या पद्धतीवर बंदी घालण्याची मागणी केली होती. यानंतर भारतीय मुस्लीम महिला आंदोलनानेदेखील या आफरीनच्या खटल्यामध्ये त्यांचा एक तिऱ्हाईत पक्षकार म्हणून समावेश करण्यात यावा, अशी विनंती करणारी याचिका दाखल केली. याचप्रमाणे, तामिळनाडू विधानसभेच्या आमदार आणि २००४ साली नेमणूक करण्यात आलेल्या पहिल्या महिला अतिरिक्त विधितज्ज्ञ ठरलेल्या ७० वर्षीय बदर सयीद यांनीदेखील या प्रकरणात आपल्याला तिऱ्हाईत पक्षकार म्हणून नेमण्यात यावे, अशी मागणी करणारी याचिका दाखल केली.

१९९२ साली मद्रास उच्च न्यायालयामध्ये विधिज्ञ असलेल्या मुहंमद जव्वाद यांनीदेखील तोंडी तलाकला विरोध करणारी याचिका दाखल केली होती. त्या

वेळीदेखील बदर सयीद यांनी या प्रकरणात आपल्याला तिऱ्हाईत पक्षकार म्हणून नेमण्यात यावे अशी मागणी केली होती.

२००२ साली 'ए. एस. परवीन अख्तर विरुद्ध भारतीय संघराज्य' या खटल्यामध्ये पक्षकाराने तोंडी तलाक पद्धतीला विरोध करणारी याचिका दाखल केली होती. न्यायालयाने ही याचिका दाखल करून घेतली, मात्र निकाल देताना ती रद्दबातल ठरवली. आपली भूमिका मांडताना न्यायालयाने म्हटले की, पक्षकाराच्या मागण्या पूर्ण होण्यासाठी कार्यकारी मंडळाची मदत घेणे क्रमप्राप्त आहे. २०१३ साली पुन्हा एकदा सयीद यांनी एक याचिका दाखल केली. यामध्ये तलाकला मान्यता देण्याचा काझी धर्मगुरुंचा अधिकार काढून घेण्यात यावा आणि हे काम न्यायालयाच्या अखत्यारीत आणावे, अशी मागणी करण्यात आली होती.

जून २०१५मध्ये विधितज्ज्ञ फराह फैज यांनी एक याचिका दाखल केली. फैज या भाजप समर्थक असून राष्ट्रीय स्वयंसेवक संघाच्या राष्ट्रवादी मुस्लीम महिला संघाशी संबंधित आहेत. याचिकेमध्ये त्यांनी मुस्लीम वैयक्तिक कायद्याच्या संहितीकरणाची मागणी केली होती.

ऑगस्ट २०१५मध्ये कोलकाता येथे राहणाऱ्या इशरत जहाँने तोंडी तलाकच्या वैधतेबद्दल प्रश्नचिन्ह उपस्थित करणारी याचिका सर्वोच्च न्यायालयात दाखल केली. तोंडी तलाक प्रथेला विरोध करणारी इशरत तिसरी महिला ठरली. तलाकबरोबरच घटस्फोटित महिलेला माहेरच्या वडिलोपार्जित स्थावर आणि जंगम मालमत्तेमध्ये काही वाटा मिळतो का, तसेच तिच्या मुलांचा ताबा मिळतो का? हा प्रश्नदेखील तिने उपस्थित केला होता. तिला दुबई इथे स्थायिक झालेल्या तिच्या पतीने लग्नानंतर १५ वर्षांनी फोन करून तोंडी तलाक दिला होता.

या व्यतिरिक्त दोन मुस्लीम संघटनांनीदेखील तोंडी तलाक पद्धतीला विरोध करणारी याचिका सर्वोच्च न्यायालयामध्ये दाखल केली. बेबाक कलेक्टिव्ह ही अनेक संघटनांचे प्रतिनिधित्व करणारी संघटना आणि लखनौस्थित अखिल भारतीय मुस्लीम महिला वैयक्तिक कायदा संघटना या दोन्ही संघटनांच्या याचिकांवर सायराबानोच्या खटल्याबरोबरच सुनावणी करण्यात येईल, असे कोर्टाने सांगितले.

केंद्र सरकारकडूनदेखील तोंडी तलाकच्या संविधानिक वैधतेबद्दल प्रश्नचिन्ह उपस्थित करणारी याचिका दाखल केली गेली आहे. या याचिकेच्या मते, तोंडी तलाक ही पद्धत मूलभूत हक्कांची पायमल्ली करणारी आहे, तसेच ही प्रथा इस्लाम धर्माचा अविभाज्य भागदेखील नाही.

बदलांची मागणी

अचानक मोठ्या प्रमाणावर मुस्लीम महिलांमध्ये या मुद्द्यांबाबत जागृती केली आहे, म्हणून हे सर्व खटले ऐतिहासिक ठरत नाहीत. तब्बल ३० वर्षांपूर्वी म्हणजे १९८४ साली 'आवाज-ए-निस्वाँ' या मुंबईमधील पहिल्यावहिल्या मुस्लीम स्त्री संघटनेच्या अध्यक्ष राहिलेल्या शेहनाझ शेख यांनी सर्वोच्च न्यायालयामध्ये वैयक्तिक कायद्याला विरोध करणारी याचिका दाखल केली होती. त्यांच्या मते, या कायद्यातील तरतुदी राज्यघटनेने दिलेल्या समानतेच्या अधिकाराशी विसंगत आहेत. त्यानंतर एक वर्षाने १९८५ साली शाहबानो खटल्यामध्ये निकाल देताना, सर्वोच्च न्यायालयाने राज्यघटनेतील कलम १२५ नुसार मुस्लीम महिलांना घटस्फोटानंतर आजन्म पोटगीचा अधिकार आहे, असा ऐतिहासिक निर्णय सुनावला होता. परंतु, या निर्णयामध्ये मुहंमद (स) पैगंबरांबद्दल केलेल्या वादग्रस्त विधानांमुळे देशभर विरोध आणि निदर्शने करण्यात आली. यामुळे शाहबानोवर तिचा कायदेशीररीत्या मिळवलेला विजय गमावण्याचा प्रसंग आला.

यानंतर १९८६ साली, घटस्फोटित मुस्लीम महिलांना जाणूनबुजून कलम १२५च्या अधिकारक्षेत्राच्या बाहेर ठेवणारा नवा कायदा 'मुस्लीम महिला संरक्षण कायदा' नावाने पारित करण्यात आला. मुस्लीम धर्मगुरुंच्या वर्गामध्ये असलेला असंतोष कमी करण्याच्या दृष्टीने हे पाऊल उचलण्यात आले होते. त्याचवर्षी पंतप्रधान राजीव गांधी यांनी समाजातील हिंदू मूलतत्त्ववाद्यांना सुखावण्याच्या दृष्टीने ऐतिहासिक बाबरी मस्जिदीचे टाळे उघडण्याचा निर्णय घेतला. यानंतर संघ परिवार आणि भाजप यांनी राबवलेल्या प्रचार मोहिमेची परिणती ६ डिसेंबर १९९२ रोजी बाबरी पाडण्यामध्ये झाली. यानंतर देशभरात धार्मिक दंगली उसळल्या. देशातील बिघडलेले वातावरण पाहता शेहनाझ शेख यांनी त्यांची याचिका मागे घेण्याचा निर्णय घेतला. मुस्लीम व्यक्तिगत कायद्याबाबत न्यायालयाने हस्तक्षेप करावा आणि पावले उचलावीत यासाठी ती वेळ शेख यांना योग्य वाटली नाही.

लढ्याला समर्थन

वास्तविक पाहता, शाहबानो आणि शेहनाझ या दोन्ही स्त्रियांचा लढा एकाकी स्वरूपाचा होता. परंतु, गेल्या काही प्रकरणांचा अभ्यास केला तर असे लक्षात येते की, मुस्लीम वैयक्तिक कायद्याला विरोध करणाऱ्या स्त्रिया एकाकी राहिलेल्या नाहीत. त्यामुळे हे लढे ऐतिहासिक स्वरूपाचे ठरतात. मुस्लीम महिलांमध्ये बहुपत्नीत्व आणि तोंडी तलाक पद्धतीला विरोध करण्याचे प्रमाण सर्वाधिक आहे. मीदेखील मुस्लीम घटस्फोटित महिलांचे सर्वेक्षण करून अभ्यास केलेला आहे. यामध्ये ज्या महिला

कलम १२५च्या अंतर्गत पोटगीसाठी न्यायालयामध्ये लढा देत आहेत, तसेच ज्यांनी यासाठी न्यायालयाचा पाठपुरावा केला आहे त्या सर्व महिलांच्या मते तोंडी तलाकची प्रथा बंद करण्याची गरज आहे. त्यांच्या मते, हिंदू महिलांपेक्षा आम्हाला घटस्फोट देणे इतके सोपे का आहे? आम्हाला हिंदू महिलांप्रमाणे कायद्याचे संरक्षण लागू होऊ शकत नाही का? मुस्लीम धर्मामधील बहुपत्नीत्व प्रथेलादेखील महिलांचा विरोध राहिला आहे.

न्यायालयातील नोंदींचा आणि खटल्यांचा अभ्यास केला तर असे दिसून येते की, बहुतांश वेळा पतीने दुसरा विवाह केला हे समजल्यावर अथवा त्याचे आधीच लग्न झाले आहे हे समजल्यावर मुस्लीम महिला घटस्फोटाचा अर्ज करताना दिसून येतात. यामधील सर्वांत खेददायक बाब म्हणजे, ज्या मुस्लीम घटस्फोटित महिलांसाठी सरकारने कायदा बनवला, त्यांना त्याबद्दलच्या अपेक्षा न विचारल्यामुळे, याच महिला या कायद्यामुळे सर्वाधिक प्रमाणात प्रभावित झाल्या आहेत.

जेव्हा-जेव्हा मुस्लीम समाजातील धर्मगुरू अथवा लवाद यांनी तलाक किंवा बहुपत्नीत्व याबद्दलचा निर्णय जाहीर केला आहे, त्या-त्या वेळी समाजातील महिलांकडून याला विरोध करण्यात आला आहे. 'अहले हदीस' या मुस्लीम वैचारिक गटाकडून १९९३मध्ये एक आदेश जारी करण्यात आला. त्यानुसार तोंडी तलाक ही प्रथा मुस्लीम धर्मातील अवैध स्वरूपाची प्रथा आहे, त्यामुळे ही प्रथा रद्द करावी असे मत मांडण्यात आले. त्यानंतर या गटातील सर्व सदस्यांनी या आदेशाचे समर्थन केले आणि तोंडी तलाकची प्रथा रद्द करण्याची मागणी केली.

माजी मंत्री आणि मुस्लीम प्रश्नांचे अभ्यासक दिवंगत रफिक झकेरिया यांनी त्या वेळी सर्वोच्च न्यायालयाने या आदेशाला कायदेशीर आधार द्यावा, जेणेकरून या आदेशावर आधारित, संसद तोंडी तलाक रद्द करणारा कायदा करू शकेल, असे म्हटले होते. याच आदेशाला गृहीत धरून पाठिंबा देण्यासाठी महिला संघटनेने मुस्लीम वैयक्तिक कायदा मंडळापुढे पर्याय ठेवला होता. त्यांनी हा आदेश स्वीकारावा अथवा आम्ही सरकारवर हा निर्णय बंधनकारक करण्यासाठी दबाव टाकू, असे त्यांनी जारी केलेल्या निवेदनामध्ये म्हटले होते.

अनेक वर्षे मुस्लीम महिलांच्या हक्कांसाठी लढा दिलेल्या उझमा नहीद यांनी कालांतराने व्यक्तिगत कायदा मंडळाचे सदस्यत्व स्वीकारले. त्यांनीदेखील मंडळापुढे हा प्रस्ताव मांडला होता की, जे पुरुष तोंडी तलाक प्रथेचा वापर करून आपल्या पत्नीला घटस्फोट देतील, त्यांना मंडळाने त्यांची मालमत्ता जप्त करून कठोर शासन करावे. मात्र, मंडळाने याबाबत अतिशय ताठर स्वरूपाची भूमिका घेतली; जरी

संसदेमध्ये हा आदेश गृहीत धरून कायदा पारित केला तरी मंडळ मात्र तो स्वीकारणार नाही, असे स्पष्टीकरण मंडळाने दिले. जमात-ए-इस्लामी हिंदनेदेखील हा आदेश मानण्यास नकार दिला.

१९९४ साली हरियाणा उच्च न्यायालयातील न्यायाधीश एच.एन. तिलहारी यांनी मालमत्तेशी संबंधित एका खटल्यावर निकाल देताना असे मत मांडले की, जर पत्नीला तोंडी तलाक प्रथेनुसार घटस्फोट दिला तर तो अवैध ठरतो, कारण त्यामुळे संविधानाचा भंग होतो. त्यांच्या मते, मुस्लीम वैयक्तिक कायद्याचे संविधानाच्या तरतुदींशी सुसंगत असे कायदेशीर संहितीकरण करण्याची गरज आहे. तिलहारी यांच्याप्रमाणे, इस्लामचे अभ्यासक असगरअली इंजिनिअर यांनीदेखील मुस्लीम कायदा बनवण्याच्या प्रक्रियेला पाठिंबा दिल्यामुळे, मुस्लीम धर्मगुरुंनी असंतोष व्यक्त केला होता. मुस्लीम धर्मगुरुंच्या मते, बाबरी विध्वंस आणि शाहबानो प्रकरणानंतर ज्याप्रकारे देशातील वातावरण नकारात्मकरीत्या ढवळून निघाले होते, त्याचप्रकारे, मुस्लीम समुदाय या कायद्याच्या संहितीकरणानंतरदेखील प्रभावित होऊ शकतो, अशी भीती धर्मगुरुंनी व्यक्त केली. मुस्लीम महिला कार्यकर्त्यांच्या मतेदेखील मुस्लीम समुदायाला त्यांच्या धार्मिक सुधारणांसाठीचा अवकाश उपलब्ध करून देणे आवश्यक होते.

अर्थात, काही मुस्लीम गटांकडून हरियाणा निकालाचे स्वागत करण्यात आले. 'विमेन्स इंडिया ट्रस्ट'च्या संस्थापिका कामिला तैय्यबजी एक समर्थक, त्यांच्याप्रमाणे अनेक सामान्य घटस्फोटित मुस्लीम महिलांनीदेखील या निर्णयाचे स्वागत केले. त्यांच्या मते, या निर्णयाने त्यांचा न्यायालयावरचा विश्वास दृढ होण्यास मदत झाली आहे. आम्हाला उलेमा नाही तर न्यायालयच न्याय मिळवून देईल यावर आमचा विश्वास पक्का झाला आहे, अशी भावना बहुतांश महिलांनी व्यक्त केली.

बदलते संदर्भ

२००१ साली सर्वोच्च न्यायालयाने मुस्लीम महिला कायदा १९८६ला संविधानिक मान्यता देणारा निर्णय जाहीर केला. यानंतर लगेचच या निर्णयाला आव्हान देणारी याचिका दाखल करण्यात आली. हा कायदा इतर धर्मातील घटस्फोटित महिलांना मिळतो, तेवढे हक्क आणि अधिकारदेखील मुस्लीम महिलांना मिळवून देणारा नाही, असे या याचिकेत म्हणण्यात आले होते. न्यायालयाच्या मते, 'पोटगीचा समान आणि योग्य हक्क' म्हणजे घटस्फोटानंतरच्या तीन महिन्यांच्या 'इद्दत'च्या कालावधीमध्ये, मुस्लीम महिलेला आयुष्यभरासाठीची पुंजी नवऱ्याने मिळवून देणे.

मुस्लीम व्यक्तिगत कायदेमंडळाच्या सदस्यांना सर्वोच्च न्यायालयाचे अर्थनिर्णयन

मूळ कायद्याच्या उद्दिष्टांना काळिमा फासणारे वाटले, त्यामुळे ते संतापले; पण त्यांनी जाहीरपणे भूमिका मात्र घेतली नाही. वास्तविक या मंडळानेच या कायद्याची संहिता तयार केली होती. त्या वेळी भाजप आणि मित्रपक्षांचे वाजपेयी सरकार सत्तेमध्ये होते.

२०१४नंतर भाजप पुन्हा सत्तेमध्ये आला; पण समान नागरी कायदा लागू करण्याबाबतच्या त्यांच्या भूमिकेबाबत संभ्रम कायम होता. भाजपची याबाबतची नक्की भूमिका काय आहे याबाबत पुरेशी स्पष्टता अजूनही नाही. अर्थात, ऑक्टोबर २०१५च्या मुस्लीम वैयक्तिक कायद्याच्या विरोधात जारी करण्यात आलेल्या जनहित याचिकेला उत्तर देण्यापूर्वी, तसेच ख्रिश्चन कायद्याअंतर्गत आलेल्या घटस्फोटाच्या प्रकरणावर भाष्य करण्यापूर्वी सर्वोच्च न्यायालयाने सरकारच्या भूमिकेबाबत प्रश्नचिन्ह उपस्थित केले होते. सरकारी पातळीवर समान नागरी कायदा लागू करण्यासाठी प्रयत्न का केले गेले नाहीत, असा प्रश्न न्यायपालिकेने उपस्थित केला होता.

केवळ उलेमा नाही तर देशातील अनेक स्त्रीवादी संघटना आणि व्यक्तींच्या मते, जर भाजपच्या राजवटीमध्ये समान नागरी कायदा लागू झालाच, तर त्याचा वापर केवळ अल्पसंख्याक समाजाचे धार्मिक कायदे बरखास्त करण्यासाठीच केला जाईल ही भीती आणि शंका या गटातील लोकांना वाटते.

मुस्लीम स्त्रियांना महिला कायदे आणि कौटुंबिक हिंसाचारविरोधी कायद्याअंतर्गत न्याय मिळाल्याची अनेक उदाहरणे आहेत, असे हे स्त्रीवादी सांगतात. त्यांच्या मते, हिंदू धर्मात बहुपत्नीवादाला बंदी असूनही अनेक हिंदू पुरुषांनी दुसरा विवाह केल्याची मुबलक आकडेवारी उपलब्ध आहे. या दुसऱ्या पत्नीला 'पत्नीचा' दर्जा मात्र हिंदू पुरुषांना देता येत नाही. तेव्हा तीन वेळा तोंडी तलाक अथवा बहुविवाह या मुस्लिमांशी निगडित प्रथांवर कायदेशीर बंदी घालण्याचा अट्टाहास कशासाठी? त्यातून काय साध्य होणार? यामुळे धर्माच्या तरतुदींमध्ये जातीयवादी सरकारी यंत्रणांचा हस्तक्षेप वगळता काय हाती येणार? असे प्रश्नदेखील उपस्थित केले जात होते.

यावरून दोन प्रश्न आणि भूमिका उपस्थित होतात. न्यायालयाच्या निर्णयांमध्ये कायद्याइतकी ताकद असते का? आणि दुसरा, मुस्लीम महिलांना समाजाचे अंग अथवा समूह म्हणून गृहीत धरले का जात नाही?

शाहबानो नंतरची नवी मुस्लीम महिलांची पिढी शिक्षित आहे आणि आत्मविश्वासाने स्वत:च्या हक्कांबद्दल बोलणारी आहे. या पिढीला स्वत:च्या धार्मिक पार्श्वभूमीची जाण आहे. ही पिढी धार्मिक ग्रंथ आणि संदर्भांचा अभ्यास करणारी आणि त्याचा उपयोग करून धर्माला प्रश्न विचारणारी पिढी आहे. या आधीच्या काळात, जर प्रसारमाध्यमांनी विचारले तरच मुस्लीम वैयक्तिक कायद्याबद्दल जपून

आणि घाबरून बोलणारा स्त्रीवर्ग या समाजाने अनुभवला होता; पण आत्ताची परिस्थिती खूप वेगळी आहे.

अलीकडे मुस्लीम महिला आपापसांत धर्माबद्दल चर्चा करताना, संघटना स्थापन करताना दिसून येत आहेत. प्रसारमाध्यमांच्या मदतीने मुस्लीम समाजातील धर्मगुरू आणि पुरुष सदस्यांपर्यंत आपली मते पोहोचवताना दिसून येत आहेत. आता मुस्लीम वैयक्तिक कायद्यामध्ये अपेक्षित बदल घडून यावा यासाठी या महिला न्यायपालिकेचा आधार घेताना दिसून येत आहेत. अनेक वर्षे मुस्लीम धर्मगुरुंकडून हा बदल घडवून आणण्यासाठी प्रयत्नशील राहिल्यानंतर महिला वर्गाने न्यायपालिकेची मदत घेण्यास सुरुवात केली आहे, असे दिसून येते.

१९९२मध्ये बाबरी विध्वंसानंतर आजपर्यंत देशभर अनेक धार्मिक दंगली उसळल्या. परिणामी मुस्लीम समुदायाला प्रकर्षाने असे वाटू लागले आहे की, सामाजिक व धार्मिक सुधारणांची गरज आहे. अर्थातच, या धार्मिक सुधारणा राज्यव्यवस्थेच्या कठोर हस्तक्षेपाशिवाय आणि अंतर्गत पातळीवर केल्या जाव्यात, हे भानदेखील या समुदायाला होते. यासाठी समाजामध्ये शिक्षणाचे आणि साक्षरतेचे अभियान राबवण्याची सुरुवात करण्यात आली. याबरोबरच कायदेशीर 'निकाहनामा' हा दस्तऐवजदेखील निर्माण करण्याची प्रक्रिया सुरू करण्यात आली, जेणेकरून तोंडी तलाक आणि बहुपत्नीत्व यापासून मुस्लीम महिलांना संरक्षण मिळू शकेल. या कायदेशीर निकाहनाम्यामध्ये कुरआनवर आधारित तलाकची शास्त्रीय पद्धत देण्यात आली होती. जेणेकरून योग्य पद्धतींचा वापर करून तलाक दिला जाईल, तसेच या प्रथेचे पालन न करणाऱ्या पतीला कायदेशीर दंड आणि शासन करणे शक्य होईल. या नव्या तरतुदीनुसार बहुपत्नीत्वाची प्रक्रियादेखील अवघड आणि किचकट बनवण्यात आली होती.

व्यक्तिगत कायदा मंडळाची भूमिका

१९९४मध्ये मुंबईमधील मुस्लीम समुदायाने अशाच एका निकाहनाम्याचा संदर्भ उपस्थित केला होता. हा निकाहनामा अलीगड फिकह संस्थेने मंजूर केला होता. मात्र, वैयक्तिक कायदे मंडळाने त्याला पाठिंबा देण्यास नकार दिला. मुस्लीम समाजातील पारंपरिक आणि जुन्या वळणाच्या महिलांच्या दबावाला बळी पडून २००५ साली व्यक्तिगत कायदे मंडळाने नवीन निकाहनामा जारी केला. या निकाहनाम्यामध्ये पुरुषांना कुरआनवर आधारित तलाकची पद्धती पाळण्याची सक्ती करण्यात आली. मात्र, ही पद्धत न पाळणाऱ्या पुरुषांना कोणतेही शासन करण्याची तरतूद मात्र वगळण्यात आली.

वास्तविक, मंडळाने हा नव्या स्वरूपाचा निकाहनामा जाहीर प्रसिद्धदेखील केला नव्हता. त्या वेळी समुदायातील अनेक व्यक्तींनी मंडळाशी संवाद साधण्याचा प्रयत्न केला. स्वत: असगरअली इंजिनिअर यांनीदेखील धर्मगुरुंना मुस्लीम धर्म कायदेनिर्मिती बाबत चर्चेसाठी निमंत्रित केले होते. परंतु, प्रत्येक चर्चेमध्ये मंडळाकडून एकच मुद्दा वारंवार रेटला गेला, तो म्हणजे 'आम्ही शरीयतमध्ये कोणताही बदल होऊ देणार नाही;' वास्तविक, मुस्लीम महिला कायदा १९८६च्या रूपात मंडळानेच शरीयतमध्ये बदल करण्यास परवानगी दिल्याचा इतिहास आहे.

उर्दू प्रसारमाध्यमे ही मुस्लीम महिलांच्या मदतीला येऊ शकतील अशी एक महत्त्वाची संस्था आहे. शाहबानो खटल्यापासून बहुतांश वेळा या प्रसारमाध्यमांनी मंडळाच्या भूमिकेला पाठिंबा दिलेला आहे. अनेक मुस्लिमांच्या मते, हे मंडळ म्हणजे एक प्रकारची स्वयंसेवी संस्था म्हणून कार्यरत आहे. मुस्लीम समाजाचे प्रतिनिधित्व करण्यात मंडळाला अपयश आले आहे, असे मानले जाते.

वास्तविक, मंडळाकडून ज्या प्रकारे इस्लामची प्रतिमा तयार करण्यात आली आहे, ती बहुतांश मुस्लिमांच्या मते अभिमानास्पद स्वरूपाची नाही. सध्याच्या या प्रकरणात मंडळाची भूमिका हादेखील अनेक मुस्लिमांच्या मते अभिमानाने सांगता यावा असा मुद्दा नाही.

गेल्या ३० वर्षांतला व्यक्तिगत कायदा मंडळाचा समर्थक वर्ग आणि सदस्य यांच्याशी संवाद साधल्यावर मला हे लक्षात आले की, मंडळाच्या भूमिकेमध्ये कोणतेच नवीन वळण आलेले नाही. मंडळाच्या मते, विवाहसंस्था ही प्रामुख्याने पुरुषांच्या सोयीसाठी तयार केलेली यंत्रणा आहे. पुरुषांच्या कामेच्छा आणि त्याची पूर्तता करण्यासाठी तसेच जर पहिल्या विवाहापासून संतती प्राप्त होत नसेल (अर्थातच याला स्त्री जबाबदार असते हे गृहीतच आहे) तर, इस्लाममध्ये बहुपत्नीत्व प्रथेचा समावेश केलेला आहे. मात्र, आजकालच्या आधुनिक स्त्रिया या प्रथेच्या विरोधात आहेत. त्यामुळे तोंडी तलाकच्या प्रथेची गरज आहे, असे मंडळ मानते.

अशा वेळी तोंडी तलाक पद्धत वापरून पत्नीशी काडीमोड घेतला जाऊ शकतो. 'मेहेर'ची रक्कम आणि तीन महिन्यांपुरती पोटगी घेऊन, पुन्हा एकदा त्या महिलेला पिता अथवा भावावर; वेळप्रसंगी दुसऱ्या पतीवर अवलंबून राहावे लागते. मंडळाच्या मते, जर त्या घटस्फोटितेला आयुष्यभरासाठी पोटगी दिली तर तिचे वर्तन हाताबाहेर जाण्याची दाट शक्यता असते. आम्ही मंडळाला हा प्रश्न विचारला की, ज्या स्त्रीने घरासाठी तिचे आयुष्य दिले, तिला आयुष्यभर पोटगी मिळवण्याचा अधिकार नाही का? मंडळाचे यावर उत्तर होते, इस्लाममध्ये अशा कामासाठी पैसे देण्याची पद्धत नाही.

मंडळाच्या काही सदस्यांच्या मते, पुरुषांना उत्तरदायी मानणे हे विवाहसंस्थेला अडथळा निर्माण करण्यासारखे आहे. त्यामुळे पुरुष हे बंधन नाकारतात. ज्याप्रमाणे पाश्चिमात्य देशात महिलांना अतिरिक्त स्वातंत्र्य दिल्यामुळे त्यांचे विवाह मोडतात; अथवा ज्याप्रमाणे हिंदू पती आपल्या नकोशा झालेल्या पत्नीला मारून टाकतात, तसे काहीसे इस्लाममध्ये घडू लागेल, अशी शक्यता नाकारता येत नाही.

वास्तविक, स्त्रीवर्गाबद्दल इतक्या टोकाचा अविश्वास आणि द्वेष ही गोष्ट गंभीर स्वरूपाची आहे. मात्र, ज्या गरीब वर्गातल्या मुस्लीम स्त्रियांवर मौलाना वर्गाकडून नियंत्रित केल्या जाणाऱ्या 'जमात'चे वर्चस्व आहे. शाहबानो प्रकरणीदेखील महिलांची अशीच भावना होती. 'आम्हाला जमातच्या पद्धतीने निवाडा करून घेण्यास सांगू नका. आमच्या मते, न्यायालय हेच आमचे जमात आहे. हरियाणा न्यायालयाचा तिलहारी निकाल हा शरीयतविरोधी निकाल आहे, असे मत मंडळाकडून नोंदवण्यात आले होते. त्या वेळी महिलावर्गाने त्याचा निषेध केला होता. जे उलेमा या निकालाला शरीयतविरोधी निकाल मानतात त्यांनी सर्वप्रथम शरीयतचे पालन करावे आणि आपल्या पत्नीला सन्मानाने वागवावे.'

यातील उपरोधिकता म्हणजे जे उलेमा या गरीब आणि बहुतांशवेळा अशिक्षित महिलांना अशा प्रकारच्या चर्चा आणि मतमतांतरे यासाठी गृहीतच धरत नाहीत, त्या महिलांच्या मते मात्र, कुरआन ज्याप्रकारे विवाहसंस्थेकडे पाहते आणि उलेमा ज्याप्रकारे लग्नसंस्थांकडे पाहतात, त्यामध्ये मोठ्या प्रमाणावर तफावत आढळते. अर्थातच, कुरआनचा दृष्टिकोन उलेमांकडून अमलात आणला जात नाही. त्या अर्थाने ही तफावत दरी आणि अज्ञान निर्माण करणारी आहे. याउलट, भारतीय न्यायपालिकांचे कुरआनचे आकलन हे उलेमा आणि मंडळापेक्षा अधिक जबाबदारीचे आहे, असे दिसून आले आहे.

वास्तविक, अनेक मुस्लीम विचारवंत आणि संशोधक यांच्या मते, भारतातील न्यायपालिका आणि यंत्रणांपेक्षा मुस्लीम वैयक्तिक कायदा आणि अखिल भारतीय मुस्लीम वैयक्तिक कायदे मंडळ या यंत्रणाच कुरआनविरोधी आहेत; कारण या संस्था वेळोवेळी तोंडी तलाक, हलाला आणि बहुपत्नीत्वाला उत्तेजन देतात. वास्तविक सायराबानो आणि इतर प्रकरणांमध्येदेखील हाच दावा करण्यात आला आहे की, तोंडी तलाक ही प्रथा केवळ असंविधानिक नाही, तर कुरआनच्या शिकवणीशीदेखील प्रतारणा करणारी आहे.

अर्थात, यांपैकी कोणत्याच याचिका समान नागरी कायद्याची मागणी करत नाहीत. राज्यसंस्थेने मात्र तोंडी तलाक आणि बहुपत्नीत्व याला विरोध करणारा

कायदा लागू करण्याची गरज आहे, हे सत्यदेखील नाकारून चालणार नाही. अल्पसंख्याक समुदाय कायमच धार्मिक बाबतीत राज्यसंस्थेच्या हस्तक्षेपाबाबत साशंक व भयग्रस्त असतात, हा जगभरचा अनुभव आहे.

मुस्लीम धर्मगुरुंच्या मते, इस्लामविरोधी प्रसारमाध्यमांच्या प्रचारामुळे तोंडी तलाकच्या मुद्द्याला अकारण महत्त्व देण्यात येत आहे. हा मुद्दा चर्चिला जावा इतकाही महत्त्वाचा नाही. मात्र, कट्टरतावादी नेते सय्यद शहाबुद्दीनपासून मेहमूद उर रेहमान समिती (महाराष्ट्र सरकारने २००८ साली महाराष्ट्रातील मुस्लिमांच्या स्थितीचा आढावा घेण्याच्या दृष्टीने या समितीचे गठन केले होते.) तसेच अखिल भारतीय सुन्नी उलेमा संघ या सर्वांनी तोंडी तलाकची पद्धती रद्द करण्यात यावी असे मत वेळोवेळी मांडले आहे. ज्या वेळी सर्व स्तरातील मुस्लीम महिला एकमुखाने धर्माच्या नावाने सुरू असलेल्या रूढी व प्रथा बंद करण्याची मागणी करतील, त्यासाठीचा दबावगट तयार करतील, त्याचवेळी हा बदल घडून येईल अशा आशावादावर हा लढा सुरू आहे.

देशभरातल्या मुस्लीम महिला एक समुदाय म्हणून त्यांच्या घटनात्मक हक्कांची मागणी करत आहेत. हे करताना आपण एक एकाकी लढा देणाऱ्या महिला आहोत, हा भाव राहिलेला नाही; जर महिलांना इस्लाम आणि मुस्लीम वैयक्तिक कायद्यामध्ये हस्तक्षेप करण्यासाठी दोषी ठरवले जात असेल तर ते साफ चुकीचे आहे. खरे तर यासाठी महिलांचे म्हणणे आणि त्यांच्या मागण्यांकडे कानाडोळा करणाऱ्या मुस्लीम धर्मगुरू आणि राजकारण्यांना दोषी धरायला हवे.

अनुवाद–नेहा महाजन

(लेखिका ज्येष्ठ स्त्रीवादी कार्यकर्त्या आहेत. त्यांनी १९९२च्या मुंबई दंगलीत पीडित कुटुंबांना संरक्षण देण्याचं काम केलेलं आहे. त्यांनी आत्तापर्यंत विविध दंगलग्रस्त भागाची फॅक्ट फाईंडिंग केलेली आहे. सदर लेख ईपीडब्लूच्या अंकात प्रकाशित झालेला आहे.)

तलाक विधेयकाचे राजकारण

रझिया पटेल

भारताच्या सर्वोच्च न्यायालयाने तलाकसंदर्भात दिलेल्या निर्णयाचे सर्वांनी स्वागत केले. गेली तीस ते पस्तीस वर्षे या प्रश्नांवर आवाज उठवणाऱ्या आमच्यासारख्या अनेक संघटनांना हा निर्णय अपुरा असला तरी दिलासादायक वाटला. त्यानंतर २८ डिसेंबर २०१७ रोजी 'मुस्लीम महिला विवाह अधिकार विधेयक-२०१७' भारताच्या संसदेतील दोन सभागृहांपैकी लोकसभेने मंजूर केले. या विधेयकावर लोकसभेत झालेल्या चर्चेत विरोधी पक्षांनी केलेल्या दुरुस्तीच्या सर्व सूचना नाकारण्यात आल्या आणि विधेयक बहुमताने मंजूर झाले.

सरकारचे हे विधेयक काय आहे हे समजून घेतले तर असे दिसते की, एकाचवेळी 'तीन तलाक' हा शब्द उच्चारून, लिहून वा कुठल्याही इलेक्ट्रॉनिक साधनांचा वापर करून घटस्फोट देणे बेकायदेशीर असून तो अजामीनपात्र गुन्हा ठरेल. अशा प्रकारे घटस्फोट देणाऱ्या पुरुषाला ३ वर्षांचा तुरुंगवास आणि दंड होईल. या विधेयकानुसार अशी तलाक पीडित महिला पोटगी, अज्ञान मुलांचा ताबा आणि त्यांचा निर्वाह खर्च मागू शकते.

विधेयकात असेही म्हटले आहे की, तलाक ए बिद्दतच्या बळी असणाऱ्या महिलांना दिलासा मिळेल. तसेच राज्यघटनेने नमूद केलेली वैशिष्ट्ये जसे की लिंग समन्याय आणि लिंग समानता आणि भेदभावरहित आणि सक्षमतेने जगण्यासाठी हे विधेयक मदत करेल.

तीन तलाक बद्दल 'सायराबानो विरुद्ध भारत सरकार' प्रकरणात मा. सर्वोच्च न्यायालयाने तिहेरी तलाक बेकायदेशीर ठरवत त्याविरोधात संसदेला कायदा करण्याचे आदेश दिले होते. सुप्रीम कोर्टाचा निर्णय आल्यावर केंद्रीय कायदेमंत्री रविशंकर प्रसाद यांनी त्वरित प्रतिक्रिया दिली की, नवा कायदा बनविण्याची गरज नाही, २००५चा कौटुंबिक हिंसाचार विरोधी कायदा त्यासाठी पुरेसा आहे. मात्र, त्यानंतर चारच महिन्यांनी सरकारने विधेयक आणले.

खरे म्हणजे, तीन तलाकच्या प्रश्नावर मुस्लीम स्त्रियांनी वारंवार न्यायालयाची दारे ठोठावली आहेत आणि न्यायालयाने प्रत्येक वेळी ही प्रथा घटनाबाह्य असणे अधोरेखित केले आहे. १९८९मध्ये 'जियाउद्दीन अहमद विरुद्ध अनवरा बेगम' प्रकरणात गुवाहाटी उच्च न्यायालयाने जो निकाल दिला, यात असे म्हटले गेले की, 'योग्य आणि सबळ कारणाशिवाय तलाक देणे, तसेच किंवा दोघात समेट घडवून आणण्यासाठी कुठलेच प्रयत्न केले गेले नाहीत, असा तलाक बेकायदेशीर असेल.'

मे २००२मध्ये अलाहाबाद उच्च न्यायालयाने 'दगडू पठाण विरुद्ध रहीमतबी' प्रकरणात तोंडी वा लेखी तलाक न्यायालय मान्य करणार नाही, तलाक न्यायालयात सिद्ध करावा लागेल असे म्हटले होते. याच वर्षी शमीम आरा प्रकरणात सर्वोच्च न्यायालयाने निकाल दिला होता की, तलाक तडकाफडकी न होता त्याची एक प्रक्रिया पार पाडावी लागेल, त्यात तडजोडीचे प्रयत्न झालेले असणे महत्त्वाचे आहे.

अशा प्रकारे वेळोवेळी आलेले न्यायालयाचे निकाल हे कायद्याचे रूप धारण करत असतात. त्यामुळे सरकारने या गोष्टीची गंभीरपणे दखल न घेता विधेयक मांडायचीच नाही तर पास करण्याचीसुद्धा जी घाई केली ती शंका निर्माण करणारी आहे. मुस्लीम व्यक्तिगत कायद्याअंतर्गत हा तोंडी तलाकचा अधिकार मुस्लीम पुरुषाला मिळालेला आहे. तसेच बहुपत्नीत्व, हलालाबद्दल, भारत सरकारच्या 'हाय लेव्हल कमिटी ऑन स्टेटस् ऑफ विमेन' (२०१३) या समितीवर काम करताना उत्तरप्रदेश येथील भेटीत मुस्लीम महिलांनी 'जुबानी तलाक' आणि 'हलाला' प्रथेला प्रखर विरोध केला होता. आम्ही आमच्या अहवालात ही गोष्ट नमूदही केली आहे. अशा या मुस्लीम व्यक्तिगत कायद्यात सुधारणेचा काही मुद्दा आला की मुस्लीम मूलतत्त्ववादी चवताळून उठतात. हा आमचा धार्मिक स्वातंत्र्याचा मुद्दा आहे असे ते म्हणतात. परंतु, हा कायदा इंग्रजांच्या राजवटीत आणण्यात आलेला आहे. (शरीयत ॲप्लिकेशन ॲक्ट-१९३७) हा फक्त कौटुंबिक कायदा भारतातील सर्व मुस्लिमांना लागू करण्यात आला. खरे म्हणजे, मुस्लीम समुदायात दोन प्रमुख पंथ आहेत, शिया आणि सुन्नी. यांपैकी शियांमध्ये जुबानी तलाक मान्य नाही तसेच हनफी, मलिकी, हंबाली, शाफई असे चार विचारप्रवाह आहेत. शिवाय वेगवेगळ्या प्रांतांमध्ये वेगवेगळ्या रूढी-परंपरा आहेत. या सगळ्या गोष्टींची दखल न घेता या कायद्याच्या आधारे इंग्रजांनी एकच धर्माधारित मुस्लीम आयडेंटिटी निर्माण केली.

स्वतंत्र भारतातील संविधान सभेतही त्यावर चर्चा झाली होती. त्यानुसार राज्य धोरणाच्या मार्गदर्शक तत्त्वात 'एकरूप नागरिक संहिते'साठी राज्य प्रयत्नशील राहील हे मार्गदर्शक तत्त्व कलम ४४ अन्वये त्यात घालण्यात आले.

मात्र, स्वातंत्र्योत्तर काळात या विषयावर ना केंद्र सरकारने ना राज्य सरकारने कोणीही गंभीरपणे विचार केला नाही. त्याऐवजी वेगवेगळ्या पद्धतीने या प्रश्नाचे राजकारणच करण्यात आले. हिंदुत्ववादी संघटनांनी हा मुद्दा 'वो पांच उनके पच्चीस' अशा पद्धतीने हाताळला आणि मुस्लीम स्त्रियांचा न्यायाचा प्रश्न हा मुस्लीम समाजावर उगारण्याचे हत्यार बनवला. मुस्लीम स्त्री आणि व्यक्तिगत कायद्याला हिंदुत्ववादी संघटनांनी राष्ट्रवादाचा प्रश्न केला. मुस्लीम मूलतत्त्ववाद्यांनी तो धार्मिक अस्मितेचा प्रश्न बनवला. एकूण या प्रश्नांचे अनेकदा राजकारणच जास्त झाले.

राजीव गांधी सरकारच्या काळात शाहबानो प्रकरणात सर्वोच्च न्यायालयाचा मुस्लीम स्त्रीला पोटगी देण्याचा निकाल नाकारून 'मुस्लीम विमेन प्रोटेक्शन ऑन डिव्होर्स अ‍ॅक्ट-१९८६' हा कायदा करण्यात आला. त्या पूर्वी भारतीय दंडविधान संहितेच्या कलम १२५ अंतर्गत सर्वच भारतीय महिलांना पोटगीचा अधिकार होता. नवीन कायद्याद्वारे मुस्लीम महिलेला त्यातून वगळले गेले. मुस्लीम स्त्रियांसाठी हा निर्णय मागे नेणारा ठरला.

मला एका मुस्लीम महिलेने त्या वेळी एक बोलकी प्रतिक्रिया दिली होती, 'देश को इक्कीसवी सदी में लेके जाने की बात करनेवाले राजीव गांधी हमे तो चौदहवी सदी में ले आये।' त्यावेळेस काँग्रेससारख्या धर्मनिरपेक्ष पक्षांनी हा बेजबाबदारपणा दाखवला. ज्यातून पुढे भाजप सारख्या पक्षाला राजकारणात बळ मिळाले आणि ते पुढे केंद्रात सत्ताधीश होऊ शकले.

१९७५ हे युनोने 'जागतिक महिला वर्ष' म्हणून जाहीर केले. त्या काळात स्वायत्त महिला संघटना उभ्या राहिल्या. त्यात मुस्लीम संघटनाही अग्रेसर होत्या. त्यांनी हा प्रश्न सतत पेटता ठेवला. या काळात मुस्लीम स्त्रियांची दखल घेण्याजोग्या दोन महत्त्वाच्या घटना घडल्या. १९८२मध्ये जळगाव येथे मुस्लीम महिलांना सिनेमा पाहण्यास बंदी घातली गेली, जी आम्ही सत्याग्रह करून मोडून काढली. मुस्लीम महिलांचे पहिलेच अशा पद्धतीचे बंड अनेक ठिकाणी अशी बंदी मोडून काढण्यासाठी कारणीभूत ठरले.

१९८६ साली शहनाझ शेख या मुंबईच्या तरुणीने मुस्लीम व्यक्तिगत कायद्याला सर्वोच्च न्यायालयात आव्हान दिले. बिजापूरच्या नजमा बांगी आणि गोव्यामधील रशीद मुजावर यांनीदेखील मुस्लीम महिलांची आंदोलने त्या काळात चालवली. या सर्व गोष्टींचा परिपाक या प्रश्नावर जाणीवजागृती होण्यात झाला आणि आजची स्थिती येण्यास कारणीभूत आहे. एक लक्षणीय गोष्ट म्हणजे या सर्व महिला भारताच्या राज्यघटनेला आधार मानत होत्या.

मात्र, आज या विधेयकाचे स्वागत करणाऱ्यांमध्ये भारतीय मुस्लीम महिला आंदोलन, ऑल इंडिया मुस्लीम विमेन्स पर्सनल लॉ बोर्ड या महिला संघटना आहेत. या संघटनांची एक विशिष्ट विचारधारा आहे. 'भारतीय मुस्लीम महिला आंदोलन' या संघटनेची स्थापना २००८ साली झाली. आमचा धर्म आम्हाला सर्व अधिकार व समानता देतो, त्यामुळे या चौकटीतच आम्हाला ते सर्व अधिकार मिळावेत. त्यासाठी संसदेने आम्हाला धर्मावर आधारितच कायदे करून द्यावे, असा त्यांचा आग्रह आहे. किंबहुना, न्यायालयांनीदेखील इस्लामचा आधार घेत न्यायदान करावे असाही त्यांचा आग्रह त्यांनी केलेल्या याचिकांमध्ये दिसून येतो. या पार्श्वभूमीवर आमचा धर्म आम्हाला सर्व अधिकार देतो तर संविधानाची आम्हाला काय गरज, असा प्रश्न एका तरुण मुलीला पडला तर त्यात नवल काय! शिवाय ही संघटना शरीयत न्यायालय चालवते आणि महिला काझींना प्रशिक्षित करते जेणेकरून इस्लामिक चौकटीत न्याय देता येईल.

इस्लामी कायद्याचे संहितीकरण ही त्यांची आणखी एक मागणी आहे. त्यात धर्माची परिभाषा स्त्रियांच्या अधिकाराच्या रूपात केली की झाले, असे त्यांचे म्हणणे आहे. अशा संघटनेने भारतीय जनता पक्षाच्या सरकारने आणलेल्या या विधेयकाचे स्वागत करणे याचे राजकारण समजून घेतले पाहिजे. नवमूलतत्त्ववादाची मांडणी आता स्त्री संघटनाही करत आहेत आणि बहुसंख्याक मूलतत्त्ववादाची मदत घेऊन अल्पसंख्याकांच्या मूलतत्त्ववादाला स्थापित करणे अशी रणनीती आहे. ऑल इंडिया मुस्लीम विमेन्स पर्सनल लॉ बोर्डाच्या शाहिस्ता अंबर यांची हीच रणनीती आहे. त्या विधेयकाला इस्लामीच्या तत्त्वाप्रमाणे असल्याचे मानतात.

आता तर गेल्या तीन दशकात भारतातील वातावरण बदललेले आहे. अडवाणींची रथयात्रा, बाबरी विध्वंस त्या पाठोपाठ देशभरातील दंगली, २००२चा गुजरात हिंसाचार, मुजफ्फरनगरच्या दंगली, २०१४मध्ये भाजपचे सत्तेवर येणे, लव्ह जिहाद, घरवापसी, पुरस्कारवापसी, गोरक्षकांचा हैदोस या अशा सगळ्या वातावरणात हे विधेयक आले. या पार्श्वभूमीवरदेखील आपण त्याकडे पाहिले पाहिजे.

या विधेयकाचे प्रत्यक्ष जे राजकारण झाले तेही लक्षात घेतले पाहिजे. विधेयक मांडताना केंद्रीय कायदेमंत्री रविशंकर प्रसाद म्हणाले, ''हे विधेयक धर्मश्रद्धा व प्रथा-परंपरांचा मुद्दा नसून हा जेंडर जस्टिस व जेंडर इक्वॅलिटीचा भाग आहे. मुस्लीम महिलांसोबत उभे राहणे हा जर अपराध असेल तर तो आम्ही दहा वेळेला करू.''

आता या पार्श्वभूमीवर ते ज्या भाजपचे प्रतिनिधित्व करतात त्यांनी सत्तेवर

येण्याआधी आणि सत्तेवर आल्यानंतर एकंदर मुस्लीम समाजाबद्दल काय भूमिका घेतली आहे? राज्य सरकारांपासून ते केंद्र सरकारपर्यंत किती मुसलमानांना त्यांच्या सरकारात प्रतिनिधित्व आहे? त्यांच्या ताब्यात असलेला काही राज्य सरकारांमध्ये तर मुस्लीम आमदार मंत्री शोधा आणि बक्षीस मिळवा अशी परिस्थिती आहे.

शिवाय गोवंश हत्याबंदी कायदा करून त्याच्या नावाने मुसलमानांचा शिरच्छेद करणाऱ्या पक्षाच्या अनुयायांना ताब्यात ठेवण्याची इच्छाशक्ती दाखवलेली नाही. अशा पद्धतीने एकीकडे दाखवण्यासाठी मुस्लीम महिलांचा कळवळा दुसरीकडे वास्तवात मुस्लीम समाजावर हल्ले आणि हत्या आणि त्यावर यांचे मौन, या पार्श्वभूमीवर या विधेयकाचा अर्थ समजून घेतला पाहिजे. मुस्लीम प्रश्नावरच्या भूमिकांमुळे सरकारचे जे चारित्र्य बनले आहे त्यातून या विधेयकाच्या हेतूबद्दल शंका निर्माण होतात.

केंद्रीय कायदेमंत्री रविशंकर प्रसाद यांनी आणखी एक मुद्दा लोकसभेत मांडला तो म्हणजे पाकिस्तान, बांग्लादेश, अफगाणिस्थान, ट्युनिशिया, तुर्कस्तान, मोरोक्को, इंडोनेशिया, इजिप्त, इराण आणि श्रीलंका इत्यादी देशांची उदाहरणे त्यांनी दिली. या बाबतीत त्यांना पाकिस्तान आठवावा हेदेखील लक्षणीय! हा भाग सोडून दिला तरी आम्ही शरीयत कायद्यात कुठलाही हस्तक्षेप करत नाही, असेही त्यांनी आवर्जून सांगितले. मुळात भारत हा धर्मनिरपेक्ष लोकशाही देश असून आपण कायदे करताना आपल्यासाठी राज्यघटनेची चौकट महत्त्वाची आहे. त्यामुळे दिलेली उदाहरणे अप्रस्तुत ठरतात.

हे विधेयक घाईने आणले गेले, त्याच्यावरती देशभरात सामाजिक कार्यकर्ते, संघटना, पक्ष, कायदेतज्ज्ञ इत्यादींमध्ये चर्चा घडवून आणली गेली नाही. मुस्लीम स्त्रियांना न्याय मिळावा यासाठी हे विधेयक आणल्याचा दावा सरकारकडून केला जातो आहे. परंतु, मुस्लीम स्त्रियाच नव्हे तर अन्य धर्मीय स्त्रियांमध्येही परित्यक्तांचा प्रश्नही मोठ्या प्रमाणावर दिसून येतो.

२०११च्या जनगणनेनुसार घटस्फोटाशिवाय सोडून दिलेल्या परित्यक्ता महिलांची संख्या मोठी आहे. देशभरात ही संख्या २३,७२,७५४ (तेवीस लाख बहात्तर हजार सातशे चौपन्न) असून त्यात १,९४,३९०, हिंदू, २ लाख ८७ हजार मुस्लीम, ९३ हजार ५६३ ख्रिस्ती तर शीख २४,९५६, बौद्ध २९,५१५, जैन ५१५ आणि अन्य २३,००८ आहेत. ही आकडेवारी देण्यामागे मुद्दा असा की स्त्रियांना सोडून देण्याचे प्रमाण सर्वच धर्मांमध्ये मोठ्या प्रमाणावर दिसते. कायदा करायचाच झाला तर तो सर्व भारतीय स्त्रियांसाठी करणे आवश्यक आहे.

उपरोक्त आकडेवारीचा विचार केल्यास भारतातील सर्वच महिलांना न्याय मिळेल याकडे सरकारने लक्ष देणे आवश्यक आहे; पण एका महत्त्वाच्या मुद्द्याकडे मला लक्ष वेधायचे आहे तो म्हणजे शाहबानो प्रकरणात जी चूक तत्कालीन राजीव गांधी सरकारने केली तीच चूक आत्ताचे भाजपप्रणीत केंद्र सरकार करीत आहे. राजीव गांधी सरकारने भारतातील सर्व घटस्फोटित स्त्रियांना पोटगीसाठी लागू असणाऱ्या भारतीय दंडविधान संहितेच्या कलम १२५ या धर्मनिरपेक्ष कायद्यातून घटनादुरुती करून मुस्लीम महिलांना वगळून टाकले व त्यांच्यासाठी वेगळा कायदा आणला.

त्याचपद्धतीने भारतीय जनता पक्षाचे हे सरकार तलाकविरोधी कायदा करताना कौटुंबिक हिंसाचार विरोधी कायदा, ज्यातून भारतातील सर्व जाती धर्मांच्या महिलांना न्यायाची मागणी करता येते तो सोडून एक नवीन कायदा करत आहे. जो तीन तलाक देणाऱ्या पुरुषांना तुरुंगवासाच्या शिक्षेवर भर देत आहे. परंतु, त्यातून मुस्लीम स्त्रीला न्याय कसा मिळेल हे स्पष्ट करत नाही. नवीन विधेयक आणण्यापेक्षा, सर्वोच्च न्यायालयाने त्रिवार तलाक हा बेकायदेशीर घोषित केलाच आहे त्याचे उल्लंघन करणाऱ्यास कौटुंबिक हिंसाचार विरोधी कायद्याखाली कारवाई करून समुपदेशन व अन्य मार्गांनी 'पीडित स्त्री' ला न्याय देण्याचा प्रयत्न केला गेला पाहिजे.

शिवाय, स्त्रियांना जात धर्मापलीकडे जाऊन भारतीय स्त्री म्हणून न्याय देणाऱ्या कायद्यांच्या अंतर्गत न्याय मिळेल असे पाहिले पाहिजे. यासाठी लिंग समन्यायी कायदे (जेंडर जस्टिस लॉ) करण्याच्या दिशेने पाऊल टाकले पाहिजे. आंतरराष्ट्रीय स्तरावरती 'कन्व्हेंशन ऑन एलिमिनेशन ऑफ ऑल टाईप्स डिस्क्रिमिनेशन अगेन्स्ट विमेन' या करारावर युनोचे सदस्य म्हणून भारताने स्वाक्षरी केली आहे व त्याअन्वये असे कायदे करणे हे आपल्यावर बंधनकारक आहे. भारत सरकारने सर्वच धर्मांच्या व्यक्तिगत कायद्यांची स्त्रीवादी समीक्षा करून लिंगभाव समन्यायी कायदे करण्याच्या दृष्टीने पावले टाकली पाहिजेत.

सदर कायदा या दिशेच्या/अपेक्षांच्या विरुद्ध आहे. तलाकच्या प्रश्नावर आम्ही आणि आमच्यासारख्या अनेक व्यक्ती आणि संघटना विरोध सहन करीत काम करीत आहोत. सर्वोच्च न्यायालयाने ५ मुस्लीम महिलांच्या अर्जावर निकाल देताना या प्रथेवर कायद्याने बंदी घालण्याचा निकाल दिला याचा आम्हाला आनंद झाला. मात्र, याचे कायद्यात रूपांतर करताना जे राजकारण होत आहे ते अस्वस्थ करणारे आहे. या कायद्यात अनेक विरोधाभास आहेत आणि अंतिमतः हा कायदा मुस्लीम स्त्रीच्या समोर समस्या सोडवण्याऐवजी अनेक प्रश्न उभा करणारा आहे. अनेक

मुस्लीम महिला ‘कानून का काम इन्साफ देना होता है, इन्साफ ना मिले तो कानून कैसा?’ अशी अपेक्षा कायद्याकडून करत आहेत. हे विधेयक या अपेक्षा पूर्ण तर करत नाहीच पण असंख्य प्रश्न उपस्थित करत आहे.

(लेखिका महाराष्ट्रातील सुधारणावादी चळवळीतील सक्रिय कार्यकर्त्या आहेत. मुस्लीम महिलांच्या अधिकारांसाठी त्यांनी विविध आंदोलने केलेली आहेत.)

अज्ञानाचे मोर्चे

कलीम अजीम

'We demand to take back Talaqe Bill'
'शरीयतमध्ये हस्तक्षेप आम्हाला मंजूर नाही.'
'तलाक एक बहाना है, शरीयत निशाना है।'
'हुकूमत बदल सकती हैं, शरीयत नही।'

एकतर्फी तलाकला बंदी घालणाऱ्या विधेयकाविरोधात निघालेल्या मोर्चातील हे फ्लेक्सबोर्ड आहेत. २०१८च्या फेब्रुवारी ते एप्रिलदरम्यान देशभरात सत्ताधारी भाजपचा विरोध करणारे मोर्चे काढले गेले. प्रस्तावित कायद्याला विरोध करणारा महाराष्ट्रातला पहिला मोर्चा १५ फेब्रुवारी २०१८ला मालेगावमध्ये निघाला. मोर्चात शरीयत कायद्यामधील हस्तक्षेपाला विरोध करत हजारो मुस्लीम महिला रस्त्यावर उतरल्या होत्या. मालेगाव पाठोपाठ कराड, जालना, जळगाव, नांदेड, पुणे, औरंगाबाद, मुंबई अशा शहरात मोठ्या संख्येने बुरखाधारी महिलांना एकत्रित करून 'मुस्लीम पर्सनल लॉ बोर्डा'ने याहीवेळी आपला पुरुषी अजेंडा रेटला. याशिवाय देशातही भोपाळ, कानपूर, अहमदाबाद, बंगळुरू, हैदराबाद इत्यादी शहरात असेच मोठमोठे मोर्चे काढले गेले.

इस्लामच्या नावाने पुन्हा एकदा गर्दी जमवण्यात धर्मवादी यशस्वी झाले होते. तलाकविरोधी कायद्याआड व्यक्तिगत कायदे मंडळाकडून धार्मिक मूलतत्त्व व पारलौकिकवादाला बळकटी देणे सुरू होतं. बोर्डाच्या या कारस्थानाला मध्यमवर्गीय मुस्लीम महिला बळी पडल्या होत्या. मुस्लीम समाजातील बौद्धिक गटाने तलाकविरोधी विधेयकात सूचना व बदल सुचवले आहेत; पण पर्सनल लॉ बोर्ड सरकारच्या प्रस्तावित विधेयकातील दुरुस्ती व सूचनांना बगल देऊन 'हा कायदा इस्लामविरोधी' कसा आहे, असा प्रचार राबवत होता. कदाचित आपली धार्मिक सोय सरकारने

संपुष्टात आणल्याचा राग बोर्ड व्यक्त करत असावा. त्यामुळेच महिलांना पुन्हा एकदा शस्त्र करून पुढे आणले गेले.

औरंगाबादला ४ फेब्रुवारी २०१७ला राष्ट्रवादी काँग्रेसची 'हल्लाबोल' परिषद झाली. यात पक्षप्रमुख शरद पवार यांनी तलाकसंदर्भात सुप्रीम कोर्टाने दिलेल्या निर्णयावर आपली पहिली अधिकृत भूमिका जाहीर केली. ते म्हणाले, 'कुरआनच्या शरीयत कायद्यात हस्तक्षेप करण्याचा अधिकार कुठल्याही राज्यकर्त्याला नाही, हा हस्तक्षेप म्हणजे अल्पसंख्याक समाजाला एका वेगळ्या स्थितीला नेऊन सोडण्याचे काम आहे, त्याला आम्ही कदापि पाठिंबा देणार नाही.'

या विधानातून त्यांनी एका अर्थाने महाराष्ट्रातील मुस्लीम समुदायाला अप्रत्यक्षपणे 'शरीयत बचाव'चा आदेश दिला होता. या घोषणेच्या आठवडाभरानंतर मुस्लीम बहुल मालेगाव शहरात शरीयत बचावसाठी भव्य 'खामोश मोर्चा' काढण्यात आला. प्रथमदर्शनी हा योगायोग वाटतो, पण मालेगाव मोर्चातील प्रमुख नेतृत्वापैकी एक असलेले माजी आमदार मौलाना मुफ्ती इस्माईल राष्ट्रवादीचे सक्रिय कार्यकर्ते होते. तसेच ते दारूल उलूम देवबंद या संघटनेचे महाराष्ट्रातील महत्त्वाच्या व्यक्तींपैकी एक आहेत. त्यामुळे सदरहू मोर्चात एनसीपीचा सहभाग काय होता, याचे दुवे आपोआप सापडतात. या संदर्भात अजून सूक्ष्म चिकित्सा व विश्लेषण केल्यास शरद पवारांचे वक्तव्य व मालेगावचा 'खामोश मोर्चा' या दोन्ही घटनेत बरेच साधर्म्य आढळून येते. या साधर्म्याची चर्चा लेखाचा विषय नाही.

२०१७च्या डिसेंबरमध्ये 'मुस्लीम विमेन प्रोटेक्शन ऑफ राइट्स ऑन मॅरेज बिल-२०१७' लोकसभेत सादर झालं. प्रस्तावित कायद्याअन्वये एका बैठकीत तिहेरी तलाक दिल्यास ३ वर्षांच्या तुरुंगवासाची तरतूद आहे. याशिवाय पीडित महिला कायदेशीर आधारासाठी न्यायालयाचं दार ठोठावू शकते. मुस्लीमविरोधासाठी प्रसिद्ध असलेल्या सामाजिक व राजकीय संघटनांनी या कायद्याचं स्वागत केलं आहे; पण हा कायदा गुन्हेगारीकरण असल्याचं म्हणत अभ्यासक व कायदेतज्ज्ञांनी विधेयकात बदल सुचवले.

लोकसभेत दोन्ही वेळी विधेयक सादर करताना व अध्यादेश आणताना विरोधी गटातील काही राजकीय नेत्यांनी या कायद्यात बदल करण्याची विनंती केली. तसेच हे विधेयक दुरुस्तीसाठी 'जॉईन्ट पार्लमेंटरी कमिटी'कडे पाठवण्याच्या सूचना केलेल्या आहेत; पण मुस्लिमांच्या 'धार्मिक कल्याणा'चा ठेका घेतलेल्या 'ऑल इंडिया मुस्लीम पर्सनल लॉ बोर्डा'ने विधेयकाच्या तरतुदींवर थेट आक्षेप घेतला. यातूनच देशभर महिलांचे मोर्चे काढून सरकारचा निषेध नोंदवला जात आहे. ही बाब

स्पष्ट आहे की, महाराष्ट्रात निघालेले हे मोर्चे व्यक्तिगत कायदा मंडळाच्या ढोंगी 'दूरदृष्टी'तून काढले गेले आहेत. त्यात बहुसंख्य मुस्लिमांची मते व विचार सामील असतीलचं असं नाही.

मीडिया रिपोर्टचा संदर्भ घेतल्यास असं दिसून येईल की, मालेगाव व कराडमधील मोर्चात अंदाजे दोन किलोमीटरपर्यंत महिलांच्या रांगा होत्या. त्यामुळे साहजिकच मोर्चा विशेष चर्चेचा विषय झाला. कथित मुख्य प्रवाहातील प्रसारमाध्यमांनी याची दखल घेतली नसली तरी स्थानिक स्वयंसेवक व जिल्हा वृत्तपत्रांनी या मोर्चांना 'व्हॉट्सअप', 'यू ट्यूब' आणि 'फेसबुक लाईव्ह' करून जगभरात पोहचवलं.

जालना, मालेगाव व कराडच्या मोर्चाचे फोटो आणि व्हीडिओ पाहून थक्क होईल इतकी महिलांची संख्या दिसून आली. महिला व मुलींची संख्या पाहून पहिल्यांदा मलाही धक्का बसला, कारण या तीस वर्षांत पहिल्यांदा मध्यवर्गीय मुस्लीम महिला इतक्या मोठ्या संख्येने रस्त्यावर उतरल्याचं मी पाहात होतो.

घरातून कधीही बाहेर न पडणाऱ्या मध्यमवर्गीय मुस्लीम महिला मोर्चात पुरुषी आवाजाच्या सूचनेनुसार एका रांगेत शिस्तबद्ध चालत होत्या. भर उन्हात बुरखे सांभाळत या महिलांची कलेक्टर ऑफिसपर्यंत पोहचण्याची घाई सुरू होती. नजर फिरवू तिकडे काळेच-काळे बुरखे दिसत होते. शाळकरी मुलींपासून ते वयस्क महिला या मोर्चात सहभागी होत्या. लाऊडस्पीकरमधून धार्मिक संघटनेचे पुढारी 'रिंग मास्टर'प्रमाणे महिलांना सूचना देत होते.

२०१८च्या १० मार्चला पुण्यात निघालेल्या मोर्चाचा मी प्रत्यक्षदर्शी आहे. बहुसंख्येने बुरखाधारी महिला व मुली कॅम्प परिसरात दिसत होत्या. नेहमीप्रमाणे अभिजन वर्ग या प्रत्येक मोर्चापासून अलिप्त होता. अप्पर क्लास धर्माच्या बाबतीत थोडासा सुधारणावादी असतो, त्यामुळे अशा धार्मिक मोर्चात त्यांना सहजासहजी खेचता येत नाही. धर्माचे तंतोतंत पालन करणे, तो जपणे, त्याचा इतरांच्या हल्ल्यापासून बचाव करणे, याची सर्व धुरा भारतीय मध्यमवर्ग व गरीब शोषितांच्या खांद्यावर असते. हीच मानसिकता तलाक बंदीच्या कायद्याविरोधात मुसलमानांमध्ये दिसून आली.

काहींनी या खामोश मोर्चातील गर्दीची तुलना मराठा क्रांती मोर्चाशी केली आहे. २०१६ साली कोपर्डीच्या घटनेनंतर 'त्या' मृत मुलीबद्दल सहवेदना व्यक्त करण्यासाठी मुस्लीम समुदाय मराठा समाजासोबत रस्त्यावर उतरला होता; नंतर याच वर्गाने क्रांती मोर्चातून प्रेरणा घेत 'मुस्लीम आरक्षणा'साठी महाराष्ट्रभर भव्य मोर्चे काढले. ही संधी साधत 'जमीयत ए उलेमा हिंद'ने ७ ऑक्टोबर २०१६ला एकाच

दिवशी राज्यभर 'शरीयत बचाव' मोर्चे काढले. या मोर्चात आरक्षणाची मागणी दुय्यम होती, तर 'शरीयत कायद्यात हस्तक्षेप नको' ही मागणी प्रामुख्याने रेटण्यात आली; कारण तत्पूर्वी तिहेरी तलाकवर बंदी आणण्याची व त्याविरोधात कायदा करण्यासंबंधी चर्चा सुरू झालेली होती. त्यामुळे परिसंवाद व जाहीर चर्चांमधून शरीयत बचावची मागणी जोर धरताना दिसत होती.

गेल्या काही वर्षांत आरक्षण, शिक्षण, रोजगार, सामाजिक सुरक्षेची मागणी करत देशभरात मुस्लीम समाज रस्त्यावर उतरत आहे. देशात मुस्लीम आरक्षणासाठी सभा-संमेलने घेतली जात आहेत. शिष्यवृत्ती, नोटबदली, जीएसटी, दहशतवादाचे आरोप, सीमेपलीकडून गोळीबार, पाकिस्तानच्या कुरघोड्या, धर्मद्वेषी हल्ले, वाढते गुन्हे, शेतकऱ्यांचे प्रश्न आणि सरकारच्या आर्थिक धोरणांविरोधात हिंदुंसोबत मुस्लीमही रस्त्यावर उतरलेला होता. मोठ्या संख्येने देशभरात सरकारच्या धर्मवादी शक्तींचा निषेध केला जात होता. अशा वेळी मुस्लीम पर्सनल लॉ बोर्ड 'माणुसकी धोक्यात आली' म्हणत रस्त्यावर आला नाही किंवा मुसलमानांमधील बुरखाधारी महिला संघटित केल्या नाहीत. देशात गेल्या पाच वर्षांत दलित, आदिवासी आणि मुस्लिमांवर धर्मद्वेषी हल्ले वाढले आहेत. धर्मवाद्यांच्या हल्ल्यात अनेक मुस्लीम तरुणांना आपले प्राण गमवावे लागले. अनेक माता-पित्यांचा वृद्धत्वाचा आधार निखळून पडला.

नवीन सरकार येताच पुण्यात मध्यमवर्गीय कुटुंबातला सॉफ्टवेअर इंजिनिअर मोहसीन शेख मारला गेला. दादरीमधील बिसाहाडा येथील वृद्ध अखलाकला घरातून खेचून काढत झुंडीने कत्तल केली, नजीबसारखा पीएच.डी. स्कॉलर अचानक गायब झाला, जुनैदचा भर रस्त्यात शिरच्छेद केला गेला, अफराजुलला भर दिवसा जाळून मारलं जातं. अशा हल्ल्यात अनेक माता व बहिणींना प्रत्यक्ष व अप्रत्यक्ष मानसिक धक्के बसले आहेत. या माता-भगिनी व त्यांचे कुटुंब आपली आसवे कोरडी करत दु:ख गिळत आहेत. या महिलांच्या अश्रूंचा ओलावा मुस्लीम पर्सनल लॉ बोर्डापर्यंत का पोहचला नाही? बोर्डाकडून कुणीही या आया-बहिणींचे दु:ख कुरवाळण्यासाठी त्यांच्या घरी गेल्याचं ऐकिवात नाही; पण याच महिलांना धर्म धोक्यात आला म्हणत पर्सनल लॉ बोर्डाने रस्त्यावर आणलं.

रस्त्यावर येणाऱ्या बहुतेक महिलांना कल्पनाही नसावी की बोर्डाने त्यांच्याच मानवी अधिकारांची गळचेपी करण्यासाठी त्यांनाच आधार केला आहे. या अशिक्षित महिलांचा न्यायाचा हक्क हिरावून घेण्यासाठी व्यक्तिगत कायदा मंडळाने महिलांनाच त्यांच्याविरोधात उभं केलं आहे. खामोश मोर्चात सहभागी असलेल्या ९५ टक्के महिलांना हे माहीत नसेल की आपण या मोर्चात का आलो आहोत. साहजिकच या

महिला स्वत:हून आलेल्या नव्हत्या. घरातील पुरुष मंडळींचा सक्तीचा आदेश महिलांना भर उन्हात रस्त्यावर येण्यास कारणीभूत होता.

शाहबानो प्रकरणानंतर १९८६ साली मुस्लीम पर्सनल लॉ बोर्ड 'इस्लाम खतरे में हैं।' म्हणत अशाच प्रकारे रस्त्यावर उतरला होता. या ६२ वर्षीय वृद्ध महिलेला १२७ रुपये प्रतिमहिना 'गुजारा भत्ता' मिळू नये म्हणून बोर्डाने मुस्लीम महिलांना रस्त्यावर येण्याचे आदेश काढले होते. या एका आंदोलनाने भारतातील मुस्लीम राजकारण कमालीचं बदललं. भारतीय मुस्लीम समाजाचे कधीही भरून न येणारे नुकसान या आंदोलनामुळे झाले. हा विरोध राम जन्मभूमी आंदोलनाला बळकटी देणारा ठरला. हिंदुत्ववादी संघटनांनी मुस्लिमांचे तुष्टीकरण सुरू आहे असे म्हणत हिंदुंची व्होट बँक मजबूत केली.

व्यक्तिगत कायदे मंडळाच्या सरकारविरोधी आंदोलनामुळे भाजपला आयती संधी चालून आली. भाजपने मंडल आयोगाला केलेला विरोध राम जन्मभूमी आंदोलनात परावर्तित झाला. मंडल कमिशनच्या शिफारसी समस्त हिंदुंचे नुकसान आहे, म्हणत भाजपकडून रान पेटवले गेले. त्या वेळी त्यांच्या मदतीला साहजिकच शाहबानो प्रकरण आलं. मुस्लिमांचा अनुनय म्हणत हिंदुंना मुस्लिमांविरोधात उभं केलं गेलं. ही घटना समाजकारण दूषित करणारी ठरली. त्याचा सर्वस्वी दोषी व्यक्तिगत कायदे मंडळ आहे.

दोन्हीकडच्या धर्मवादी संघटनांनी 'धर्म खतरे में' आला म्हणत आपलं राजकारण दामटलं. परिणामी दोन्ही समाजाची मने कलुषित झाली. त्याचा आधार घेऊन भाजपकडून आजतागायत मुसलमानांच्या शत्रुकरणाची प्रक्रिया राबविली जात आहे. परिणामी शांततावादी संघटनांना आजपर्यंत पाहिजे तसे सामाजिक ऐक्य साधता आलेलं नाही. याशिवाय मुस्लीम राजकारणाची डागडुजी आजपर्यंत शक्य झालेली नाही. आता पुन्हा खामोश मोर्चातून तीच परिस्थिती निर्माण करण्याचा डाव आखला जात आहे. मुस्लिमातील धार्मिक संघटनांनी महिलांच्या खांद्यावर बंदुका ठेवत आपली पुरुषी शिकार टिपायचा प्रयत्न चालवला आहे.

२००६ साली देशातील मुस्लिमांची विदारक परिस्थिती मांडणारा 'सच्चर अहवाल' सादर झाला. यात मुस्लिमांच्या सामाजिक, आर्थिक आणि राजकीय स्थितीवर भाष्य करण्यात आलं. भारतात मुस्लिमांची स्थिती दलितांपेक्षा वाईट आहे, असे निरीक्षण या अहवालाने नोंदवलं. ही परिस्थिती दूर करण्यासाठी मुस्लिमांना शैक्षणिक सवलती व आरक्षण द्यावं, अशी शिफारस सच्चर आयोगाने केली. या समितीला १३ वर्षे उलटून गेली पण अजूनही राज्यकर्त्यांनी या शिफारशी लागू

केलेल्या नाहीत. सच्चर आयोग लागू करण्यासाठी मुस्लीम पर्नसल लॉ बोर्ड एकदाही रस्त्यावर का उतरला नाही? मुसलमानांच्या सामाजिक न्याय, समान हक्क व आरक्षणाची मागणी करणाऱ्या अनेक संघटना देशात उभ्या राहू पहात आहेत, त्यांना पाठिंबा देण्याचं सामाजिक कर्तव्य बोर्ड कधी पार पाडणार? याशिवाय मुस्लीम स्त्रियांसाठी समान हक्क व लैंगिक न्यायासाठी लढणाऱ्या अनेक महिला संघटना आहेत, त्यांचे प्रश्न व मागण्या बोर्ड कधी समजून घेणार? कारण त्यांचा थेट लढा बोर्डाच्या प्रतिगामी धोरणाविरोधातच आहे.

सरकारचा तिहेरी तलाकबंदी प्रस्तावित कायदा महिलांच्या बाजूने व पुरुषांविरोधात आहे. या विधेयकात सुधारणांना जागा असली तरी हा कायदा काही प्रमाणात महिलांना दिलासा व न्याय देणारा आहे, मग त्या महिलाच या कायद्याचा विरोध का करत असाव्यात? या महिलांना कायद्यातील तरतुदी व मसुदा माहीत आहे का? नक्कीच नाही! मग पर्सनल लॉ बोर्डाने या कायद्याचे सामूहिक वाचन महिलांपुढे केलं आहे का? गाव-तालुका पातळीवरील महिलांसाठी कायद्यातील तरतुदींवर भाष्य करणाऱ्या कार्यशाळा, परिसंवाद घेतले आहेत का?

प्रस्तावित कायद्याचा संपूर्ण इतिवृत्त अबोध, निरक्षर आणि कमी राजकीय समज असलेल्या मध्यमवर्गीय व आर्थिक दुर्बल घटकांतील महिलांना वाचून दाखवलं आहे का? हे सर्व केल्यानंतर मुस्लीम महिलांनी प्रस्तावित कायद्याला विरोध केला असता तर परिस्थिती वेगळी होती. सरकारचा प्रस्तावित कायदा महिलांना समजावून सांगण्याबाबत पर्सनल लॉ बोर्डाकडून काहीच घडलेले नाही. मग कुठल्या अधिकाराने व्यक्तिगत कायदे मंडळ महिलांना संघटित करत आहे? असा प्रश्न माझ्यासहित अनेकांना पडला आहे.

मुस्लीम महिला धार्मिक बाबतीत सज्ञान नसतात. कुणीतरी सांगते म्हणून त्यावर विश्वास ठेवतात. प्रत्यक्ष वाचून किंवा विश्लेषण करून त्या अर्थ लावू शकत नाहीत. (क्षमता असतानासुद्धा त्यांना तसे अर्थ लावू दिले जात नाहीत हा भाग अलाहिदा.) अशा प्रकारे मुस्लीम महिला धार्मिक बंधनात असतात. त्यामुळे त्यांची सामाजिक व राजकीय समजही जुजबी स्वरूपाची असते. मुस्लीम समाजातील राजकीय उलाढालीसंदर्भात त्या उदासीन किंवा तटस्थ असतात त्यामुळे राजकीय निर्णयाबद्दल त्यांना काहीच देणंघेणं नसतं. अशा वेळी घरातील कर्ती म्हणवणारी पुरुष मंडळी त्यांना बळजबरी संघटित करतात. या मोर्चातही तसंच झालेलं होतं.

अज्ञानातून मुस्लीम महिलांनी पर्सनल लॉ बोर्डाच्या भूमिकेचं समर्थन केलं. मुस्लीम महिलांची ती राजकीय भूमिका नाही. मुळात तलाक व शरीयतला घेऊन

भाजपचं काय राजकारण सुरू आहे, हे मध्यमवर्गीय व आर्थिक दुर्बल घटकातील मुस्लीम महिलांना माहीतच नाही. दुसरे असं की, सुन्नी मुस्लीम समुदायात वेगवेगळे धार्मिक वैचारिक समूह आहेत, प्रत्येकांचे शरीयत वेगवेगळं आहे. तसेच सुन्नी आणि शिया या पंथभेदामुळे शरीयतचीही विभागणी झालेली आहे. त्याचप्रमाणे शरीयतच्या अंमलबजावणीची यंत्रणाही साहजिकच वेगवेगळी झाली. याचा अर्थ 'शरीयत अपरिवर्तनीय आहे' हा दावा चुकीचा आहे.

दुसरा महत्त्वाचा मुद्दा म्हणजे, ब्रिटिशांनी भारतात स्थिरस्थावर झाल्यानंतर शिक्षण, प्रशासन, न्यायप्रणाली अशा अनेक क्षेत्रांत आमूलाग्र परिवर्तन घडवून आणले. त्याचप्रमाणे भारतात आधुनिक कायदे लागू करताना त्यांनी भारतातील सर्व समाजाचे पारंपरिक कायदे रद्द केले. अपवाद फक्त व्यक्तिगत कायद्यांचा होता. ज्यात कुराणिक शरीयतही समाविष्ट होती. चोरी, खून, दरोडे, व्यभिचार यांसारख्या गुन्ह्यांना कुराणिक शरीयतमध्ये कठोर शिक्षा सांगण्यात आलेल्या आहेत. ब्रिटिशांनी शरीयतचा हा भाग रद्द करून मुसलमानांना 'इंडियन पीनल कोड' हा कायदा लागू केला. (मुकादम, लोकसत्ता, २७ डिसेंबर २००९).

अब्दुल कादर मुकादम यांनी याबद्दल सविस्तर मांडणी करताना पुढे म्हटले आहे की, ब्रिटिशांनी शरीयतचा जवळजवळ ८० टक्के भाग त्याचवेळी रद्द केलेला आहे. आज ज्याला मुस्लीम 'मोहमॅडन लॉ' म्हणतात तो लग्न, तलाक, निर्वाह भत्ता आणि वारसा हक्क या घटकांपुरताच उरलेला आहे. हा कायदा शरीयतच्या तत्त्वांवर आधारित असला तरी त्यासंबंधी उद्भवणारे वाद न्यायालयातच दाखल करावे लागतात. वास्तविक पाहता 'शरीयत' नावाचा कसलाही प्रकार आज अस्तित्वात नाही. असे असताना शरीयत अपरिवर्तनीय आहे असा दावा कशाच्या आधारे करायचा? (उपरोक्त).

प्रा. बेन्नूर यांच्या मते, भारतातील मुसलमानांचा तथाकथित शरीयत कायदा हा कुरआनबरहुकूम नाही, तर तो ब्रिटिशांनी तयार (वर्गीकरण) केलेला १९३७चा शरीयत ॲप्लिकेशन ॲक्ट आणि १९३९चा विवाह कायदा आहे; म्हणजे ब्रिटिशांनी शरीयतच्या नावाने तयार केलेला तो कायदा आहे. ब्रिटिश न्यायालये मुस्लिमांच्या व्यक्तिगत कायद्यासंबंधी खटले चालविताना, मोगल राजवटीत तयार केलेल्या इस्लामी कायद्याच्या संहिता 'हिदाया' आणि 'फतवा-ए-आलमगीर' यांचा वापर करीत असत. या दोन्ही संहितांमधील इस्लामी कायदे तेराव्या शतकापासून ते सतराव्या शतकापर्यंतच्या काळात तज्ज्ञ धर्मगुरुंनी वेळोवेळी जी तत्त्वे विकसित केली, शरीयतचे अर्थ लावले, त्यांचे संकलन म्हणजे सध्याचा 'शरीयत ॲक्ट' आहे.

ब्रिटिशांनी १९३७, १९३९चे कायदे करीत असताना वापरलेला आधार जसा 'हिदाया' आणि त्यांचा अन्वयार्थ आहे, तसेच भारतातील सरंजामदार, जमीनदार, अशरफ वर्ग आणि त्यांचे प्रतिनिधित्व करणारे मौलवी, ब्रिटिशांनी नेमलेले काझी यांच्या सल्ला–मसलतीनुसार केलेले ते कायदे आहेत. (प्रा. बेन्नूर, परिवर्तनाचा वाटसरू, १६ ऑगस्ट २०१६). हा शरीयत कायदा दैवीय आहे, अशी अनेक धार्मिक विद्वानांची भूमिका आहे. त्याच्या कोडिफिकेशनलासुद्धा त्यांचा विरोध आहे.

मुकादम यांच्याच भाषेत सांगायचे झाल्यास शरीयत दैवी, परिपूर्ण व म्हणून अपरिवर्तनीय आहे, ही भूमिका, उलेमा, त्यांची दारूल उलुम (देवबंद)सारखी धर्मपीठे, मुस्लीम पर्सनल लॉ बोर्ड, गेली चार दशके घेत आली आहेत. राजकीय पक्ष, नेते आणि सरकारही मुसलमानांच्या मतांचे गणित मांडून या भूमिकेस सतत पाठिंबा देत आले आहेत; म्हणूनच ब्रिटिशकालीन शरीयतचा इतिहास व वर्तमान वास्तव या निकषांवर अपरिवर्तनीयतेचा दावा तपासून पाहण्याची गरज निर्माण झाली आहे.

ब्रिटिशकालीन 'शरीयत ॲक्ट'वर पहिल्या लेखात सविस्तर भाष्य आलेलं आहे, त्यामुळे त्यासंदर्भातली पुनरोक्ती तूर्तास टाळू या. वास्तविक पाहता, शरीयतच्या नावाने भारतात राजकारणी आणि धर्मगुरुंनी गेल्या अनेक वर्षांपासून मुस्लीम समुदायाला अंधारात ठेवलं आहे. त्यामुळे खऱ्या शरीयत कायद्याची (कुराणिक) योग्य अंमलबजावणी होत नाही. याउलट, शरीयत दैवीय असून ती बदलता येत नाही, अशी धमकीवजा समज दिली जाते. शरीयतमध्ये बदल हा कुरआनचे पुनर्लेखन आहे, असा अपप्रचारही केला जात असतो.

सदरील 'खामोश मोर्चा'मध्ये न्यायालयालादेखील मुस्लिमांच्या धार्मिक प्रश्नांमध्ये हस्तक्षेप करण्याचा अधिकार नाही, असा सूर काढला गेला. काही ठिकाणी न्यायव्यवस्थेला आव्हान देण्याची भाषा बोलली गेली. आवेगाच्या भरात आपण काय करतोय, याचेदेखील भान मोर्चाच्या संघटकांना राहिले नव्हते. सुप्रीम कोर्टाने उपरोक्त महत्त्वपूर्ण निकाल देताना अल्पसंख्य न्यायमूर्तींनी म्हटले होते की, तिहेरी तलाक धर्म स्वातंत्र्याचा भाग आहे, याशिवाय सरकारनेदेखील हे स्पष्ट केले आहे की, आम्ही शरीयत कायद्यात कुठलीही ढवळाढवळ करणार नाही, मग सरकार असो वा न्यायालयाने धर्म स्वातंत्र्यावर आघात कुठे केला? ज्या वेळी लोकशाही व्यवस्थेत देशातील इतर कायदे व नियम मान्य असतात, त्या वेळी बहुसंख्य न्यायमूर्तींनी दिलेला निर्णय मान्य का असू नये?

एकतर्फी तलाकचा आदेश कुरआनमध्ये नाही, यावर सर्वच धर्मगुरुंचे एकमत आहे. तर मग तो इस्लामचा भाग कसा? तो कुरआनची शरीयत कसा? तो चिरंतन आणि न बदलणारा कसा? तो दैवीय कसा? मग जो कुरआनचा भाग नाही, ती प्रथा इस्लाममध्ये आली कशी? ही प्रथा घुसडली गेली असेल तर ती बाहेर काढून फेकण्यासाठी प्रयत्न का केला जात नाही?

वास्तविक पाहता, हाच इस्लाममध्ये (शरीयत) हस्तक्षेप आहे. त्यामुळे शरीयतच्या नावाने सरकारच्या कायद्याला विरोध करण्यापूर्वी प्रस्तावित कायदा काय आहे व त्याच्या तरतुदी काय आहेत, याचा अभ्यास करावा. शक्य झाल्यास त्यात बदल व सूचना सुचवाव्यात. इतकेच नाही तर अशिक्षित व लिहिता-वाचता न येणाऱ्या महिलांना कायद्याची माहिती द्यावी, त्यानंतर त्या महिलांनाच ठरवू द्यावे ती प्रथा कायम ठेवायची का झुगारून लावायची!

भाग–४

घटस्फोटाचा इस्लामी कायदा

फैजूर रहमान

दिल्ली उच्च न्यायालयाने २०११ साली एका खटल्यात शिया मुस्लीम पुरुषाने आपल्या पत्नीला दिलेला एकतर्फी तलाक ग्राह्य ठरविला. अरबी येत नसल्याने 'तलाक' हा शब्द उच्चारण्यास तो असमर्थ आहे, असे कारण पुढे करत त्याने आपल्या प्रतिनिधीमार्फत पत्नीला घटस्फोट पाठवला. कोर्टाने या संदर्भात दिलेल्या निकालात सदर तलाक मंजूर केला. त्या वेळी हा मुद्दा बराच काळ प्रकाशझोतात राहिला होता.

त्या मुस्लीम पुरुषाला शिया कायद्यानुसार दोन साक्षीदारांच्या उपस्थितीत अरबी भाषेत 'तलाक' शब्द उच्चारून पत्नीला घटस्फोट देणे आवश्यक आहे. याशिवाय तो आपल्या प्रतिनिधीमार्फत (वकील) पत्नीला घटस्फोट पाठवू शकतो. याउलट, सुन्नी कायद्यात अरबी भाषेत 'तलाक' शब्द उच्चारणे अनिवार्य नाही; पण आश्चर्य म्हणजे साक्षीदारांच्या अनुपस्थितीत दिलेल्या तलाकला सुन्नी कायदा मात्र ग्राह्य ठरवतो. कुरआनमध्ये सूरह तलाकमध्ये दोन साक्षीदारांच्या उपस्थितीच्या अनिवार्यतेबाबत स्पष्ट शब्दांत उल्लेख आलेला आहे. त्यामुळे सुन्नी कायद्यात अशा प्रकारच्या तलाकला मान्यता देण्यात आली आहे. त्याचबरोबर सुन्नी कायदा एकतर्फी तलाकलादेखील मान्यता देतो, तर दुसरीकडे शिया कायदा मात्र अशा प्रकारचा घटस्फोट मान्य करत नाही. उपरोक्त सर्व भेद आणि फरक लक्षात घेता, अतिशय वादग्रस्त झालेल्या या मुद्द्यांविषयी प्रत्यक्ष कुरआन आणि शेवटचे पैगंबर काय म्हणतात हे जाणून घेणे अत्यंत आवश्यक ठरते.

सध्या अस्तित्वात असलेल्या मुस्लीम व्यक्तिगत कायद्यानुसार पतीने सुरुवात केलेल्या घटस्फोटाच्या कार्यवाहीला 'तलाक'; तर पत्नीमार्फत सुरू झालेल्या घटस्फोटाच्या प्रक्रियेला 'खुला' ही संज्ञा वापरली जाते; पण कुरआन 'तलाक' आणि 'खुला' या दोन्हींमध्ये फरक करत नाही. वास्तविक, 'खुला' हा शब्द

कुरआनमध्ये कुठेही आलेला नाही; असे असतानाही इस्लामी न्यायशास्त्राच्या ग्रंथामध्ये कुरआनमधील संदर्भ अथवा प्रेषितांच्या यासंबंधीच्या कोणत्याही स्पष्टीकरणाचा (हदीस) संदर्भ दिल्याशिवाय यावर अगदी सविस्तर चर्चा केली जाते. आणखी एक धक्कादायक बाब म्हणजे पुरुषांना कोणत्याही कायदेशीर अडथळ्यांशिवाय तत्काळ एकेरी तलाक देण्याची मुभा देण्यात आली आहे. दुसरीकडे मात्र, मुस्लीम कायदेपंडित महिलांच्या 'खुला' घेण्याच्या अधिकाराला अटी लादून मर्यादित करतात.

काही अटी खालीलप्रमाणे-

(अ) पत्नीतर्फे 'खुला' घेण्याचा प्रस्ताव आर्थिक तरतुदींसह (ज्यास 'ऐवज' असे म्हटले जाते) मांडला जाणे आवश्यक आहे.

(ब) पत्नीने दिलेला 'खुला'चा प्रस्ताव पतीने मान्य करणे आवश्यक आहे.

पत्नीने आपल्या पतीला काही ठरावीक रक्कम देण्याचे मान्य करून त्या मोबदल्यात तडजोड केलेल्या 'खुला'ला म्हणजेच घटस्फोट देण्याच्या प्रकाराला 'तलाक-बा-ऐवज-अल्-माल' (फतवा-ए-अल्-हिंदिया) असेदेखील संबोधले जाते. महिलांना कायदेशीरदृष्ट्या समानता नाकारणाऱ्या अशा गैरइस्लामी तरतुदींचे धर्मपंडितांकडून समर्थन केले जाते. यासाठी ते कुरआनमधील ठळक केलेल्या या वचनांचा आधार घेतात.

''तलाक फक्त दोन वेळा आहे, नंतर त्यांना एकतर सर्वसंमत पद्धतीने आपल्याजवळ ठेवून घ्या किंवा सन्मानपूर्वक निरोप द्या आणि तुमच्यासाठी हे वैध नाही की जे काही तुम्ही त्यांना दिले आहे, त्यातून काहीही परत घ्यावे. अपवाद फक्त जर त्या दोघांना भय वाटत असेल की अल्लाहने घालून दिलेल्या मर्यादांचे ते पालन करू शकत नाहीत; तर त्या दोघांत असा समेट घडविण्यामध्ये कोणताही अपराध नाही की पत्नीने आपल्या पतीला प्रतिदान देऊन स्वतःला मुक्त करून घ्यावे. या अल्लाहने घालून दिलेल्या मर्यादा आहेत त्यांचे उल्लंघन करू नका आणि जे या मर्यादांचे उल्लंघन करतील ते निःसंशय अत्याचारी आहेत.'' (कुरआन, २:२२९; मराठी अनुवाद : निदा-ए-कुरआन, मुंबई-२००७).

उपरोक्त विवेचनातून असे स्पष्ट होते की, ठळक केलेली प्रस्तुत कुरआनवचने कुठल्याही संदर्भाविना फक्त आपल्या सोयीचा अर्थ काढण्यासाठी वापरली आहेत. संबंधित वचने (आयती) 'खुला'कडे निर्देशित करत आहेत, असा अर्थ आपण लावू शकत नाही; कारण या आयती कुरआनमधील महिलांना समान हक्क देणाऱ्या वचनांच्या तुलनेत विसंगतीयुक्त आहेत. वरील वचनांच्या आधीची एक आयत अशी- वला हुन्ना मिस्लुल लझी अलई हिन्ना बिल मारूफ़ (आणि याबाबतीत

स्त्रियांना त्याच प्रकारचे हक्क परिचित पद्धतीनुसार आहेत जसे पुरुषांना आहेत.) (सूरह अल् बकराह २२८).

वास्तविक पाहता, वर उल्लेखित केलेल्या कुरआन वचनांमधील तरतुदी पुरुषांनी महिलांना अधांतरीच सोडण्यासाठी वापरल्या जातात; म्हणजे पत्नीला शेवटचा तिसरा (अंतिम) तलाकही द्यायचा नाही किंवा त्यांच्याशी पुनर्विवाहदेखील करायचा नाही. अशा पद्धतीने पुरुषांनी महिलांना त्रास देण्यासाठी अडकवून ठेवू नये म्हणून उपरोक्त कुरआन वचने आलेली आहेत. प्रेषित मुहंमद (स) यांच्या काळात महिलांना नाहक त्रास देण्यासाठी अनेक पुरुष या पद्धतीचा अवलंब करीत असत. यामुळेच पुरुषांना असे करण्यापासून रोखण्यासाठी आणि आपल्या पतीकडून काडीमोड (खुला) घेण्यासाठी महिलांना सदिच्छेने अशी रक्कम देण्याची तरतूद करण्यात आलेली होती.

कोणत्याही संदर्भाशिवाय कुरआनमधील या शिफारशींचा आधार घेणे म्हणजे कुराणिक मूल्यांचा विपर्यास्त करण्यासारखे आहे. उपरोक्त वचनांचा आधार घेत महिलांना समान हक्क नाकारणे, आपल्या फायद्यासाठी सोयीचा अर्थ लावणे; म्हणजे इस्लामला अपेक्षित नसलेल्या मूल्यांचे बळकटीकरण करणे होय. पतीने ठरावीक रक्कम घेऊन 'खुला'चा प्रस्ताव मान्य केल्यानंतरच महिलांना घटस्फोट घेण्याची मुभा आहे, अशी अट महिलांवर लादणे म्हणजेच त्यांच्या घटस्फोट घेण्याच्या अधिकाराला मर्यादित करणे आहे.

उपरोक्त विवेचनातून फक्त हेच स्पष्ट होते की, जरी कुरआनमध्ये तलाक देण्याची पद्धत पुरुषांना डोळ्यांसमोर ठेवून (याचे एक कारण असे असावे की, ऐतिहासिकदृष्ट्या पुरुषच महिलांना नाहक त्रास देत आले आहेत.) मांडण्यात आली असली तरी महिलांसाठीदेखील ती तेवढीच लागू होते.

इस्लाममध्ये विवाह हा एक पवित्र विधी (Meesaaqan Ghleeza) समजला जातो. कोणत्याही पक्षाकडून या कराराचे उल्लंघन झाल्यास दोन्ही पक्षांना कुरआनमध्ये सांगितलेल्या तरतुदींप्रमाणे हा कॉन्ट्रॅक्ट मोडण्याचा समान हक्क आहे. कुरआन पूर्णतः लैंगिक समानतेच्या तत्त्वांवर आधारलेला आहे. त्यामुळे फक्त घटस्फोटच काय तर अन्य कोणत्याही बाबतीत कायदेशीरदृष्ट्या पुरुषांना महिलांपेक्षा वरचढ दर्जा असण्याचा प्रश्नच उद्भवत नाही.

इस्लाममधील वैवाहिक अधिकार योग्य पद्धतीने समजून घेण्यासाठी घटस्फोटासंबंधी कुरआनमध्ये सांगितली गेलेली पद्धत विचारात घेणे आवश्यक आहे.

पहिला तलाक देण्यापूर्वी चार पायऱ्या (कुरआनवचनांप्रमाणे)

वैवाहिक नातेसंबंधात कोणताही वाद उद्भवल्यानंतर पहिली पायरी म्हणून कुरआन असा सल्ला देतो की, पतीने आपल्या पत्नीसोबत सामंजस्याने चर्चा करून वाद मिटवला पाहिजे. या प्रक्रियेला 'फैजू हुन्ना' (fa'izu hunna) असे म्हटले गेले आहे. या नंतरदेखील वाद कायम राहिल्यास, दुसरी पायरी म्हणून दोन्ही पक्षांना शारीरिक सबंधांपासून अटकाव करण्याचा सल्ला दिला गेला आहे. जेणेकरून तात्पुरत्या निर्माण केलेल्या या शारीरिक विभक्तीमुळे दोघांना आपली चूक लक्षात येईल आणि त्यांना पुन्हा एकत्र येण्याची सद्‌बुद्धी लाभेल. कुरआनमध्ये या प्रक्रियेला 'वाहजुरू हुन्ना' (Wahjuru hunna) असे संबोधण्यात आले आहे.

उपरोक्त दोन्ही प्रयत्नदेखील निष्फळ ठरले तर तिसरी पायरी येते. त्यात पत्नीला घटनेचे गांभीर्य समजावून सांगून समेट घडवून आणण्याचा निर्देश पतीला केलेला आहे. या प्रक्रियेला 'वझरीबु हुन्ना' (Wazribu hunna) असे संबोधण्यात आले आहे. 'वझरीबु हुन्ना' अंतर्गत पती आपल्या पत्नीला समजावून सांगतो की, 'आपण आता आपआपसातले मतभेद सोडवायला हवेत. नसता हा तंटा घराच्या चार भिंती ओलांडून चव्हाट्यावर येईल, हे आपल्या दोघांच्याही हिताचे नाही. त्यामुळे या बदनामीपासून सुटका करून घ्यायची असेल तर हा वाद आपणच संपुष्टात आणला पाहिजे.' हे करूनही उभयतांमध्ये वाद मिटत नसतील तर यानंतरच्या चौथ्या पायरीत कुरआन असे निर्देश करतो की, वादाचे निराकरण करण्यासाठी लवाद नेमावा. लवादामध्ये दोघांच्या घरातील एक-एक मध्यस्थ असावा आणि या लवादासमोर हा वाद ठेवला जावा.

तलाकची पद्धत (कुरआनवचनांप्रमाणे)

सामंजस्याने वाद मिटवण्याच्या वर नमूद केलेल्या या चार प्रयत्नांच्या अपयशानंतरच कुरआन पहिला 'तलाक' उच्चारण्याची अनुमती देतो. पहिला तलाक उच्चारल्यानंतर प्रतीक्षेचा विशिष्ट कालावधी सुरू होतो. त्याला 'इद्दत' असे म्हटलेले आहे. या कालावधी दरम्यान दोन पेक्षा अधिक वेळा 'तलाक' उच्चारला जाऊ शकत नाही. कुरआनच्या सूरह बकराहच्या आयतीनुसार प्रतीक्षाकाळाची ही मुदत तीन मासिक पाळींच्या कालावधी एवढी आहे. सूरह तलाकमध्ये म्हटल्याप्रमाणे, ''ज्या स्त्रियांची मासिक पाळी थांबली (रजोनिवृत्ती) आहे किंवा त्यांना इतर कसल्याही विकारामुळे मासिक पाळी येत नसेल, अशा वेळी इद्दतचा कालावधी तीन महिन्यांचा असतो; तर गरोदर महिलांसाठी हा कालावधी बाळंतीण होण्यापर्यंत वाढतो. (कुरआन, ६५ : ४).

दोन्ही पक्ष इद्दतच्या कालावधीत समेट घडवण्यात अयशस्वी ठरले तर अंतिम

तलाकचा शब्द उच्चारला जातो. इद्दतचा कालावधी लोटल्यानंतर हा तलाक उच्चारला जाऊ शकतो. (सूरह अल् बकराह, २३१). हा तलाक कुठल्याही परिस्थितीमध्ये मागे घेता येऊ शकत नाही. अंतिम तलाक उच्चारल्यानंतर दोघांमधील वैवाहिक नातेसंबंध संपुष्टात येतात. परंतु, इद्दतचा कालावधी संपल्यानंतरदेखील कुरआन पती आणि पत्नीला पुन्हा एकत्र येण्याची एक शेवटची संधी देतो, फक्त त्यात अट अशी आहे की, तोपर्यंत अंतिम (तिसरा) तलाक उच्चारला गेलेला नसावा. कुरआनमध्ये असे सांगितले आहे की, जेव्हा तुम्ही आपल्या पत्नीला तलाक द्याल आणि त्या प्रतीक्षाकाळ (इद्दत) पूर्ण करतील तेव्हा त्यांच्या नियोजित वराशी विवाह करण्यापासून त्यांना प्रतिबंध करू नका; जर ते संमतीपूर्वक एकमेकांशी विवाह करू इच्छित असतील.'' (कुरआन, २ : ३२).

दुसऱ्या शब्दांत सांगायचे झाल्यास इद्दतचा कालावधी संपल्यानंतरही कुरआनवचनांप्रमाणे उभयतांना पुन्हा वैवाहिक संबंध प्रस्थापित करण्याचा किंवा कायमचे विलग होण्याचा पर्याय उपलब्ध असतो. कुरआनमध्ये सांगितल्याप्रमाणे तिसरा आणि अंतिम तलाक दोन साक्षीदारांच्या उपस्थितीत उच्चारून उभयतांना कायमचे विभक्त होता येते.

उपरोक्त सर्व विवेचनाचा सारांश म्हणून असे म्हणता येईल की, गंभीरतेने व सामंजस्याने समेट घडवून आणण्याचे प्रयत्न केलेल्या या चार टप्प्यांनंतर मुस्लीम पतीला आपल्या पत्नीस इद्दतच्या कालावधीत एकदा किंवा दोनवेळा तलाक देण्याचा अधिकार आहे. या कालावधीत त्याला पुन्हा विवाह करण्याची गरज भासत नाही; कारण त्याचे लग्नसंबंध सपुंष्टात आलेले नसतात. त्यामुळे त्यांना आपले वैवाहिक संबंध विनाअडथळा पूर्ववत ठेवता येऊ शकतात.

इद्दत कालावधी संपल्यानंतर आपला विवाह करार दोघांना मान्य असेल वर नमूद केल्याप्रमाणे किंवा नवीन अटींसह (व्यक्तिगत) दोघांना सोबत राहता येते. अथवा अंतिम तलाक उच्चारून विवाहबंधनातून मुक्त होता येऊ शकते. या विवेचनातून असे प्रतीत होते की, पुरुषाला आपल्या पत्नीसोबत विवाहसंबंध पूर्ववत केल्याशिवाय अथवा तिला कायमचा घटस्फोट दिल्याशिवाय त्या स्त्रीला अधांतरी अडकवून ठेवता येऊ शकत नाही. योग्य त्या मर्यादित वेळेत उभय पक्षांना या दोन्हींपैकी एक पर्याय निवडणे आवश्यक आहे. या संदर्भात कुरआनची एक आयत पाहूया- ''त्रास देण्यासाठी त्यांना अडकवून ठेवू नका; जेणेकरून तुम्ही त्यांच्यावर अत्याचार करावा. यात अत्याचार करणारा स्वतःवरच अत्याचार करील.'' (सूरह अल् बकराह, २३२).

वैवाहिक नात्यातील पावित्र्याचे महत्त्व अधोरेखित करण्यासाठी, तसेच क्षुल्लक

कारणांसाठी नातेसंबंध संपुष्टात आणण्याच्या भयानकतेची जाणीव करून देण्यासाठी कुरआन चेतावनी देतो. एकदा इद्दतची मुदत संपल्यानंतर उभयतांनी विभक्त होण्याचा निर्णय घेतल्यास ते पुन्हा कधीही त्याच जोडीदाराशी पुनर्विवाह करण्याची आशा बाळगू शकत नाही; कारण हे तेव्हाच होऊ शकते जेव्हा ती स्त्री अन्य पुरुषाबरोबर विवाहबद्ध झाल्यानंतर 'काही कारणास्तव' तिला त्या पतीकडून घटस्फोट दिला गेला किंवा तो पती अकाली निधन पावला. अशा परिस्थितीतच ती आपल्या पूर्वपतीशी विवाह करू शकते. इथे ही बाब लक्षात घेणे आवश्यक आहे की, नव्याने विवाहबद्ध झालेल्या पतीबरोबर काही गंभीर वाद निर्माण झाल्यास (असे घडण्याची शक्यता क्वचितच असते), घटस्फोटासाठी आपण वर चर्चा केल्याप्रमाणे कुरआनआधारित योग्य पद्धतीचा अवलंब केला पाहिजे.

कुरआनची क्रमबद्ध पद्धत–

१) पती आणि पत्नीने सामंजस्याने चर्चा करून वाद मिटवणे. –फैजू हुन्ना (fa'izu hunna).

२) उभायतांमध्ये निर्माण करण्यात आलेली तात्पुरती शारीरिक विभक्ती. –वाहजुरू हुन्ना (wahjuru hunna).

३) सामंजस्याने प्रश्न सोडवण्याचा आणखी प्रयत्न. –वझरीबु हुन्ना (wazribu hunna).

४) मध्यस्थ लवादचा हस्तक्षेप.

५) पहिल्या तलाकचा उच्चार आणि त्यानंतर सुरू होणारा इद्दतचा कालावधी.

६) इद्दतच्या कालावधीतील पर्याय : दुसऱ्या तलाकचा उच्चार अथवा नवीन विवाह न करता पुन्हा वैवाहिक संबंध सुरू ठेवण्याची संधी.

७) इद्दतच्या कालावधीनंतरचे पर्याय : पुनर्विवाह अथवा अंतिम तलाकच्या उच्चारासह कायमचा काडीमोड.

भारतातील प्रचलित घटस्फोटाची पद्धत

कुरआन आणि हदीसमध्ये तलाकविषयीची तरतूद स्पष्ट शब्दांत आलेली आहे. असे असताना देखील मुल्ला–मौलवींनी पूर्णत: चुकीच्या पद्धतीने या मुद्द्याला समजून घेतले आहे. भारतात अस्तित्वात असलेल्या 'शरीयत' कायद्याच्या दृष्टीने पाहिल्यास 'तलाक'च्या प्रामुख्याने दोन पद्धती आहेत. एक म्हणजे तलाक–अल्–सुन्ना आणि दुसरा म्हणजे तलाक–अल्–बिदा. कुरआन आणि पैगंबर वचनांच्या आधारे होणाऱ्या घटस्फोटाला तलाक–अल्–सुन्ना असे म्हटले जाते; तर तलाक

अल्-बिदा द्वितीय खलिफा हजरत उमर यांच्या काळात अपवादात्मक परिस्थितीत पायंडा पडलेली नवप्रथा (बिदा) आहे. तलाकच्या या प्रकारात पुरुषाला आपल्या पत्नीच्या उपस्थितीत एका बैठकीत तीनदा 'तलाक' शब्द उच्चारून लग्न मोडण्याचा अधिकार असतो. तत्काळ तीन वेळा तलाक म्हटल्यानंतर ती स्त्री त्या पुरुषाची पत्नी राहात नाही; म्हणजे दोघांत असलेले वैवाहिक नातेसंबंध संपुष्टात येतात.

खलिफा हजरत उमर यांच्या काळात अरब पुरुष आपल्या पत्नींना लग्नबंधनातही ठेवत नसत किंवा त्यांची त्या बंधनातून सुटकाही करीत नसत. अशा प्रकारे पुरुष महिलांना अधांतरीच ठेवून छळत असत. अशा पुरुषाकडून पीडित स्त्रियांची तत्काळ सुटका करून देण्यासाठी अपवादात्मक परिस्थितीत या अनिष्ट पद्धतीचा वापर केला गेला. अशा पद्धतीने निर्दयी अरब पुरुषांच्या अत्याचारापासून महिलांची सुटका करून घेण्यासाठी या प्रथेला मान्यता मिळत गेली, असे मानले जाते.

परंतु, या कथनाची सत्यता दोन कारणांमुळे साशंक आहे. पैगंबरांच्या जीवनातील घटना, त्यांचे उपदेश आणि त्यांच्या सहकाऱ्यांविषयीच्या प्रसंगांचे संकलन म्हणजे 'हदीस' होय. वास्तविक हे संकलन असलेली प्रमुख कृती 'अबू दाउद' संशयाच्या भोवऱ्यात आहे. त्यातील एका हदीसचा आधार घेतल्यास असे दिसून येते की, हजरत उमर यांनी स्वतः अशा प्रकारच्या एकतर्फी तलाक देणाऱ्या व्यक्तीला शिक्षा केली होती. दुसरे कारण म्हणजे, स्त्रीविरोधी असणाऱ्या या प्रथेला इस्लामचे खलिफा कायदेशीररीत्या मान्यता कसे देतील? कारण अशा प्रकारच्या प्रथेला ते स्वतःच आळा घालू इच्छित होते.

एकतर्फी तिहेरी तलाक ग्राह्यच धरला जाणार नाही, अशा प्रकारचा निर्णय त्यांनी लागू केला असता, तर एकवेळ त्यावर आपल्याला विश्वास ठेवता आला असता. आश्चर्यकारक बाब म्हणजे, सुन्नी धर्मशास्त्राचे कायदेपंडित तलाक-अल्-बिदा (एकतर्फी तीन तलाक)ला एक अतिशय गंभीर पातक मानतात. मात्र, त्याचवेळी याला कायदेशीर मान्यतादेखील देतात. गंभीर पातक असलेली बाब इस्लामच्या दृष्टीने वैध कशी ठरते, यासंदर्भातही धर्मशास्त्रज्ञांकडून कुठलेही संदर्भ किंवा स्पष्टीकरण दिले जात नाही.

सुन्नी धर्मशास्त्रात धक्कादायक बाब अशी की, धमकी देऊन, कट करून, मादक द्रव्यांच्या प्रभावाखाली येऊन किंवा अज्ञानातून दिलेला तलाक वैध समजला जातो. हन्फी धर्मशास्त्राच्या (सुन्नी इस्लाममधील एक प्रमुख संप्रदाय) दृष्टीने केवळ झोपेत दिलेला एकतर्फी तलाक मात्र अवैध मानला जातो.

२०१० साली दारुल उलूम देवबंदमधून एक धर्मआदेश (फतवा) जारी

करण्यात आला होता. या आदेशामध्ये दारूच्या नशेत देण्यात आलेला तलाक ग्राह्य धरण्यात आला होता. ऑल इंडिया मुस्लीम पर्सनल लॉ बोर्डानेदेखील या निर्णयाचे पूर्णतः समर्थन केलेले होते. मुस्लीम पुरुषांमधील दारूच्या व्यसनाला आळा बसावा, हे प्रमुख कारण पुढे करत त्या फतव्याचे समर्थन करण्यात आले. वास्तविक पाहता प्रश्न असा पडतो की, ज्या निर्णयामुळे एक अभागी महिला आणि तिच्या निष्पाप मुलांना सर्वांत जास्त फटका बसणार आहे, तिथे दारूबंदी करण्यासाठी लग्न मोडणे यात कुठले तर्कशास्त्र आहे?

एकीकडे तिहेरी तलाकला मिळालेल्या वैधतेमुळे आणि दुसरीकडे त्याच्या अव्यवहार्यतेमुळे उद्‌भवणाऱ्या अडचणीतून मार्ग काढण्यासाठी निषेधार्य असे नवीन पायंडे पाडण्यात आले आहेत. मागे उल्लेख केलेल्या सूरह अल् बकराहमध्ये (२३०) नमूद तलाकच्या योग्य प्रक्रियेलादेखील यातून बगल देण्यात आली आहे. या अंतर्गत एकतर्फी तलाकच्या कचाट्यात अडकलेल्या महिलेचा तात्पुरता विवाह आपल्या मर्जीतील व्यक्तीशी लावण्यात येतो. एका रात्रीसाठी लग्नाचे सर्व (शारीरिक आणि इतर) सोपस्कार पार पाडले जातात. त्यानंतर पीडित महिलेला आपल्या पूर्व पतीशी पुनर्विवाह करता यावा, म्हणून लग्न केलेला इसम दुसऱ्या दिवशी त्या महिलेला पुन्हा घटस्फोट देतो. गैर इस्लामी आणि अमानवीय असलेल्या या निर्दयी प्रथेद्वारे मुस्लीम महिलांना अतिशय घृणास्पद वागणूक दिली जाते. या प्रथेला 'हलाला' असे म्हणतात. अनेक मुस्लीम धर्मगुरुंनी या लाजिरवाण्या प्रथेला बेकायदेशीर ठरवले असले तरी, सुन्नी पंथीयांमध्ये ही प्रथा गुप्तपणे अजूनही चालू आहे.

वास्तविक, एकतर्फी तिहेरी तलाक संकल्पनेला इस्लाममध्ये कसलाही थारा नाही. ही प्रथा कुरआनमध्ये घटस्फोटाकरिता नमूद केलेल्या योग्य प्रक्रिया व तरतुदीच्या अगदी उलट अशी आहे. प्रेषित मुहंमद (स) यांच्यापर्यंत एका व्यक्तीने आपल्या पत्नीला तिहेरी तलाक दिल्याची खबर पोहचवली गेली, तेव्हा त्यांनी संतप्त होऊन अशी विचारणा केली होती की, ''मी हयात असताना तुम्ही त्या सर्व शक्तिमान आणि वैभवशाली अल्लाहच्या आदेशाचा (वही) अवमान करणार आहात?'' (मिश्कात उल् मसाबिह). यात विशेष लक्ष देण्यासारखी बाब अशी की, इथे पैगंबरांनी 'अल्लाहच्या आदेशाची' (वही) अर्थात कुरआनच्या आदेशाची प्रतारणा करण्यापासून सावध केले आहे. पैगंबरांना या कृतीतून हे सूचीत करायचे होते की, मुस्लिमांनी घटस्फोट घेण्यासाठी फक्त आणि फक्त कुरआनमध्ये सांगितलेल्या आदेशाचेच पालन करावे.

एकतर्फी तिहेरी तलाक रद्द करण्याबाबत मुस्लीम धर्मपंडितांनी कसलीच ठोस भूमिका घेतलेली नाही. त्यामुळे या मुद्द्यांवर भारतातील न्यायालयांना पूर्वीच्या

निकालांचा संदर्भ घ्यावा लागतो. न्यायालयांनी पूर्वी दिलेल्या निकालांमध्ये तिहेरी तलाकच्या प्रथेला 'कायदेशीरदृष्ट्या चांगली परंतु, धर्मशास्त्राच्या दृष्टीने वाईट' मानण्यात आले आहे. याकरिता प्रीव्ही कौन्सिलच्या 'आगा मुहंमद जाफर विरुद्ध कुलसूम बीबी', [(1897) 25 Cal.9, 18, 24, IA. 196, 204] या निकालाचा संदर्भ देण्यात येतो. या निर्णयात सांगण्यात आले होते की, 'ज्येष्ठ आणि प्रसिद्ध कुरआन भाष्यकारांनी मांडलेल्या मतांविरुद्ध आपले स्वतःचे कुरआन विषयीचे आकलन थोपवणे हे न्यायालयांसाठी योग्य राहणार नाही.'

प्रस्तुत लेखात केलेल्या युक्तिवादाच्या अनुषंगाने भारतातील उलेमांना विनंती आहे की, त्यांनी आता हे मान्य करावे की, जोपर्यंत कुरआनमधील (३४-३५) वचनांप्रमाणे सामंजस्याने वाद मिटवण्याचे चार प्रयत्न केले जात नाहीत, तोपर्यंत मुस्लीम पुरुषाला तीन काय तर एक तलाकदेखील उच्चारण्याचा अधिकार नाही. त्याचबरोबर उलेमांनी स्वत:हून अशा अन्यायी तलाकच्या प्रथेला त्वरित बेकायदेशीर घोषित केले पाहिजे. पती-पत्नी या दोन्ही पक्षांच्या हिताच्या दृष्टीने व त्यांच्या अधिकाराच्या संरक्षणाकरिता कोर्टाच्या हस्तक्षेपाशिवाय चालणाऱ्या तोंडी तलाक प्रक्रियेला अमान्य ठरवले पाहिजे.

महत्त्वाचे म्हणजे, पाकिस्तानात अशा प्रकारचा कायदा ५० वर्षांपूवी करण्यात आलेला आहे. या कायद्याचे नाव म्हणजे 'मुस्लीम कौटुंबिक कायदा अधिनियम-१९६१' असे आहे. या कायद्याअन्वये, जो कोणी आपल्या पत्नीला घटस्फोट देण्याची इच्छा बाळगतो; त्याला तलाकच्या घोषणेनंतर कोणत्याही स्वरूपात स्थानिक कौन्सिलला कळवावे लागते. केंद्रीय सरकारने स्थापन केलेल्या या कौन्सिलकडे संबंधित व्यक्तीला आपला निर्णय लेखी स्वरूपात सादर करावा लागतो. त्याची एक प्रत सदर महिलेलादेखील (त्याच्या पत्नीला) पुरवली जाते. नोटिशीची प्रत प्राप्त झाल्यानंतर ३० दिवसांच्या आत कौन्सिलच्या अध्यक्षांनी एक समिती गठीत करणे आवश्यक आहे. या लवाद मंडळात समितीचा अध्यक्ष आणि दोन्ही पक्षकारांकडून एक-एक प्रतिनिधी असतो. इथे कौन्सिलचे कार्य उभय पक्षात सामंजस्याने वाद मिटवण्याचे आहे. या नियमांचे उल्लंघन करून घटस्फोट दिल्यास एक वर्षांचा कारावास किंवा ५ हजार रुपये पर्यंतचा दंड किंवा दोन्ही असे शिक्षेचे स्वरूप आहे. अशा प्रकारच्या तरतुदी भारतातदेखील लवकरात लवकर लागू करण्याची नितांत गरज आहे.

अनुवाद-साजिद इनामदार

(लेखक इस्लामचे अभ्यासक असून चेन्नई स्थित 'इस्लामिक फोरम फॉर प्रमोशन ऑफ मॉडर्न थॉट्स अमाउंग मुस्लिम्स' या संस्थेचे जनरल सेक्रेटरी आहेत.)

तलाकचा इस्लामिक दृष्टिकोन

डॉ. फरीदा खानम

सुप्रीम कोर्टाच्या पाच सदस्यीय खंडपीठाने बहुमताने देशातील मुस्लीम महिलांच्या बाजूने निकाल दिला. यासंबंधी कायदा करण्याचे आदेश देत असताना त्यात मुस्लिमांच्या व्यक्तिगत कायद्याचा विचार करावा अशा सूचना कोर्टाने संसदेला दिल्या. न्यायालयाच्या या निर्णयामुळे मुस्लीम समाजाच्या निम्म्या लोकसंख्येचं मानसिक आणि शारीरिक शोषणापासून संरक्षण झाले आहे. इतकेच नाही तर या आदेशाने मुस्लीम महिलांना लैंगिक समानता व सन्मान मिळवून देण्यास मदत होईल. सुप्रीम कोर्टाचा हा निर्वाळा मुस्लीम समुदायाला सुधारणेकडे घेऊन जाणारा आहे.

एकदा अनौपचारिक गप्पांमध्ये डॅनियल लतिफी यांनी तलाक संदर्भात एक महत्त्वाचा अनुभव माझ्याशी शेअर केला होता. सर्वोच्च न्यायालयाचे ज्येष्ठ वकील आणि 'मुस्लीम पर्सनल लॉ'चे तज्ज्ञ असलेले लतिफी भारतीय राष्ट्रीय काँग्रेसचे अध्यक्ष असलेल्या बदरुद्दीन तैय्यबजींचे नातू होते. त्यांनी जी कथा मला ऐकवली, ती काहीशी अशी– एकदा एक मुस्लीम पुरुष त्यांच्याकडे आला, त्याने सांगितले की, तो आपल्या पत्नीशी काडीमोड घेऊ इच्छितो त्यासाठी त्याला कायदेशीर सल्ला हवा होता. डॅनियल लतिफी यांनी त्याला सांगितले की, जर तुम्हाला तुमच्या पत्नीला तलाक द्यायचा असेल तर तुम्ही कुरआनने सुचवलेल्या शास्त्रीय पद्धतीला अमलात आणू शकता.

कुरआनद्वारे दिलेल्या पद्धतीबद्दल अज्ञान जाहीर करत त्या व्यक्तीने ती प्रक्रिया समजावून सांगण्याची विनंती केली. लतिफींनी त्याला सांगितले की, इस्लाममध्ये तलाकची एकच पद्धत आहे, त्यानुसार पतीने आपल्या पत्नीला एका महिन्याच्या अंतराने तिनदा तलाक (मी तुला तलाक देतोय) बोलावे लागते. तिसऱ्या महिन्यात त्याच्याकडे दोनदा दिलेला तलाक परत घेण्याचा किंवा तिसऱ्यांदा तलाक शब्द बोलून विवाह संपुष्टात आणण्याचा पर्याय आहे. त्या व्यक्तीने एकदाच आपल्या

पत्नीला तलाक दिलेला होता. एक महिना संपल्यानंतर तो पत्नीला दुसऱ्यांदा तलाकचा शब्द उच्चारण्याऐवजी मिठाईचा डबा घेऊन लतिफींकडे आला. त्याने आनंदाने सांगितले की, 'आपने तो मेरी शादी बचा ली।'

त्या व्यक्तीने लतिफींना सांगितले की, एका महिन्यात त्याचा राग पूर्णपणे शांत झाला. थंड डोक्याने विचार केल्यावर त्याला समजले की, तलाकपासून बचाव करणे आणि तडजोड स्वीकारणे चांगला पर्याय आहे आणि त्याने तो पर्याय स्वीकारला. खरे सांगायचे झाल्यास हे प्रकरण वेळ घेऊन विचार करण्याचे होते. बहुतेक प्रकरणे अशीच असतात; पण आपण त्याला पुरेसा वेळ देत नाही किंवा त्यावर आक्रमक पद्धतीने आपला स्वनिर्णय लादतो. त्याचा नेमका उलटा परिणाम त्याच्या खासगी आयुष्यावर व कुटुंबावर होतो.

तलाकची इस्लामी पद्धत त्याच 'परिणामां'वर विचार करण्यासाठी वेळ देणारी आहे. लतिफींकडे आलेल्या व्यक्तीने वेळ घेतला आणि हा वेळ त्याला आपला निर्णय बदलण्यास प्रेरित करून गेला. एका महिन्याच्या कालावधीत त्याने आपले कौटुंबिक आयुष्य व संसार उद्ध्वस्त होण्यापासून वाचवले.

इस्लामचा सुरुवातीचा काळाला 'कुरून सालसा' म्हणजे तीन युग मानले जाते. या कालखंडाला इस्लामचा 'सुवर्णकाळ' समजले जाते. यात प्रेषित मुहंमद (स) व त्यांचे अनुयायी आणि त्यांच्या अनुयायींचे अनुयायी यांचा काळ सामील आहे. या तिन्ही टप्प्यातील लोक तलाकसाठी कुरआनची पद्धत स्वीकारत होते. पहिले खलिफा हजरत अबू बकर यांच्या कार्यकाळात याच पद्धतीला स्वीकारण्यात आले होते.

कुरआनमध्ये एका बैठकीत दिला जाणारा 'तिहेरी तलाक' कुठेच आढळत नाही. इस्लाम अत्याचार, अन्याय आणि शोषणाच्या विरोधात आहे. प्रेषित मुहंमद (स) यांनी तिहेरी तलाकला 'अबगजुल हलाल' म्हणजे अल्लाहच्या नजरेत सर्वांत निंदनीय कृत्य मानले आहे. (अबू दाउद).

एकदा एका व्यक्तीने त्याच्या पत्नीला रागाच्या भरात एकदाच तिनदा तलाक दिला, त्या वेळी प्रेषित मुहंमद (स) यांनी त्या व्यक्तीला सांगितले की, याला एकवेळचा तलाक मानले जाईल. रागाच्या भरात कितीदाही तलाक शब्द उच्चारला तर तो एकाचवेळी गृहीत धरला जाईल. तू तुझ्या पत्नीला आपल्या घरी घेऊन जाऊ शकतो. (मुसनाद अहमद).

कुरआनमध्ये तलाकची जी पद्धत आहे, त्यात तिनदा दिल्या जाणाऱ्या तलाकमध्ये एका महिन्याचे अंतर आहे; कारण तलाक देणाऱ्या व्यक्तीला आपल्या

निर्णयावर पुनर्विचार करायचा असेल तर त्याला ती संधी कुरआनने दिली आहे.

तिसऱ्या महिन्यात त्याला आधी दोनदा दिलेला तलाक परत घेता येतो. तसेच त्या वेळी काडीमोड घ्यायचा असेल तर तिसऱ्यांदा तलाक उच्चारून घटस्फोटाला अंतिम स्वरूप देण्याचा पर्याय असतो. परंतु, तिसऱ्यांदा तलाक शब्द उच्चारल्यावर त्या व्यक्तीला आपला निर्णय बदलण्याची कुठलीच संधी नाही. म्हणजे, तिसऱ्यांदा तलाक शब्द उच्चारल्यावर जोडप्याचे लग्न संपुष्टात येते.

प्रत्यक्षात कुरआनने सांगितलेल्या या पद्धतीत शांत व संयतेने विचार करून निर्णय घेण्याचा पर्याय असतो. एकाच बैठकीत दिल्या जाणाऱ्या तलाकमध्ये असे होत नाही. परिणामी मुस्लीम महिलांचे वैवाहिक आयुष्य एका किरकोळ शब्दामुळे उद्‌ध्वस्त होते. गेल्या काही वर्षांपासून ही अघोरी प्रथा महिलांच्या शोषणाचे शस्त्र म्हणून पुढे आली आहे.

या प्रथेचा खोलवर जाऊन विचार केल्यास असे आढळून येईल की, ही पद्धत दुसरे खलिफा हजरत उमर यांच्या काळात सुरू झालेली होती, त्या वेळी समाजात थोडीशी समृद्धता आली होती. मुस्लीम महिलांवर पुरुषांचे अत्याचार वाढले होते. महिलांविरोधात अत्याचार करणाऱ्या पुरुषांना दंड देण्याच्या दृष्टीने एकदा अपवादात्मक परिस्थितीत हजरत उमर यांनी तिहेरी तलाकची पद्धत वापरली.

मुळात त्याचा हेतू अत्याचारी पुरुषापासून स्त्रीची मुक्तता करण्याचा होता. त्यामुळे हजरत उमर यांनी एकदाच तीन तलाकची पद्धत वापरून पीडित महिलेला त्या पुरुषापासून विभक्त केले. यात विनोद असा की, ही प्रथा महिलांवर अत्याचार करणाऱ्या पुरुषांना दंडित करण्यासाठी आणि महिलांची अशा पुरुषांपासून सुटका करण्यासाठी वापरली गेली होती. तत्कालीन काळात त्यालाच योग्य पद्धत मानली गेली. केवळ याच आधारावर पत्नीशी काडीमोड पद्धत स्वीकारली गेली.

कालांतराने कायदा म्हणून या प्रथेचा महिलांविरोधात वापर सुरू झाला. प्रत्यक्षात अब्बासी साम्राज्याच्या काळात फिकाह (न्यायशास्त्र) हनफी असत. इमाम अबू हनीफा यांनी एकतर्फी तिहेरी तलाक प्रथेला कायद्याचे स्वरूप दिले आणि त्या दिवसापासून ही प्रथा कायदा म्हणून प्रचलित झाली.

भारतात हनफी विचारधारा मानणारे मुसलमान मोठ्या प्रमाणात आहेत, त्यामुळे ते एकदाच तीन तलाकच्या प्रथेला योग्य पद्धत मानतात. परंतु, एकतर्फी तीन तलाकच्या प्रथेचं समर्थन करणाऱ्यांना हे समजले पाहिजे की, कुठल्याही खलिफाच्या कार्यकारी आदेशाला कायद्याचा दर्जा दिला जाऊ शकत नाही. तसेच तो (खलिफा) कुठल्याही परिस्थितीत कुरआनचा कायदादेखील बदलू शकत नाही.

खलिफांचा कार्यकारी आदेश कधी शरीयाचा स्थायी नियम होऊ शकत नाही. नंतरच्या काळात जेव्हा मुसलमानांत सामाजिक आणि आध्यात्मिक अधःपतन झाले, त्या वेळी तलाकला भावनेपेक्षा त्याला धर्माशी जोडण्याचे जोरकस प्रयत्न सुरू झाले. इथे मी एक बाब पुन्हा स्पष्ट करते की, भावनेच्या भरात किंवा अत्याधिक रागात तिनदा (एकानंतर एक) तलाक शब्द उच्चारले जात असतील, तर तो एकच मानला जाईल; कारण कुठलीही व्यक्ती रागात असेल तर त्या अवस्थेत त्याचे स्वत:वर कसलेही नियंत्रण राहात नाही की, त्यामुळे ती व्यक्ती त्या शब्दाला केवळ एकदाच बोलणे पर्याप्त समजते किंवा नंतर तो आपल्या निर्णयावर पश्चात्ताप करून लग्न टिकवण्यासाठी कुरआनने निषिद्ध समजलेल्या पद्धतीला अमलात आणतो. जे की कुरआनबाह्य वर्तन आहे. त्याला कुठलाही आधार नाही. त्यामुळे नंतरच्या परिणामांची चिंता करून तलाक देतेवेळी शांत व संयमाने विचार करून पुनर्विचार करणे अधिक योग्य आहे.

सामंजस्य आणि न्याययंत्रणा

गेल्या काही वर्षांपासून एकतर्फी तिहेरी तलाकला घेऊन देशात बऱ्याच घडामोडी घडत होत्या. अनेक मुस्लीम महिलांनी या प्रथेविरोधात सुप्रीम कोर्टाचे दार ठोठावले. त्या प्रकरणावर सुनावणी करत असताना कोर्टाने वरील आदेश दिलेला आहे. या प्रथेविरोधात याचिका दाखल करणाऱ्या महिला आणि समाजातील एक मोठा गट या निर्णयाला संविधानिक अधिकार मानतो. तर दुसरा गट स्त्री-पुरुषांच्या घटनात्मक अधिकारांचे उल्लंघन म्हणून या निर्णयाकडे बघतो. याउलट, विचार ऑल इंडिया मुस्लीम पर्सनल लॉ बोर्डाचे होते. याचिकाकर्त्यांचा असा तर्क होता की, एकतर्फी तिहेरी तलाक धार्मिक परंपरा नाही, मग ती कुठल्या आधारावर अमलात आणली जात आहे? त्यांचे म्हणणे होते की, या प्रथेमुळे मुस्लीम महिलांवर अत्याचार होत आहे; तर दुसरीकडे व्यक्तिगत कायदेमंडळाची अशी भूमिका होती की, हा मुद्दा पूर्णतः धार्मिक आहे, त्यात न्यायालयाला हस्तक्षेप करण्याची गरज नव्हती. बोर्डाचा असादेखील तर्क होता की, एकतर्फी तीन तलाकची प्रथा हजारो वर्षांपासून प्रचलित होती. पण इथे प्रश्न असा येतो की, कुठलीही वाईट प्रथा हजारो वर्षांपासून चालत आलेली आहे, केवळ याच आधारावर त्याला कायम ठेवता येऊ शकत नाही.

सर्वोच्च न्यायालयाने आपल्या आदेशात इस्लामिक देशातील तिहेरी तलाकवर लागलेल्या निर्बंधाचे दाखले देत सांगितले की, जी प्रथा धर्माचा भाग नाही त्यावर स्वतंत्र भारतात निर्बंध का लादले जाऊ शकत नाही. कोर्टाने या प्रथेला तत्काळ

संपवण्याचा निर्णय देत संसदेला सहा महिन्यांच्या आत कायदा करण्याच्या सूचना केलेल्या होत्या. तोपर्यंत न्यायालयाने या प्रथेवर निर्बंध कायम ठेवले होते; जर सरकारने एकतर्फी तीन तलाकला वैध घोषित केले तर त्यावरील निर्बंध आपोआप दूर होतील. परंतु, सरकारचा प्रयत्न या अमानवीय प्रथेला संपुष्टात आणण्याचा होता, कारण या प्रकरणातील सुनावणीदरम्यान सरकारने न्यायालयाला सांगितले होते की, जर कोर्टाने या प्रथेला अवैध आणि असंविधानिक घोषित केले तर सरकारकडून मुसलमानांचे विवाह, तलाक इत्यादी बाबींसाठी नवीन कायदा केला जाईल. कोर्टाचा निर्णय सरकारच्या याच आश्वासनाच्या आधारे होता.

वास्तविक पाहता सर्वोच्च न्यायालयाचा हा ऐतिहासिक निर्णय देशातील मुस्लीम महिलांचा विजय आहे. आशा करू या की, या प्रथेला नष्ट करून मुस्लीम महिलांवर होणारे अन्याय संपुष्टात येतील.

प्रेषित मुहंमद (स) यांनी सांगितले आहे त्यानुसार मुसलमानांना लग्नानंतर एक आदर्श स्वरूपात सामंजस्यपूर्ण जीवन जगायचे आहे. ज्यामुळे कौटुंबिक जीवनाच्या दिव्य योजना पूर्ण होऊ शकतील. अपवादात्मक परिस्थितीत तलाकचा आधार घेतला जाऊ शकतो; पण तलाक देताना कुरआनने सांगितलेली योग्य पद्धत अमलात आणावी. याचे स्मरण ठेवावे की, दुसरे खलिफा हजरत उमर यांच्याद्वारे जारी केलेल्या कार्यकारी आदेशाला (एकदाच उच्चारलेला तीन तलाक) मुअत्तल (रद्द) समजले गेले आहे; कारण कुठल्याही मुस्लीम शासकाने त्याला स्वीकृती दिलेली नाही.

मुसलमानांनी सर्वांत आधी आपल्या वैवाहिक समस्या कौटुंबिक स्तरावर सोडविण्याचे पुरेपूर प्रयत्न केले पाहिजे. किंबहुना, कुठल्याही प्रकारच्या कौटुंबिक समस्या उत्पन्न झाल्यास मुसलमानांसाठी एकमात्र पर्याय हेच असावे की, त्यांनी देशाच्या कायद्याने स्थापित न्यायालयांमध्ये आपली प्रकरणे घेऊन जावीत, कारण आम्ही आज एका लोकशाही आणि राष्ट्रीय प्रशासनाच्या काळात राहात आहोत.

अनुवाद-कलीम अजीम

(लेखिका जामिया मिल्लिया इस्लामिया विद्यापीठात इस्लामिक अध्ययन केंद्राच्या प्राध्यापक असून सेंटर फॉर पीस अँड स्पिरिच्युॲलिटी इंटरनॅशनलच्या अध्यक्षा आहेत. त्यांनी मौलाना वाहिदुद्दीन खान यांची असंख्य पुस्तके इंग्रजीत अनुवादित केलेली आहेत आणि इस्लामवर अनेक पुस्तके लिहिली आहेत.)

तिहेरी तलाक : शरीयतमध्ये हस्तक्षेपच

सय्यद इफ्तेखार अहेमद

तिहेरी तलाकविरोधी (मुस्लीम महिला विवाह संरक्षण) विधेयक लोकसभेत मंजूर झाले; पण त्याला अजून कायद्याचे स्वरूप प्राप्त होऊ शकलेले नाही; कारण सदरील विधेयक या वेळीदेखील राज्यसभेत रखडले आहे. तलाकपीडित मुस्लीम महिलांच्या संरक्षणार्थ हा कायदा करण्यात आला, असे सत्ताधारी भाजपचे म्हणणे आहे. विधेयकात महत्त्वाच्या दुरुस्त्या कराव्यात, यासाठी त्याला संयुक्त संसदीय समितीकडे पाठवावे, असा पवित्रा घेत सर्वच विरोधी पक्षांनी लोकसभेतून सभात्याग केला; पण सरकारने विरोधकांच्या मागणीकडे हेतूपुरस्सर दुर्लक्ष करत विधेयक मंजूर करून घेतले. याउलट, राज्यसभेत या विधेयकावर किमान पातळीवर चर्चादेखील होऊ शकलेली नाही.

भारतात मुस्लीम धर्मियांमध्ये तिहेरी तलाकची पद्धत रूढ असली तरी त्याला कुरआनची मान्यता नाही. मुस्लीम लोकं कुरआनने घालून दिलेल्या पद्धतीत तिहेरी तलाकची प्रथा आहे, असे म्हणत असतात. याउलट, मुस्लीम समुदायातील काही पंथ तिहेरी तलाकच्या विरोधात आहेत. उलेमा मंडळीदेखील त्रिवार तलाकचे समर्थन करीत नाहीत; पण उघडपणे ते आपला पक्ष मांडताना दिसून येत नाहीत. इस्लामी अभ्यासकांच्या अशा निराशाजनक भूमिकेमुळे सदरील कायदा मुस्लीम समाजावर लादण्याचा प्रयत्न भाजप सरकार करीत आहे, ज्याचे परिणाम भविष्यात मुस्लीम समुदायासाठी विध्वंसक ठरतील. या परिस्थितीला जितके सरकार जबाबदार आहे, तेवढेच स्वतः इस्लामी अभ्यासकदेखील जबाबदार आहेत.

तिहेरी तलाकविषयीची चर्चा करताना इस्लामचे दुसरे खलिफा हजरत उमर यांचा संदर्भ देता येईल. त्याकाळी काही मुस्लीम पुरुष आपल्या पत्नींना छळत असत. विवाहविच्छेद न करता त्यांना सोडून देत. हे पुरुष एकतर पत्नींना कायमचा तलाक देत नसत किंवा त्यांना विवाह बंधनातही ठेवीत नसत. वैवाहिक जीवनाबद्दलच्या

कुरआनच्या तरतुदींचा ते गैरवापर करीत होते. हजरत उमर यांनी अशा महिलांना न्याय मिळवून देण्याचा प्रयत्न केला. पीडित महिलांसाठी एकाच बैठकीत तलाक लागू करून त्यांना जाचक विवाह बंधनातून मुक्त करण्याचा प्रयत्न या निमित्ताने झाला. हजरत उमर यांनी अन्यायी प्रवृत्तींच्या पुरुषांना आपल्या पत्नींना एका बैठकीत तलाक देण्यास हतबल केले. अशा पद्धतीने अपवादात्मक परिस्थितीमध्ये ही प्रथा वापरली गेली.

इस्लाम कुणावरही अन्याय व अत्याचार करण्याची परवानगी देत नाही. त्यावेळचे लोक स्त्रियांवर अन्याय-अत्याचार करीत होते, म्हणून हजरत उमर यांनी त्या वेळी तिहेरी तलाकचा इज्तेहाद (इंटरप्रिटिशन) केला होता. आज त्याच पद्धतीला प्रथा म्हणून मुस्लीम पुरुषांनी महिलांच्या शोषणाचा अध्याय सुरू ठेवला आहे. त्याकाळी इज्तेहादचा वापर करून हजरत उमर यांनी जसा महिलांच्या हितासाठी उपाय केला, तसाच उपाय किंवा प्रयत्न अलीकडे मुस्लिमांतील धार्मिक विद्वान आणि अभ्यासक मंडळींनी केलेला नाही. त्यांनी स्वतःहून तिहेरी तलाकच्या या प्रथेवर बंदी घातली असती, तर आज प्रसारमाध्यमांना आणि राजकीय मंडळींना 'मुस्लीम महिलांच्या संरक्षणार्थ' उभे राहून मुस्लीम समुदायाचे जगणे उद्ध्वस्त करण्याची संधी मिळाली नसती.

कोणत्याही जाती धर्मातील लोकसमूहाप्रमाणे मुस्लीम समाजाच्याही वेगवेगळ्या समस्या आहेत. तिहेरी तलाकशिवाय अन्य गंभीर सामाजिक व आर्थिक समस्यांमध्ये समाज गुरफटलेला आहे. याशिवाय धार्मिक दृष्टिकोन बाळगल्याने अन्य कौटुंबिक प्रश्नांवर मुस्लीम समाजात एकमत होताना दिसत नाही. परंतु, आज त्या प्रश्नांवर एकजुटता दाखवण्याची गरज आहे. मुस्लीम विद्वानांनी आता तरी समाजातील अन्य समस्यांना मीडिया, राजकारणी आणि शासनाच्या हवाली करून समाजाला बदनाम करण्याची संधी देऊ नये. नाही तर अन्य प्रश्नांचेही 'मीडियाकरण' व 'राजकारण' झाल्याशिवाय राहणार नाही. जे झाले त्याचे समाधान कसे करावे आणि भविष्यात असे काही घडू नये, यासाठी विशेष कृती कार्यक्रम आखावा लागणार आहे. सामान्य मध्यमवर्गीय व शिक्षित मुस्लिमांनी उलेमा आणि विद्वान मंडळींवर दबाव आणून अशा समस्यांचे समाधान शोधून काढण्यासाठी त्यांना विवश करण्याची गरज आहे.

शरीयत कायद्याचे राजकारण आत्ताच होत आहे असे नाही, तर त्याची पाळेमुळे खोलवर रुजलेली आहेत. गेल्या ६० वर्षांपासून ही प्रवृत्ती कार्यरत होती. त्यांना कसेही करून इस्लामी शरीयतला लक्ष्य करायचे होते. शरीयतविरोधी विचारधारा या देशात सुरुवातीपासूनच अस्तित्वात आहे. फरक एवढाच की, गेली ६० वर्षे प्रयत्न

करूनही त्यांना फारसे यश आलेले नव्हते. देशात भाजपचे सरकार सत्तेत येऊन नरेंद्र मोदी पंतप्रधान झाल्यावर त्यांना ही नामी संधी मिळाली.

मुस्लीम महिलांच्या अधिकारांशी शरीयतविरोधी शक्तींना अधिकचे प्रेम आहे. परंतु, त्यांना मुस्लीम धर्मियांचे आर्थिक, सामाजिक आणि शैक्षणिक मागासलेपणाशी काही देणेघेणे नाही; पण त्यांना मुस्लीम महिलांना इस्लामी शरीयत आणि मुस्लीम समुदायाबाहेर आणून त्यांचे हक्क आणि अधिकारांचे जतन करावयाचे आहे.

१९६२ सालापासून महाराष्ट्रात मुस्लीम पर्सनल लॉ विरोधी मोहिमेची सुरुवात झालेली होती. आजच्यासारखे सत्तेतील खेळणे (म्हणजे नावापुरते मुस्लीम मंत्री) त्याकाळीही होते. त्यावेळचे आमदार अली हसन ममदानी यांनी मुस्लिमांमधील बहुविवाह प्रथेविरोधात चर्चा घडवून आणली होती. १९६२ साली झालेल्या महाराष्ट्राच्या दुसऱ्या विधानसभा निवडणुकीत ममदानी विक्रमी मताधिक्याने विदर्भातून निवडून आले होते. कृषिराज्यमंत्री असलेल्या ममदानींनी विधानसभेत २६ नोव्हेंबर १९६२ला बहुविवाह प्रथेविरोधात कायदा करण्यासाठी स्वायत्त विधेयक सादर केले. त्यावर तत्कालीन केंद्रीय कायदेमंत्र्यांनी मुस्लीम वैयक्तिक कायद्यात सुधारणा करण्यासाठी एका आयोगाची स्थापना केली; पण मुस्लिमांनी त्याचा कडाडून विरोध केला.

दोन वर्षांनी ही चर्चा पुन्हा उफाळून वर आली. एस. के. अठल्ले यांनी ६ डिसेंबर १९६४ साली अशाच स्वरूपाचे एक विधेयक विधानसभेत मांडले. अशा पद्धतीने मुस्लीम वैयक्तिक कायद्यात बदल करण्याची मोहीम सुरू झाली. सात वर्षांनंतर ६ जुलै १९७२ला आ. केशवराव धोंडगे यांनी पुन्हा अशाच स्वरूपाचे विधेयक महाराष्ट्र विधानसभेत मांडले. विधेयकाच्या बाजूने आपली भूमिका मांडताना श्री. धोंडगे यांनी म्हटले होते की, ''ही एक राष्ट्रीय समस्या असून त्याचबरोबर सामाजिक, सांस्कृतिक, राजकीय आणि मानवी समस्या आहे. या विधेयकातून कोणत्याही धार्मिक समुदायाच्या भावना दुखवायचा हेतू नाही, तरीदेखील राष्ट्राच्या हितांना धार्मिक ग्रंथांच्या पुढे जाऊन प्राधान्य द्यावे लागेल; म्हणून राष्ट्रीय हित आणि राष्ट्रीय विचारधारा यांचे साम्य घडविण्यासाठी मुस्लीम बांधवांनादेखील एकापेक्षा अधिक विवाह करण्यावर बंदी आणायला हवी; जर असे केले नाही तर काही वर्षांनी भारताला पाकिस्तानात विलीन करण्याची मागणी केली जाऊ शकते.'' (लोकराज्य (उर्दू), १ ऑगस्ट १९७२).

श्री. धोंडगे यांनी जे विचार मांडले त्यामधून आपल्या लक्षात येऊ शकते की, मुस्लीम विरोधी शक्तींची खरी समस्या 'मुस्लीम महिलांचे रक्षण' नसून 'इस्लाम' आणि 'मुस्लीम' समुदाय हेच आहेत. अर्थातच, श्री. धोंडगे यांचाही रोख तोच होता.

नंतरच्या काळात त्यांनी अनेक वादग्रस्त विधाने केलेली आहेत. काही प्रकरणात त्यांच्यावर गुन्हेदेखील दाखल झालेले आहेत.

श्री. धोंडगे यांच्या विचारांना आपला पाठिंबा देण्यासाठी तत्कालीन कायदेमंत्री आणि नंतर महाराष्ट्राचे मुख्यमंत्री झालेले अब्दुल रहमान अंतुले धावत आले. त्यांनी असे जाहीर केले की, ''केवळ ५ टक्के मुस्लीम व्यक्तिगत कायद्यातील सुधारणेचा विरोध करीत आहेत, बाकी ९५ टक्के मुसलमानांना बदल हवा आहे, तेव्हा शासनाने या ५ टक्के मुस्लिमांच्या विरोधाची काळजी न करता त्यामध्ये बदल अमलात आणावा.'' (लोकराज्य, १ ऑगस्ट १९७२).

१९६८ साली अ. भि. शाह यांनी 'इंडियन सेक्युलर सोसायटी'ची स्थापना केली. त्यांनी 'क्वेस्ट' नावाचे नियतकालिक प्रकाशित करून त्याद्वारे प्रेषित मुहंमद (स) आणि पवित्र कुरआनचा अनादर करणारे साहित्य प्रकाशित केले. ग. वा. बेहरे यांनीही 'सोबत' या साप्ताहिकातून ही मोहीम पुढे चालू ठेवली. एवढ्यावरच न थांबता अ. भि. शाह यांनी 'सत्यशोधक मंडळा'ची स्थापना करून मुस्लीम समाज, इस्लाम आणि शरीयतला लक्ष्य केले. अशा प्रकारे मुस्लिमांमधील काही मंडळींना इस्लामविरुद्ध उभे करण्याचे प्रयत्न सुरू झाले. यातून आपण शरीयत कायद्याचे बळी आहोत, अशी समज मुस्लीम महिलांमध्ये पसरवली गेली. त्याचबरोबर बहुसंख्य हिंदू बांधवांमध्ये इस्लामविषयी द्वेश पसरवला गेला.

साधारणपणे सर्वच मुस्लीम, शिक्षित असो की अशिक्षित या सर्वांमध्ये एकतर्फी तलाकची पद्धत कायम राहावी, याबद्दल एकमत आहे. अशिक्षितांना दोष देता येत नाही, ते शिकलेले नसल्याने त्यांची समज विकसित झालेली नसते; पण जे सुशिक्षित आहेत, त्यांची अशी भूमिका चिंताजनक वाटते. गेल्या काही वर्षांमध्ये या विषयावर देशभर अमाप चर्चा झालेली आहे. प्रत्येक चर्चेत एकच सूर पाहायला मिळतो, तो असा की, 'एकतर्फी तिहेरी तलाकला पवित्र कुरआनने घालून दिलेल्या पद्धतीशी काहीच देणंघेणं नाही. ही परंपरा कुरआनविरोधी आहे.' तलाकविषयी कुरआनमध्ये ज्या आयाती (वचने) आलेल्या आहेत, त्यामध्ये पुरुषाने स्त्रियांना तीन वेळा तलाक द्यावा, असे कुठेही म्हटलेले नाही. कुरआन म्हणते, 'तलाक फक्त दोन वेळा द्या, त्या नंतर एक तर भल्या पद्धतीने तुम्ही त्यांना ठेवून घ्या किंवा सामंजस्यपणे सोडून द्या.' (कुरआन, २/२२९). तरीदेखील कुरआनच्या या शिकवणीविरुद्ध मोर्चे काढले जातात. स्त्रियांना तिहेरी तलाकच्या समर्थनार्थ आंदोलने करायला भाग पाडले जाते. याचे कारण काय असावे, असा भला मोठा प्रश्न उभा राहतो.

पवित्र कुरआन आणि इस्लामने तर महिलांसाठी असा अन्यायी कायदा लागू

केलेला नव्हता, पण मुस्लिमांनी मात्र तो लादून महिलांवर अन्याय केले, याचा विचारदेखील मुस्लीम स्त्रिया आणि पुरुष त्याचबरोबर उलेमा मंडळी का करत नसतील? हा एक दुसरा बिकट प्रश्न आहे.

उलेमांची अशी भूमिका आहे की, सरकारने मुस्लीम व्यक्तिगत कायद्यात बदल करू नये, ही मागणी रास्त आहे; पण जर का, स्वत: त्यांनीच तिहेरी तलाकच्या बाबतीत सुधारणा केल्या असत्या तर सरकारला हस्तक्षेप करण्याची ही संधी मिळालीच नसती. ऐंशीच्या दशकातील शाहबानो प्रकरणानंतर मुस्लिमांनी तलाक व आदी तत्सम प्रश्नांमध्ये सुधारणा केल्या असत्या तर सध्याची परिस्थिती उद्भवलीच नसती. या घटनेला ५०-५५ वर्षांचा कालावधी लोटून गेलेला आहे; पण आजतागायत उपरोक्त प्रश्न त्याच अवस्थेत आहे. मुस्लिमांच्या व्यक्तिगत कायद्यात सुधारणा घडवून आणण्याच्या एकमेव उद्देशाने 'मुस्लीम पर्सनल लॉ बोर्डाची' स्थापना झालेली होती; पण बोर्डाने स्थापनेनंतर मुस्लीम महिलांविषयी कोणतेही ठोस व विशिष्ट असे कार्य केलेले नाही. इतर कामातच ते व्यस्त राहिले. मग याचा दोष सरकारला देणे कितपत योग्य आहे, हा तिसरा प्रश्न आहे.

१९७२ साली मुंबईत 'ऑल इंडिया मुस्लीम पर्सनल लॉ बोर्डा'चे भव्य अधिवेशन भरविण्यात आले होते. या अधिवेशनात मुस्लीम समुदायाचे सर्व पंथ, संस्था आणि संघटना एकत्रित आलेल्या होत्या. २७ डिसेंबर १९७२ रोजी अधिवेशनाचे उद्घाटन झाले. त्या वेळी विचारपीठावर शिया, सुन्नी, बोहरा, खोजा आदी सर्व जमातींचे सर्वेसर्वा उपस्थित होते. बोहरा धर्मपंडित सय्यदना, अलीगड मुस्लीम विद्यापीठाचे नायब प्रिन्सिपॉल डॉ. नजमुद्दीन आणि देवबंदचे कुलगुरू मौलाना कारी मुहंमद सय्यद उपस्थित होते. या वेळी मौ. कारी मुहंमद यांनी आपल्या उद्घाटनपर भाषणात म्हटले होते की, ''समाज सुधारकहो, पहा आमच्या व्यक्तिगत कायद्यात कोणकोणत्या सवलती आहेत आणि कोणकोणती बंधने आहेत. आजवर तुम्हाला याची माहिती नसल्याने तुम्ही आम्हाला सदैव कर्मठ आणि काय काय म्हणत राहिला. या कायद्यात कोणत्याही दुरुस्त्या आणि बदलांची आवश्यकता मुळीच नाही; पण तुम्हाला तुमच्या सांप्रदायिक विचारांमध्ये बदल करायला हवा, तुमच्या खोट्या समजुती बदलण्याची गरज आहे.''

याच अधिवेशनात अध्यक्षीय भाषणात मुस्लीम व्यक्तिगत कायद्याचा सविस्तर इतिहास मांडला गेला. पुढे बोलताना कारी मुहंमद म्हणाले की, ''१८५७ नंतर जेव्हा इंग्रज सरकार भारतात कायमस्वरूपी स्थापित झाले, त्याचवेळी वैयक्तिक कायदा करण्याचे कार्य त्यांनी सुरू केले.''

१८६७ साली दारुल उलूम देवबंदचे कुलगुरू मौलाना कासिम नानोतवी यांच्या अध्यक्षतेखाली मुस्लीम वैयक्तिक कायद्याची सविस्तर रूपरेषा तयार केली गेली. हा मसुदा तत्कालीन ब्रिटिश सरकारला कायदा बनवण्यासाठी सादर करण्यात आला; पण इंग्रजांनी त्या प्रक्रियेत अडथळे आणले. अखेरीस कशीबशी मान्यता देऊन त्यांनी मुस्लिमांच्या विवाह व इतर वैयक्तिक बाबींविषयी कायदा लागू केला. ब्रिटिशांचे राज्य संपुष्टात आल्यानंतर भारतीय संविधानाच्या मंजुरीने हा कायदा लागू करण्यात आला; पण वेळोवेळी त्यात बदल करण्याचे प्रयत्न होत राहिले; म्हणजे शरीयतचा हा लढा दीडशे वर्षे इतका जुना आहे. तेव्हापासून आजपर्यंत तिहेरी तलाकविषयी ठाम भूमिका का घेतली गेली नाही, असा चौथा प्रश्न उभा राहतो.

दारुल उलूम देवबंदच्या उलेमांनी हा कायदा लागू करण्यासाठी महत्त्वाची कामगिरी बजावलेली आहे; पण अलीकडच्या काळात तलाक संदर्भात निर्माण झालेले प्रश्न दारुल उलूमकडून दुर्लक्षित झाले. ते अन्य क्षुल्लक प्रश्न आणि समस्यांवर 'आदेश' काढण्यात व्यस्त राहिले. त्यामुळे भाजप सरकारच्या काळात तलाक प्रश्नांवर मोठे वादळ उठले. त्याचे वेळीच योग्य समाधान केले गेले असते तर भाजप सरकारला 'मुस्लीम महिलांशी राजकीय सहानुभूती' दाखवण्याची संधी मिळाली नसती.

भारतातील प्रसारमाध्यमांना मुस्लिमांच्या समस्यांशी काही एक देणंघेणं नाही. या देशात मुस्लीम समुदायाची भली मोठी संख्या असताना प्रसिद्धी माध्यमे त्यांच्याकडे हेतूपुरस्सर दुर्लक्ष का करतात, हे सांगायची गरज नाही. जेव्हा दहशतवादाच्या नावाखाली निष्पाप मुस्लीम तरुणांची धरपकड केली जाते; तेव्हा मात्र ही प्रसारमाध्यमे मुस्लिमांकडे असे वळतात, जसे मुस्लीम त्यांचे जन्मजात शत्रू आहेत. दहशतवादाच्या आरोपाखाली मुस्लिमांना बदनाम करण्याचे जणू लायसन्सच त्यांना मिळालेले आहे. प्रसारमाध्यमांना मुस्लीम महिलांच्या वास्तविक समस्या काय आहेत, याचेदेखील भान नसते; पण जेव्हा तिहेरी तलाकचा प्रश्न उपस्थित होतो, तेव्हा मात्र ते मुस्लीम महिलांचे संरक्षक बनून पुढे येतात. न्यूज चॅनेल आणि वृत्तपत्रांतून दिवस-रात्र मुस्लीम आणि इस्लामला पर्यायी पवित्र कुरआनला लक्ष्य केले जाते. मुळात ही प्रसारमाध्यमे महिला व तलाकप्रश्नांआड मुस्लिमांचे शत्रुकरण करीत होते.

देशात भाजप आणि काँग्रेस या दोन्ही राजकीय पक्षांना मुस्लिमांचे अस्तित्व गरजेचे वाटते. भाजपकडून बहुसंख्य हिंदूंना मुस्लिमांची भीती दाखवली जाते. कशा पद्धतीने मुस्लीम त्यांचे शत्रू आहेत, याची मांडणी केली जाते; तर काँग्रेस पक्ष मते मिळवण्यासाठी मुस्लिमांना भाजपचे भय दाखवते; तर दुसरीकडे मुस्लिमांचे अस्तित्व

हेच या देशाची एकमेव समस्या आहे, म्हणत हिंदुत्ववादी मंडळी द्वेषाचे राजकारण करतात. एकंदर दोन्ही पक्षांना 'मुस्लीम समाज' हवा आहे, पण तो वेगवेगळ्या कारणासाठी; त्या समाजाच्या वास्तविक समस्या काय आहेत, त्यांचे दारिद्र्य, त्यांचे शिक्षण त्यांच्या रोजी-रोटी या समस्यांशी कुणालाही देणंघेणं नाही.

निवडणुका डोळ्यांसमोर ठेवून भाजप मुस्लीम महिलांची बाजू घेऊन तिहेरी तलाकचे राजकारण करण्याचा प्रयत्न करीत आहे. भाजपचा उद्देश मुस्लीम आणि इस्लाम या दोन्हीला दोषी म्हणून 'कटघरे में' उभा करण्याच्या पलीकडे दुसरे काहीच नाही. त्यांचा विरोध मुस्लीम व त्यांच्या शरीयत कायद्याला आहे, यातून त्यांना राजकारण करण्याची नामी संधी चालून आलेली आहे. कधी घटस्फोटित मुस्लीम महिलेच्या पोटगी संबंधी तर कधी तलाकचा प्रश्न उभा केला जातो. एकीकडे मुस्लिमांचे शत्रुकरण करायचे आणि दुसरीकडे आम्ही मुस्लीम महिलांचे प्रश्न सोडवू पाहात आहोत, असे दाखवून दुटप्पी खेळी खेळायची, हे भाजपचे धोरण राहिले आहे; म्हणूनच भारतातील बहुसंख्य मुस्लीम भाजपच्या या कुरघोड्यांचा विरोध करत आले आहेत; पण फक्त विरोधच करत न राहता आपण कुठे चुकतो, याचा विचार त्यांनी केला असता तर इतरांना मुस्लीम आणि शरीयतविरोधात कट करण्याची संधी मिळालीच नसती.

इस्लामने मुस्लीम महिलांना वडिलोपार्जित संपत्तीमध्ये वाटा दिलेला आहे; पण आज सर्रासपणे मुसलमानांमध्ये हा अधिकार नाकारला जातो. मुलींना वारसा हक्क कोणीच देत नाही. भविष्यात कोणतेही सरकार वारसा हक्काचा कायदा लागू करण्यासाठी शरीयतमध्ये हस्तक्षेप करू शकते. त्या वेळी मुस्लीम धर्मपंडित आणि उलेमा यांचाही विरोध करणार का, हे त्यांनी आत्ताच ठरवून घ्यायला हवे. वास्तविक पाहता यातून खऱ्या अर्थाने मुस्लिमांचा पुरुषार्थ उघडा पडेल; कारण किती जण आपल्या पत्नी आणि मुलींशी सहानुभूतीने वागतात हे सर्वांना कळेल.

एक सभ्य समाज स्थापनेसाठी स्त्री-पुरुष यांच्यात दांम्पतिक संबंध अनिवार्य आहेत; पण हे नातेसंबंध कोणाच्याही मर्जीवर अवलंबून नसावेत. त्यांना नैतिक आधार असायला हवा. हे नाते एकमेकांच्या गरजा पूर्ण करण्यासाठी असले तरी ते विधिवत असणे गरजेचे आहे; म्हणूनच विवाहबंधनाला कुरआनने 'इहसान' म्हटलेले आहे. इहसानचा अर्थ 'किल्ला' असा होतो. म्हणजेच विधिवत विवाहित पती-पत्नीभवती नैतिक भिंती असतात. अशा भिंतीबाहेर जाऊन कोणासोबत व्यभिचार करू नये, यासाठी आहेत. विवाहित पती-पत्नी केवळ एकमेकांच्या शारीरिक गरजांची पूर्तता करत नाहीत, तर ते एकमेकांसाठी वस्त्राप्रमाणे असतात.

'त्या तुमचे वस्त्र आहेत आणि तुम्ही त्याचे वस्त्र आहात.' (कुरआन). अर्थात, पती-पत्नी एकमेकांची वस्त्रे आहेत, जे त्यांच्या शरीराचेच नव्हे तर त्यांच्या नैतिकता आणि उणिवा यांचेदेखील रक्षण करीत असतात. त्याचबरोबर दोघेही एकमेकांची शोभादेखील वाढवतात. एकल पुरुष किंवा महिलेला समाजात आदराचे स्थान नसते. विवाहाद्वारे त्या दोहोंच्या अस्तित्वाला आकर्षण येते. सुख-दुःखात ते एकमेकांचे सहभागी होतात. त्यांच्यापासून मग संतती होते आणि अशा रीतीने मानवी समाज वाढीस लागतो. या मानवी समाजाचा पसारा प्रेम, आदर, दया या आधारांवर व्हावा, अशी पालनकर्त्याची इच्छा आहे; म्हणून कुरआनमध्ये म्हटले आहे की, ''त्याच्या (अल्लाहच्या) संकेतापैकी आहे की, त्याने तुमच्यासाठी तुमच्यामधून जोड्या निर्माण केल्या. त्यातून तुम्हाला सुख, समाधान मिळावे आणि त्याचबरोबर तुमच्यामध्ये एकमेकांसाठी स्नेह व प्रेम भावना निर्माण व्हावी.'' (कुरआन, ११).

दुसऱ्या ठिकाणी असे म्हटले आहे की, ''ज्याने तुम्हाला एका जीवापासून निर्माण केले आणि त्याच जीवापासून त्याचे जोडपे बनविले आणि एकाच जोडप्यापासून समस्त स्त्री आणि पुरुष जगात पसरवल्या.'' (सूरह, निसा, १). ''आपसात सामंजस्याने राहा एकमेकांवर सक्ती करू नका.'' (कुरआन, निसा, ४). मानवी जीवनात विवाह टिकवणे यातनादायी ठरत असेल विवाहविच्छेद करण्याची मुभा आहे. पती-पत्नी यांच्या नात्यांमध्ये बिघाड येत असेल तर अशा वेळी आपसातील सल्लामसलतीने, सामंजस्याने वेगळे होणे उचित ठरेल, अशी तरतूददेखील आजपासून १५०० वर्षांपूर्वी कुरआनने करून ठेवलेली आहे. इतर धर्मियांत गेल्या शंभर वर्षांपूर्वीदेखील अशी तरतूद केली गेली नव्हती. हिंदू समाजात तर जेमतेम ५० वर्षांपूर्वी अशा प्रकारचा कायदा तयार करण्यात आलेला आहे.

आपसात पटत नसलेल्या विवाहित जोडप्यांना विभक्त होण्याची सविस्तर पद्धतदेखील कुरआनने घालून दिलेली आहे. दोघांमधील मतभेद मिटवण्यासाठी समजुतदारपणाने प्रयत्न करावेत, तरीदेखील वाद संपत नसतील तर वेगवेगळे राहावे. एवढ्यावर प्रकरण निवळले तर ठीक नाही तर पतीने एक तलाक द्याव्या, पण समेटाची संधी बाकी ठेवावी. म्हणजे दरम्यानच्या काळात तीन महिन्यांची (इद्दत) मुदत पूर्ण करावी. या तीन महिन्यात पुन्हा दोघांनी एकत्र येण्याचे ठरवले तर ठीक किंवा दोघांमध्ये आपसात जमत नसेल तर दुसऱ्या महिन्यात दुसरा तलाक द्यावा. तरीही दोघांमध्ये वाद मिटले नाहीत तर शेवटचा तलाक देता येईल. ''अशा परिस्थितीत पत्नीला चांगल्या रीतीने निरोप द्यावा. त्रास देण्यासाठी तिला रोखून ठेवू नका. तिला छळण्यासाठी, यातना देण्यासाठी वेठीस धरू नका, असे करणारा स्वतःशीच अन्याय करणारा आहे.'' (सूरह अल् बकराह २३१).

हजरत इब्ने उमर यांनी आपल्या पत्नीस तलाक दिला होता. ज्या वेळी ही बाब प्रेषितांना कळाली; त्या वेळी प्रेषित इब्ने उमर यांना म्हणाले, 'एकदाच तीन तलाक देऊ नका. तर मासिक पाळीनंतरच्या काळात एक तलाक द्या, दुसऱ्या वेळेस दुसऱ्यांदा तलाक द्या आणि जर जमत नसेलच तरच तिला निरोप द्या.' यावर इब्ने उमर म्हणाले, 'जर मी तीन महिन्यांच्या मुदतीनंतर तिसऱ्यांदा तलाक दिला तर मला रुजू करण्याचा अधिकार होता का?' यावर प्रेषित म्हणाले, 'नाही, ती विवाहबंधनातून मुक्त झाली असती आणि असे करणे पाप आहे.'

भाजप सरकारने मंजूर केलेल्या विधेयकात तीन तलाक देणाऱ्या पतीला तीन वर्षे कारावासाची शिक्षा देण्याची तरतूद केली आहे. याशिवाय पुरुषाने आपल्या पत्नीला दिलेला तलाकसुद्धा रद्द होईल, म्हणजे तो तलाक ग्राह्य मानला जाणार नाही. प्रस्तावित विधेयकामागची सरकारची भूमिका काय असेल, याचा विचार केला तर असे स्पष्ट होईल की, तिहेरी तलाक दिला तरी लग्न रद्द होणार नाही, म्हणजे ती त्या पुरुषाची पत्नी राहणार; पण या क्षुल्लक गुन्ह्यासाठी पती ३ वर्षांसाठी जेलमध्ये जाईल. तीन वर्षांनी तो सुटून आला तर या कालावधीत साहजिकच त्याची नोकरी गेलेली असेल, त्याचा जमलेला व्यापार-धंदा संपुष्टात येईल. शिक्षा भोगून तो जेलमधून बाहेर पडेल. ज्या पत्नीमुळे त्याला कारावास घडला, त्या पत्नीचा तो स्वीकार करणार नाही. कायद्याने त्या पत्नीला दुसरा विवाहदेखील करता येणार नाही. अशा वेळी तो पती त्या निष्पाप पत्नीला वाऱ्यावर सोडेल. मग तिच्या मुलांची काय अवस्था होणार?

वास्तविक पाहता, सरकारला मुस्लीम महिलांचा प्रश्न सोडवायचा नसून तो अधिक गुंतागुंतीचा करायचा आहे. सरकारला कायदा करून पती-पत्नी आणि त्यांच्या मुलांना रस्त्यावर आणून सोडायचे आहे. इथे पती फक्त नवरा नसतो तर तो एक भाऊ, एक मुलगादेखील असतो. त्याच्यावर कुटुंबाची जबाबदारी असते. तो तुरुंगात गेल्याने त्याचे कुटुंब देशोधडीला लागण्याची शक्यता आहे. भाजपला मुस्लीम कुटुंबांची वाताहत करायची आहे. त्यांना कायद्यात्मक रीतीने उद्‌ध्वस्त करायचे आहे; म्हणजे या सर्वांचा एकंदर परिणाम मुस्लीम समाजावर होणार आहे. कदाचित भाजप सरकारची हीच योजना असावी.

गेल्या ७० वर्षांपासून मुस्लीम समाजाला कोणत्या ना कोणत्या समस्यांमध्ये गुंतवून ठेवायचे कार्य या देशाचे शासक आणि राज्यकर्ते योजनाबद्ध पद्धतीने करत आले आहेत. ५० वर्षांपूर्वी अलीगड मुस्लीम विद्यापीठाचा अल्पसंख्याक दर्जा काढून घेण्याचा प्रयत्न चालविला गेला. मुस्लीम समाज यातच गेली ५० वर्षे गुंतून

राहिला. नंतर बहुपत्नीत्वाचा वाद निर्माण करून त्याचे राजकारण केले गेले. शाहबानो प्रकरण तापवून बाबरीचे उद्ध्वस्तीकरण झाले. या नंतर देशभरात दंगली घडविण्यात आल्या. त्या नंतर मुस्लीम वैयक्तिक कायदा संपवून समान नागरी कायद्याचे भय दाखविले गेले. त्यातून भारतीय मुस्लिमांना कोंडीत पकडण्याचा प्रयत्न केला गेला.

आता तिहेरी तलाकचे राजकारण करून मुस्लीम द्वेष पसरवला जात आहे. मुस्लीम समाजाने कधीही स्वतःच्या प्रगतीकडे व शिक्षणाकडे लक्ष देऊ नये, त्यांनी सदैव प्रश्न आणि मूलभूत समस्यांमध्येच गुरफटून राहावे असे नियोजन करण्यात येत आहे. इतकेच नाही तर मुस्लीम द्वेषाचा अंतिम उपाय म्हणून दहशतवादाचा ठपका ठेवून निष्पाप तरुणांना जेलमध्ये कोंबण्याचे कारस्थान केले गेले.

उच्चशिक्षित मुस्लीम तरुणांना दहशतवादाचे आरोप लावून त्यांना आयुष्यातून उठवण्याचे कार्य निरंतर अजूनही सुरू आहे. भाजप सरकारला मुस्लीम महिलांशी तर सोडाच मुस्लीम समाजाशीही त्यांना कुठलीही सहानुभूती नाही. मुसलमानांना कोणत्या ना कोणत्या कारणावरून बदनाम करून त्यांच्याविरोधात वातावरण तापवण्याचे काम नियोजनबद्ध पद्धतीने सुरू आहे. बहुसंख्य हिंदूंच्या मनात मुस्लिमांविषयी सदैव द्वेष व घृणांचे वातावरण राहील, अशी देशातील प्रत्येक सरकारची योजना आहे.

(लेखक साप्ताहिक शोधनचे माजी संपादक आहेत. तसेच इस्लामिक विषयाचे ते चिंतक असून त्यांनी त्यावर विपुल लेखन केलेले आहे. त्यांनी कुरआनचे सुबोध मराठीत भाषांतर केले असून प्रेषित मुहंमद (स) यांचे मराठीतले लोकप्रिय चरित्र लिहिले आहे.)

परिशिष्ट - १

राजकीय सूडबुद्धीचा कायदा

कलीम अजीम

बहुचर्चित 'मुस्लीम महिला (विवाह हक्क संरक्षक) विधेयक-२०१९' अखेर १ वर्षे ७ महिने आणि २ दिवसांनंतर दोन्ही सभागृहात संमत झाले. २५ जुलैला लोकसभेत तर ३० जुलै २०१९ला राज्यसभेत हे विधेयक मांडण्यात आले. ज्या दिवशी मांडले त्याच दिवशी ते प्रदीर्घ चर्चेनंतर दोन्हीकडे मंजूर झाले. एकतर्फी तलाक रद्दीकरणामुळे एक वादग्रस्त विषय अस्ताला गेला आहे. त्याबद्दल केंद्रातलं भाजप सरकार अभिनंदास पात्र आहे. भाजपने गेल्या ३३ वर्षांपासून छळत असलेले मुस्लीमविरोधाचे हत्यार स्वत:हून संपवलं. भाजपने मुस्लिमांच्या दानवीकरणाचे एक शस्त्र कमी केल्यामुळे तूर्तास त्यांचे आभार मानूया.

प्रस्तावित कायद्यानुसार एकतर्फी घटस्फोट (तलाक ए बिद्दत) बेकायदेशीर ठरवण्यात आला आहे. तीनदा तलाक शब्द उच्चारून लग्न मोडणाऱ्या पतीला पोलीस वॉरंटशिवाय अटक करू शकतात. दोषी पतीला ३ वर्षे तुरुंगवास होऊ शकतो. नव्या संशोधन विधेयकात ३ वर्षांच्या कारावासाची तरतूद तशीच ठेवण्यात आली आहे. आधीच्या (२०१८) विधेयकात तिहेरी तलाक दिल्याची तक्रार कोणालाही करता येत असे. त्यात बदल करून आता फक्त पीडित महिलेशी रक्ताचे नाते असलेले नातेवाईकचं एकेरी तलाक दिलेल्या पतीविरोधात तक्रार दाखल करू शकणार आहेत. पहिल्या विधेयकात पतीला जामिनाची तरतूद नव्हती, आता मॅजिस्ट्रेटला तो अधिकार देण्यात आला आहे. शिवाय कायद्यात पुन्हा मनोमिलन करण्यासाठी काही अटींसह समझोत्याला जागा ठेवण्यात आलेली आहे. नव्या तरतुदींमुळे पीडित पत्नीला मुलांचा ताबा दिला जाऊ शकतो. त्यांच्या भरणपोषणासाठी मॅजिस्ट्रेट स्त्रीला तिच्या पतीकडून 'निर्वाह भत्ता' मिळवून देऊ शकतो.

लोकसभेत विधेयकाच्या बाजूने ३०३ मते पडली तर विरोधी पारड्यात फक्त ८२ मते आली. विरोधी पक्षाने संबंधित विधेयकाला प्रखर विरोध दर्शवला. या

विधेयकामागील सरकारच्या हेतूवरच काँग्रेसने प्रश्नचिन्ह उपस्थित केले. चर्चेत सहभागी होताना तलाकचे गुन्हेगारीकरण करणारे कलम अमान्य असल्याचा युक्तिवाद काँग्रेसने केला. हे विधेयक फक्त मुस्लीम महिलांपुरते मर्यादित न ठेवता सर्वच धर्मांच्या स्त्रियांच्या संरक्षणासाठी असावे, अशी मागणी शशी थरूर यांनी केली. काँग्रेसने ३ वर्षांच्या शिक्षेच्या तरतुदींवर आक्षेप नोंदवत विधेयकाला स्टँडिंग कमिटीकडे पाठवून त्याला घटनात्मक संरचनेत बसवण्याची मागणी केली.

एमआयएम खासदार असदुद्दीन ओवैसींनी हे विधेयक मुस्लीम महिलांसोबत भेदभाव करणारे असल्याचा आरोप केला. सरकारचे विधेयक राज्यघटनेच्या कलम १४ आणि कलम १५चे उल्लंघन करणारे असल्याचं सांगत त्यांनी सरकारला लक्ष्य केलं. त्याचवेळी सबरीमला मंदिरातील महिला प्रवेशावर केंद्र सरकार गप्प का, असा सवालही त्यांनी उपस्थित केला. ''सर्वोच्च न्यायालयाने अडल्ट्री (व्यभिचार गुन्हा नाही) व समलैंगिकतेचा अधिकार दिला आहे, अशावेळी तिहेरी तलाक हा गुन्हा कसा ठरवला जाऊ शकतो? हीच नवभारताची निर्मिती आहे का? असा प्रश्न त्यांनी उपस्थित केला. नवऱ्याला जेलमध्ये घातलं तर तो पोटगी कुठून देईल? जर नवऱ्याला तीन वर्षांची शिक्षा होणार असेल तर बायकोने अशा लग्नाच्या बेडीत राहण्यात काय अर्थ आहे? तिला नको असलेल्या लग्नातून मुक्ती का नाही; तिने का तोच नवऱ्याचा जाच पुन्हा सहन करावा. त्या नवऱ्याला जामीन मिळावा की नाही, हे कोर्टानी ठरवावं. ते तुम्ही का ठरवत आहात?'' संबंधित कायदा आणून हे सरकार मुस्लीम महिलांवर अत्याचार करत आहे, अशी टीका ओवैसींनी केली. आपल्या अखेरच्या श्वासापर्यंत या कायद्याचा विरोध करत राहीन, असेही ओवेसी म्हणाले.

राज्यसभेतही विधेयकाच्या विरोधात कायदेमंत्री व विरोधी पक्षनेत्यांमध्ये जोरदार खडाजंगी झाली. विधेयक सादर करताना विधिमंत्री रविशंकर प्रसाद म्हणाले, ''*यह सवाल हैं, 'इन्सानियत' का, 'इन्साफ' का, 'मानवता' का। यह सवाल, नारी न्याय, नारी गरिमा और नारी उत्थान का हैं! इसीलिए उसे राजनिति के चश्मे से न देखे।*'' कायदामंत्र्यांच्या या युक्तिवादावर आक्षेप घेत राजदचे प्रो. मनोज झा यांनी मॉब लिंचिंगमध्ये हत्या झालेल्या लोकांना व त्यांच्या पत्नीला का न्याय दिला जात नाही, असा सवाल केला. बळजबरीने लादलेला कायदा हा अन्याय असतो, असेही ते म्हणाले.

विरोधी पक्षनेते गुलाम नबी आझाद यांनी विधेयकांवर जोरदार हल्ला चढवला. ते म्हणाले, ''*मॉब लिंचिंगमुळे राजकीय पक्षाची व सरकारची बदनामी होत असते, अशावेळी त्यांच्याच घरातील चिमणीने त्यांच्या घराला आग लावावी, म्हणजे घरही*

जळेल आणि कुणाला हत्येचा संशयदेखील येणार नाही. मग कुठला खटलाही भरला जाणार नाही, त्यामुळे या वंशाला नष्ट करायचं असेल तर त्यांना घरातूनच संपवावे, त्यासाठी हा कायदा आणला जात आहे. त्या समूहाचे कुटुंब उद्ध्वस्त करून त्यांना धडा शिकवावा, या उद्देशासाठी कायदा आणला गेला आहे. या विधेयकाचा हेतू मुस्लीम कुटुंबाना विभक्त करण्याचा आहे. म्हटले गेले की, कोर्टाचा आदेश होता म्हणून कायदा आणला जात आहे. मग त्याच सुप्रीम कोर्टाने मॉब लिंचिंगसंदर्भात कायदा करण्याचे आदेश दिले आहेत, परंतु अजूनही सरकारने हा कायदा का केला नाही? खरेच सरकारला स्त्रियांचं सक्षमीकरण करायचं असेल तर महिला आरक्षण विधेयक लागू करावं. ५० टक्के करायचं नसेल तर ३३ टक्के लागू करा, आम्ही त्याचं समर्थन करू. आमचं म्हणणं आहे की, राजकीय द्वेषभावनेतून हा कायदा लादला जात आहे. सत्तेच्या नशेतून हा कायदा केलेला आहे. देशातील अल्पसंख्याक समुदायाला आपसातील तंट्यात गुंतवून ठेवण्यासाठी हा कायदा आहे, खटल्यासाठी मुस्लीम कुटुंब शेतीवाडी, घरे-दारे विकून वकील लावतील. तीन वर्षांची जेलची मुदत संपेल तोपर्यंत ते कुटुंब दिवाळखोरीत आलेलं असेल. दोन्हीकडची कुटुंबे रस्त्यावर येतील; जो तुरुंगातून सुटून आला, तो एक तर आत्महत्या करेल किंवा चोर-डाकू होईल. आम्ही या विधेयकाचा विरोध करतो. आमची मागणी आहे की, हे विधेयक प्रवर समितीकडे (सिलेक्ट कमिटी) पाठवावे.''

आम आदमी पक्षाचे संजय सिंह यांनी कायदामंत्र्यांच्या न्यायाच्या युक्तिवादाचा समाचार घेतला. ते म्हणाले, *''मुस्लीम महिलांना न्यायच द्यायचा असेल तर आधी अखलाकच्या पत्नीला न्याय द्यावा, तबरेज अन्सारीच्या पत्नीला न्याय द्यावा, झारखंडमधील मॉब लिंचिंगमध्ये मारल्या गेलेल्या कुटुंबीयांना न्याय मिळवून द्यावा. परंतु त्यांना न्याय देण्याऐवजी सरकारचे मंत्री हत्येच्या गुन्हेगारांचे फुलांचे हार घालून सत्कार करतात. अशा कृतीमुळे मुस्लीम महिलांना न्याय कसा मिळणार? उन्नावमध्ये बलात्कार पीडितेला जीवे मारण्याचा प्रयत्न करण्यात आला. तिच्या वडिलांना कस्टडीत ठार मारण्यात आलं, तिच्या आईला जिवानिशी मारलं गेलं, तिच्या मावशीला जीवे मारलं, ती तर हिंदू होती तिला का न्याय मिळाला नाही? बलात्काराच्या आरोपीला भेटण्यासाठी सरकारचे एक मंत्री तुरुंगाला भेट देतात, यापेक्षा लाजिरवाणी बाब कुठली असू शकते?''*

राज्यसभेत भाजपला बहुमत नसल्याने सदरील विधेयक मंजूर होईल, अशी कुठलीही शाश्वती नव्हती. परंतु, विरोधी गटातील मान्यवर सदस्य अनुपस्थित राहिल्याने व काहींनी सभात्याग केल्याने विधेयक सहज संमत होण्याचा मार्ग मोकळा झाला.

विधेयकाच्या बाजूने ९९ तर विरोधात ८४ मते पडली. प्रदीर्घ चर्चा आणि जोरदार वाद-प्रतिवादानंतर विरोधकांनी हे बील सिलेक्ट कमिटीकडे पाठवण्याची मागणी केली. भाजपने त्याला विरोध दर्शवला. मात्र, विरोधकांनी आक्रमक पवित्रा घेतल्यामुळे विधेयक प्रवर (सिलेक्ट) समितीकडे पाठवण्याबाबत मतदान घेण्यात आलं. मतदानात हा प्रस्ताव १०० विरुद्ध ८४ मतांनी फेटाळला गेला.

तिहेरी तलाकबंदी विधेयक राज्यसभेत संमत होण्यात विरोधी पक्षांचा निष्काळजीपणा कारणीभूत होता. विरोधकांनी ठरवलं असतं तर सरकारला विधेयकांमधील तरतुदींच्या संशोधनासाठी वेठीस धरता आलं असतं. यापूर्वी विरोधकांनी भूमी अधिग्रहण विधेयक मागे घ्यायला सरकारला भाग पाडलं होतं. तसेच फायनान्स, जीएसटी, नागरीकत्व सुधारणा इत्यादी विधेयकांवर आक्षेप घेत विरोधकांनी सरकारला जेरीस आणले होते. परंतु, तलाकबंदी विधेयकावेळी विरोधकांमध्ये एकतेचा अभाव दिसून आला.

राज्यसभेत एकूण २४१ सदस्य असून त्यात एनडीएचे ११२ सदस्य होते. मतदानापूर्वी एआयडीएमके आणि जेडीयूने सभात्याग केला होता. या दोघांचे १९ खासदार होते. तर यूपीएचे ६४ सदस्य होते; तर नॉन एनडीए व भाजपविरोधक ४४ होते. अन्य पंधरामध्ये बीजेडी, टीआरएस आणि वायएसआर काँग्रेसचाही समावेश आहे. २४१ पैकी फक्त १९३ सदस्यांनी तलाक विधेयकावरील मतदानात सहभाग घेतला होता. मतदान सुरू होण्यापूर्वीच विरोधी पक्षाच्या काही सदस्यांनी सभात्याग केला. मीडिया रिपोर्टनुसार मतदानावेळी सभागृहात २३ विरोधी सदस्य उपस्थित नव्हते. त्यात काँग्रेसचे ४, सप ६, बसप ४, राष्ट्रवादी काँग्रेस २, तेलुगू देसम २, पीडीपी २, द्रमुक १, माकप १ आणि तृणमूल काँग्रेसचे १ खासदार अनुपस्थित होते. या सर्व सदस्यांनी स्वत:ला मतदानापासून बाजूला ठेवलं. यालाच राजदच्या प्रो. मनोज झा यांनी भाजपचं 'मॅनेज बहुमत' म्हटलं होतं. त्यांनी दावा केला की, भाजपमुळे हे घडलं.

लोकसभेत विधेयक मंजूर झाल्यानंतर दरम्यानच्या काळात काँग्रेस राज्यसभेत सर्व सदस्यांना एकत्र आणू शकलं असतं. राज्यसभेत विरोधकांना बहुमत होतेच फक्त सर्वांना विश्वासात घेण्याची गरज होती; पण तेही विरोधी पक्षाला करता आले नाही. तसेच विधेयक सादर होताना विरोधी पक्षाने आपल्या सदस्यांना व्हीपदेखील जारी केलेला नव्हता. राष्ट्रवादी काँग्रेसचे शरद पवार व प्रफुल्ल पटेल यांनीदेखील मतदानापासून स्वत:ला बाजूला ठेवलं. शरद पवारांनी मतदान का केलं नाही, असा प्रश्न प्रसारमाध्यमांनी उभा केल्यानंतर राष्ट्रवादीचे प्रवक्ते नवाब मलिक म्हणाले, ''साहेबांची तब्येत ठिक नसल्याने ते दिल्लीला जाऊ शकले नाहीत.''

वास्तविक पाहता, शरद पवार त्यादिवशी मुंबईमध्ये माजी मंत्री हर्षवर्धन पाटील यांच्या 'विधानगाथा' या पुस्तकाच्या प्रकाशन सोहळ्याला उपस्थित होते. ही माहिती त्यांनीच ट्वीट करून दिलेली होती. दुसऱ्या एका ट्विटमध्ये त्यांनी मुख्यमंत्री देवेंद्र फडणवीस चांगली तयारी करून मगच मांडणी करतात, असंही म्हटलं होतं. ''भाषणामध्ये त्यांनी सांगितलं की, छोटी शस्त्रक्रिया होऊनही मी या कार्यक्रमाला आलो.''

राज्यसभेतील विरोधकांची एकी फुटल्याने भाजपला फायदा झाला, अशी चर्चा दोन दिवस प्रसारमाध्यमांत सुरू होती. ट्विटरवरदेखील अनेक नेते व सेलिब्रिटींनी हा प्रश्न विचारला. जम्मू काश्मीरचे माजी मुख्यमंत्री उमर अब्दुल्ला यांनी एक ट्वीट करून राज्यसभेतील विरोधकांच्या कमी संख्याबळावर प्रश्न उपस्थित करत, विधेयक संमत होण्याचे सारे श्रेय भाजपच्या रणनीतीला दिले. त्यांना उत्तर देताना तृणमूल काँग्रेसचे राज्यसभा सदस्य डेरेक ओब्रायन म्हणाले, ''हा फ्लोर मॅनेजमेंटचा (रणनीती) भाग नाही तर भाजपच्या अदृश्य आणि सर्वांत विश्वासू सहकारी ईडी आणि सीबीआयची कमाल आहे. शरद पवार व प्रफुल्ल पटेल यांच्या मतदानाला उपस्थित न राहण्यामागे हे कारण असावं का, असा संशय बळावतो; कारण विधेयक मांडण्याच्या तीन दिवस आधी त्यांनी पक्षांतर करणाऱ्या राष्ट्रवादीच्या आमदारांना ईडी व अन्य विभागाच्या चौकशीची भीती दाखवून भाजप आणि सेना आपल्याकडे त्यांना ओढून घेत आहे, असा दावा केला होता.'' (लोकमत, २८ जुलै २०१९).

शरद पवार यांची तलाकबंदी कायद्याविरोधात मतदान न केल्याची चर्चा सोशल मीडियातही सुरू होती. अनेकांनी 'साहेब' भाजपच्या फ्लोर मॅनेजमेंटमुळे अलिप्त राहिले, असा सूर काढला. कदाचित हीच भीती शरद पवारांना असावी का? प्रफुल्ल पटेल यांच्याबाबतही वर्षभरापासून वावड्या उठत आहेत की, ते भाजपमध्ये प्रवेश करणार आहेत. त्यांनाही विमान घोटाळ्यात ईडीने समन्स बजावलेले आहे. (इंडियन एक्सप्रेस, १ जून, २०१९) मग प्रफुल्ल पटेलही भाजपच्या फ्लोर मॅनेजमेंटचे शिकार झाले असावेत का? कारण कुठलंही असो पण राष्ट्रवादी काँग्रेस आणि शरद पवार यांच्यावर अल्पसंख्याक समाजाचा मोठा विश्वास आहे, त्यांनी तलाकविरोधी कायद्याच्या मतदानावेळी अलिप्त राहणे न पटण्यासारखं आहे.

डिसेंबर २०१८ला लोकसभेत तलाकविरोधी विधेयक सादर करताना राष्ट्रवादीच्या खासदार सुप्रिया सुळे यांनी विधेयकाविरोधात दमदार भाषण करत त्याला प्रखर विरोध केला होता. त्यांनी आपल्या १० मिनिटांच्या भाषणात महिलांच्या अधिकारांचे

संरक्षण करत विधेयकातील त्रुटींवर बोट ठेवलं होतं. परंतु, राज्यसभेत राष्ट्रवादीने गैरहजर राहून अप्रत्यक्षरीत्या भाजपला मदतच केलेली होती. दुसरे म्हणजे, काँग्रेसचे ४ सदस्य मतदानावेळी गैरहजर होते, असं का झालं? हिंदू मतांसाठी काँग्रेसच्या त्या सदस्यांनी विधेयकाविरोधात मतदानापासून स्वत:ला लांब ठेवलं होतं का? याचा दुसरा अर्थ असा की, काँग्रेसने यावेळीही सॉफ्ट हिंदुत्वाचा पुरस्कार केला आहे का?

गैरहजर असणाऱ्या सदस्यांनी चर्चेत सहभाग घेऊन सरकारविरोधात कठोर भूमिका मांडली. भाजपच्या सूडबुद्धीला उघडकीस आणले, परंतु प्रत्यक्ष मतदानादरम्यान ते गैरहजर राहिले. तिहेरी तलाकबंदी विधेयकाच्या संमतीमुळे विरोधकांच्या विश्वासार्हतेबद्दल अनेक प्रश्न उपस्थित झालेले आहेत. विरोधकांमध्ये फूट पाडून विधेयके सहजपणे मंजूर करून घेण्याचा नवा पायंडा भाजप सरकारने पाडला आहे. एनआयए, यूएपीए, आरटीआय, जम्मू-काश्मीर आरक्षण संशोधन विधेयक आणि चिटफंड अमेंडमेंट बिल-२०१९ ही सर्व विधेयके भाजपने अशाच पद्धतीने संमत केली आहेत. २०१९च्या पावसाळी अधिवेशनात सरकारने एकूण २६ विधेयके संमत केली (बिझनेस स्टँडर्ड). भाजपच्या दृष्टीने हे राजकारण त्यांच्या हिंदुत्ववादी विचारसरणीच्या राजकारणाचा भाग आहे; पण विरोधकांचे काय? त्यांनी कशापुढे शरणागती पत्करली? 'सुडाचे राजकारण' आणि 'फ्लोर मॅनेजमेंट'मुळे संसदीय लोकशाही एके दिवशी बरेच काही गमावून बसेल. या सर्व प्रकरणातून विरोधकांचा निष्काळजीपणाच नाही तर निर्ढावलेली वृत्तीही दिसून आली. भविष्यासाठी ही चिंतेची बाब आहे.

विरोधकांनी आपल्यात एकता नसल्याचं मान्य न करता त्याचे खापर भाजप सरकारवर फोडले. काँग्रेस आणि तृणमूल काँग्रेसने पत्रकार परिषद घेऊन सरकार महत्त्वाच्या विधेयकांबाबत माहिती लपवत असल्याचा आरोप केला. यासंदर्भात गुलाम नबी आझाद म्हणतात, *''सिलेक्ट कमिटीकडे पाठवण्याच्या यादीत 'तिहेरी तलाक' आणि 'यूएपीए' ही दोन्ही विधेयके होती, पण अचानक सरकारने ही विधेयके राज्यसभेत चर्चेला आणण्याचं ठरवलं. तलाक विधेयक सिलेक्ट कमिटीकडे पाठवलं जाईल याच भ्रमात आम्ही होतो; पण २९ जुलैला रात्री १० वाजता अचानक या विधेयकाची यादी राज्यसभेत लावली गेली. केंद्र सरकारने यासंदर्भात कुठलीही पूर्वसूचना विरोधी पक्षाला दिली नाही, ज्यादिवशी तिहेरी तलाकबंदी विधेयक राज्यसभेत मांडले जाणार होते, त्याचदिवशी सकाळी आम्हाला ते कळलं. त्याचीच पुनरावृत्ती अवैध कृत्य प्रतिबंधक (यूएपीए) कायद्यातील दुरुस्ती विधेयकाबाबतही केली,'' अशी टीका करत सरकारने फसवल्याचा आरोप आझाद यांनी केला.*

वादग्रस्त विधेयक

'तीन विधेयक आणि दोन वटहुकूम' असा या कायद्याचा प्रवास राहिला आहे. सर्वप्रथम २८ डिसेंबर २०१७ला हे विधेयक लोकसभेत मांडण्यात आलं. पहिल्याच दिवशी ते मंजूर झालं; पण काँग्रेसने त्यावेळी कुठलाही आक्षेप नोंदवला नाही. उलट, किशनगंजचे खासदार मौलाना असरार हक कासमी यांनी काँग्रेसने आपल्याला तलाकबंदी विधेयकाविरोधात बोलू दिलं नसल्याचा आरोप केला (टू सर्कल्स). मात्र, राज्यसभेत काँग्रेसने या विधेयकातील तरतुदींवर आक्षेप नोंदवला. परिणामी विधेयक तिथे रखडलं. त्यानंतर १९ सप्टेंबर २०१८ला अध्यादेश आणून सरकारने हा कायदा लागू करण्याचा प्रयत्न केला. त्यानंतर २८ डिसेंबर २०१८ला पुन्हा लोकसभेत विधेयक आणले गेले. तिन्ही वेळा तिहेरी तलाकला गुन्ह्याच्या चौकटीत आणणारा कायदा करण्यास सरकारला यश आलं नाही. त्यामुळे लोकसभा निवडणुकांच्या पार्श्वभूमीवर भाजपने पुन्हा एकदा १९ फेब्रुवारी २०१९ला अजून एक वटहुकूम आणला. परंतु, २० दिवसांतच सार्वत्रिक निवडणुकीची आचारसंहिता लागू झाली. नंतर १६व्या लोकसभेची मुदत संपल्याने हा अध्यादेशही रद्द झाला. नव्या 'मोदी २.०' सरकारने किरकोळ दुरुस्त्यांसह हे विधेयक पुन्हा मांडलं व संमत करून घेतलं.

ऑगस्ट २०१७ला सर्वोच्च न्यायालयाने एकतर्फी तिहेरी तलाकला घटनाबाह्य घोषित केलं आहे. महत्त्वपूर्ण निर्णय देत कोर्टाने एकाच बैठकीत दिला जाणारा घटस्फोट अवैध ठरवला. तत्काळ तलाकमुळे विवाह विच्छेद होणार नाही, असा महत्त्वाचा निर्वाळा कोर्टाने दिला होता. कायदा करणं कोर्टाचं काम नाही तो संसदेने करावा म्हणत सरकारला कायदा करण्याचे आदेश न्यायालयाने दिले.

संसदेच्या सल्लामसलतीने कायदा करावा, असा स्पष्ट उल्लेख असताना सरकारने संबंधित गटाला न विचारता, त्यांना विश्वासात न घेता हा कायदा आणला, असा विरोधकांचा सुरुवातीपासून आरोप आहे. त्यामुळे सत्ताधारी वगळता सर्व विरोधी गटाचा या विधेयकाला विरोध होता. तिहेरी तलाक हे सिव्हिल गुन्ह्याच्या कक्षेत येते, त्याला सरकार फौजदारी गुन्हा का ठरवत आहे, असा प्रश्न बहुतेक अभ्यासकांनी उपस्थित केलेला आहे. २०१५ साली सायराबानोंची याचिका दाखल झाल्यानंतर गेल्या चार वर्षांपासून तलाकवर खूप लिहिले व बोलले गेलेले आहे. इन्स्टंट तिहेरी तलाक रद्द ठरविणारा कायदा करताना लग्न न मोडता संसार टिकावेत यादृष्टीने कुठलेही प्रयत्न करण्यात आले नाहीत. त्यामुळे कायदा लागू होऊनही अनेक गुंतागुंतीचे प्रश्न अजूनही अनुत्तरित राहिलेले आहेत.

घटनात्मक पेच

आवश्यकतेची परिस्थिती नसताना केलेली शिक्षा ही जुलमी असते, असं फ्रान्सिसी तत्त्वज्ञ माँटेस्क्यू म्हणतात. सरकारच्या नव्या कायद्याच्या बाबतीच तेच झालं आहे. कोर्टाने एका बैठकीत दिला जाणारा तलाक घटनाबाह्य म्हणजे रद्द ठरवला आहे. असा घटस्फोट ग्राह्य मानला जाणार नाही. अर्थातच, जो गुन्हा घडलाच नाही त्याची शिक्षा सरकार का देऊ करत आहे? जर तीनदा तलाक देऊनही ते पती-पत्नी एकाच घरात राहात असतील तर तो गुन्हा कसला? जर त्यातून विवाहविच्छेद झाला तर पत्नी तक्रार दाखल करू शकते; पण नागरी गुन्ह्यासाठी फौजदारी शिक्षेची तरतूद का केली आहे?

कायदेतज्ज्ञ फैजान मुस्तफा यांच्या मते, जिथे एखाद्या व्यक्तीचं नुकसान होतं, असे खासगी गैरव्यवहार किंवा व्यक्तिगत अधिकार यांच्याशी दिवाणी कायदा संबंधित असतो. त्यामुळे अशा प्रकरणात नुकसानभरपाई पुरेशी मानली जाते. याउलट, जिथं केवळ एखाद्या व्यक्तीलाच इजा पोहोचते असं नाही, तर एकंदरीत संपूर्ण मानव समाजाच्या हितालाच बाधा पोहोचते; अशा परिस्थितीशी फौजदारी कायदा संबंधित असतो. अर्थातच, इथं केवळ नुकसानभरपाई पुरेशी मानली जात नाही; तर त्या प्रकरणात शिक्षाही ठोठावली जाते. समाजाच्या वतीने शासन त्या आरोपीविरोधात फौजदारी खटला चालवते. अशा परिस्थितीत पत्नीला तीन वेळा 'तलाक' शब्द उच्चारणे हा गंभीर गुन्हा कसा काय ठरू शकतो?

ब्रिटिश तत्त्वज्ञ जे. एस. मिल म्हणतात की, ज्या कारवाईने सार्वजनिक सुरक्षा धोक्यात येण्याची शक्यता आहे. तसेच ज्यामुळे सार्वजनिक शांतता भंग होईल, अशा कुठल्याही कृत्याला गंभीर गुन्ह्याच्या चौकटीत आणले जाऊ शकते. मग तिहेरी तलाक दिल्याने खरेच सार्वजनिक सुरक्षा धोक्यात येऊ शकते का? अशा प्रकारच्या किरकोळ गुन्ह्यासाठी नागरी कायदे पुरसे आहेत; मग तिथे फौजदारी कायद्याची गरज काय? याउलट, असे काही गंभीर गुन्हे आहेत, जिथे तीन वर्षांपेक्षा कमी शिक्षेची तरतूद आहे. त्यात दंगली घडविणे, प्राणघातक शस्त्र बाळगणे, समाजात वैरभावना पसरवणे, नकली नोटा तयार करून त्या चलनात आणणे, एखाद्या समूहाच्या धार्मिक श्रद्धांचा हेतूपुरस्सर आणि द्वेषभावनेने अपमान करणे इत्यादी. मग तलाक, तलाक, तलाक हे तीन शब्द उच्चारून लग्न संपुष्टात आणणे, हा गंभीर गुन्हा कसा काय ठरू शकतो? फैजान मुस्तफा यांनी म्हटले आहे की, ''फौजदारी कायदा फक्त 'शेवटचा उपाय' (Ultima ratio) म्हणून वापरला पाहिजे. तसेच तो फक्त 'सर्वांत लाजिरवाण्या कृत्या'साठी लागू केला जाऊ शकतो. तिहेरी तलाकच्या गुन्ह्यासाठी ते वापरणे अनावश्यकतेचे उदाहरण आहे.'' (इंडियन एक्सप्रेस, १ ऑगस्ट २०१९).

महिला हक्कांचे उद्ध्वस्तीकरण

आपला समाज हा पुरुषप्रधान मानला जातो. या व्यवस्थेत स्त्री हिंदू किंवा मुस्लीम नसते तर ती केवळ एक अबला महिला असते. त्यामुळे पुरुष या कायद्यातून पळवाट काढेलच. शिक्षा भोगून आल्यावर तो पत्नीला नांदवेल अशी शक्यता फार कमी आहे. तसेच पतीला तुरुंगात पाठवल्यावर त्याचे कुटुंबीय त्या पीडित स्त्रीला सन्मानाची वागणूक देणार का? अर्थातच नाही. उलट, हा कायदा मुस्लीम स्त्रियांचे जगणे मुश्कील करणार आहे. पतिविरोधात तक्रार केल्यानंतर तिचे लग्न तर टिकणारच नाही, उलट हक्काचे छतही तिच्या डोक्यावर राहिल की नाही, याबद्दल साशंकता आहे.

पतीला तुरुंगात पाठवल्यावर त्या स्त्रिला घरात ठेवून घेईल, खरंच इतकी प्रामाणिक व नीतिवान कुटुंब व्यवस्था आहे का हो आपली? तलाक न घेताही स्त्रिया पतीच्या घरातून बेदखल होऊ शकतात. अशावेळी कुठला कायदा तिच्या वैवाहिक व कौटुंबिक अधिकारांच्या बाजूने उभा राहिल? कुठल्या कायद्यातून तिला संरक्षण मिळू शकेल?

दुसरे म्हणजे, उपरोक्त विधेयकात पतीने आपल्या पत्नीला निर्वाह भत्ता देण्याची तरतूद केलेली आहे. मॅजिस्ट्रेटला पतीची आर्थिक परिस्थिती तपासून पोटगीची रक्कम ठरविण्याचा अधिकार देण्यात आला आहे. पती जर एकतर्फी घटस्फोट दिल्याच्या आरोपावरून तुरुंगात असेल तर पत्नीला गुजारा भत्ता कोण देणार? तसेच पतीने तो निर्वाह भत्ता कधी द्यायचा? जेलमध्ये जाण्यापूर्वी द्यायचा की बाहेर आल्यावर! उत्पन्नाची साधने गमावलेला पती गुजारा भत्ता देणार तरी कसा? तीन वर्षांची शिक्षा भोगून बाहेर आल्यावर पतीला गुजारा भत्ता द्यावा लागेल, अशीही स्पष्ट तरतूद संबंधित कायद्यात केलेली नाही. मान्य करूया की, पतीने बाहेर आल्यावर निर्वाह भत्ता द्यायचा; तर त्या पत्नीने मुलाबाळांसह तीन वर्षे कुठे राहावं? त्या मुलांच्या पालनपोषणाचा अधिकारही कायद्याने गमवावा लागणार आहे. या सर्व गुंतागुंतीच्या परिस्थितीतून मॅजिस्ट्रेट कसा मार्ग काढेल?

अशा परिस्थितीत सासरची मंडळी त्या स्त्रिला जवळदेखील उभं राहू देणार नाहीत, मग त्या स्त्रीने जगण्यासाठी कुणाकडे आधार शोधावा? ज्या स्त्रिया सासरचे घर सोडून माहेरी आल्या त्यांच्यासोबत आपला समाज कुठली वागणूक देतो, हे वेगळे सांगायची गरज नाही. अशा परिस्थितीत तिने जगण्यासाठी मुलाबाळांना घेऊन कुठे भटकावे? पोटाची खळगी भरण्यासाठी तिने भीक मागावी की वाम मार्गातून आधार शोधावा!

जेरेमी बेंथम म्हणतात, कायदे करताना लोकांच्या हितांचा विचार करावा; पण खरेच आपल्या सरकारने हे विधेयक आणताना लोकांच्या हितांचा विचार केला आहे का? वास्तविक पाहता, स्त्रिला आपले कौटुंबिक आयुष्य उद्ध्वस्त करून घ्यायचे असल्यास तिने या कायदेशीर मार्गाकडे वळावे का? जर कायद्यातून कुटुंब देशोधडीला लागत असतील तर कुठली महिला हे पाऊल उचलेल? एका महिलेला सुखी कुटुंब हवे असते, त्यासाठी ती आयुष्यभर खस्ता खाते. त्याग करत असते. इच्छा-आकांक्षांना तिलांजली देते. मग ही भारतीय स्त्री का म्हणून स्वत:हून आपले कुटुंब रस्त्यावर आणेल? सरकारने तिला कायद्याचा आधार देण्याऐवजी 'जाच' दिला आहे.

कायदा तर मानवाच्या हितासाठी व त्याला सुरक्षा पुरवण्यासाठी असतो. सरकारच्या बहुचर्चित कायद्यातून या अपेक्षा पूर्ण होतात का? एका महिलेस तिच्या विवाहाला, तिच्या नात्याला व तिच्या कुटुंबाला संरक्षण देण्यासाठी कायद्याची गरज असते. तिची ही गरज अस्तित्वात असलेल्या 'कौटुंबिक हिंसाचारविरोधी विधेयक-२००५' मधून पूर्ण होऊ शकते. मग इतका दुराग्रह करून नवा कायदा लादण्याची गरज काय होती; याच कायद्याला अजून बळकट केलं असतं तर मुस्लीम महिलाच काय तर सर्व जातीसमूहाच्या व धर्माच्या महिलांना अधिक भक्कमपणे कायदेशीर संरक्षण मिळू शकलं असतं.

वास्तविक, या कायद्याने महिलांचं जगणं व त्यांचं आयुष्य उद्ध्वस्त करणाऱ्या शस्त्राची मूठ पुरुषांना देऊ केली आहे. तलाक न देता मुस्लीम पुरुष पत्नीला वाऱ्यावर सोडू शकतो. त्याला कायदा अडसर ठरू शकत नाही. प्रस्तावित कायद्यामुळे भाजपचा हट्ट तेवढा पूर्ण होणार पण मुस्लीम महिलांचे वैवाहिक प्रश्न सुटणार नाहीत, तर ते अधिक अंधकारमय होऊन गुंतागुंतीचे होणार आहेत. या समस्येची सोडवणूक करण्याची कुठलीही तरतूद संबंधित कायद्यात नाही. कुठलेही कारण न देता पत्नीला सोडून दिलेल्या पुरुषांची संख्या समाजात मोठी आहे. या कायद्यामुळे ही संख्या वाढू शकते. यात 'मुस्लीम' आणि 'हिंदू' असा भेद करता येत नाही, प्रत्येक समूह गटात ही समस्या आहे; पण सरकारने फक्त मुस्लीम महिलांसाठी कायदा केलेला आहे. याचे कारण वेगळे सांगायची गरज नाही.

सरकारने या कायद्यात तडजोडीला खूप कमी जागा ठेवलेली आहे. चिनी तत्त्ववेत्ते कन्फ्युसियस म्हणतात की, सत्ता ही लोककल्याणासाठी असावी. उपरोक्त कायद्यातून कुणाचेही कल्याण होणार नाही; पण इथे हा कायदा विवाहच नाही तर संपूर्ण कुटुंब उद्ध्वस्त करणारा ठरणार आहे. कायदा केल्यावर एकतर्फी तलाकची

प्रकरणं कमी होतील, अशी शक्यता आहे; पण आवश्यकतेपेक्षा अधिक कठोर कायदा हा जुलूम ठरू शकतो, हेदेखील विसरता येणार नाही. दुसरे म्हणजे कायदा असल्याने गुन्हे होणारच नाहीत हा भाबडा आशावाद आहे. जर असं झालं असतं तर बलात्काराला आपल्याकडे फाशी आहे, पण महिलांशी लैंगिक दुर्व्यवहाराची प्रकरणं दररोज आपण वृत्तपत्रातून वाचतोच की!

दुटप्पी धोरण

विधेयक सादर करताना दोन्ही सभागृहात कायदामंत्री रविशंकर प्रसाद म्हणाले, हा प्रश्न 'न्याय' आणि 'मानवते'चा आहे. "यापूर्वीही ज्या वेळी विधेयक मांडण्यात आले, त्या वेळीदेखील कायदामंत्री प्रसाद यांनी हेच वाक्यं संसदेला उद्देशून म्हटले होते. अर्थातच, कायदामंत्र्यांचे हे विधान परिस्थितीला अनुसरून नव्हते. गेल्या दीड-दोन वर्षांत भाजपचे अनेक नेते व पदाधिकारी महिलांशी दुर्व्यवहार केल्याच्या आरोपामुळे एकतर तुरुंगात होते किंवा न्यायालयीन खटल्याला सामोरं जात होते. उन्नाव व कठुआ बलात्कार प्रकरणे त्याची काही उदाहरणे आहेत. संबंधित विधेयक सादर करताना 'उन्नाव बलात्कार कांड'मधील पीडित मुलीच्या २ नातेवाइकांच्या अपघाती मृत्युचं प्रकरण प्रसारमाध्यमात गाजत होतं. या घटनेत मुख्य आरोपी उत्तरप्रदेशमधील भाजपचे आमदार कुलदीप सेंगर होते. वर्षभरापासून ते बलात्काराच्या आरोपात तुरुंगात आहेत. त्यांच्यावर बलात्कार, हिंसा, बळजबरी असे विविध प्रकारचे ५ गुन्हे दाखल झालेले आहेत. (बीबीसी).

शिवाय देशात मुस्लीम पुरुषांचे मॉब लिंचिंग सुरूच होते. त्यांच्यावर भर रस्त्यात हल्ले केले जात आहेत. सामाजिक वातावरण अशांत करून धार्मिक आधारावर फूट पाडण्याचे प्रकार सुरू आहेत. या सर्व घटनांमुळे स्त्रियाच सर्वाधिक बाधित होत आहेत. सरकार म्हणते की, महिलांच्या सक्षमीकरणासाठी हा कायदा करत आहोत. एकीकडे त्यांच्या अस्तित्वाला धक्का पोहोचवायचा आणि दुसरीकडे जगाला दाखवण्यासाठी सक्षमीकरणाच्या गप्पा मारायच्या हे तर दुटप्पी धोरण आहे.

मुस्लीम महिलांच्या 'मानवता' आणि 'न्याया'साठी आम्ही कायदा करत आहोत, असं जरी कायदामंत्री बोलत असले तरी त्याचवेळी ते मॉब लिंचिंगमधून माजवलेला उच्छाद विसरले होते. देशात धर्माच्या नावाने सुरू असलेल्या गुंडगिरीमुळे केवळ मुस्लीमच नाही तर अनेक हिंदू स्त्रियांदेखील निराधार व विधवा झालेल्या आहेत. गेल्या पाच वर्षांत उन्मादी झुंडीकडून झालेल्या हत्येमुळे अनेक कुटुंब उद्ध्वस्त झालेली आहेत. शेकडो लहान मुलांनी आपला बाप गमावला. अनेक वृद्ध माता-पित्यांनी आपली म्हातारपणाची काठी गमावली, या अमानवी कृत्यावर सरकारने

कधीही माफी मागितली नाही किंवा मगरीचे अश्रूसुद्धा ढाळले नाहीत. या निर्घृण हत्येच्या गुन्ह्यांना 'न्याय' आणि 'मानवता' लागू होत नाही का?

जॉन लॉक यांनी म्हटल्याप्रमाणे, व्यक्तिच्या अंतर्गत आणि बाह्य अशा दोन्ही प्रकारच्या हिताचे रक्षण करणे हे सरकारचे आद्य कर्तव्य आहे. परंतु, हे सरकार जनसामान्यांच्या हिताचे रक्षण करण्यात अपयशी ठरलं आहे. २०१८ला सुप्रीम कोर्टाने मॉब लिंचिंगविरोधात सरकारला कायदा करण्याचे आदेश दिले होते. परंतु, वर्षं उलटलं तरी भाजप सरकारने यासंदर्भात कुठल्याच हालचाली केलेल्या नाहीत. उलट, 'मोदी २.०'मध्ये मुस्लिमांवर धर्म, भाषा, दिसणे, राहणीमानावरून लक्ष्यित हल्ले करण्याचे प्रकार वाढले आहेत. नव्या सरकारच्या शपथविधीनंतर मुसलमानांच्या शत्रुकरणाची प्रक्रिया अधिक वेगाने सुरू झाल्याचे आढळून आलेले आहे. मुस्लिमांच्या विरोधात कृत्य करण्याचा कुठलाही मार्ग भाजप समर्थकांनी सोडलेला नाही. उलट, ज्या-ज्या गैरमुस्लिमांनी मुसलमानांच्या अन्यायाविरोधात आवाज उठविला त्यांना लक्ष्य करण्यात आले. त्यांच्यावर अश्लाघ्य भाषेत शिवीगाळ करण्यात आली. ज्या सेलिब्रिटींनी मॉब लिंचिंगविरोधात कायदा करण्याची मागणी करत सरकारला पत्र लिहिलं; त्यांच्याविरोधात 'देशद्रोहा'चा ठपका ठेवत याचिका दाखल केली गेली.

कधी बुरखाबंदी, कधी वंदे मातरम्, भारतमाता, नमाज-उपासनेला मज्जाव, गोमांस बाळगल्याचा संशय, एनआरसी आदींची जबरदस्ती करून मुस्लीम समाजाच्या घटनात्मक अधिकारांवर आघात केला जात आहे. लोकसभा निवडणुकीत मुस्लिमांच्या संविधानिक अधिकारांची गळचेपी करण्यात आली. त्यांना दुर्लक्षित करून संसदीय लोकशाही प्रणालीतून बाजूला फेकण्यात आलं. मुस्लिमांना मताधिकार नाकारावा इथपर्यंत घोषणा दिल्या गेल्या. भाजप सरकार अल्पसंख्याकाच्या घटनादत्त अधिकारांचे संरक्षण करण्यास असमर्थ ठरलं आहे. इतकंच नाही तर मुस्लिमांचे घटनात्मक अधिकार व हक्क हिरावून घेण्याच्या प्रक्रियेत भाजपचा प्रत्यक्ष व अप्रत्यक्षरीत्या सहभाग दिसून आलेला आहे.

यूएपीए व एनआयए संशोधन विधेयकातून अप्रत्यक्षरीत्या भारतीय मुस्लिमांना दहशतीत लोटण्यात आलेलं आहे. आसामामधील एनआरसी प्रकरणामुळे आम्ही नॉर्थ-इस्टमध्ये बहुमताने जिंकलो, असं कायदामंत्री संसदेत म्हणाले; पण याच एनआरसीमुळे आसामामध्ये मुस्लीम व अन्य असमिया भाषकांमध्ये दहशतीचं वातावरण आहे. एनआरसीमुळे शेकडो वर्षांपासून राज्यात राहणारे मूलनिवासी उपरे ठरले आहेत. परकेपणाच्या आरोपामुळे आसाममधील जनता हवालदिल झालेली असून तिथे आत्महत्येचं सत्र सुरू झालेलं आहे. 'सिटिझन फॉर जस्टिस अँड पीस' या

संस्थेने केलेल्या सर्वेक्षणातून २०१६ पासून ३१ जुलै २०१९ पर्यंत ५० आसामी लोकांनी आत्महत्या केली आहे. (cjp.org.in).

तिहेरी तलाकचा प्रश्न राष्ट्रीय स्वरूपाचा करून हिंदुंची व्होट बँक मजबूत करण्यापलीकडे भाजपने दुसरे काहीच केलेलं नाही. याचिकाकर्त्या सायराबानो व इशरत जहाँला भाजपमध्ये दाखल करून घेऊन या कारस्थानामागील आपला छुपा चेहरा भाजपने उघडकीस आणला आहे. भाजप व संघ समर्थक संघटनांनी कुठल्याही पद्धतीने हिंदू-मुस्लीम मुद्दा पेटता ठेवला. त्यासाठी समान नागरी कायदा, तलाक व हलाला सारखे विषय हाताळून इस्लामला व मुस्लिमांना विकृत ठरवण्यात आलं. 'हलाला' प्रथा बंद करण्याची मागणी भाजपने सुप्रीम कोर्टात केली. समान नागरी संहितेची दहशत दाखवून मुसलमानांना भीतीत लोटलं. विधी आयोगाने त्याची गरज नाकारली असली तरी मुस्लिमांच्या विरोधात त्याचा हत्यार म्हणून वापर केला जात आहे.

हिंदू महासभेच्या केरळ शाखेने तर मस्जिदमध्ये महिलांना प्रवेश मिळावा म्हणून सर्वोच्च न्यायालयात याचिका दाखल केली होती. जी ८ जुलै २०१९ला 'चीप पब्लिसिटी स्टंट' म्हणत कोर्टाने धुडकावून लावली. विद्वेशीकरणाच्या प्रक्रियेत सरकार समर्थक गट मोठ्या प्रमाणात सक्रिय झालेले दिसून येतात. मुस्लिमांच्या सामाजिक सुधारणांच्या नावाने हे सर्व सुरू आहे. जिथे त्यांचे अस्तित्व धोक्यात आणले जात असताना या घोषित सामाजिक सुधारणा नेमक्या कुणासाठी? अर्थातच समाजात हिंदू विरुद्ध मुस्लीम असा वाद पेटवण्यासाठी हे सगळं सुरू आहे. प्रसारमाध्यमांनी त्यात आगीत तेल ओतण्याचं काम केलेलं आहे.

मुळात, कायदा सर्वांसाठी एकसारखा असावा. त्यात हिंदू-मुस्लीम असा भेदभाव होता कामा नये, असं करणेही घटनाबाह्य आहे. 'मुस्लीम महिला (विवाह हक्क संरक्षक) विधेयक-२०१९' हा कायदा करून एका अर्थाने सरकारने मुस्लीम व्यक्तिगत कायद्याचे बळकटीकरण केलं आहे. ज्या व्यक्तिगत कायद्याचा भाजप गेली अनेक वर्षे विरोध करत होतं, त्याच्याच सक्षमीकरणासाठी भाजपने हा कायदा केला आहे; म्हणजे एकीकडे धर्माच्या आधारावर व्यक्तिगत कायद्याचा विरोध करायचा तर दुसरीकडे मुस्लिमांसाठी वैयक्तिक कायद्याची निर्मिती करायची, हे कसले धोरण आहे? व्यक्तिगत कायदे कशाला हवे असे म्हणत एकीकडे मुस्लीमविरोधकांना चुचकारून सोडायचे, तर दुसरीकडे तेच कायदे मुस्लीमद्रष्ट्या राजकारणाचा भाग म्हणून तयार करून लागू करायचे. कौटुंबिक हिंचासार कायद्याला बळकट करा, अशी मागणी डावलून भाजपने मुस्लिमांसाठी हा नवा 'व्यक्तिगत कायदा' तयार

केलेला आहे. त्यातून मुस्लीम महिलांचे सक्षमीकरण नाही तर आपला हिंदुत्ववादी अजेंडा सरकारला राबवायचा होता, असं या सर्व घटनाक्रमांतून प्रतीत होतं.

तिहेरी तलाकमुळे भारतीय मुस्लीम व इस्लामचं विकृतीकरण करण्याची प्रक्रिया पार पाडली गेली. हे प्रकरण इथपर्यंत न थांबता दोन समाजात वितुष्ट निर्माण करण्यापर्यंत गेलं आहे. परिणामी हिंदू-मुस्लीम असा भेद ठळकपणे समोर येत आहे. मुस्लीम असल्याने सार्वजनिक सेवा नाकारण्याची द्वेषबुद्धी समाजात फोफावत आहे. कायदा फक्त मुस्लीम महिलांसाठीच का? तो हिंदू महिलांसाठी का नको? त्यांनी न्यायासाठी कुठे जावं, असा प्रश्नदेखील समाजातून निर्माण होत आहे. त्यामुळे हा कायदा मुस्लिमांचे सार्वजनिक आयुष्य अस्वस्थ करण्यासदेखील कारणीभूत ठरू शकतो.

तिहेरी तलाकबंदी कायद्यातून मुस्लीम अनुनयाचा आरोप सामान्यलोकांमधून होत आहे. जे काँग्रेसने मतांच्या राजकारणासाठी केलं होतं तेच भाजपने मुस्लिमांच्या शत्रुकरणासाठी केलेलं आहे. दोन्ही पक्ष आता मुसलमानांच्या दृष्टीने सारखेच वाटू लागले आहेत. प्रस्तावित कायद्याचा हेतू कुठलाही असो पण त्याची गरज होती. परंतु, कायद्याचे गुन्हेगारीकरण करून भाजपने आपला मुस्लीमविरोधाचा अजेंडा राबविला आहे. कायदा करताना सरकारने मुस्लीम समुदायाशी किमान पातळीवर सल्लामसलत करण्याची गरज होती; जर दोन्ही घटकांच्या संमतीने कायदा झाला असता तर तो अधिक चोखंदळ व समर्पक झाला असता. अर्थातच, त्याचे सर्व स्तरांतून स्वागतच झाले असते.

संबंधित कायद्यातील गुन्हेगारीकरण करणाऱ्या तरतुदीला 'जमियत ए उलेमा हिंद' या धार्मिक संघटनेने तसेच दिल्लीतील काही कायदेतज्ज्ञांनी न्यायालयात आव्हान दिलेलं आहे. या कृतीने भाजपला आपला हिंदुत्ववादी अजेंडा राबविण्यासाठी नवा मार्ग उपलब्ध करून दिला आहे; तर दुसरीकडे मुस्लीम धर्मवाद्यांना आपला पुरुषी हट्ट पुन्हा एकदा सिद्ध करण्याची संधी मिळाली आहे. परिणामी मुस्लीम महिलांचा समानता व न्यायाचा प्रश्न त्याच वळणावर येऊन ठेपला जिथे तो पूर्वी होता.

संदर्भ व टिपा

१) *The Muslim woman (Protection of rights on marriage) Bill-2019, Bill No. 82 of 2019*

२) *लोकसभा व राज्यसभेचे यूट्यूब चॅनेल*

३) *इंडियन एक्सप्रेस, (वेब) Triple talaq : How Rajya sabha voted to pass landmark bill, ३० जुलै २०१९*

४) शरद पवार यांचे ट्विट *https://twitter.com/PawarSpeaks/status/1156197447699353602/photo/1*

५) उमर अब्दुल्ला यांचे ट्विट *https://twitter.com/OmarAbdullah/status/1156203949294157824?s=20*

६) डेरेक ओब्रायन यांचे ट्विट *https://twitter.com/derekobrienmp/status/1156206751743729664?s=20*

७) सहाचे साठ करू : शरद पवार, लोकमत, २८ जुलै २०१९, पुणे आवृत्ती

८) इंडियन एक्सप्रेस, (वेब) *ED summons Praful Patel in aviation scam,* १ जून २०१९

९) बिझनेस स्टँडर्ड, (वेब) *With 26 Bills passed, parliament session on way to being most productive,* ३ ऑगस्ट २०१९

१०) इंडियन एक्सप्रेस, (वेब) *Opposition says govt didn't keep word, minister says never agreed,* १ ऑगस्ट २०१९

११) तंजिल आसिफ, (वेब) *Party didn't allow me to speak against triple talaq Bill in Loksabha, says congress Mp Asrarul Haque,* टू सर्कल्स, ३० डिसेंबर २०१७ *(https://bit.ly/2YJlO5b)*

१२) फैजान मुस्तफा, *Power, not justice,* इंडियन एक्सप्रेस, १ ऑगस्ट २०१९

१३) बीबीसी, उन्नाव रेप के सभी मामले उत्तर प्रदेश से दिल्ली ट्रांसफ़र, १ ऑगस्ट २०१९

१४) सईदा अंबिया जेहान, (वेब) *cjp.org.in,* १२ जुलै २०१९ *(https://bit.ly/2LYj2XT)*

परिशिष्ट – २
मुस्लीम कौटुंबिक सुधारणा विधेयक
तुफैल अहमद

परिचय

मीडल इस्ट मीडिया रिसर्च इन्स्टिट्यूटने (MEMRI) 'मुस्लीम वर्ल्ड प्रोजेक्ट' या सामाजिक सुधारणा अंतर्गत हे विधेयक तयार केलं आहे. भारतीय नागरिकांमध्ये जागरूकता निर्माण करणे आणि मुस्लीम समाजात कौटुंबिक सुधारणा घडवून आणणे, असा सदर मसुद्याचा उद्देश आहे. हे विधयेक भारतातील धार्मिक कायदे प्रश्नांवर प्रकाश टाकणारे आहे. भारतीय मुस्लिमांमध्ये तिहेरी तलाकची पद्धत आणि अशा बऱ्याच धार्मिक प्रथा आणि कायदे अस्तित्वात आहेत. हे कायदे परंपरागत पद्धतीने चालत आलेले आहेत. हे कायदे मुस्लीम पुरुषांना कोणत्याही कारणाशिवाय आपल्या पत्नीला एकतर्फी घटस्फोट देण्याचे बळ देतात. परिणामी हे कायदे भारतीय मुस्लीम महिलांच्या मूलभूत हक्कांवर प्रतिकूल परिणाम करीत आहेत.

भारतीय मुस्लीम पती पत्नीला घटस्फोट देण्यासाठी तीन प्रकारचे मार्ग स्वीकारतो. पहिला म्हणजे, तो आपल्या पत्नीला तलाक (घटस्फोट) जारी करणारे एक पत्र पाठवू शकतो आणि घटस्फोट घेण्यासाठी तीन महिने वाट पाहतो. दुसरा, तो दर महिन्याला एक-एक असा तीन महिन्यांसाठी तीन तलाक देऊ शकतो, यामुळे घटस्फोट वैध ठरतो. तिसरा म्हणजे, मुस्लीम पुरुष एकाच बैठकीत तिनदा तलाकचा शब्द उच्चारून पत्नीशी काडीमोड (घटस्फोट) घेतो. तलाकची ही पद्धत 'तलाक ए बिद्दत' म्हणून ओळखली जाते.

सरकारचे विधेयक

तलाक ए बिद्दतची (तत्काळ तिहेरी तलाक) पद्धत म्हणजे मुस्लीम पत्नीला मानसशास्त्रीय हल्ल्याचे आणि मानसिक क्रूरपणाचा एक प्रकार मानला जातो. २२ ऑगस्ट २०१७ला सर्वोच्च न्यायालयाने तलाकपीडित महिलांच्या अनेक याचिकांची मागणी ऐकून त्यावर महत्त्वाची सुनावणी केली. कोर्टाने पत्नीला घटस्फोट देण्यासंबंधी

आणि विवाह वाचविण्यासंबंधी महत्त्वाचा निकाल दिला. तथापि, घटस्फोट देण्याचे इतर दोन प्रकार अजूनही वैध आहेत. २८ डिसेंबर २०१७ला भारतीय संसदेच्या खालच्या सभागृहाने (लोकसभा) मुस्लीम महिला (विवाह हक्क संरक्षण) विधेयक-२०१७ मंजूर केलं.

तिहेरी तलाकसंदर्भातील हे विधेयक 'गुन्हेगारीकरणाचे बिल' म्हणून लोकप्रिय झालं; कारण हे विधेयक सत्ताधारी भाजप सरकारने अशोभनीय पद्धतीने लोकसभेत आणलं व त्याला एकतर्फी पद्धतीने पाशवी बहुतमताच्या जोरावर मंजूर करवून घेतलं. सरकारच्या विधेयकात मुस्लीम पतीद्वारे देण्यात येणाऱ्या अन्य दोन प्रकारच्या घटस्फोटाच्या पद्धतीला कुठलाही धक्का लावलेला नाही; म्हणूनच त्याला सुधारित कायदा म्हणता येणार नाही. जोपर्यंत अस्तित्वात असलेल्या कायद्यातील एकतर्फी पद्धत रद्दबातल ठरविली जात नाही तोपर्यंत सरकारच्या विधेयकाला महिला हक्कांच्या समर्थनाचा कायदा म्हणता येणार नाही.

सरकारच्या प्रस्तावित विधेयकाला एक सुधारित कायदा म्हणता येऊ शकत नाही; कारण पतीला तत्काळ तलाक दिल्यानंतर तीन वर्षांसाठी तुरुंगात जावं लागेल, परंतु, त्याला पत्नी आणि मुलांच्या देखरेखीसाठी नियमित पैसे देणे आवश्यक आहे, असं सदरील विधेयकात नमूद केलेलं आहे. यातला अजून एक प्रश्न अनुत्तरित राहतो, तो असा की, जेलमध्ये असलेला माणूस निराधार पत्नी आणि मुलांचे संगोपन कसं करू शकेल? कोर्टाकडून घटस्फोट मिळवून घेतलेल्या मुस्लीम महिलेसाठी या विधेयकातील तरतुदी देखभाल किंवा उदरनिर्वाह भत्ता निरुपयोगी ठरवतात. याशिवाय अस्तित्वात असलेल्या दोन प्रकारच्या घटस्फोटाच्या प्रकारामुळे मुस्लीम महिलेची कोणतीही देखभाल शक्य होणार नाही, कारण ती पद्धत कायद्याअंतर्गत अजूनही वैध आहे.

भारतात सध्या अस्तित्वात असलेल्या 'मुस्लीम महिला (घटस्फोट अधिकारांचे संरक्षण) कायदा-१९८६' अंतर्गत घटस्फोटित मुस्लीम महिला पतीकडून निर्वाह भत्ता संदर्भात दावा करू शकत नाही. भाजप सरकारचा प्रस्तावित विधेयक १९८६च्या कायद्यामध्ये सुधारणा करण्याची मागणी करत नाही. आर्थिकदृष्ट्या कमकुवत असलेल्या सर्व घटस्फोटित मुस्लीम महिलांसाठी निर्वाह भत्ता हा जिकिरीचा मुद्दा आहे.

विशेष म्हणजे, तत्काळ तलाकला बळी पडणाऱ्या बहुतेक महिला कमी आर्थिक उत्पन्न गटातील आहेत. यात हस्तकला कारागीर, यंत्रमाग, बिगारी मजूर, शिलाई काम करणाऱ्या, खाटिक इत्यादी प्रकारच्या उत्पादन व्यवस्थेत सक्रिय

असणाऱ्या गरीब स्त्रिया आहेत. बहुतेक स्त्रिया आजही तत्काळ तलाकच्या दाहक परिणामकारकतेतून निर्माण झालेल्या मानसिक धक्क्यात आहेत. तलाकपासून नव्हे तर या मानसिक धक्क्यातून बाहेर काढण्याची मागणी करत अनेक महिलांनी न्यायालयात धाव घेतलेली आहे.

भारतातील न्यायसंस्थेवर प्रशासनाची अकर्मण्यता आणि निष्क्रिय धोरणामुळे अनावश्यक ओझं पडलेलं आहे. त्यामुळे कुठलेही खटले निकालात निघण्यासाठी दशकं लागतात. घटस्फोटाची प्रकरणेदेखील अशाच अतिरिक्त ओझ्यामुळे रखडत पडलेली आहेत. एक प्रश्न असादेखील उद्भवतो की, २२ ऑगस्टच्या कोर्टाच्या आदेशानुसार घटस्फोट देण्यात आलेला नाही, अशा परिस्थितीत न्यायालयांना पीडित स्त्रीसाठी निर्वाह भत्ता कसा ठरवता येईल? यात दुसरी अडचण अशी आहे की, कुठल्याही आर्थिक सहकार्याशिवाय गरीब वर्गातील मुस्लीम महिला पोलीस स्टेशनपासून ते न्यायालयापर्यंत दाद मागायला नेमक्या कशा जाणार?

सरकारच्या प्रस्तावित विधेयकात मुस्लीम कौटुंबिक कायदे व कथित प्रथांमध्ये सुधारणा करण्याची एकही गरज नमूद करण्यात आलेली नाही. सरकारचे विधेयक मध्यस्थी किंवा मध्यस्थाच्या लवादाची परवानगी देत नाही. मध्यस्थतेची कायदेशीर तरतूद बहुतेक लोकशाही देशात अस्तित्वात आहे. यात भारतातील मुस्लीम समुदायाचादेखील समावेश आहे. सध्या मुस्लीम महिलांना घटस्फोट घेण्याकरिता कौटुंबिक न्यायालये किंवा इस्लामी धर्मगुरुंकडे जाण्याची परवानगी आहे.

परंतु, हे प्रकरण फार गुंतागुंतीचं आहे; कारण भारतात मुस्लीम पतीला कायद्याने घटस्फोटाची मागणी करण्यासाठी न्यायालयात जाण्यापासून व्यावहारिकपणे रोखण्यात आलेलं आहे. मात्र, त्याला आपल्या पत्नीला पत्र लिहून, मेसेज पाठवून, व्हीडिओ संदेश पाठवून तलाक देण्यासाठी किंवा धर्मगुरुंशी संपर्क साधून पत्नीला सोडचिठ्ठी देण्यासाठी मोकळं सोडलं आहे. सरकारच्या प्रस्तावित विधेयकात मुस्लीम पतींना न्यायालयात जाता येणार नाही. ही तफावत पत्नीला एकतर्फी तलाक देण्यासाठी अधिकचे बळ प्राप्त करून देते.

कायदानिर्मितीचे राजकारण

भारत जगातील सर्वांत मोठे लोकशाही राष्ट्र आहे, परंतु, हा दृष्टिकोन एका भ्रामक धारणेला जन्म देतो. ज्यात प्रत्येकाला असं वाटतं की, कुठलेही विधेयक संसदेत मांडण्यापूर्वी त्याला भारतातील सरकारे संबंधित गट, विषेशतज्ज्ञ, मानवी हक्क संघटना आणि कायदेशीर तज्ज्ञांशी संभाव्य कायद्यावर चर्चा करतात; पण परिस्थिती नेमकी उलटी आहे. 'मुस्लीम महिला (विवाह हक्क संरक्षण) विधेयक-२०१७'

मांडताना अशा प्रकारची कुठलीही शास्त्रीय पद्धत अमलात आणली गेली नाही. सदरील विधेयक पक्षपाती आणि विभाजनकारी झालेलं आहे; कारण नरेंद्र मोदी सरकारने मुस्लीम समाजाच्या नेत्यांशी किंवा महिला हक्कांच्या गटांशी सल्लामसलत करण्याची कुठलीही प्रक्रिया पार पाडलेली नाही.

संबंधित घटनाक्रमातून असं दिसून येतं की, भारत सरकारने हे विधेयक त्यांच्या घरी तयार केलं आहे. लोकसभेत त्याची फक्त ओळख करून दिली आणि संसद सदस्यांना विधेयकाच्या बाजूने मतदान करण्याचा आदेश दिला. सरकारने सदरील कृती आपल्या पक्षातील वरिष्ठांच्या (हायकमांड) आज्ञेचे पालन करण्यासाठी अमलात आणली. सरकारने संबंधित विधेयकाला बहुमताचे बुलडोजर वापरून मंजूर करवून घेतलं.

सरकारच्या या कृतीवर ज्येष्ठ विधिज्ञ इंदिरा जयसिंग यांनी टीका करत असं म्हटलं होतं की, हे बळाचं क्रूरतापूर्ण आणि लाजीरवाणं प्रदर्शन आहे, सदरील विधेयक मुस्लीम पतींना गुन्हेगारात रूपांतरित करत आहे. चिंतनीय बाब अशी की, विवाह आणि घटस्फोट हे एक नागरी प्रकरण आहे, त्यामुळे तो फौजदारी कायद्याचा भाग होता कामा नये; जर असं झाल्यास सदरील कायदा भारतात मुस्लीम कुटुंबांना उद्ध्वस्त करू शकतो.

विधेयक तयार करताना भाजप सरकारने संबंधित वर्गगटांशी कुठलीही चर्चा केली नाही. तसेच कायदेमंत्र्यांनी ज्या समूहासाठी सदरील विधेयक आहे, त्या लोकांशीदेखील चर्चा करण्याची मेहरबानी दाखवलेली नाही.

सरकारचा एकमेव युक्तिवाद असा आहे की, तत्काळ तिहेरी तलाक मुस्लीम महिलांसाठी मानसशास्त्रीय क्रूरतेचे प्रतीक आहे. अशा परिस्थितीत २००५च्या कौटुंबिक हिंसाविरोधी कायद्यामध्ये एका वाक्याची दुरुस्ती करून त्या क्रूरतेला दूर करता आलं असतं. ज्यामुळे 'तत्काळ तलाक' हे कार्य मानसिक क्रूरतेचं बनलं; पण सरकार जनतेसमोर असा युक्तिवाद करीत आहे की, त्यांचं विधेयक सामाजिक सुधारणांचा एक छोटासा तुकडा आहे. सत्तारूढ पक्षाचे एक मुस्लीम मंत्री एम. जे. अकबर हे संसदेत महिला हक्क आणि मुस्लीम महिलांच्या अधिकारांच्या संघर्षांबद्दल भाषणे देतात, परंतु, ते मुद्दाम सरकारच्या विधेयकातील त्रुटी व त्यांच्या कमतरतांबद्दल चर्चा करण्याचं टाळतात. हे सर्वोच्च न्यायालयाने सरकारला दिलेल्या आश्वासनाशीदेखील विसंगत आहे.

२१ मे २०१७ रोजी सुप्रीम कोर्टाने अशी पुनरोक्ती केली की, मुस्लीम पतींना घटस्फोट घेण्याकरिता न्यायिक मंच (Judicial forum) नाही. त्यावर तत्कालीन ॲटर्नी जनरल मुकुल रोहतगी यांनी सरकारच्या वतीने सर्वोच्च न्यायालयाला सांगितलं

की, जर कोर्टाने तत्काळ तलाकची प्रथा पूर्णपणे रद्द केली तर मग (सरकार) त्याचं नियमन करण्यासाठी एक नवा कायदा आणला जाईल, जो मुस्लीम विवाह आणि घटस्फोटाचे नियमन करेल. याचा अर्थ स्पष्ट आहे की, सरकारचे सदरील विधेयक गुन्हेगारीकरणाचा एक छोटासा तुकडा आहे, ज्याचा अर्थ असा की, मुस्लीम समाजामध्ये विवाह आणि घटस्फोटाचे योग्य नियमन नाही. मथितार्थ असा की, अशा प्रकारच्या क्रूर कायद्याचे अनेक तुकडे समाजावर लादले जाणार आहेत.

विधेयक तयार करण्यामागे सत्तारूढ पक्षाचा अप्रत्यक्ष हेतू हा निव्वळ राजकीय स्वरूपाचा असल्याचे दिसून येते. भारतातील मुस्लीम समाजात उदयास येणाऱ्या रूढी राजकीय स्वरूप धारण करीत आहेत. त्रिवार तलाक़, बहुपत्नीत्व आणि हज सबसिडी अलीकडच्या काळात राजकीयदृष्ट्या सक्षम घटक बनले आहेत. जे फक्त निवडणुकीच्या प्रचार मोहिमेसाठी प्रभावीपणे 'हिंदू' मुद्दे म्हणून वापरले जातात. भारतीय जनता पक्षाचे पदाधिकारी व कट्टरवादी सनातनींकडूनच नाही तर घटनात्मक पद बहाल असलेल्या पंतप्रधानांकडूनदेखील अशा मुद्द्याचा गैरवापर केला गेला. ज्यातून बहुसंख्य हिंदू मतदारांना योग्यरीत्या संघटित करण्यात आलं.

प्रस्तावित कायद्याला सुधारणेचा एक भाग म्हणता येत नाही, कारण या कायद्याद्वारे मुस्लीम पतीला घटस्फोट घेण्याकरिता न्यायालयात जाण्याची गरज भासत नाही. अशा प्रकारे अजून काही स्फोटक मुद्दे आहेत, ज्याला सरकार हात लावू इच्छित नाही. त्यात बहुविवाह आणि हलाला (शरीयत आधारित अशी प्रथा जी एका घटस्फोटित महिलेला आपल्या पूर्व पतीशी पुनर्विवाह करण्यासाठी अन्य पुरुषाशी लग्न करून त्याच्याकडून घटस्फोट घ्यावा लागतो.) प्रथेचा समावेश आहे.

सरकारच्या उपरोक्त विधेयकातील वादग्रस्त मुद्दे आणि त्रुटींचे निराकरण करणे गरजेचं आहे. तसेच भारतातील मुस्लीम कौटुंबिक समस्यांवरील निकोप चर्चा आणि वादविवादाची पातळी वाढविण्याची आवश्यकता आहे. त्या दृष्टीने एक पाऊल म्हणून संबंधित लेखकाने 'मुस्लीम कौटुंबिक सुधार विधेयक-२०१८'चा मसुदा तयार केलेला आहे. त्यासाठी श्रीमती स्मिता दीक्षित यांची मदत आणि मोलाचा सल्ला मिळालेला आहे. श्रीमती दीक्षित सर्वोच्च न्यायालयात विधी सेवा पुरवणाऱ्या विधिज्ञ आहेत. तसेच त्या ब्रिटनच्या आंतरराष्ट्रीय विधी परिषदेचे (International Council of Jurists) एक पदाधिकारी आहेत. हे विधेयक (मुस्लीम कौटुंबिक सुधार विधेयक-२०१८) भारतातील मुस्लीम कुटुंबांना प्रभावित करणाऱ्या अनेक मुद्द्यांची सविस्तर चर्चा करते. या विधेयकाची रचना भारताचे नागरिक व अनिवासी भारतीय यांच्या मूलभूत अधिकारांना डोळ्यांसमोर ठेवून करण्यात आलेली आहे. ज्यात राज्यघटनेद्वारा

अनुच्छेद १४ अंतर्गत समानता आणि अनुच्छेद २५ अंतर्गत धर्माचे अधिकार प्रदान करतो.

मुस्लीम कौटुंबिक सुधारणा ठराव २०१८ (मसुदा)

उद्देश

- मुस्लीम स्त्रिया, पुरुष व मुलांच्या हक्कांचं संरक्षण करणे आणि भारताच्या राज्यघटनेने हमी दिल्याप्रमाणे त्यांच्या समान अधिकारांचं संरक्षण करण्यास रोखणाऱ्या विसंगती दूर करणे.
- विद्यमान मुस्लीम कौटुंबिक कायद्यांमधील कमतरता शोधून त्या दूर करणे आणि कमतरतांचं उच्चाटन करणे.
- मुस्लीम पर्सनल लॉ (शरीयत) ॲप्लिकेशन ॲक्ट-१९३७ अधिनियम बदलणे.
- डिझोल्यूशन ऑफ मुस्लीम मॅरेज ॲक्ट-१९३९ बदलणे.
- मुस्लीम महिला (घटस्फोट अधिकार संरक्षण) कायदा-१९८६ला बदलणे.
- या संदर्भात प्रकरणे निकाली काढण्यासाठी घटनात्मक उपाययोजना प्रदान करणे.

संबंधित खटले प्रजासत्ताक भारतातील ६९ वर्षांत संसदेने अधिमान्य केलेल्या अधिनियमानुसार असावीत.

प्रकरण १
अर्ज आणि परिभाषा

१) परिचय

१) या कायद्याला 'मुस्लीम कौटुंबिक सुधारणा कायदा २०१८' असे म्हणता येईल.

२) हा कायदा संपूर्ण भारतात आणि जम्मू आणि काश्मीर राज्य विधिमंडळाची मंजुरी मिळाल्यानंतर तिथं लागू होईल.

३) सरकारने नियुक्त केलेल्या निर्धारित तारखेपासून तो लागू होईल, यासंबंधी शासन राजपत्रात अधिसूचना प्रकाशित करेल.

४) हा कायदा सरकार राज्यघटनेच्या कलम ४४ नुसार समान नागरी कायदा लागू करेपर्यंत अस्तित्वात राहील.

५) या कायद्याअंतर्गत आलेल्या सर्व अधिसूचनांना प्रत्येकांनी जतन करणे बंधनकराक आहे.

अ) हा कायदा लागू होताच या आधीचे कोणतेही मुस्लीम कायदे, नियम, मुस्लीम कायदा अन्वयार्थ किंवा परंपरा किंवा मजकूर यांचा प्रभाव ताबडतोब संपुष्टात येईल.

ब) या कायद्यातील तरतुदींशी विसंगत असणारे पूर्वीचे इतर कोणतेही कायदे किंवा त्याच्या तरतुदी त्वरित प्रभावाने संपुष्टात येतील.

२) या कायद्यात किंवा संदर्भाची गरज असल्यास

अ) 'मुस्लीम' म्हणजे इस्लाममध्ये विश्वास ठेवणारी प्रत्येक व्यक्ती, कुठल्याही विचारपरंपरेची किंवा कोणत्याही पंथ किंवा उप-पंथाशी संबंधित असलेली व्यक्ती.

ब) 'निकाह' म्हणजे मुस्लीम पुरुष आणि मुस्लीम स्त्री यांच्यातील विवाह- मग तो औपचारिक किंवा अनौपचारिक पद्धतीने तसंच इलेक्ट्रॉनिक किंवा अन्य माध्यमांद्वारे केला गेलेला विवाह.

क) 'मेहेर' म्हणजे विवाह करण्याच्या इच्छेनुसार पत्नीला वधुमूल्य (सेफ्टी डिपॉझीट) किंवा लग्नाच्या आधी इतर कोणत्याही उद्देशाने रोख किंवा अन्य वस्तूरूपात वराने दिलेली रक्कम.

ड) 'तलाक' म्हणजे घटस्फोट- सर्व प्रकारच्या घटस्फोटांसह, औपचारिक किंवा अनौपचारिक, मुस्लिमांच्या विविध पंथांमध्ये किंवा उप-पंथीयांमध्ये प्रचलित.

ई) 'हलाला' म्हणजे अशी कोणतीही परंपरा ज्यात, घटस्फोटित पती-पत्नीला एकमेकांसोबत पुनर्विवाह करण्यासाठी जोडीदाराला दुसऱ्या व्यक्तीशी विवाह करून त्यातून मुक्त होणे बंधनकारक आहे.

फ) 'मुताह' याचा अर्थ असा, विशिष्ट व ठरावीक कालावधीसाठी एक वैवाहिक बंधन गृहीत धरलं गेलं आहे किंवा त्याची परंपरा असलेले, या अधिनियमात परिभाषित केल्यानुसार 'निकाह' नसलेले सर्व विवाह.

ज) 'न्यायालय' म्हणजे कौटुंबिक न्यायालय जे विवाह, घटस्फोट आणि कुटुंबांशी संबंधित इतर प्रकरणांशी संबंधित आहे.

झ) 'मॅजिस्ट्रेट' म्हणजे अपराधिक कार्यवाही संहिता, १९७३च्या अंतर्गत अधिकारक्षेत्र असलेला, जिथं विवाहित मुस्लीम राहतो किंवा जिथे निकाह (लग्न) झालेला आहे, त्या परिसरातील प्रथम श्रेणीचा दंडाधिकारी.

ह) 'इलेक्ट्रॉनिक पद्धत'चा अर्थ, माहिती तंत्रज्ञान कायदा-२०००च्या कलम २च्या उप-कलम (१)मध्ये अधिनियम (२)मध्ये नोंदवला आहे, तोच अर्थ इथे अभिप्रेत असेल.

प्रकरण २

निकाह लावणे आणि तलाकची घोषणा

३. स्त्री आणि पुरुष दोघांच्या संमतीने झालेला निकाह, मग तो तोंडी अथवा अन्य मार्गाने झालेला असेल तर तो या कायद्याने नोंदणीकृत करणे आवश्यक आहे. अन्यथा वैवाहिक बंधनात वाद उद्भवल्यास तो 'विशेष विवाह कायदा-१९५४' अंतर्गत येईल.

४. (i) न्यायालयाबाहेर, प्रचलित कोणत्याही पद्धतीनुसार कोणत्याही जोडीदाराने दिलेला तलाक बेकायदा असेल. आणि

(ii) जर कौटुंबिक न्यायालयात लवादामार्फत किंवा मध्यस्थता परिषदेमार्फेत जोडीदारांत समाधानकारक तडजोड न झाल्यास, आणि

(iii) सुनावणीत पती-पत्नींचे ऐकून आणि विवाह विसंगत असल्याचे निष्कर्ष निघाल्यास न्यायालय संविधानाच्या अनुच्छेद २५ अंतर्गत धर्माच्या मूलभूत अधिकारानुसार दोघांना त्यांच्या धार्मिक श्रद्धा आणि रिवाजाप्रमाणे न्यायालयात तलाकची घोषणा करण्यास परवानगी देईल, आणि

(iv) अशा प्रकारचे (ii) ते (iii) ची आवश्यक पूर्तता झाल्यानंतरच आणि न्यायालयाने निकाल दिल्यानंतरच घटस्फोट वैध असेल.

प्रकरण ३

महिला, पुरुष आणि मुलांच्या हक्कांचे संरक्षण

५. मेहेरची रक्कम धार्मिक नियमांप्रमाणे एक किलो तांदूळच्या रकमेपेक्षा जास्त नसावी, या राज्यघटनेच्या अनुच्छेद २५ अंतर्गत धर्माच्या मूलभूत अधिकारांचा लाभ वगळता, निकाह करतेवेळी हुंडा घेता येणार नाही.

६. निकाह किंवा विवाहेतर संबंधांतून जन्मलेली अपत्ये मग ते कायदेशीर किंवा बेकायदेशीर असतील तरीही त्यांना दोघांच्या मालमत्तेत समान अधिकार असेल.

७. मुस्लीम कुटुंबांसंबंधित खटले किंवा वैवाहिक बंधन किंवा अन्य कोणत्याही विषयावर वादग्रस्त झालेल्या प्रकरणात एखाद्या मुस्लीम पुरुषाची साक्ष मुस्लीम स्त्रीच्या बरोबरीने असेल किंवा याउलट असेल.

८. कलम ६ आणि ७मध्ये नमूद केलेले अधिकार राज्यघटनेच्या कलम १४ अंतर्गत समानतेच्या मूलभूत अधिकाराने संरक्षित केले जातील.

९. न्यायालयाने तलाक मंजूर केल्याशिवाय होणारा पुनर्विवाह, मग तो 'हलाला' आणि 'मुताह' किंवा अन्य विवाह प्रकार असू दे, तो बेकायदेशीर असेल तसाच तो दंडनीय गुन्हा असेल. भारतीय दंडसंहितेच्या १८६०च्या तरतुदी त्याला लागू असतील.

१०. मुले व निराधार पती/पत्नी यांच्यासाठी निर्वाहभत्ता किंवा देखभालीची रक्कम निर्धारित केल्यावर न्यायालयाने तलाकचा आदेश जारी करावा. ही रक्कम गुन्हे प्रक्रिया संहिता-१९७३च्या अंतर्गत किंवा पक्षकारांच्या परस्पर संमतीने निर्धारित केली जाऊ शकते.

११. जोडीदाराने न्यायालयाच्या कक्षेबाहेर, विभाग २ मधील कलम ४मध्ये नमूद पद्धतीने तलाक दिल्यास वा तशी धमकी दिल्यास मानसिक अत्याचाराची क्रूरता मानली जाईल आणि त्यास कौटुंबिक हिंसाचार कायदा-२००५ अंतर्गत दंडाधिकाऱ्यामार्फत न्याय प्रक्रिया निर्धारित केली जाईल.

अनुवाद-कलीम अजीम

(लेखक भारतीय मूळ असलेले ज्येष्ठ ब्रिटिश पत्रकार आहेत. आंतरराष्ट्रीय राजकारणाचे ते भाष्यकार आहेत. वॉशिंग्टन डीसीमधील 'मीडल इस्ट मीडिया रिसर्च इन्स्टिट्यूट' (MEMRI) येथे ते दक्षिण आशिया स्टडीज प्रकल्पाचे संचालक आहेत. त्यांनी ८ वर्षे बीबीसी वर्ल्ड सर्व्हिसमध्ये काम केलं आहे. सध्या ते भारतातील फर्स्टपोस्टमध्ये सहयोगी संपादक म्हणून कार्यरत आहेत. तसेच दिल्लीतील ओपन सोर्स इन्स्टिट्यूटचे कार्यकारी संचालक आहेत. न्यू इंडियन एक्सप्रेस, ट्रिब्यून आणि फर्स्टपोस्टमध्ये ते स्तंभलेखन करतात.)

नोट्स आणि संदर्भ

१) तत्काळ तिहेरी तलाक रद्द करणारा सर्वोच्च न्यायालयाचा संपूर्ण निकाल येथे वाचला जाऊ शकतो: Thehindubusinessline.com/multimedia/archive/03194/Supreme-Court-judg-3194881a.pdf

२) *भारताच्या कौटुंबिक कायद्यात किती व्यापक सुधारणांची आवश्यकता आहे या चर्चेसाठी, Financialexpress.com/opinion/triple-talaq-verdict-how-were-muslim-husbands-affected-by-sc-ban-why-narendra-modi-government-must-enact-law-to-save-women/822008, August 24, 2017.*

३) *Twitter.com/IJaising/status/946389352355061760, December 28, 2017.*

४) *या मुद्द्यावर सुप्रीम कोर्टाच्या कार्यवाहीच्या चर्चेसाठी, Timesofindia.indiatimes.com/india/will-frame-a-law-if-triple-talaq-is-struck-down-government-tells-supreme-court/articleshow/58680876.cms, May 21, 2017.*

FCW - #0179 - 061026 - C48 - 216/140/19 - PB - 9789386401823 - Gloss Lamination